मी हे पुस्तक बऱ्याच काळापूर्वी वाचले आणि मला ते खूप आवडले. या पुस्तकाने मला यांसारख्या चित्ताकर्षक देशांबद्दल जाणून घेण्यास प्रेरित केले. ह्या लेखकाने शाहचा पाडाव आणि क्रांतीच्या पार्श्वभूमीवर फारच उत्कृष्ट लखाण केले आहे. आत्मकथनांपैकी हे माझे सर्वांत आवडते पुस्तक आहे!

– आर. मॅक्डोनल्ड

एक उत्कृष्ट, आश्चर्यकारक; 'नॉट विदाऊट माय डॉटर'पेक्षाही थरारक आणि काळजाचे ठोके चुकवणारे पुस्तक! इराणमधला १९७९ च्या आधी आणि नंतरच्या परिस्थितीचा अचूक वेध घेणारे, डोळे उघडणारे पुस्तक. संपल्याशिवाय खाली ठेवता येणे निव्वळ अशक्य...

– श्रीमती एस. बर्कले

मी गेली अनेक वर्षे वेगवेगळ्या मुस्लीम देशांत राहणारी एक अमेरिकन स्त्री आहे. जरी इराणमधे गेले नसले तरी पुस्तकातील माहितीच्या अधिकृततेबद्दल मला अजिबात शंका नाही. मारेकऱ्यांपासून वाचण्यासाठी सर्व पात्रांची खरी ओळख गुप्त ठेवण्यात आली आहे, हेही जाणवते. ज्यांना मुस्लीम देशांमधील आयुष्याबद्दल कल्पना नसते, त्यांना हे पुस्तक म्हणजे कपोलकल्पित कादंबरी वाटू शकते.

मी ते वाचायला सुरुवात केली निव्वळ उत्सुकतेपोटी, पण नंतर नंतर तर या पुस्तकाने झपाटूनच टाकले. खाली ठेवताच आले नाही. या प्रकारची खूप पुस्तके मी वाचली आहेत, पण विशेष म्हणजे याच्यासारखी मनाची पकड कोणीच घेऊ शकले नाही.

– इम्पिरिअल टोपाझ मोरोक्को

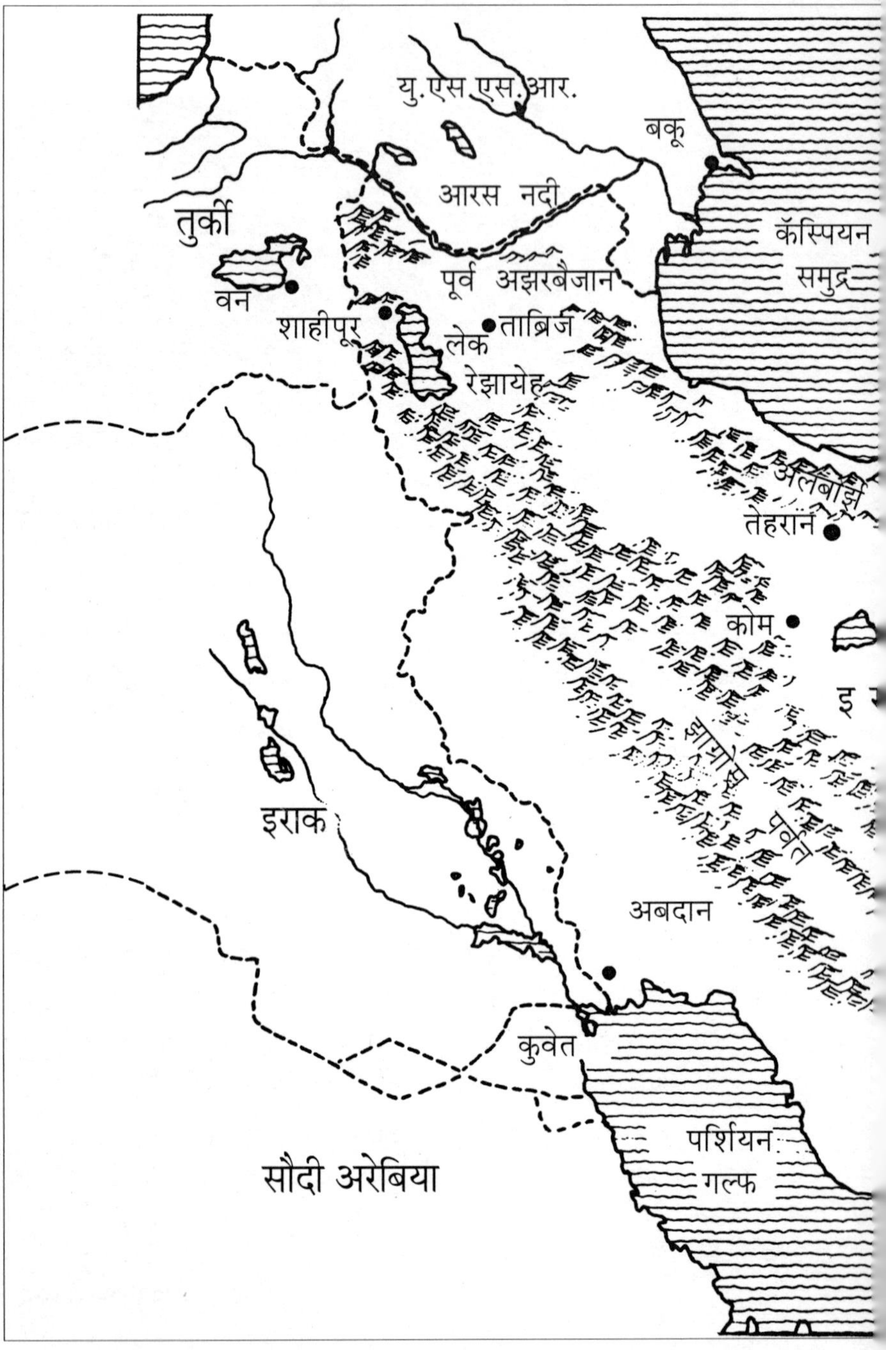
यु.एस.एस.आर.
बकू
आरस नदी
तुर्की
कॅस्पियन
समुद्र
पूर्व अझरबैजान
वन
शाहीपूर
ताब्रिज
लेक
रेझायेह
अल्बोर्झ
तेहरान
कोम
पर्वत
इराक
अबदान
कुवेत
पर्शियन
गल्फ
सौदी अरेबिया

0-
100
200 km
0
100
200 Miles
अफगाणिस्तान
पाकिस्तान

आपल्या स्नेहीजनांना पुस्तके भेट द्या

‘आउट ऑफ इराण’ या इंग्रजी पुस्तकाचा मराठी अनुवाद

इराणमधून सुटका

सुझान आझादी आणि
अँजेला फेरान्ते

अनुवाद
विदुला टोकेकर

मेहता पब्लिशिंग हाऊस

✆ +91 020-24476924 / 24460313 / Mob. No. 9545000513

Email : production@mehtapublishinghouse.com

Website : www.mehtapublishinghouse.com

By Arrangement with Westwood Creative Artists Ltd.

Translated into Marathi Language by Vidula Tokekar

इराणमधून सुटका / अनुभवकथन

अनुवाद : विदुला टोकेकर

Email : author@mehtapublishinghouse.com

मराठी अनुवादाचे व प्रकाशनाचे हक्क : मेहता पब्लिशिंग हाऊस प्रा. लि., पुणे.

संस्थापक : सुनील अनिल मेहता

प्रकाशक : मेहता पब्लिशिंग हाऊस प्रा. लि.,
१९४१ सदाशिव पेठ, माडीवाले कॉलनी, पुणे ४११०३०.

मुद्रक : ट्रिनिटी ॲकॅडमी फॉर कॉर्पोरेट ट्रेनिंग लिमिटेड

मुखपृष्ठ : फाल्गुन ग्राफिक्स

प्रकाशनकाल : ऑक्टोबर, २००९ / पुनर्मुद्रण : जुलै, २०२५

किंमत : ₹ ५००

P Book ISBN 9788184980745

अनुवादिकेचे मनोगत

शांततेचं नोबेल पारितोषिक मिळवणाऱ्या शिरीन इबादींमुळे माझं लक्ष प्रथमच इराणी स्त्रीकडे गेलं. ए पी ओ च्या अभ्यास बैठकीत भेटलेल्या माजिदबरोबर आठवडाभर रोज संवाद झाला. त्याने इराणचे आमंत्रण दिल्यावर 'पण मी हेजाब नाही घालणार' असं म्हटल्यावर त्याच्या चेहऱ्यावर जे भाव उमटले ते शब्दांत मला व्यक्त करता येणार नाहीत. त्याच्या प्रेझेंटेशनमध्ये पन्नास वर्षे सतत युद्धमान असलेल्या देशाची दुरवस्था आणि त्याच्यासारख्या मायदेशी परतलेल्या तरुणांनी आपल्या देशाचे रूप पालटण्याचा केलेल्या निश्चयाचे दर्शन होते. 'अशा परिस्थितीत काहीच 'नॉर्मल' नसतं. ही त्याची अनौपचारिक कॉमेंट खूप सांगून जाते.

त्याशिवाय माजिद माजिदीचे आणि इराणचे इतरही विलक्षण साधे, निरागस, थेट चित्रपट डोळ्यात पाणी आणत होते, पण त्यातही स्त्रियांचा वावर अभावानेच होता.

पहिले आणि दुसरे महायुद्ध मिळून बारा-पंधरा वर्षं चाललं. त्यात एका देशाने दुसऱ्या देशावर उघड आक्रमण केलं होतं. इराणमधली क्रांती, बंड, युद्ध, अशांतता पन्नास वर्षं चालू आहे. ते ही आपल्या स्वार्थासाठी दुसऱ्याच देशांनी त्या देशांच्या अंतर्गत कारभारात केलेली ढवळाढवळ म्हणून. अडीच हजार वर्षांचा ज्ञात इतिहास असलेल्या ह्या संस्कृतीने विकृत रूप धारण केले. काही पिढ्या देशोधडीला लागल्या पण नेहमीप्रमाणे इराणी स्त्रीची अवस्था अधिकाधिक वाईट होत गेली.

सुझानला कशाचा अभाव नव्हता. 'अतिश्रीमंत' हा शब्द फिका ठरावा अशी तिची परिस्थिती होती. कल्पनातीत ऐश्वर्याच्या जोडीला कल्पनातीत अज्ञान होते.

सुझानची जीवनशैली आपल्याला अपरिचित आहे, तिचे विचार आपल्याला विसंगत वाटू शकतात. काही काही गोष्टी आपल्याला समजू शकत नाहीत. पण कदाचित त्या परिस्थितीची ती अपरिहार्यताही असेल. कदाचित त्या मनस्थितीची आपण कल्पनाही करू शकत नाही. चूक किंवा बरोबर असा शिक्का न मारता फक्त सहृदयतेने आपण सुझानचा हा प्रवास वाचूया.

मूळ इंग्रजी पुस्तक १९८७ साली प्रकाशित झाले. तीन रिप्रिंट नंतर १९९३ साली प्रकाशित झालेल्या या आवृत्तीचे आतापर्यंत नऊ रीप्रिंट झाले. तर 'सध्याचा इराण' म्हणून लेखिका जे वर्णन करते, ते त्या काळातील आहे हे लक्षात ठेवायला हवे. उदा. 'इराणची ५०टक्के जनता आजही निरक्षर आहे' हे वर्णन त्या काळच्या इराणचे आहे. २००८ सालच्या इराणचे नाही.

या पुस्तकाचा संदर्भ मला आणखी दोन गोष्टींसाठी जाणवतो.

दुर्दैवाने इराणची गोष्ट आशियामध्ये इतरत्रही घडली, घडते आहे. फरक फक्त तपशिलाचा आणि डिग्रीचा.

अति श्रीमंत, अति-गरीब असे आपल्याही देशाचेही दोन चेहरे आहेत. आपण आपल्या चकचकीत सुगंधी रूपावर खूष होतो, पण अंतर्गत विरोधाभासाकडे आपले लक्ष जाणार की नाही? सुदैवाने आपल्याकडे लोकशाही, न्यायव्यवस्था या मौल्यवान गोष्टी आहेत, पण कुठेतरी आपली तुष्टता आणि 'मला काय त्याचे' च्या पलीकडे पाहूया.

या पुस्तकाचा अनुवाद करण्याची संधी दिल्याबद्दल 'मेहता पब्लिशिंग हाऊस'ला धन्यवाद त्यांच्या कर्मचारीवर्गानेही नेहमीप्रमाणे उत्तम सहकार्य केले.

इराणमधून सुटकेची ही कहाणी आपल्याला आवडेल अशी आशा आहे.

विदुला टोकेकर

अनुक्रमणिका

उपोद्घात

'अल्ला श्रद्धावानांचा तारणहार आहे. तो त्यांना अंधारातून उजेडाकडे नेतो. अश्रद्धांचे तारणहार ही चुकीची दैवतं (ताघौत) आहेत, ती त्यांना उजेडातून अंधारात नेतात. ते नरकाचे वारस आहेत आणि चिरकाल तिथंच राहतील.'

– कुराण

ताघौत. सैतान. आपल्या अधिकाराच्या मर्यादांचं उल्लंघन करणारा शासक. ही होती अयातुल्लाह रुहोल्लाह खोमेनीनं मोहम्मद रेझा पहलवींना राजांच्या राजाला, इराणच्या शाहला दिलेली पदवी आणि आम्ही राजाचे निष्ठावंत प्रजाजन, ताघौती – सैतानाचे अनुयायी – म्हणून खोमेनीने आम्हाला दोषी ठरवलं होतं. १९७९ मध्ये माझ्या देशात, क्रांतीमुळे, अयातुल्लाहच्या नेतृत्त्वाखाली एका मूलतत्त्ववाद्याची राजवट सत्तेवर आली. दीर्घकाळ परागंदा झाल्यानंतर परत इराणच्या भूमीवर पाय ठेवल्या क्षणापासून, त्यानं त्याच्या येण्याला विरोध करणाऱ्यांवर 'ताघौती'चा शिक्का मारला. आम्ही इराणमधले धनाढ्य, सत्ताधीश, उच्चभ्रू, देशाचे नेते होतो. आम्ही एका खुनशी धार्मिक पुढाऱ्याला आमचा नेता म्हणून स्वीकारायला तयार नव्हतो. त्याच्या दृष्टीनं, आम्ही श्रीमंत होतो, म्हणजे आम्ही भ्रष्ट असणारच; आम्ही इंग्रजाळलेले होतो, त्यामुळे आम्ही स्वैराचारी असणारच. एका मुस्लीम देशात स्त्री असण्याचे मूलभूत अधिकार मिळावेत अशी इच्छा केल्यामुळे, तुमचा किती आणि कसा तिरस्कार केला जातो हे मला माहीत आहे. अवघ्या तीन वर्षांत, माझा म्हणून ओळखता येईनाशा झालेल्या समाजानं, मला माझ्या इच्छेविरुद्ध

परागंदा केलं. मी सुटका करून घेण्याआधी, कोमितेह ही सरकारची क्रांतिकारी समिती एखाद्या शिकाऱ्यासारखी माझ्या मागावर होती. नवीन शालेय पद्धतीत माझ्या मुलाचा बुद्धिभेद केला गेला आणि सरकारकडून माझ्या कुटुंबाला सतत त्रास होत राहिला. मी काही काळ खोमेनीच्या नव्या तुरुंगातही काढला.

परंतु माझं आयुष्य सुंदर, आत्मविश्वासाच्या वातावरणात आणि मोठ्या लाडाकोडात सुरू झालं होतं. कजार राजवंशाच्या शाहची मी पणती. हा कजार राजवंश म्हणजे दोनशे वर्षांची राजसत्ता, जी पहलवींनी उलथून टाकली. माझे वडील धनिक जमीनदार होते आणि आई होती इराणच्या एका थोर उद्योजक आणि दानशूर कुटुंबातील लाडकी लेक. पुढे माझं लग्न एका बलाढ्य उद्योगपतीशी झाल्यावर आम्ही तेलाच्या समृद्धीनं झळकणाऱ्या नव्या इराणच्या आघाडीचे सदस्य बनलो. पण एकदम संरक्षित, आकर्षक, मोहक अशा आयुष्यातून स्वतःच्याच देशात परकं म्हणून तिरस्कृत होणं – हा बदल इतका झटकन घडला, की मला वावटळीगत ओढून फेकून देणाऱ्या या ऐतिहासिक घटना समजावून घ्यायलाही सवड मिळाली नाही. माझ्या पतीच्या अत्यंत धार्मिक कुटुंबामुळे, तिरस्कार वाटणाऱ्या व्यक्तीच्या बाबतीत धर्मवेड्या स्त्रियांचं क्रौर्य कुठल्या थराला जाऊ शकते, याचा मी जवळून अनुभव घेतला. मी माझ्या मित्रांच्या पाठीवर सरकारी चाबकाचे फटके पाहिले. अयातुल्लाहची माझ्या देशावरची पकड घट्ट झाल्यावर माझे मित्र अदृश्य झाले, काही सुटून निघून गेले. आमच्या कौटुंबिक स्नेह्यांना – एकेकाळचे राजकारणी, मोठमोठ्या कंपन्यांचे मालक, जमीनदार यांना – भूमिगत होऊन सारी संपत्ती गमवावी लागली, ते मी पाहिलं आहे. आणि त्याच वेळी आम्ही तरुण, लवकरच आपल्या जीवनपद्धतीचा शेवट होणार आहे या भावनेनं अधिकच बेदरकार बनलो होतो. क्रांतीनंतर सुमारे दहा लाख नागरिक इराण सोडून गेले असावेत, असा अंदाज आहे. त्यातले बहुतेक उच्च आणि मध्यम वर्गातले होते. दहा हजारांहून अधिक लोकांना मृत्युदंड दिला गेला असं मानलं जातं. माझी कहाणी हा एका मोठ्या राष्ट्रीय शोकांतिकेचा – माझ्या लाडक्या इराणच्या नष्टचर्याचा – एक अगदी लहानसा हिस्सा आहे.

माझ्या देशबांधवांवर काय गुदरलं आहे हे सांगण्यासाठी आणि ताघौतींचं समर्थन करण्यासाठी मी माझी गोष्ट लिहिली आहे. फार जुनी गोष्ट नाही, एकदा मी कॅलिफोर्नियात इराणी मित्रमैत्रिणींबरोबर स्किइंग करत, काही मजेचे क्षण अनुभवत होते. जणू क्रांती झालीच नाही, आमचं आयुष्य तसंच आहे असं आम्ही खोटं खोटं भासवत होतो. काही अमेरिकन लोकांनी आम्हाला फारसीतून बोलताना ऐकलं. आम्हाला ऐकू जाईल एवढ्या मोठ्या आवाजात एकजण दुसऱ्याला म्हणाला, ''या असल्या लोकांमुळेच इराणमध्ये क्रांती झाली.'' ते शब्द माझं काळीज चिरत गेले.

आम्ही कसे याला जबाबदार? कारण एका गरीब देशात श्रीमंत व्हायचं धाडस केलं म्हणून? की बुरखाधारी समाजात आम्ही फारच पश्चिमेकडच्या लोकांसारखे दिसत होतो म्हणून? बाहेरच्या जगातही, मी व्यक्ती म्हणून काय आहे, यापेक्षा मी कुठल्यातरी समाजाची असल्यामुळे दोषी ठरत होते.

माझ्या परिस्थितीइतकीच मीही बदलत गेले. मी आता श्रीमंत नाही, तशी अगदी गरीबही नाही. एके काळी मी पुरुषांना माझं संरक्षण करू दिलं, काळजी घेऊ दिली आणि बदल्यात, समाजाला अपेक्षित असलेली संपूर्ण शरणता स्वीकारली. एके काळी मी इतक्या लहानशा वर्तुळात वावरत होते की, क्रांतीसाठी कित्येक हुतात्म्यांना जन्म देणारी गरिबी आणि असंतोष मला कधी दिसलेच नाहीत. पण आता मी स्वावलंबी आहे. स्वत:च्या पायांवर उभी आहे; तेव्हा न दिसलेल्या गोष्टी मला आता दिसतात.

माझं कुटुंब अजूनही इराणमध्ये आहे. त्यांच्या सुरक्षिततेसाठी या पुस्तकातील व्यक्ती आणि जागांना काल्पनिक नावं देण्यात आली आहेत. तिथे राहणाऱ्या मित्रांना-नातेवाइकांना मी नेहमी फोन करते. मी गेल्यानंतरच्या काळात त्यांची आयुष्यं अधिकच दु:खी झाली आहेत. उत्तर तेहरानमधल्या जुन्या हवेल्यांमध्ये उच्चभ्रूंचे काही अवशेष अजून लपून तग धरून आहेत. तिथे पाश्चात्त्य राहणीचे काही ठिपके आहेत. डिनर सोबत काळ्या बाजारातून आणलेली वाईन दिली जाते आणि स्टिरिओवर परदेशातून चोरून आणलेलं संगीत वाजत असतं. बेकायदा आणि महागडी असूनही अफू मोठ्या प्रमाणावर वापरली जाते. कारण तरुण वर्गाला मौजमजेची खूप कमी साधनं उपलब्ध आहेत. काही वेळा तर अशा बेकायदेशीर आनंदाला परवानगी देऊन पैसे मिळवणारे स्वत: मुल्लाच असतात. देशाला भ्रष्टाचारी बनवण्याचं आणि इस्लामचा पाया खिळखिळा करण्याचं खापर खोमेनीनं आम्हा ताघौतींच्या माथ्यावर फोडलं. पण नव्या इराणमध्ये कडवेपणा आणि धर्मनिष्ठा यांच्या मुखवट्याआड एक अख्खा समाज सडतो आहे.

गुलाब आणि काटे

नियतीच्या निर्दयी हाती पोकळी ठरे मायभूमी
नरकच उरे एकदा जिथे वसे मायभूमी

– खगानी शिरवानी

त्या दिवशी १९८२ सालातील जुलैची चार तारीख होती. सल्तनतबाद तेहरानच्या उच्चभ्रू उपनगरात राहणाऱ्या माझ्या मावस बहिणीच्या – फरिबाच्या घरी उजाडण्याची काही चाहूलही नव्हती.

तिच्या घराच्या दिवाणखान्याच्या फरशीवर अंथरलेल्या तात्पुरत्या बिछान्यावर मी हलकेच कूस बदलली आणि काही फुटांवर गाढ झोपलेल्या माझ्या मुलाची – फरहादची – आकृती पाहू लागले. अगदी निरखून पाहिल्यावर अंधारात त्याची काळी कुरळी झुलपं आणि हनुवटीखाली घट्ट दाबलेल्या इवल्या मुठी जाणवत होत्या. माझ्या मनात विचार आला, माझं अवघं सात वर्षांचं पोरगं आता लवकरच मोठं होणार. मी करते आहे हे तुझ्यासाठी भलं आहे ना, माझ्या मनात विचार तरळून गेला इथे राहिलास, तर तू मोठेपणी नक्कीच एक श्रीमंत माणूस होशील. तुझ्या आजोबांना माझा कितीही तिरस्कार वाटत असला, तरी ते इतर इराणी माणसांप्रमाणेच मुलांना देण्यात येणाऱ्या साऱ्या सुख-सुविधा देऊन तुला वाढवतील. पण मी तुझ्यासाठी कोणतं भविष्य निवडलं आहे? अनिश्चितता, खूप कमी पैसे तर नक्कीच. कदाचित

एकाकीपणा? मग काळजीपूर्वक वळत मी कमालकडे एक चोरटी नजर टाकली. काही आठवड्यांपूर्वीच हा माझा पती बनला होता. तो सहचर वाटण्याऐवजी अजून परका वाटत होता. आमचं घाईघाईत केलेलं लग्न खरोखर टिकेल?

शांत झोपेत त्याच्या कपाळावर एकही रेषा नव्हती. मी जिंकलं न जाण्याचा आटोकाट प्रयत्न केला होता, पण त्यानं मला जिंकलं होतं. पण आता, त्याच्या उभट, सडपातळ चेहऱ्यावर मला इराणच्या आणखी एका गरम उन्हाळ्याच्या मंद खुणा दिसत होत्या. आता शंकाकुशंकांना वेळ नव्हता. पहाटे पाचचा गजर लावला होता. गजर होण्यापूर्वीच मी पटकन पण आवाज न करता उठले.

थोड्याच वेळात बाकीच्या घरालाही जाग आली. अचानक झोपेतून उठून झटक्यानं पांघरूण फेकून देऊन कमाल उठून उभा राहिला. ''मरजानी किती वाजता येणार आहे?'' तो कुजबुजला.

''पावणेसहाला.''

''सगळी तयारी झाली आहे ना नक्की? पैसे, आपला तिकडचा माणूस?''

''सगळं झालंय.'' मी आवाजात आत्मविश्वास आणायचा प्रयत्न केला.

वरच्या मजल्यावर माझे वडील, फरिबा आणि तिचा नवरा खाली येण्याची तयारी करत होते, त्याची चाहूल लागत होती. आम्ही जेमतेम दोन तास झोपलो होतो. सगळी रात्र निरोपाच्या गोष्टी करण्यात गेली होती. फरिबा सगळ्यांत आधी खाली आली. तिचे नेहमी नीटनेटके बसवलेले केस विस्कटले होते. डोळ्यांत अजून झोप आणि काळजी होती. ती शांतपणे स्वयंपाकघरात गेली आणि आमची शेवटची इराणी न्याहारी बनवायला लागली. त्या अर्धवट उजेडात मी चटकन कपडे बदलले. निळ्या जीन्स, साधे गडद रंगाचे चालण्याचे बूट–धावण्याचे बूट नाहीत, ते लगेच वेगळे उठून दिसले असते. एक साधा दिसणारा बेल्ट. त्याच्या आत शिवलेले दागिने नीट जागेवर आहेत ना हे मी चाचपून पाहिलं. मनातल्या मनात मोजले. सोन्याच्या बारा जड साखळ्या, हिऱ्यांच्या दहा अंगठ्या, हिऱ्याचे कानातले आणि मॅचिंग ब्रेसलेट असे चार सेट. जंगम मालमत्ता. त्यातल्या नुसत्या एकेका सेटची किंमतच जवळजवळ वीस हजार अमेरिकन डॉलर्स होती.

मी एक लांब हाताचा शर्ट अंगात चढवला आणि लगेचच त्याचं दणदणीत वजन जाणवलं. त्याच्या एका शोल्डर पॅडमध्ये शिवला होता माझ्या आईनं माझ्यासाठी ठेवलेला ऐवज आणि इराणी कारागिरीचा उत्कृष्ट नमुना. बावीस कॅरेटच्या दोन लांब इराणी साखळ्या. दुसऱ्या शोल्डर पॅडमध्ये माझ्या आधीच्या नवऱ्यानं दिलेले मोठमोठ्या खड्यांचं हिरेजडित ब्रेसलेट शिवलं होतं. कॉलरमध्ये सोन्याच्या अनेक साखळ्या शिवल्या होत्या. शर्टवरून मी एक अगदी मामुली दिसणारं जॅकेट घातलं. सगळ्यात शेवटी डोक्यावरून मला मोठा गडद रंगाचा

हेजाब घेतला. त्यामुळे माझे लांब सोनेरी केस आणि कपाळाचा बराचसा भाग झाकला गेला.

मग मी आमच्या बॅगा तपासल्या. प्रत्येक मोठा माणूस एक छोटी बॅग नेऊ शकत होता. मी नायलॉन बॅगेची चेन उघडून आतला कपड्यांचा एकेक जोड तपासला. त्या दिवशी आम्ही अंगावर घातलेले कपडे सोडून आमचं सामान असं एवढंच होतं. दुसऱ्या बॅगेत अन्नपदार्थ होते. फळांच्या रसाचे डबे. मिनरल वॉटर. फळं आणि सँडविचेस. खाण्यासाठी थांबायला मिळणार होतं की नाही कोण जाणे!

सर्वांत शेवटी शक्य तितक्या मृदूपणे मी फरहादला उठवलं. तो अर्धवट झोपेत कुरकुरत होता. तसंच त्याचे कपडे काढून मी त्याला हातपाय धुवायला, कपडे बदलायला बाथरूमकडे चालवलं.

"इतक्या लवकर कशाला ग उठायचं आई?"

"मी तुला काल रात्री सांगितलं ना लुविजुन." मी त्याला लाडाच्या नावानं हाक मारत म्हटलं, "आपण सहलीला चाललोय."

"पण एवढ्या लवकर?"

"इकडे बघ. कमाल तयार आहे आणि मीसुद्धा. गाडीत झोप काढ."

आम्ही सारे चूपचाप एकमेकांच्या नजरा टाळत नाश्त्याच्या टेबलाभोवती बसलो. इराणमध्ये आमच्या पिढीतली माझी मावस बहीण एकटीच उरणार होती. माझ्या वडिलांनी त्यांची जमीन, त्यांचं घर, त्यांची प्रतिष्ठा हे सगळं आधीच गमावलं होतं आणि आता त्यांचं उरलंसुरलं सख्खं कुटुंबही त्यांना सोडून चाललं होतं. पण माझी गोष्ट वेगळी होती. माझ्यासारखा अगदी निरुपाय झाल्याखेरीज माझे वडील किंवा फरिबा यांपैकी कुणीच देश सोडला नसता. नासधूस झालेलं असलं तरी इराण अजूनही त्यांचं घर होतं.

तेहरानमधला तो शेवटचा नाश्ता मला अजूनही आठवतो. भोजनगृहातल्या टेबलावर साग्रसंगीत न्याहारी मांडली होती. फरिबानं उत्तर अझरबैझानच्या वाईल्ड हिल्स टेकड्यांवर पिकलेल्या, मुठीएवढाल्या जर्दाळूंचा घरी बनवलेला मुरांबा, सहांद पर्वतावरचा मध, गरम ताजा बार्बरी ब्रेड आणि कॅस्पियन समुद्राजवळच्या बागांमधल्या संत्र्यांचा ताजा रस. पण आम्हाला काही जात नव्हतं. आणि लवकरच बाहेरच्या दारावर अपेक्षित टकटक ऐकू आली.

नव्यानं अंगवळणी पडलेल्या काळजीमुळे दार उघडायच्या आधी फरिबानं खिडकीतून बाहेर पाहिलं. ठरल्याप्रमाणे मरजानी दारात उभा होता. त्याच्याशेजारी एक उंच काटकुळा कुर्द उभा होता. जो आम्हाला आमचं स्वातंत्र्य देणार होता. अर्थात योग्य त्या किमतीवर. त्यांना चटकन आत घेतल्यावर फरिबानं पुन्हा एकदा बाहेर डोकावून आमच्या या अवेळी पाहुण्यांना कुणी पाहिलं नाही ना याची खात्री

करून घेतली. कुणी बघणं आम्हाला परवडणारं नव्हतं. अयातुल्लाह रोहोल्लाह खोमेनीच्या तेहरानमध्ये इतक्या पहाटेची कुठलीही हालचाल संशयास्पद ठरली असती. आसपास कुणी नोकर नव्हतेच. माझी मावस बहीण आणि तिच्या बहुतेक शेजाऱ्यांनी घरात राहणाऱ्या नोकरांना यापूर्वी कधीच रजा दिली होती. त्यांच्यातले बरेच जण नव्या राजाचे हेर बनले होते.

''पैसे आणलेस का?'' मी मरजानीला विचारलं.

''टर्किश लिरा तुम्हाला आज रात्री ताब्रिझमध्ये मिळतील.''

''आणि जर्मन मार्क्सचं काय?''

''अरेच्चा! मार्क्स! मी ते साफ विसरूनच गेलो. आता आपल्याला परत माझ्या घरी जाऊन ते घ्यायला लागतील.''

ही दिवसाची वाईट सुरुवात होती. तेहरानच्या रिकाम्या रस्त्यांवरून गाडी चालवत जातानाचं प्रत्येक मिनिट आम्हाला संकटात टाकणारं होतं. टेहळणी करणाऱ्या कोमितेहचं आमच्याकडे सहज लक्ष गेलं असतं आणि त्यानं सहजपणे आम्हाला थांबवलं असतं. कोमितेह म्हणजे मुल्लांच्या सेवेतली खास क्रांतिकारी समिती. शिया पंथियांचे धर्मगुरू म्हणजे मुल्ला, त्यांचा शिरोमणी अयातुल्लाह. अर्थात साक्षात अल्लाची प्रतिमा. यांचंच सध्या देशावर राज्य होतं.

मी मनात हिशोब केला. वीस मिनिटं त्याच्या गावातल्या घरी पोचायला. आणखी वीस मिनिटं परत शहराच्या उत्तर भागात राहणाऱ्या, आमच्याबरोबर येणाऱ्या मैत्रिणीला – शेरीला – घ्यायला. आमची चाळीस मिनिटं जाणार होती. चाळीस अमूल्य मिनिटं. कदाचित त्या चाळीस मिनिटांची किंमत त्या जर्मन मार्क्सपेक्षा जास्त भरली असती. तरीपण ते मार्क्स जवळपास दहा हजार डॉलर्स किमतीचे होते आणि आमच्याजवळ काळ्या बाजारात हे एवढंच विकत मिळालेलं युरोपियन चलन होतं.

मी निर्णय घेतला, ''ठीक आहे. चला जाऊन घेऊन येऊ.'' आता खरा निरोपाचा शेवटचा क्षण आला. मला वडिलांना सोडून जाववत नव्हतं. त्यांनी माझ्या खांद्यावर हात ठेवला आणि मला त्यांचं मूक रुदन स्पष्ट जाणवलं.

मी फरिबाला मिठी मारली. ''जर आम्हाला पकडलं, तर आम्ही रात्रभर इथे होतो हे आम्ही त्यांना सांगणार नाही. जर यदाकदाचित कोमितेह इथे पोचले, तर त्यांना सरळ सांग की, आम्ही तुम्हाला भेटलोच नाही. ऐकत्येस ना! कुणाचाही भरवसा धरायचा नाही.''

फरहादनं अत्यानंदानं माझ्या वडिलांच्या कडेवर उडी मारली. तो मी सांगितलेल्या सहलीवर मनानं पोचलाच होता.

''कुणी बाहेर येऊ नका.'' मी बजावलं. ''कुणी बघेल तुम्हाला.''

''वेडी की काय!'' फरिबा म्हणाली, ''कुणी बघेल याची मी नाही पर्वा करत. तुम्हाला निरोप द्यायला आम्ही बाहेर येणार म्हणजे येणार.''

आम्ही कितीही सांगितलं तरी आम्ही मरजानीच्या तपकिरी रेंज रोव्हरमध्ये बसताना ते बाहेर आलेलेच होते. आमची गाडी निघाली तेव्हा ते आवेशानं हात हलवत राहिले. ते दिसेनासे होईपर्यंत आम्ही गाडीतून मागे वळून वळून त्यांना बघत होतो.

''काही काळजी करू नका.'' मरजानी म्हणाला, ''सारं काही ठीक होईल. मी हे कितीतरी वेळा केलेलं आहे. मी खात्रीनं सांगतो की, आज मध्यरात्रीपर्यंत तुम्ही तुर्कस्तानात असाल. तुम्ही स्वतंत्र असाल.''

स्वतंत्र. रात्री तुर्कस्तानात आणि कदाचित उद्या पॅरिस. आम्ही कसे निसटून जाणार आहोत याबद्दल त्यांनी आम्हाला काहीही सांगितलं नव्हतं. सगळे तपशील पूर्णपणे गुप्त ठेवण्यात आले होते. अगदी आमच्यासाठी जीव धोक्यात घालणाऱ्यांनासुद्धा त्याची माहिती नव्हती. तेहरानच्या ईशान्येला सातशे कि.मी. अंतरावर असलेल्या, जुन्या मंगोल राजधानीत. आजच्या दिवसात ताब्रिझ या व्यापारी शहरात पोचायचं एवढंच आम्हाला माहीत होतं. त्यानंतर होत्या माझ्या दिव्य कल्पना. मरजानीची आश्वासनं आणि तो मुखस्तंभ कुर्द. आम्हाला पलीकडे जायलाच हवं होतं. आम्हाला पुन्हा दुसरी संधी मिळणार नव्हती.

काही न घडता आम्ही मरजानीच्या घराशी पोचलो. तो कुर्द धावत वर गेला आणि एका मिनिटातच एक पुडकं घेऊन खाली आला. समोरच्या सीटखाली कुठल्याशा गुप्त पोकळीत ते लपवलं आणि मरजानीनं पुन्हा गाडी सुरू केली. वीस मिनिटांनी आम्ही शेरीच्या बहिणीच्या घराशी पोचलो. आम्ही रस्त्याने जात होतो, तेव्हा आम्हाला खिडकीतून डोकं बाहेर काढलेली एक बाई दिसली.

आम्ही काहीच इशारा केला नाही. नुसतेच गाडीत थांबून राहिलो. आता त्या राहत्या इमारतीचा समोरचा दरवाजा उघडून चादोरच्या आत लपलेली एक स्त्री बाहेर आली. त्या स्त्रीनं चादोर कपाळावरून बरीच खाली ओढून घेतली होती आणि काळ्या कापडाचं एक टोक दातात धरलं होतं. मूर्तिमंत धर्मपरायण मुस्लीम महिला. एक आकारहीन काळा पक्षी, पण तिनं जेव्हा आपलं लबाड हसू दाखवत आपला चेहरा उघडा केला, तेव्हा मी थक्क झाले. त्या चादोरखाली शेरी होती, माझी साठीची टिपटॉप मैत्रीण, अथक काम करणारी कार्यकर्ती. जिनं अपंगांसाठी शाळांची मालिका उभी केली होती. मुल्लांच्या चादोरच्या जबरदस्तीला कधीही भीक घातली नव्हती. आणि आता हा सगळा धाकदपटशा मागे टाकून ती निघाली होती आणि त्या वेषांतरासाठी तिनं त्या राजवटीचाच गणवेष निवडला होता.

ती आम्हा तिघांबरोबर पाठीमागच्या सीटवर बसली आणि आमचा प्रवास पुन्हा पुढे सुरू झाला. शहरातल्या शांत गल्ली-बोळांमधून मार्गक्रमणा करत असताना

आम्हा प्रत्येकाचं मन निघतानाच्या निरोपातच गुंतलं होतं. या शहरावर मी किती प्रेम केलं! इथे किती रोमांचक घटना घडल्या! तेच आता क्रूर भित्तिपत्रकांचं माहेर बनलं होतं. शाह मोहम्मद रजा पहलवीच्या मृत्यूनंतर इतका काळ लोटला तरी त्याला मारण्याचे आदेश अजूनही भिंतीवर झळकत होते. 'शाहला मारून टाका! अमेरिकेला मारून टाका!'. फलकांवर, ठिबकणाऱ्या रक्तासारखे रंगवलेले लाल रंगाचे ओघळ होते. बँका, सिनेमागृहं, दुकानं यांच्या दर्शनी भागाचा सत्यानाश झाला होता. रस्ते कचऱ्यानं भरून गेले होते. कुठेकुठे रस्त्याकडेच्या गटारात छोट्या छोट्या आगी धूर ओकत होत्या. रेंज रोव्हर गाड्यांमधून गस्तीला जाणारे, आम्हाला दूरवर शॉटगन घेऊन बसलेले सशस्त्र क्रांतिकारी पोलीस दिसले. रस्त्यात दिसणारी तुरळक माणसं माना खाली घालून काहीतरी निश्चित उद्देशानं चालत होती.

देवा! किती प्रेम केलं मी माझ्या देशावर! किती सुखी कुटुंब होतं आमचं!! इराणी म्हणून जन्माला येणं किती भाग्याचं होतं!!! आणि आता हा इराण माझा राहिला नव्हता. मला माझ्या पहिल्या पतीनं – बिजानने माझ्यासाठी बांधलेल्या घराची आठवण आली. टेकडीवरून शहराकडे पाहत ते एकटंच उभं असेल. ती गुलाबाची बाग आता सुकत चालली असेल. तिथल्या फळबागेची हेळसांड होत असेल. घाईगडबडीत फरहादच्या खोलीत तसेच पडलेले त्याच्या खेळातले गुबगुबीत प्राणी, कपड्यांनी भरलेली माझी कपाटं, कौटुंबिक फोटोंचे अल्बम आणि घरगुती फिल्म्स सारं सारं माझ्या डोळ्यांपुढे येत होतं. आणि ती बाल्कनी जिथे बसून बिजान आणि मी कित्येकदा न्याहारी करायचो. आता मी परत कधीच कॅस्पियन समुद्रावरच्या त्या व्हिलाकडे गाडी चालवत जाणार नव्हते आणि जाताना त्या पर्वतावरचे बदलणारे रंगही मला कधीच दिसणार नव्हते.

गाडीनं तेहरानच्या वेशीवरच्या, पर्शियन राजघराण्याच्या अडीच हजार वर्षांच्या स्मारकाला, शाहयादला वळसा घातला.

"या सगळ्याला अलविदा," शहरातल्या या सगळ्यात प्रसिद्ध वास्तूकडे पाहत शेरी उद्गारली.

मी आणखी एकदा मागे वळून पाहिलं. तसं करताना माझी बोटं शर्टाच्या उजव्या बाहीच्या कफला लागली. कापडाखाली काहीतरी टणक लागलं असं वाटलं. ती अंगठी होती, हा प्राचीन नीलमणी. माझी आजी रोघियेह हिच्याकडून माझ्यापर्यंत पोचला होता. पासष्ट वर्षांपूर्वी तिच्या स्वत:च्या स्वातंत्र्यासाठीच्या वादळी प्रवासात तिने हीच अंगठी घातली होती. 'आजी गं, मलासुद्धा तुझ्यासारखं नवीन आयुष्य सापडू दे. मला तशा शुभेच्छा दे.' अशी मी मनोमन प्रार्थना केली. मी वळले आणि निश्चयपूर्वक पुढे ताब्रिझला जाणाऱ्या हायवेकडे समोर पाहू लागले.

रोघियेह! माझ्या डोळ्यांसमोर तिची प्रतिमा, नेहमी पळत असलेली एक

तरुणी, अशीच येते. १९१७ सालच्या वसंत ऋतूत ती कायद्याचा मागमूस नसलेल्या, दक्षिण रशियातल्या कॉकेशियामधून घोड्यावरून दौडत येत होती. अवघं सहा महिन्यांचं बाळ पाठीशी बांधलेलं. दुसरं मूल पुढ्यात बसवलेलं. बरोबर कोण, तर तिची बहीण, तिच्या ताब्यात तिचं एक मूल आणि हिचं तिसरं मूल. तिने जड-जवाहिराच्या रूपात कुटुंबाची दौलत चादोरखाली बटव्यात लपवून बरोबर आणली. त्यात टप्पोरे तेजस्वी पाचू, अनेक हिरे-माणकं आणि मोत्यांच्या लडी होत्या. त्या हत्यारबंद भटक्या टोळ्यांच्या वर्चस्वाखाली असलेल्या पहाडी मुलखातून मार्गक्रमण करत असताना मला त्यांच्या घोड्यांच्या टापांनी उडालेली धूळसुद्धा दिसू शकते.

पुढे कित्येक वर्षांनी ती छानशी म्हातारी झाली, तिचे पूर्वीचे लांबसडक काळेभोर केस पिकले. त्यांची एक बुचडी होऊ लागली. ती बुचडीसुद्धा तिचे केस, डोकं, कपाळ आणि खांदे झाकणाऱ्या लांब, जाड हेजाब स्कार्फमध्ये दिसेनाशी झाली. तेव्हा मी तिला त्या कॉकेशिया ते ताब्रिझ या दोन महिन्यांच्या कष्टदायक प्रवासातले अनुभव विचारायची. ती फक्त मान हलवायची आणि गूढ हसायची.

"त्याला किती काळ लोटला बाळा! आम्ही कुठे जास्त थांबायची हिंमत करायचो नाही. दोन मुलींनी अशा तऱ्हेनं एकटीनं प्रवास करणं म्हणजे आमच्यावर कोण कुठून, कधी बंदूक रोखेल याचा नेम नाही. जाऊ दे, नकोच त्या आठवणी."

पण तिनं आणि तिच्या बहिणीनं इराण आणि रशिया यांना वेगळं करणारी वेगानं वाहणारी आरस नदी कशी पार केली, ते मात्र तिनं मला सांगितलं होतं.

"आम्ही नदीपाशी आलो आणि वाटलं, 'कशी पार करणार ही नदी? काय करावं बरं आता?' आम्ही चालत जाणं शक्य नव्हतं. एकतर पाणी फार खोल होतं आणि दुसरं, मुलं पाण्याच्या धारेला लागून कधीच वाहून गेली असती. कुणाकडे मदत मागणंही शक्य नव्हतं. सगळीकडे रशियन लोक होते, त्या आर्मेनियन लोकांनी तर आमचे गळे चिरले असते. विचार करकरून थकलो. शेवटी आम्हाला गुरं घेऊन तराफ्यावरून नदी ओलांडणारा एक शेतकरी दिसला. आम्ही तेच करायचं ठरवलं. आम्ही इकडेतिकडे फिरून वेड्यावाकड्या फांद्या गोळा केल्या. जरा जाडजूड, आणि मग कपड्यांच्या धांदोट्यांनी सगळं एकत्र बांधून टाकलं. ती काही फार सुबक वस्तू नव्हती, पण आमच्या सगळ्यांसकट ती तरंगली. आम्ही निघालो. पलीकडे पोचणार की नाही ते ठाऊकच नव्हतं."

सगळ्या आशियाला हादरवून टाकणाऱ्या क्रांतीपासून पळून चालली होती माझी आजी. कॅस्पियन समुद्र आणि काळा समुद्र यांच्यामधली दक्षिण रशियामधली तुर्की भाषिक कॉकेशियाची भूमी नेहमीच वादग्रस्त राहिली होती. माझं आजोळ अकरा शतकांपूर्वी भूमिगत झालेला आमचा प्रेषित 'शाही इमाम' एक दिवस चांगल्याच्या विजयाची वार्ता घेऊन परत प्रकट होईल अशी श्रद्धा बाळगणाऱ्या

शिया पंथाचं होतं. बहुसंख्य सनातन सुन्नी पंथातून वेगळा निघालेला हा पंथ होता. हौतात्म्य आणि स्वार्थत्याग यांना वाहून घेण्याची प्रेरणा देणारी ही कडवी श्रद्धा होती.

माझे आजी-आजोबा तुर्की भाषा बोलायचे. ते बाकू शहरात राहत होते. त्यांचे संबंध तिथल्या स्थानिक ख्रिश्चन आर्मेनियन लोकांशी नेहमीच तणावाचे राहिले होते. माझे आजोबा, महमूद सलमान हे बांधकाम व्यावसायिक आणि व्यापारी होते. तिथल्याच स्थानिक सौंदर्यवतीशी त्यांनी विवाह केला – तीच माझी आजी रोघियेह. जेव्हा अखेर रशियन क्रांतीची लाट कॉकेशियात पोचली, त्या वेळी सलमान मंडळींना जिवाची भीती निर्माण झाली. कम्युनिस्टांनी मालमत्ता जप्त करायला सुरुवात केली आणि श्रीमंत मुस्लीम हे आर्मेनियन धमक्यांचे लक्ष्य बनले. आपली सगळी मालमत्ता, कित्येक घरं, सुपीक शेतजमिनींचे पट्टे सारं तिथेच मागे सोडून दक्षिणेकडे स्थलांतर करणं एवढी एकच आशा आहे, या निष्कर्षाप्रत ते आले. दक्षिणेकडे इराणमध्येही त्यांच्यासारख्याच शिया मुस्लिमांची भूमी होती आणि तिथे त्यांना कधीच जिवाची भीती पडली नसती आणि ते तिथं कायमचे नांदू शकले असते.

रोघियेहनं आधी पुढे जायचं आणि ताब्रिझला पोहोचायचं होतं. धंद्यानिमित्त असंख्य वेळा गेल्यामुळे महमूदला ते ठिकाण अगदी परिचयाचं होतं. शक्य ती मालमत्ता विकून मग तो तिला आणि मुलांना येऊन मिळणार होता. त्यांना यायला पुढची दोन वर्षं लागली. माझी तूती मावशी तेव्हा चार वर्षांची होती. ते दोन भल्यामोठ्या बॅगा भरून रशियन पैसे घेऊन आल्याचं तिला चांगलं आठवतं. काही आठवड्यातच त्या पैशांची किंमत शून्य झाली.

"हे घ्या." त्या दोन्ही बॅगा मुलांना देऊन टाकत आजी उद्वेगानं म्हणाली होती. "खेळा याच्याशी. हे खेळण्यातलेच पैसे आहेत आता."

माझ्या आजीच्या दागिन्यांनी त्यांच्या नवीन आयुष्याचा पाया रचला. बांधकाम व्यवसाय सुरू करणं आणि वाढवणं, घर घेणं यासाठी हळूहळू एक एक डाग विकला जाऊ लागला. ते लोक १९३३ सालापर्यंत ताब्रिझमध्ये राहिले आणि त्या अवधीत त्यांना आणखी पाच मुलं झाली. माझी आई सिमा ही त्यांपैकीच एक. तिचा जन्म १९२८ चा. जेव्हा ते अल्बोर्झ पर्वताच्या पायथ्याशी अस्ताव्यस्त पसरलेल्या राजधानीच्या शहरी तेहरानला आले, तोपर्यंत माझ्या आजोबांनी कंत्राट व्यवसायात चांगलं नाव कमावलं होतं. तेहरानमध्ये १९३० च्या दरम्यान बरीच घडामोड होत होती. इराणच्या शेवटच्या शाहचे वडील रझा खान आणि अल्पजीवी ठरलेल्या पहलवी सत्तेचे संस्थापक यांच्या अधिपत्याखाली तेहरान हे देशातील अतिशय महत्त्वाचं व्यापारी केंद्र म्हणून झपाट्यानं उदयाला येत होतं. युद्ध आणि उठाव यांच्या मोठ्या कालखंडानंतर देशाची पुनर्बांधणी करण्याच्या आणि इराणच्या आधुनिकीकरणाच्या मोहिमेवर रझा खान स्वार झाले होते. त्यांना मदत करायला

तयार असलेल्या इराणी लोकांमध्ये महमूद हे एक होते. माझ्या आजी-आजोबांचं घर हे तेहरानमधील सर्वांत मोठ्या घरांपैकी एक होतं. शहरात क्वचित आढळणाऱ्या घरातल्या हमामखान्याचा आणि आवारातल्या वर्तुळाकार रस्त्याचा त्या घराला फार अभिमान होता.

रशियातून आलेले असल्यामुळे माझे आजी-आजोबा जास्त प्रगतीशील होते. स्थानिक इराणी लोकांपेक्षा परदेशातून येणाऱ्या 'नव्या'चा स्वीकार करण्याची त्यांची अधिक तयारी होती. देश त्याच्या मूळ टोळी स्वरूपातून हळूहळू उभारत असला तरी सर्व प्रकारच्या परदेशी प्रभावाला बिचकूनच होता आणि ही भीती बरोबरच होती; कारण नव्या राजसत्तेच्या मागे ब्रिटिश आणि रशियन सत्तेचा हात होता. अशा परिस्थितीत माझे आजी-आजोबा बाह्यजगात रस असणाऱ्या आधुनिक इराणी लोकांचे प्रतीक होते. त्यांची दृष्टी सदैव पश्चिमेकडे लागलेली असे. त्यांच्या प्रत्येक मुलासाठी फ्रेंच आणि इंग्रजीची शिकवणी होती. प्रत्येक मुलाला कुठलं ना कुठलं वाद्य शिकावंच लागे. त्या काळात इराणमध्ये हे सगळं फारच वेगळं होतं.

१९३० सालच्या अखेरीपर्यंत. सलमान मंडळी इराणमध्ये वीस वर्षांहून कमी काळ राहिली असली तरी अत्यंत उच्चभ्रू जीवन जगत होती. इराणमध्ये हा उच्चभ्रू वर्ग म्हणजे एक लहानसा, एकत्र बांधलेला, कुटुंबकेंद्रित, आत्मकेंद्रित आणि बाकीच्या समाजापासून पूर्ण तुटलेला असा होता. पुढे अनेक वर्षांनी तेलाची समृद्धी आणि मध्यमवर्गाचा उदय झाल्यानंतर मी इराण देश सोडला तेव्हा जसा होता, तसाच होता. तेहरानमध्ये माझी आई आणि तिचे भाऊ तिथल्या सर्वोत्तम शाळेत जायचे. त्या शाळा फक्त खास लोकांकरताच असायच्या. जसं, शेवटच्या शाहची बहीण फातिमा ही माझ्या आईची वर्गमैत्रीण होती.

आपल्या मुलांना परदेशात धाडण्याची जी मोठी लाट आली होती. त्यातसुद्धा महमूद आणि रोघियेह आघाडीवर होते. माझे सगळ्यात मोठे कामेल मामा दोन महिन्यांचा प्रवास करून ॲन आर्बर, मिशिगन इथे अभियांत्रिकीचे शिक्षण घेण्यासाठी गेले होते. कुरोश मामा सॉर्बोनला अभियांत्रिकी शिकण्यासाठी पॅरिसला गेले. पुढे इराणमध्ये महत्त्वपूर्ण भूमिका पार पाडलेल्या मंडळींशी त्याची तिथे मैत्री होती. उदा. मेहदी बझरगान म्हणजेच अयातुल्ला खोमेनींच्या अधिपत्याखालील पहिले प्रधानमंत्री आणि शापूर बख्तियार, शाहचे शेवटचे प्रधानमंत्री. जेव्हा या मामांनी त्यांच्या वडलांच्या प्रसिद्ध सलमान कन्स्ट्रक्शन कंपनीचा विस्तार केला आणि तेल समृद्धीच्या नव्या उतरंडीमध्ये आपला जम बसवला, तेव्हा ही मित्रमंडळी फारच उपयुक्त ठरली. फायेघ मामांनी जर्मनीत अभियांत्रिकीचं शिक्षण घेतलं आणि पुढे तेही कुटुंबाच्या धंद्यात सामील झाले. आमिर मामा आणि अर्देशीर मामा मिशिगन विद्यापीठातून दंतवैद्यकीचं शिक्षण घेऊन तिथेच राहिले. ते पुढे अमेरिकन नागरिक

बनले. आमिर मामांनी त्यांच्या क्षेत्रातील प्रतिभावंत म्हणून नावलौकिक मिळवला.

कितीही आधुनिक झाले, तरी महमूद आणि रोघियेह आपल्या मुलींना परदेशात शिकायला पाठवण्याइतके पुढारलेले नव्हते. त्यामुळे हायस्कूल संपल्यावर तूती आणि सिमाचं शिक्षण संपुष्टात आलं. पण लग्नानंतर तूती मावशीनं दंतवैद्यकीचं शिक्षण घेतलं आणि ती इराणमधली पहिली महिला दंतवैद्य बनली. या कडक मावशीबरोबर माझे संबंध कधीच फारसे सलोख्याचे नव्हते. पण इराणी स्त्रियांपुढे कुठल्याही प्रकारची वैयक्तिक ओढाताण न करता नवा मार्ग खुला केल्याबद्दल मला तिचा नेहमीच अभिमान वाटत आला आहे.

बाकीच्या जगाला इराणी उच्चभ्रूंचं पश्चिमेबद्दलचं आकर्षण समजणं जरा कठीण आहे. १९३० मध्ये इराण अतिशय धर्मश्रद्ध देश होता. मागासलेपणा, अज्ञान यातून बाहेर पडायला धडपडत होता. आतासुद्धा इराणची अर्ध्याहून अधिक जनता निरक्षर आहे. १९३४ पर्यंत इराणचं पहिलं विद्यापीठ - तेहरान - स्थापन झालं नव्हतं. विकसित देशांमध्ये ज्या गोष्टी असायच्याच म्हणून गृहीत धरल्या जात होत्या, त्यांचं इराणमध्ये अप्रूप होतं. उदाहरणादाखल १९५६ पर्यंत तेहरान शहराला पंपाद्वारे पाणीपुरवठा होत नव्हता. मोटार गाड्याही मोजक्याच होत्या. जास्तकरून राजघराण्यातच मोटारी होत्या. पण आमच्या कुटुंबाकडे काही पहिल्या मोटारींपैकी एक म्हणजेच १९३२ सालची फोर्ड होती. स्कीइंग करणाऱ्या पहिल्यावहिल्या मुलांमध्ये माझी आई आणि तिचे भाऊ होते. माझ्या एका मामांनी अमेरिकेहून स्कीइंगची सगळी साधनसामग्री आणली होती. इराणमध्ये स्की मिळतच नव्हते. म्हणून मग मामांनी तिथल्या कारागिरांकडून त्या अमेरिकन वस्तूंबरहुकूम स्की बनवून घेतल्या. तेव्हा तिथे ना रिसॉर्टस् होती, ना स्की लिफ्ट. पण ही भावंडं मित्रमैत्रिणींना आमंत्रण देऊन बस भाड्यानं घेऊन शहराच्या उत्तरेला असलेल्या पर्वतावर जायची. त्याच पर्वतावर आता आलिशान रिसॉर्टस् उभी राहिली आहेत आणि इराणी लोकांना स्कीइंगचं वेड लागलं आहे. पैसा असणाऱ्या मोजक्या धनिक वर्गाला पश्चिमेचं जबरदस्त आकर्षण होतं. पश्चिम म्हणजे प्रगती, तिचा मोह पडायचा, तिची नक्कल करायची. आम्हाला इराणी म्हणून घडवणारी मूल्यं निसटून जातील याची आम्हाला तेव्हा फिकीर नव्हती.

माझे वडील जहांगीर यांचं कुटुंब अगदी शुद्ध पर्शियन वंशाचं होतं. आझादी मंडळी जमीनदार होती. त्यांचे नातेसंबंध थेट खऱ्या शहाशी होते – नवोदित पहलवींशी नव्हे – आणि त्यांना त्यांच्या खानदानाचा नेहमी अतिशय अभिमान वाटायचा. माझे आजोबा सलीम आझादी हे मोठे उमराव होते. त्यांच्याकडे विशाल आणि महत्त्वाच्या अशा अझरबैजान प्रांतातील करवसुलीची जबाबदारी होती आणि या कामामुळे त्यांना प्रचंड सत्ता व संपत्ती प्राप्त झाली होती. ते मोठे जमीनदारही

होते. त्या काळच्या वतनदारी पद्धतीप्रमाणे त्यांच्याकडे अनेक गावांची मालकी होती. इराणच्या शेवटच्या शहाने, शाह मोहम्मद रझा पहलवींनी जुनी वतनदारी नष्ट करून नवी शेतीमालकीची आधुनिक पद्धत घालण्याची तथाकथित श्वेत क्रांती हाती घेतली होती. माझ्या आजोबांच्या काळात तसंच माझ्या वडिलांच्या सुरुवातीच्या काळात त्यांच्या हातात त्या गावांची अगदी फौजदारी आणि दिवाणी खटल्यात न्याय देण्यापर्यंत पूर्ण सत्ता होती. जमीनदार लोकांना पितृतुल्य मानत. त्या त्या व्यक्तिमत्त्वाप्रमाणे कडक किंवा प्रेमळ, पण वडलांच्या जागी असत. श्वेत क्रांतीच्या दरम्यान माझ्या वडिलांना त्यांच्या इच्छेविरुद्ध बरीचशी जमीन आणि बरीचशी संपत्ती गमवावी लागली, पण खरं म्हणजे पदरी दासदासी बाळगणं, राजेशाही थाटात लोकांवर हुकूमत गाजवणं या गोष्टी दूर करणं त्यांना कधीच जमलं नाही.

जमीन मालकीच्या जुन्या पद्धतीप्रमाणे, शेतकरी जमिनी कसायचे आणि उत्पन्नातील ठराविक भाग माझ्या आजोबांकडे आणून द्यायचे. त्यांच्याकडे सहा गावांची संपूर्ण मालकी होती. म्हणजे ज्या जमिनींवर घरं बांधलेली होती, ती जमीनसुद्धा त्यांच्या मालकीची होती. गावकरी जमिनीत तंबाखू, गहू, फळं, भाजीपाला पिकवायचे, गुरंढोरं पाळायचे. जमीन मालक म्हणून सलीम त्यांना पाणीपुरवठा करायचे. त्या टोकाच्या तापमानाच्या त्या प्रदेशात पाण्याचं दुर्भिक्ष्य होतं. ते क्वानट्स काढून-भूगर्भातील झऱ्यांचं पाणी जमिनीखालून पाट काढून शेतांपर्यंत आणण्याची व्यवस्था करीत असत.

जमिनीची मालकी असणं ही इराणमध्ये प्रतिष्ठेची आणि संपन्नतेची परमावधी होती. माझ्या कुटुंबानं मला शिकवलं की, सत्ताधारी जमीनदार, 'खान' हे सर्वश्रेष्ठ, उच्चभ्रू आहेत. व्यापारी आणि अगदी नव्या राजघराण्याचे नातेवाईकसुद्धा त्यांच्याखाली येतात; कारण त्या घराण्याची मुळं उत्तर इराणमधल्या लहान शेतकरी कुटुंबातील होती.

''बेटा, तू कोण आहेस हे ध्यानात ठेव.'' माझे वडील सांगायचे, ''एका खानची मुलगी.''

मला वाटायचं, सगळेजण असेच राहतात. सगळ्यांकडेच आनंदी नोकरचाकर, नवनवीन कपडेलत्ते आणि सुखसोयी असतात. माझ्या भोवतीचं दारिद्र्य, विद्वेष असलेलं जग पाहायला मला बंदीच होती. हे प्रवाह मला समजले, तोपर्यंत फार उशीर झाला होता. मी गृहीतच धरत होते की, प्रत्येकाला एकेक जागा नेमून दिलेली आहे. नोकर असतात, ते ज्यांची सेवा करतात ते मालक असतात आणि मला वाटायचं की जगाच्या अंतापर्यंत असंच चालणार आहे.

माझे आजोबा या खेड्यांवर निरंकुश सत्ता चालवायचे. त्यानंतर काही दशकातच, शेतजमिनीची मालकी ही निव्वळ खर्चिक जबाबदारी ठरू लागली. माझ्या आजोबांसारख्या काही कुटुंबानी आपला जम शहरांमध्ये बसवला. नव्या कंपन्या काढल्या. इराणच्या

नव्या व्यवस्थेत यांचा सर्वाधिक फायदा झाला.

माझे आजोबा – सलीम आझादी – यांनी एक चांगली जोडीदार मिळवली. त्यांनी संपत्ती आणि जमीनदारी यांचं लग्न आता जरा उतरती कळा लागलेल्या, पण मूळच्या कजार राजघराण्याच्या एका युवराजाच्या राजकुमारीशी लावलं. या घराण्यानं इ. स. १७८६ ते १९२५ या काळात इराणवर राज्य केलं होतं. मुलीचं नाव होतं 'आशी'. ती आणि तिचे वडील प्रिन्स रझा घिली मिर्जा हे ताब्रिझ शहरी रहायचे आणि अझरबैजानवर राज्य करायचे. तिच्या आठवणीत तिचे वडील काव्यप्रेमी, कोमलहृदयी, स्वप्नाळू होते.

आशीचं सलीमशी लग्न झालं तेव्हा ती चौदा वर्षांची होती. त्या प्रदेशात ठिकठिकाणी त्यांची अनेक घरं होती, पण त्यांनी राहण्यासाठी देशाच्या ईशान्य कोपऱ्यातलं, रझाये तलावाच्या काठी वसलेलं रझाये हे निवांत ठिकाण पसंत केलं. इतर इराणी शहरांपेक्षा हे गाव सामाजिकदृष्ट्या अधिक 'सुशेगात' होतं. त्यामुळे त्यांना ते फारच पसंत होतं.

तिथे बहुसंख्येनं मोकळंढाकळं जीवन जगणारे ख्रिश्चन आर्मेनियन लोक राहत. इराणच्या बाकी शहरांमध्ये असलेल्या जाचक इस्लामी धार्मिक बंधनांपासून काहीसं मुक्त असल्यामुळे तर हे गाव स्वर्गच वाटायचं. एक चांगला मुस्लीम दारू पीत नसे, पत्ते खेळत नसे, डुकराचं मांस खात नसे आणि उत्तान कपडे घालत नसे. रझायेमध्ये मात्र लोकांच्या युरोपियन सवयी अधिक अंगवळणी पडल्या होत्या. त्या वेळी देशात जाहीर करमणूक निषिद्ध होती. त्यामुळे लोक जी काय मौजमजा करायची ती आपापल्या घरात करायचे. त्या वेळी उपहारगृहे आणि रात्रीची मौजमजा ही रझायेची वैशिष्ट्यं होती. संध्याकाळच्या वेळेस लोक फिरायला जात, उघड्यावरच्या कॅफेत बसत, आइसक्रीम खात. ही चैन राजधानीतसुद्धा दुर्मिळ होती. इराणमध्ये जेव्हा चित्रपटगृहं आली (नाटक-चित्रपट हे मुस्लीम समाजात अतिशय हीन समजलं जातं आणि क्रांतीनंतर तर त्याच्यावर बंदीच आली.) तेव्हा ज्या पहिल्या शहरांमध्ये चित्रपटगृहं उघडली, त्यात रझाये हे एक होतं. हे एक असंही शहर होतं, जिथे स्त्रियांना समाजात वावरताना मोकळेपणा वाटायचा. काही झाकायची सक्ती नाही, चादोरचं बंधन नाही, की कसली आडकाठी नाही.

चादोर म्हणजे नेहमीच्या कपड्यांवर पांघरलं जाणारं एक आकारहीन काळं कापड. अगदी आतासुद्धा तो शब्द उच्चारताना मला अंधारानं घेरल्यासारखं वाटतं. एक जड काळा अंधार, जो आधी डोक्यावर उतरतो. तिथून खांद्यांवर उतरतो आणि मग जमिनीला टेकतो. याबाबतीत मला माझ्या आजीची – आशीची – एक आठवण आहे. १९३६ साल होतं. वर्षातल्या महत्त्वाच्या समारंभासाठी अझरबैजानच्या राज्यपालांनी दिलेल्या नृत्य मेजवानीप्रसंगी बरेचसे निमंत्रित पाहुणे आलेले होते,

अचानक प्रवेशद्वारापाशी आदरयुक्त पण जाणवण्याइतपत गडबड झाली. कारण आशी आली होती. 'समस्त महिलांनी चादोर फेकून द्यावी' या शाह रझा खानच्या आदेशाबद्दल तिनं नुकतंच ऐकलं होतं. स्त्रियांना झाकून ठेवण्याच्या या मुस्लीम रीतीबद्दल तिला नेहमी काय वाटायचं आणि स्त्रियांच्या नुसत्या दर्शनानं पुरुष चाळवत नाहीत, हे तिनं चादोरला नाकारून दाखवून दिलं. फुलांच्या नक्षीचा छानदार ड्रेस आणि साजेशी हॅट घालून ती दिमाखात उभी होती. शेजारी तिचा पती अभिमानानं उभा होता. तिनं जेव्हा बॉलरूममध्ये प्रवेश केला, तेव्हा जमलेले पाहुणे थक्क झाले. हॉलमध्ये झालेल्या रंगाच्या उधळणीमुळे नव्हे, तर तिच्या अलौकिक सौंदर्यानं. आतापर्यंत केवळ अगदी निकटच्या नातेवाईकांनाच त्याच्या दर्शनाचा लाभ होऊ शकत होता. ''तू फक्त त्यांचे चेहरे बघायला हवे होतेस.'' ती मला कित्येकदा सांगायची, तिला त्या विजयाची चव अजून ताजी वाटायची.

गेली पन्नास वर्षं, चादोर वापरणं हा इराणच्या राजकीय मन:स्थितीचा एक महत्त्वाचा निर्देशक राहिला आहे. 'चादोर' ही त्या स्त्रीच्या, जगाबद्दलच्या मताबद्दलचे, तिच्या सामाजिक स्थानाबद्दलचे, तिच्या धर्मशीलतेबद्दलचे आणि अगदी तिच्या राजकीय भूमिकेबद्दलचे व्यामिश्र संकेत देते. इराणला आधुनिक बनवण्याच्या महत्त्वाकांक्षी मोहिमेत रझा खानने केलेल्या अत्यंत धाडसी गोष्टींपैकी एक म्हणजे सर्व वयाच्या आणि सर्व स्तरांतल्या महिलांसाठी चादोरचं उच्चाटन करणं ही होय. शतकांच्या परंपरेला एका फटकाऱ्यात उडवून टाकत त्यानं बलाढ्य धर्मसंस्थेलाच आव्हान दिलं होतं. त्या वर्षी जाहीरपणे त्याची स्वत:ची पत्नी व दोन मुली चेहरे न झाकता लोकांसमोर आल्या. रोघियेह श्रद्धाळू मुस्लीम महिला होती. सदैव वापरात असलेल्या चादोरच्या जागी तिनं केस झाकणारा हेजाब घालणं पत्करलं. कित्येक स्त्रिया चादोरला चिकटून राहिल्या. कारण त्यामुळे शीलरक्षण होतं असं त्यांना वाटायचं. स्त्रीच्या केवळ केसांच्या किंवा पायाच्या घोट्याच्या किंवा मनगटाच्या दर्शनानं पुरुष चळतो अन् ती दु:खाला कारणीभूत होते. शुद्ध स्त्री पुरुषाला मोहात पाडत नाही. 'चादोर' हा असा उपाय होता की, ज्यानं पुरातन काळापासून समाजातील बाह्यजीवनातील लैंगिकतेच्या सर्व खुणा दडपून टाकल्या होत्या.

पण रझाखानच्या कारकिर्दीत चादोर घालणं हा गंभीर गुन्हा ठरला. स्त्रीनं चादोर घातलेली दिसली तर ती तत्काळ ओढून काढावी अशी राजाची सैनिकांना आज्ञा होती. भ्रष्ट होण्यापेक्षा कित्येक स्त्रियांनी घरात राहणं पत्करलं. पुढे रझा खानच्या मुलानं, शेवटच्या शहानं हा आदेश थोडा सौम्य केला आणि चादोर घेणं ऐच्छिक ठरलं. त्यानंतर माझी आजी रोघियेह कधीमधी चादोर घालू लागली.

रझा खानच्या सक्तीच्या स्वातंत्र्यात वाढल्यामुळे माझ्या आईच्या – सिमाच्या – रोजच्या वापरात चादोर कधीच नव्हती. दुखवट्याच्या वेळी किंवा क्वचित कधी

मशिदीत जाताना ती चादोर घालायची, तेव्हाही तिच्या बरोबरीच्या स्त्रियांची चादोर काळी, लेस लावलेली, नाजूक कलाकुसर केलेली, पारदर्शक असायची. त्यातून त्या स्त्रीचे हात-पाय दिसत. फतवा काढूनसुद्धा चादोर समूळ नष्ट करण्यात रझा खानला यश आलं नाही. हळूहळू ते वस्त्र स्त्रीचं सामाजिक स्थान सांगू लागलं. अधिक गरीब, वयस्कर, अल्पशिक्षित बायका त्या गुदमरवणाऱ्या पण संरक्षक कवचाला चिकटून राहिल्या. अगदी शाहच्या काळातही. जेव्हा तेहरानच्या काही रस्त्यांवर युरोपियन राजधान्यांचा भास व्हायचा, तेव्हाही एखादी स्त्री चादोर न घेता क्वचितच बाजारात येई. तिथल्या गल्लीबोळांमध्ये एकेका हस्तांदोलनातून व्यवहार ठरून राष्ट्राच्या केवढ्यातरी संपत्तीची उलाढाल होत होती. तिथे रूढी-परंपरांनाच अढळ स्थान होतं.

अगदी लहानपणी मी आजीबरोबर मशिदीत जायची. ते सोडलं तर एरवी कधी मी खुशीनं चादोर घातली नाही. माझी भडक नारंगी फुलाफुलांची चादोर– नाटकासाठी उपयोगी पडायची. लहान मुलींना भडक रंग वापरायची परवानगी होती. आम्ही त्याचा तंबू करायचो किंवा झाडावरून खाली सोडली तर तिची बागेतली सावली व्हायची. पण नंतरच्या काळात माझ्या खेळण्याचं रूपांतर माझ्याचविरुद्धच्या हत्यारात होणार होतं.

माझे आजोबा आशीनं निर्माण केलेल्या आनंददायक वातावरणात राहिले. ती खरीखुरी राजकन्या होती. तिच्या वडलांची कलेची, विशेषत: काव्याची ओढ तिच्याकडे आली होती. इस्लामी कायद्यानुसार पुरुष चार बायका करू शकतो. बाई मात्र एकाच पुरुषाशी लग्न करू शकते. या कायद्याचा फायदा घेत सलीमनं आणखी एका स्त्रीशी विवाह केला. ही स्त्री समाजाच्या बऱ्याच खालच्या स्तरातली होती. तिच्यापासून त्यांना दोन मुलं झाली. पण घराची मालकीण कोण याचा काही प्रश्नच नव्हता. फक्त आशीच सलीम आजोबांबरोबर जेवायची. दुसऱ्या पत्नीची रवानगी स्वयंपाकघरात झाली. तिथे ती नोकर–चाकरांवर देखरेख ठेवायची. माझे वडील आणि त्यांच्या दोन बहिणी यांच्यासहित मुलांचा सांभाळही तीच करायची. दैनंदिन घरगुती गोष्टींपासून आशीला मुक्त करण्याच्या दृष्टीनं असल्या गोष्टीही तिच्याकडेच यायच्या. जेव्हा सलीम आजोबा कुठल्याही जाहीर ठिकाणी, बाहेर जायचे तेव्हा त्यांच्याबरोबर फक्त आशी आणि तिची मुलंच असायची. मी मोठी झाले. तोपर्यंत बहुपत्नीत्वाची चाल जवळजवळ नष्ट झाली होती. या प्रथेचा धनिकांना बराच फायदा होता. त्यांना शृंगारासाठी वेगवेगळ्या रंभा मिळत होत्या, शिवाय या बायका त्यांची अहमहमिकेनं बडदास्त ठेवायच्या. पण माझं निरीक्षण असं की, त्यातही एक बायको विशेष आवडती राणी असायची. सवती मत्सर आणि आवडते नावडतेपणाच्या गोष्टी घडायच्याच.

अजून फुटीरता आणि टोळी–जीवन यांच्याशी लढणाऱ्या आमच्या प्राचीन देशातल्या, उच्चवर्गीय जमीनदारांच्या शेवटच्या काळातलं जीवन कसं होतं हे समजलं, म्हणजे माझ्या वडिलांच्या आई-वडिलांच्या जीवनाचं यथार्थ चित्र उभं राहील. त्यांच्या मालकीच्या ऐषोआरामाची साधनं बहुसंख्य इराणी जनतेला माहितीदेखील नव्हती. त्यांचे आलिशान प्रासाद कुटुंबातील सदस्य, अगणित नोकर, अनेक स्वयंपाकी, प्रत्येक मुलाची वेगवेगळी दाई, कित्येक ड्रायव्हर यांनी भरलेले असत. माझे वडील बऱ्याचदा आठवणींच्या या प्रदेशात फेरफटका मारून येत, तेव्हा मला ही वर्णनं सांगत.

"कल्पना कर, सुझान, काय दृश्य असेल! अतिशय उत्कृष्ट अशा ताब्रिझ गालिच्यावर अंथरलेल्या टेबलक्लॉथवर ताटं मांडलेली असायची. आशी आणि सलीम दोघंच जेवणार असले, तरी किमान वीस माणसांची पंगत मांडलेली असायची. आयत्या वेळच्या पाहुण्यांसाठी यजमानाने नेहमी तयार असले पाहिजे आणि खरंच, रोज संध्याकाळी दहा-पंधरा जणं येऊन उभं राहाणं ही अगदी साधारण गोष्ट होती तेव्हा. आताच्या काळात तसं यजमानपद निभावणं कसं असेल याची कल्पना कर."

संध्याकाळची मेजवानी किंवा सबनिशिनी हा तेव्हा आणि आताही पाहुण्यांचा आगत–स्वागताचा मुख्य भाग आहे आणि कितीही गरीब असला तरी चांगल्या यजमानाने यासाठी नेहमी तयार राहिलं पाहिजे. अगदी आयत्या वेळी ठेपलेल्या पाहुण्यांची सरबराई करणं आणि तेही अगदी सहजतेनं, विनासायास हेच कुठल्याही गृहस्थाच्या संपन्नतेचं आणि सुसंस्कृततेचं लक्षण होतं.

पर्शियन जेवणात थोडेथोडे अनेक पदार्थ असतात. मसाल्याच्या रश्शात शिजवलेली बीफ आणि छोटी वांगी, चिकन आणि डाळिंबाचे दाणे, मटण आणि हिरवागार पालक, बाजूला तोंडात टाकायला ताजा पुदीना आणि गोड घास म्हणून त्या त्या ऋतूतील फळांची देखणी रचना.

जेवणातला मुख्य पदार्थ म्हणजे भात. तो तयार करण्याची कृती ही त्यामागचे कष्ट, नजाकत आणि भोजनाला असलेलं महत्त्व याबद्दल बरंच काही सांगून जाते. भात करण्यासाठी कित्येक तास घालवावे लागतात, तेव्हा कुठे प्रत्येक शीत लांबसडक, शुभ्र, नरम आणि मोकळं होतं. प्रथम उत्कृष्ट प्रतीचा तांदूळ अनेकदा धुऊन मिठाच्या पाण्यात रात्रभर भिजवला जातो. मग तो एका मोठ्या भांड्यात शिजवतात, जास्तीचे पाणी काढून टाकतात. दुसऱ्या एका मोठ्या भांड्याच्या तळाशी तेल पसरवतात. त्यावर अनेक पदार्थ रचतात. लावोश नावाच्या पर्शियन ब्रेडचा किंवा बटाट्याचा किंवा दही, केशर आणि भात यांच्या मिश्रणाचा एक थर लावतात. त्या थरावर शंकूच्या आकारात भात काळजीपूर्वक रचतात, शितं चिकट नसतात. पातेल्यावर झाकण ठेवतात. पातेल्याला हात लावला तर चटका बसेल

एवढं गरम करतात. बरोबर त्याच वेळी त्यावर पाणी आणि तेलाचं पेलाभर मिश्रण ओततात. त्यावर जाड कापडाच्या चौघडीत गुंडाळलेलं झाकण ठेवतात आणि मग आच अगदी मंद करतात. तो भात पुढे दोन तास शिजत राहतो. नतीजा : एकेक सुटं सुटं शीत उचलून घेता येईल असा मोकळा भात आणि तळाशी लज्जतदार खमंग खरपुडी. तिला म्हणतात तादिक. नाना परीचं मांस, दही आणि भाज्या किंवा होरोश्त यांच्याबरोबर हा भात खाल्ला जातो.

माझे आजोबा त्यांच्या पाहुणचारासाठी प्रसिद्ध होते. एकदा एक अगदी अनोळखी माणूस दारात येऊन उभा राहिला, स्वत:च आत आला आणि तीन आठवडे राहिला. कुणी त्याला ओळखतही नव्हतं किंवा तो कोण, कुठून आला, रेझाये मध्ये त्याचं काय काम आहे वगैरे गोष्टी कुणी त्याला विचारल्याही नाहीत. त्यानं आल्या आल्या दोघांच्या ओळखीच्या एका मित्राच्या शिफारसीवरून इकडे आल्याचं सांगितलं, बस्स. त्यानंतर अधिक तपशील विचारणं म्हणजे कोतेपणाचं दिसलं असतं. तो माणूस कोण होता, हे कुणाला कधीही कळलं नाही.

सलीम आजोबा त्यांना बाहेरच्या जगाबद्दल असलेल्या ज्ञानामुळेही लोकप्रिय होते. दुर्मिळ परदेशी पुस्तकं आणि त्यांच्या रेडिओवर दूरवरून ऐकू येणारी खरखर यांच्या मदतीनं ते स्वत:च थोडं फार इंग्रजी आणि फ्रेंच लिहायला-वाचायला शिकले होते. तेव्हा रेडिओसुद्धा क्वचितच कुणाकडे असत. त्यांच्या स्वत:च्या पर्शियन आणि अरेबिक या भाषा तर त्यांना येतच होत्या. रोज रात्री तुर्कस्तान आणि युरोप यांच्यासमोरची नैसर्गिक तटबंदीच असणाऱ्या पूर्वेकडच्या हिमाच्छादित पर्वतांपलीकडच्या जगाचं ओझरतं दर्शन घेण्यासाठी उत्सुक असलेल्या मित्रांनी घर भरून जात असे.

दुसऱ्या महायुद्धाच्या दरम्यान एके रात्री माझ्या सलीम आजोबांची हत्या झाली. युद्धाच्या सुरुवातीला रझा खानने नाझींना सहानुभूती दाखवली होती. त्यामुळे काळजीपोटी ब्रिटन आणि सोविएत युनियन इराणमध्ये घुसले होते. ब्रिटिशांनी ताबडतोब शहाला परागंदा केलं आणि सप्टेंबर १९४१ मध्ये त्याच्या तरुण मुलाला, मोहम्मद रझाला नवा सत्ताधीश म्हणून गादीवर बसवलं. त्याचवेळी सोविएत युनियननं अझरबैझानमध्ये आपली सत्ता कायम केली. आपल्या मुलखातील फुटीरतावाद्यांशी दीर्घकाळ लढलेले, पक्के राष्ट्रवादी सलीम या रशियन उपस्थितीमुळे बिथरले. नववर्षाच्या दिवशी ते एक मान्यवर राजकीय व्यक्ती असल्यामुळे त्यांच्याकडे तिथला रशियाचा स्थानिक प्रतिनिधी शुभेच्छा देण्याचं कर्तव्य करण्यासाठी आला.

"सुखाचं नववर्ष?" त्याच्या नम्र शुभेच्छांना आजोबांनी उडवून लावलं. "ज्या दिवशी तुम्ही लोक आमच्या देशातून चालते व्हाल, तोच सुखाचा दिवस."

शेवटपर्यंत ते निर्भयपणे स्वत:चं म्हणणं खरं करत राहिले. सगळ्यांच्या

अगदी आशीच्याही कळकळीच्या सांगण्याकडे दुर्लक्ष करत राहिले. रस्त्यात सगळीकडे हत्यारबंद शिपाई असताना हट्टानं संध्याकाळी चक्कर मारायला गेले. अचानक सावलीतून एक माणूस प्रकटला. त्यांच्यावर अगदी जवळून गोळ्या झाडल्या आणि पसार झाला.

"भर रस्त्यात केलेला खून होता तो. रशियन लोकांना त्यांची राष्ट्रभक्ती कशी सहन होणार?" अशी म्हणायची.

सोविएत लोकांनी १९४६ पर्यंत इराणी भूमीचा कब्जा सोडला नाही आणि अमेरिकेचे प्रेसिडेंट हॅरी ट्रूमन यांच्या धमकावणीनंतर तो सोडला पण तोपर्यंत इराणमध्ये अमेरिकेचं ठाणं निर्माण झालं होतं.

माझ्या आजोबांच्या निधनाबरोबरच एक खास जीवनशैली संपुष्टात आली. घरातल्या अफवांवर विसंबून, आजोबांनी बागेत पुरलेल्या दागिन्यांच्या तथाकथित खजिन्याच्या शोधाखातर माझ्या वडिलांनी एवढी प्रचंड बाग सबंध खणून काढली. पण ते गुप्त धन, (जर असलंच तर) काही सापडलं नाही. त्यानंतर लगेच आशी आजीनं तो प्रासाद विकून टाकला, बहुतेकशा नोकरांना कमी केलं आणि फक्त एका इमानी सेवकाबरोबर एका लहान घरात राहायला आली. थाटामाटाचं पर्शियन जीवन आता संपुष्टात आलं होतं.

१९५० साली कधीतरी, माझ्या वडलांची ओळख तेहरानमधल्या एका प्रतिष्ठित माणसाच्या धाकट्या बहिणीशी करून देण्यात आली. हे लोक थोडे दिवस रेझायेमध्ये राहत होते. या मिशावाल्या, रुबाबदार तरुणावर बऱ्याच उपवर मुलींच्या कुटुंबांचा डोळा होता. या ओळखीनंतर माझ्या वडिलांनी भावनिक गुंतागुंतीपासून दूर पळण्याचं एकदम थांबवलं. ते सिमा या निखालस सौंदर्यवती युवतीच्या प्रेमात पडले.

"सुझान, तू त्या काळात तुझ्या आईला बघायला हवं होतंस." मी तरुण झाल्यावर त्यांनी मला सांगितलं, "ती केवळ बावीस वर्षांची होती. काळेभोर कुरळे केस. थोडी लुकडी होती. तिच्या गालाला खळ्या पडायच्या, तिच्या हास्यात सारं जग विरून जायचं आणि मी पाहिलेले सर्वांत सुंदर मोठेमोठे काळेकाळे डोळे."

त्यांचं प्रणयाराधन इराणी पद्धतीनं चालू होतं. ते फक्त चारचौघातच भेटायचे आणि तेही कुणाच्यातरी देखरेखीखाली. अगदी सुरुवातीलाच त्यांनी लग्नाचा मनोदय बोलून दाखवला नसता, तर एवढीही भेट अशक्यच होती.

माझी आईसुद्धा मोहित झालीच होती.

"तो इतर पर्शियन पुरुषांपेक्षा इतका वेगळा होता, सुझान! तो स्त्रियांच्या बाबतीत इतका हळुवार होता. त्याला चित्रं काढायला आवडायचं. त्याला काही विशेष मुद्दा मांडायचा असला ना, की तो ते काव्यात गुंफून बोलायचा. आणि माहीत आहे का, त्याच्या घरात चार तरी स्वयंपाकी असतील, पण त्याला खास पदार्थ करून

पाहायला फार आवडायचं. त्याला पाकशास्त्र उपजतच येत होतं म्हण ना. एखाद्या 'खान'नं स्वयंपाकघरात पाऊल टाकणं म्हणजेच किती वेगळं असेल बघ.''

त्या नंतरच्या वर्षातलं त्यांचं लग्न म्हणजे रेझाये आणि तेहरान दोन्हीकडं एक मोठी 'घटना'च होती. शेकडो नातेवाईक, मित्र यांच्यासाठी दोन्ही शहरांमध्ये जंगी मेजवान्या झाल्या. माझ्या आईचा पोशाख पॅरिसहून आला होता. नाजूक लेस, पिसं आणि मोती जडवलेला तो अतिसुंदर पोशाख मी कित्येक वर्षं सांभाळून ठेवला होता. मला वाटतं आतासुद्धा तो तेहरानमधल्या आमच्या घरातल्या कपाटात हँगरला अडकवलेला असेल. त्या ग्रँड मेजवानीची अजून एक आठवण आमच्याकडे होती. आमच्या कुरोश मामानं पॅरिसहून खास मूव्ही कॅमेरा आणला होता. त्याच्या मित्रांनीसुद्धा तसली चीज प्रथमच पाहिली होती. त्या कॅमेऱ्यानं कुरोश मामाने ते क्षण जिवंत केले होते. पण या सुखद आठवणी अल्पजीवी ठरणार होत्या. ती फिल्म अजूनही कुठंतरी असेल, ती कुठे आहे हे समजायला काही मार्ग नाही. कारण कोमितेहनं आमच्या घरातले बहुतेक सर्व फोटो आणि फिल्मस् जप्त करून नेले होते. तेहरानमधल्या माँकेरात कारागृहात आमच्या अनमोल आठवणी बंदिस्त होऊन पडल्या आहेत.

लग्नानंतर माझे आई-वडील तेहरानमध्ये रहायला लागले. नवीनच असलेल्या तेहरान विद्यापीठातून अभियांत्रिकीची पदवी पहिल्या वर्गात मिळवलेल्या जहांगीरनं आणखी दोन भागीदारांबरोबर बांधकाम व्यवसाय सुरू केला. तो दोन दिवाणजींच्या मार्फत जमिनीची व्यवस्था पाहू शकत होता. सुरुवातीला त्या स्थानिक व्यवस्थापनात गावाकडे सगळं नीट चाललं होतं आणि बाबांना त्यांच्या नवीन कंपनीवर लक्ष केंद्रित करता येत होतं. पण काळ बदलल्यावर शेतीचं महत्त्व कमी होत गेलं. शेतमजूर मोठ्या शहरांकडे येऊ लागल्यावर गावात प्रश्न निर्माण व्हायला लागले. इकडे शाह आणि त्यांचे सल्लागार औद्योगिकीकरणाच्या योजनांच्या धुंदीत होते; भयाण दुर्लक्ष आणि शेतीच्या कालबाह्य पद्धतींमुळे इकडे शेतीचं उत्पादन मात्र घटत चाललं होतं. एके काळी आमच्या जमिनी आमच्या कुटुंबाच्या शक्तीचा स्रोत होत्या, त्या आता बाबांच्या डोक्यावरचा बोजा ठरल्या. त्यांना बारा तासांचा प्रवास करून वारंवार या जमिनींकडं येणं भाग पडत होतं. शेवटी त्यांना बांधकाम व्यवसाय सोडून देऊन परत अझरबैजानला येण्याचा अवघड निर्णय घ्यावा लागला. शहरात त्यांना समृद्ध भवितव्याच्या अनेक संधी दिसत होत्या, पण त्यांना आपल्या वारशाकडं पाठ फिरवणंही शक्य नव्हतं. १९६३ साली जेव्हा शाहनं श्वेत क्रांती आणली, तेव्हा माझ्या वडिलांच्या बऱ्याचशा जमिनी गेल्या. आता त्यांच्याकडे फक्त एका गावाची मालकी आणि काही शेतजमिनी एवढंच राहिलं. ते एका दुष्ट विळख्यात अडकलेले जमीनदार झाले. सगळी सत्ता फक्त आठवणीत राहिली. मग

क्रांती आली आणि त्यांचं उरलंसुरलं सारं घेऊन गेली.

१७ सप्टेंबर १९५४ रोजी तेहरानमध्ये माझा जन्म झाला. प्रसूतीच्या वेळी आईचे डॉक्टरच सापडत नव्हते, त्यामुळे माझा जन्म सगळ्यांच्या चांगला स्मरणात राहिला. मद्यधुंद आणि वैतागलेल्या अवस्थेत डॉक्टर महाशय पोकरचा हरणारा डाव खेळत होते, तिथून माझ्या मामांनी त्यांना शोधून काढलं. आईची सुटका करण्यासाठी त्यांना घेऊन येताना मामांना आधी डॉक्टरांची भरमसाट देणी चुकती करून आधी त्यांची सुटका करावी लागली. गावाकडे कायमचं परत जायचं का? या विचारांच्या भोवऱ्यात वडील होते. माझ्या जन्माने त्यात आणखीनच गुंतागुंत निर्माण झाली. मी अगदी लहान असताना आई तिकडे वडिलांबरोबर राहायला गेलीही. पण मी शाळेत जाण्याच्या वयाची झाल्यावर त्यांनी ठरवलं की, आईनं मला घेऊन तेहरानमध्ये राहावं. तेव्हा आणि आताही राजधानीत राहणं आणि एका लहानशा खेड्यात राहणं यात जमीन–अस्मानाचं अंतर होतं. खेड्यात ज्या काही शाळा होत्या, त्या अगदीच प्राथमिक अवस्थेतील होत्या. तिथे काही सांस्कृतिक जीवन नव्हतं. संध्याकाळच्या वेळी मित्रांच्या घरी जाणं नाहीतर रेडिओ ऐकणं हीच काय ती करमणूक. तेहरानमध्ये मी इटालियन नन्सनी चालवलेल्या मुलींच्या खाजगी शाळेत जाऊ शकत होते. आणि आईलाही माहेरच्या गोतावळ्यात राहिल्यानं, जरा तरी समाजात मिसळता आलं असतं.

माझं बालपण दोन भागात विभागलं होतं. थंडीत तेहरानमधली शालेय आयुष्याची घडी आणि उन्हाळ्यात वडलांच्या खेड्यातली मौजमस्ती. माझे वडील आपली सारी शक्ती त्यांच्या आवडत्या आणि नंतर एकुलत्या एक गावाकरता – साबालोनकरता – वेचत होते. तिथे प्रागतिक विचारसरणीसाठी प्रसिद्ध असलेल्या ख्रिश्चन ॲशुरियन लोकांची जास्त वस्ती होती. काळानुसार तिथले पुष्कळजण अमेरिकेला गेले. तिथून ते घरी पैसे पाठवत असत. पश्चिमेकडल्या अजब चिजा पाठवत असत आणि समाजाच्या राहणीमानाच्या भन्नाट कल्पनाही घरी पाठवत असत. परिणामी आमचे गाववाले इतरांपेक्षा जास्त टुकीने राहत. त्यांचं शिक्षणही इतरांपेक्षा बरं असायचं आणि बाहेरच्या जगाबद्दल माहितीही इतरांपेक्षा जास्त असे.

साबालोनमधल्या त्या वर्षांची आठवण झाली, की आजही त्यांचं सौंदर्य नजरेसमोर येतं आणि वाऱ्याबरोबर जुईचा गंध नाकाला जाणवतो. ते घर एका टेकडीवर रेझाये सरोवराकडे तोंड करून वसलं होतं. हिरव्या बागांच्या दाटीत तिथली लाल विटांची घरं डोकावत असत. माझ्या वडिलांनी टेकडीच्या ऐन माथ्यावर भलं मोठं अवाढव्य घर बांधलं होतं. अठरा खोल्यांचं ते घर आणि तिथून उतरत येणारा बगीचा यांचं आरेखन त्यांनी स्वत: केलं होतं. जमिनीखालून येणारा झरा बागेच्या माथ्यावर कारंज्याच्या रूपानं उसळत असे. ते पाणी पोहण्याच्या

तलावात पडून मग पुढे दोन पाटात विभागून बागेत सगळीकडं खेळवलं होतं. त्यामुळे बागेत सदैव गारवा, ओलावा रहायचा आणि वाहत्या पाण्याचा खळखळाट ऐकू यायचा.

त्यांनी बाहेरच्या आवारातही पुष्कळ मांडव तयार केले होते. रोज सकाळी बागेच्या वेगवेगळ्या भागात बसून ते नाश्ता करत. ट्युलिप्स, ॲझालिझ आणि शोभेच्या फुलझाडांनी ती बाग वर्षभर टवटवीत आणि मोहोरलेली दिसे. त्यांना गुलाबांच्या ताटव्यात बसायला सर्वांत जास्त आवडायचं. त्यांना माझी आई आणि काव्य यांच्या खालोखाल गुलाबाचं वेड होतं. त्यांनी पुष्कळ खर्च करून, स्वत: काही खास कलमं तयार केली होती आणि साऱ्या अझरबैझानमधली सर्वांत रंगीबेरंगी आणि देखणी बाग बनवली होती. मोठ्या हरितगृहात त्यांना रोपांवर वेगवेगळे प्रयोग करता यायचे आणि परदेशातून आणलेली नाजूक-साजूक झाडंही तिथे सांभाळता यायची. सकाळी सकाळी आईला आणि मला ते बागेत कुठल्यातरी रोपावर वाकून त्याचं निरीक्षण करत असलेले सापडायचे. दिमतीला दोन माळी असायचे.

''थोडा धीर धरला, तर हे चांगलं जगेल. धीर धरावा लागतो.'' ते म्हणायचे. त्यांच्याकडे ही क्षमता माणसांपेक्षा झाडांच्या बाबतीत अधिक होती.

मला त्या खेड्यातलं जीवन फार आवडायचं. तेहरानमध्ये मला सारखं एक चांगल्या वळणाची मुलगी असल्यासारखं वागावं लागायचं, वागण्याबोलण्याचे फार सामाजिक निर्बंध होते, त्यामानाने गावात मी कुठल्याही लोकांमध्ये मिसळू शकत होते. एरवी तशा लोकांबरोबर खेळायला आईबाबांनी परवानगी दिली नसती, खेड्यातल्या मुलांबरोबर धावाधाव करणं, (आमच्याच) झाडावरची फळं चोरणं, (मी कोण आहे हे कळेपर्यंत) रखवालदाराची बोलणी खाणं आणि अधूनमधून आईनं नाराजीनं दिलेल्या परवानगीनं गावात कुणाच्या तरी घरी जेवायला जाणं यात माझे दिवस जात असत. मी 'खान'ची मुलगी आहे हे चुकूनही कुणी विसरायचं नाही. रस्त्यात मला लोक भेटले की पुरुष लोक आदर म्हणून आपली टोपी किंचित उंचावत आणि जुन्या बायका खाली वाकून माझ्या हाताचा मुका घ्यायच्या.

''आई, ते असं का करतात गं? मला नाही तसं आवडत.''

''सुझान, तू खानची मुलगी आहेस. लोक आदरानं तसं करतात.''

घरातली माणसं आणि नोकरचाकर यांच्यात एक विशिष्ट अंतर ठेवून वागायचं. तेहरानमधला कठोर संकेत गावाकडं थोडा सैल होता. खरं म्हणजे आठवड्यातली माझी सगळ्यात मज्जा म्हणजे स्वयंपाकघरात बसून सगळ्या नोकरांबरोबर जेवणं. ती एक प्रचंड खोली होती. मुख्य स्वयंपाकी आणि त्याचा हरकाम्या मदतनीस हे तिथले राजे होते आणि तिचं प्रमुख वैशिष्ट्य म्हणजे सदैव पेटती असलेली भलीमोठी दगडी चूल. एका लोखंडी कडीवर अडकवून टांगलेल्या एका भांड्यात

काहीतरी सारखं आनंदानं खदखदत असायचं.

"या या, हे घ्या थोडं घासभर," स्वयंपाकी म्हणायचा.

माझं जेवण काही फार भक्कम नव्हतं. पण त्या ताज्या कोवळ्या मसाल्यांचा सुगंध आणि टोमॅटो आणि तो मंदाग्नीवर शिजलेला रस्सा यांच्या स्वादानं माझी जीभ अशी खवळायची! बडबड करत जेवणाऱ्या त्या नोकरांबरोबर मीही त्या मोठ्या टेबलाशी बसायची आणि त्यांच्यासारखीच ताज्या भाजलेल्या ब्रेडचा एक तुकडा तोडून त्या सामायिक वाडग्यात बुडवून खायची. या जेवणाची मला आठवड्यातून एकदाच मुभा होती. पण त्या जेवणानंतर प्रत्येक वेळी मी म्हणायचे, "हे सगळ्यांत चांगलं जेवण होतं."

सगळे नोकर हसायचे, आमच्या स्वयंपाक्याचं हसणं सगळ्यांत मोठ्या आवाजात. तो रोज बघायचा की, त्यानं अतिशय निगुतीनं बनवलेल्या, चांदीच्या ताटात वाढलेल्या सजावट केलेल्या टेबलावर मांडलेल्या स्वादिष्ट अन्नाला मी रोज नाक मुरडायची. आता जर मी त्याला सांगितलं की, युरोप, अमेरिकेतल्या महागड्या उत्कृष्ट रेस्टॉरंटमधल्या जेवणालाही त्या स्वयंपाकघरातल्या जेवणाची सर नाही, तर त्याला किती हसू येईल!

आमच्या नोकरांच्या ताफ्यात दोन स्वयंपाकी, वरकामाच्या काही बायका, दोन ड्रायव्हर आणि एक दाई एवढे होते. कामाच्या सीझनमध्ये आणखी हंगामी कामगार शोधणारा एक दिवाणजीही बाबांकडे कामाला होता. जमीनदार म्हणून दिवाणजीकडून ठकवले जाण्याची त्यांना नेहमी शंका असायची. कारण इराणध्ये तसं सर्रास घडायचं आणि आजही घडतं. वर्षानुवर्षं ते सब्बालोनमध्ये पैसा ओतत राहिले, शेती उद्योगाची दिवसेंदिवस दुरावस्था होत गेली आणि केवळ शेती चालू ठेवण्यासाठी त्यांना वडिलोपार्जित सोनं-नाणं, दागिने, स्टँपचा संग्रह विकावा लागला. शेवटी माझ्या आईनंसुद्धा माहेरून मिळालेल्या तिच्या स्त्रीधनातला काही पैसा त्यांच्या जमिनीत गुंतवला.

कधी कधी ते बागेत हलकेच बोलताना दिसायचे. वडिलांच्या रुंद खांद्यांभोवती हात टाकून आई अतिशय हळुवारपणे आणि आश्वासक शब्दांत त्यांच्याशी बोलत असायची.

"काही चिंता करू नकोस. सगळं ठीक होईल. पुढल्या वर्षी चांगलं पीकपाणी होईल. बघूया तरी. आणखी एक वर्ष प्रयत्न करूया."

पण मला ते क्वचितच काळजीत दिसायचे. तेहरानहून आलेले पाहुणे, खेळणारं हसणारं घर, हे सगळं मला व्यवस्थित आठवतंय. जेवणं संध्याकाळी सहा वाजण्याच्या सुमारास व्हायची. जेवणानंतर वडिलांचा किंवा पाहुण्यांपैकी कुणाचा कविता वाचनाचा कार्यक्रम व्हायचा. हाफेज, सादी, ओमर खय्याम सारे

आमचे अतिशय आवडते कवी होते. बाहेरच्यांना हे कदाचित हळवं, रोमँटिक वाटू शकेल. पण आम्हा इराणी लोकांना हे रोजच्या डाळरोटीसारखं आहे. रोज लागणारं, जीवनावश्यक. इराणचा इतिहास खूप रक्तरंजित आहे, पण त्याचबरोबर आमच्या आशा-आकांक्षांना शब्दरूप देण्याची तीव्र आचही इराणी लोकांना सदैव जाणवलेली आहे. आता मी त्या उबदार कुटुंबसौख्यापासून आणि गळ्यात गळे घालून राहणाऱ्या समाजापासून फार दूर आले आहे, त्या स्वच्छ चांदण्या रात्रींची मला फार आठवण येते. अवतीभोवतीच्या वादळापासून आमची जीवनं तेव्हा जशी अलगद होती, तशीच त्या रात्रीही मला आता सुगंधी हवेवर तरंगताना दिसतात. आमच्या जीवनातल्या कठोर वास्तवतेपासून अलगदपणे दूर नेणाऱ्या.

कठोर वास्तव हे होतं, की १९५० च्या दशकातील वर्षं ही माझ्या वाढीची, उल्हासाची वर्षं होती, तशीच ती आमच्या शाहच्या उतरणीची, त्याच्यावरच्या प्राणघातक हल्ल्यांची वर्षं होती. याच वर्षांमध्ये तेजस्वी राष्ट्रवादी चळवळ उदयाला आली. तेव्हा सत्तरीतले मोहम्मद मोसादेघ हे आमचे पंतप्रधान होते. लोक त्यांना प्रेमानं मोसी म्हातारा म्हणायचे. त्यांच्या नेतृत्वाखाली आमचा देश, ब्रिटिशांच्या तावडीतून आमच्या तेलविहिरींचा पुन्हा ताबा घेण्यासाठी धडपडत होता. आणि आमच्या अंतर्गत राजकारणावरची परदेशी पकड सैल करण्यासाठी प्रयत्न करत होता. १९५३ मध्ये तेलाचा नवीन सौदा करण्यात अपयश आल्यावर शाहची सत्ता मोसादेघनं उलथून टाकली. पंतप्रधान आणि त्यांच्याशी उघड संधान असलेली रशियाप्रणित कम्युनिस्ट पार्टी यांचं देशावर राज्य आहे, असं थोडे दिवस वाटलं. पण थोड्याच दिवसांत, परदेशात परागंदा झालेला शाह पुन्हा वाजतगाजत परतलाही. सी आय ए आणि ब्रिटिश गुप्तहेरांनी घडवून आणलेल्या कटाची कृपा होती. त्यानंतर मात्र शाह कुणाशीही टक्कर घ्यायला, आपलं देशांतर्गत सत्ताकेंद्र बळकट करायला आणि पुन्हा कुणी पाठी लागू नये ही खबरदारी घ्यायला एकदम तय्यार होता. सब्बालोनमध्ये त्या सलामीच्या फैरी आम्हाला दूरवरून ऐकू येत होत्या.

आता माझी आई सिमा हिच्याविषयी. मुस्लीम स्त्रिया म्हणजे नवऱ्याच्या छायेत राहणाऱ्या चादोर-नशीन अशी कुणाची समजूत असेल, तर त्यांनी माझ्या आईला पहायला हवं होतं. त्यांचे डोळे नक्की उघडले असते. ती आमच्या कुटुंबाचा प्रकाश होती. कुठल्याही दृष्टीनं पाहिलं तरी ती एक असामान्य स्त्री होती, याची मला फार लवकर जाण आली. माझे वडील 'जमीनदार' म्हणून लहानाचे मोठे झाले. त्यांच्या वृत्तीत उतावळेपणा आणि 'हम करे सो' खरं हा स्वभाव पुरेपूर उतरला होता. तर माझ्या आईच्या घरी संपत्तीची रेलचेल असली तरी ती एक सौम्य, मृदू सहिष्णू व्यक्तिमत्त्वाची होती. वडिलांच्या नोकरांवरच्या रागाला ती शांत करायची. मला आठवतं, आमच्याकडे बागेत पाहुणे आले असताना त्यांनी नोकराला पाहुण्यांना

चाखण्यासाठी सर्वोत्तम द्राक्षांची करंडी आणायला सांगितली. त्यांना आपल्या द्राक्षांचा फार अभिमान होता आणि त्यांनी बनवलेली वाईन साऱ्या अझरबैझानमध्ये प्रसिद्ध होती. नोकर जेव्हा करंडी घेऊन आला तेव्हा वडिलांनी त्याच्याकडे फक्त एक नजर टाकली. त्यातली काही द्राक्षं जरा कमी प्रतीची होती, त्यांनी ती सबंध करंडी जमिनीवर उडवून दिली.

''सगळ्या गोष्टी मलाच केल्या पाहिजेत.'' ते गरजले आणि स्वत:च द्राक्षं तोडायला निघून गेले. त्या नोकराला मेल्याहून मेल्यासारखं झालं. त्या नोकराच्या बिद्ध मनावर फुंकर घातली आईने, वडिलांचा राग शांत केला आईने, त्या प्रसंगाकडे दुर्लक्ष करायला पाहुण्यांना रिझवले तेही आईने.

काही काही बाबतीत माझी आई म्हणजे वडलांच्या विरुद्ध टोक होती. अत्यंत रुढीप्रिय असणाऱ्या समाजात राहून सिमा फार आधुनिक होती. जमिनींच्या व्यवहारात ती वडिलांना मदत करायची. सुगीच्या दिवसात जेव्हा धान्याची मळणी चालू असायची – त्या काळात ते काम मजुरांकडून करून घेतलं जायचं – तेव्हा ती स्वत: एक गवती टोपी डोक्यावर घालून देखरेख करत दिवसभर उन्हात उभी असायची आणि दिवाणजी, गावकरी आणि आम्ही अशा योग्य वाटण्या करायची. हिशोबातल्या घोळांवरून वडलांची दिवाणजीशी होणारी किती भांडणं तिनं टाळली असतील कोण जाणे. कारण तिला पक्कं माहीत होतं की, दिवाणजी कितीही गोलमाल करीत असले, तरी वडिलांना त्यांची गरज होती. ''संयम'' ती म्हणायची, ''त्यांनाही पोट आहे आणि हे असंच चालायचं.''

माझ्या आईनं किती गोष्टी ओठाआड ठेवल्या असतील, हे मला आता जाणवतंय, कारण तेव्हा तिनं कधीही कसली तक्रार केली नाही. मी जेव्हा शाळेतही जात नव्हते, तेव्हा दोन वर्षं ती सब्बालोनमध्ये वडलांबरोबर राहिली आणि तिनं माहेरची, मित्रमैत्रिणींची, तेहरानमधल्या मस्तीभऱ्या जीवनाची चुकूनही आठवण काढली नाही. नाहीतर इराणी स्त्री, गृहिणी म्हटलं म्हणजे सदैव तक्रारखोर. जणू 'सगळं छान चाललंय' असं म्हटलं तर कुणाचीतरी दृष्ट लागेल, काहीतरी अनिष्ट घडेल असं मानणारी. त्यामुळं सदैव रडणं, कण्हणं ही एक सांस्कृतिक अभिव्यक्ती झाली आहे.

सिमा इतर इराणी स्त्रियांइतकी नवऱ्यावर अवलंबूनही नव्हती. वैवाहिक जीवनात तिला दीर्घकाळ माझ्या वडलांपासून दूर राहावं लागलं. त्यामुळे कित्येक महत्त्वाचे कौटुंबिक निर्णय तिनं एकटीनं घेतले. ती फार चटकन विचार करायची आणि पर्शियन आणि तुर्की भाषांप्रमाणेच इंग्रजी आणि फ्रेंच भाषेतही तिला विलक्षण गती होती. ती फार सुरेख कपडे घालायची. लोक काय म्हणतील याची काळजी तिनं कधीही केली नाही. सहसा तिची कपड्यांची खरेदी वडलांबरोबरच्या अनेक युरोप

सफरींमध्ये व्हायची. रोघियेह आजी सोडली तर माझी आई हीच माझ्या जीवनातली सर्वांत महत्त्वपूर्ण व्यक्ती होती आणि मला मोठेपणी अगदी तिच्यासारखंच व्हायचं होतं. ती एक वेगळीच मुस्लीम स्त्री होती. आम्हाला फारच जास्त सवलती मिळत होत्या, हे मला तेव्हा जाणवलं नव्हतं. मला वाटायचं की, सगळ्याच कुटुंबांमध्ये आमच्यासारखं मोकळं वातावरण असतं. चांगलं मोठं होईपर्यंत माझी आई किती असामान्य होती, आमच्यासारखी सहिष्णुता किती दुर्मिळ होती, हे मला नीट कळलंच नव्हतं. ती अगदी तरुण होती तेव्हाही पाश्चात्त्य वळणाचे आधुनिक उच्चवर्णीय आणि गरीब, संशयी इराणी बहुजनवर्ग यांच्यात रुंदावणारी दरी होतीच. पण कधीतरी होणाऱ्या मुल्लांच्या टीकेकडे ती आणि तिच्या मैत्रिणी दुर्लक्ष करायच्या. तिच्या तरुणपणी इस्लामच्या रक्षणकर्त्यांविरुद्धच्या बहुतेक लढाया शाह जिंकत होता.

एप्रिल १९६० मध्ये माझ्या आईचा माहेरचा सगळा गोतावळा माझ्या आजोळच्या शेमिरानमधल्या उन्हाळी घरात आठवड्याच्या सुटीसाठी जमला होता – इस्लामी आठवड्याची सुट्टी म्हणजे गुरुवार आणि शुक्रवार. तेव्हा शेमिरान हे तेहरानपासून उत्तरेकडे तासाभराच्या अंतरावर असलेलं एक लहानसं टुमदार उन्हाळी विश्रांतीस्थान होतं. तिथे शहरातील धनिकांचे उंचच उंच भिंतीआड दडलेले सुट्टीतले प्रासाद आणि भव्य बागा असत. ते वर्षभर तिथे नोकर ठेवायचे पण फक्त वसंत, ग्रीष्म आणि हेमंतात तिथे यायचे; कारण ती जागा फार लांब वाटायची आणि शिशिरात तिथे फारच भयाण वाटायचं.

माझ्या मामांनी सगळीकडे मोठमोठी घरं बांधली होती. पण शुक्रवारी संध्याकाळी मात्र सगळ्यांचं एकत्र जेवण महमूद आजोबा आणि रोघियेह आजी यांच्या घरीच व्हायचं. माझा भाऊ सायरस काही महिन्यांचा होता आणि माझ्यानंतर आईला दिवस रहायला त्रास होत होता, त्यामुळे तो सगळ्यांचा विशेष लाडका झाला होता. आम्ही संपूर्ण दिवस बागेतच होतो. चार वाजायच्या सुमारास आजी नमाज पढण्यासाठी वरती तिच्या खोलीत गेली.

रोघियेह आजीशिवाय सलमान कुटुंबीयांमध्ये कुणी विशेष धार्मिक नव्हतं. पगडीधारी मुल्लांशी आमचा क्वचितच संबंध यायचा. त्यांच्यातले काही जण निःसंशय शक्तिशाली होते, पण काही अगदी भिकाऱ्यासारखे आणि अस्वच्छ असायचे. फक्त रोघियेह नेमाने मशिदीत जायची आणि आमच्या घरी मुल्लांना क्वचितच निमंत्रण असायचं. आम्ही ज्या सामाजिक वर्तुळात होतो, तिथे हे अगदी सर्वसामान्य होतं, पण बहुसंख्य इराणी लोकांचं तसं नव्हतं, त्यांच्या मते धर्म हीच राष्ट्रीयता आणि नैतिकतादेखील होती. शिया पंथीय असल्याने इराण त्याच्या शेजारी मुस्लीम राष्ट्रांपासून काहीसा वेगळा पडला होता आणि परदेशी वर्चस्व झुगारून

देण्यात त्याची अनेक दशकं खर्ची पडत होती.

त्या दुपारी आम्ही बारा नातवंडं आजीची प्रार्थना संपण्याची वाट बघत बसलो होतो. ती आली की, तिच्याबरोबर चालत चालत जाऊन शेजारीच असलेल्या मामाच्या बागेत ती वसंतातली उबदार संध्याकाळ घालवण्याचा आमचा बेत होता. वाटेनं जाताना, आमच्या आधीच्या भेटीनंतर फुललेलं प्रत्येक झाड दाखवायचं आजीनं कबूल केलं होतं. रोघियेहकडे नातवंडांसाठी अमर्याद सोशिकपणा होता. मी तेहरानमध्ये तिच्याबरोबर राहत असताना रोज रात्री ती मला दुलईत गुरफटायची आणि जुन्या पर्शियातील लोककथा सांगायची. उशीखाली नेहमी एक चॉकलेट माझी वाट पाहत असायचं.

पण त्या दिवशी तिला यायला फारच उशीर व्हायला लागला, म्हणून घाई करायला माझी मामेबहीण लिली आणि मी वरती गेलो. आम्ही आवाज न करता हळूच तिच्या खोलीत गेलो तर ती प्रार्थनेच्या चटईवर गुडघे टेकून जमिनीवर कपाळ टेकवून बसली होती. आम्ही हळूच हाक मारली. काहीच उत्तर नाही. आम्ही पुन्हा जरा जोरात हाक मारली, पण हूं का चूं नाही. आम्ही धावतच मोठ्या माणसांना बोलवायला गेलो.

आजीला हृदयविकाराचा थोडा त्रास होता, त्यामुळे काय झालं असावं ते मोठ्यांनी लगेच ताडलं. लगेच एका मामाने डॉक्टरांना तेहरानहून घेऊन यायला गाडी काढली, पण तोपर्यंत फार उशीर झाला होता.

मी तेव्हा अगदी लहान होते, पण तरी अजून आजीच्या मृत्यूनं उसळलेला शोकसागर माझ्या आठवणीत आहे. एका भल्या मोठ्या परिवाराची गृहस्वामिनी म्हणून तिनं कुटुंबाची धुरा खंबीरपणे आणि सोशिकपणे पेलली होती. तिनं तिच्या प्रत्येक मुलात महत्त्वाकांक्षा रुजवली होती. कायद्यानं किंवा कुराणानं सांगितलं म्हणून नव्हे, तर ती खरोखर आमच्या घराची शक्ती होती. ती गेली तेव्हा त्रेसष्ट वर्षांची होती. ती गेल्यानंतरच्या आठवड्यात आमच्या तेहरानमधल्या घरी पन्नास ते साठ माणसं रोज येऊन जायची. त्यांचं जेवणखाण करावं लागायचं. सगळ्या मामा-मावश्यांनी त्यांचे सगळे नोकरचाकर, ड्रायव्हर माझ्या आईच्या मदतीला धाडून दिले होते. अगदी जवळची मंडळी रोजच यायची. अशा प्रसंगी करायच्या खास पेस्ट्रीजनी टेबलं भरलेली असायची. अगदी 'मुक्त' स्त्रियादेखील आदरापोटी लेसची 'चादोर' घेऊन यायच्या. माझा भाऊ आणि मी फ़ारच लहान होतो, त्यामुळे दुखवट्याच्या त्या पंधरा दिवसांच्या काळात सगळी गडबड संपेपर्यंत आम्हाला घरी न ठेवता, एका स्नेह्यांच्या घरी राहायला पाठवलं होतं.

सर्वव्यापी दु:शोकात, अगदी खास इराणी पद्धतीनं आजीचे सर्व अंत्यसंस्कार केले गेले. पाश्चिमात्य वळणाची इराणी म्हणून, बाहेरच्यांना या सगळ्या कर्मकांडात

आमच्या बुरसटलेपणाची चिन्हं दिसतात, याची मला जाणीव आहे. मुस्लीम अंत्यसंस्कारही तसेच असतात. घट्ट बांधलेल्या, स्वयंपूर्ण अशा कुटुंबातील जवळच्या नातेवाईकाचा मृत्यू हा मुस्लीम जीवनाच्या गाभ्यावरच आघात करतो. सर्वसाधारण मुस्लीम लोकांसारखा इराणी माणूसही भावनाप्रधान असतो. अंत्यसंस्कारात रडणं, मोठ्यांदा गळे काढणं, ऊर बडवणं असले प्रसंग असतात. मी बायकांना स्वत:चे केस उपटताना, भिंतीवर डोकं आपटून घेताना आणि दुःखानं चक्कर येऊन कोसळताना पाहिलं आहे. अंत्यसंस्कार हा एक महत्त्वाचा सामाजिक कार्यक्रम असतो. धनवान माणूस या बाबतीत खर्चाला अजिबात मागेपुढे पाहत नाही. एखाद्या कुटुंबातल्या अंत्यसंस्काराच्या वेळी किती क्षोभ, कितपत रडारड चाललेली आहे. यावरून तुम्ही त्या कुटुंबावरच्या पाश्चात्य प्रभावाचा अंदाज करू शकता. पाश्चिमात्य लोक भावनांचं फारसं प्रदर्शन करत नाहीत, त्यामुळे त्या लोकांना मृताबद्दल काहीच वाटत नाही असं इराणी लोकांना वाटतं हेही तितकंच खरं आहे.

आजीच्या मृत्यूनंतर सलमान मंडळींच्या घरचं जेवण बदललं. तेहरानच्या हवेलीत किंवा शेमिरानच्या घरात आठ मुलं आणि कितीतरी नातवंडं, रोघियेहच्या नंतर कधीच एकत्र जमली नाहीत. त्याऐवजी आम्ही आळीपाळीनं एकेका मामा-मावशीकडं लहान गटात जमू लागलो. कुटुंबाचा बंध संपलाच होता. पैसा खेचणाऱ्या, मोठ्या सलमान कन्स्ट्रक्शन कंपनीचे संस्थापक असणारे माझे आजोबा, आजीनंतर साधारण दोन वर्षांनी वारले. आजीनंतर त्यांच्या प्रत्येक लहानसहान गरजेसाठी ते विसंबून राहू शकतील, अशी व्यक्ती त्यांना सापडलीच नाही. त्यांच्यानंतर तेहरानच्या त्या उंच नक्षीदार छताच्या आणि चित्रांनी नटलेल्या भिंतींच्या भव्य घरात, माझी आई, भाऊ, मी आणि फायेघ मामा एवढेच उरलो. तेव्हा बाबा सब्बालोनमध्ये रहायचे. पुढे आम्ही ते घर विकलं आणि एका ऐसपैस अपार्टमेंटमध्ये राहायला आलो.

पण पुढे आणखी वाईट घडायचं होतं. मी अकरा वर्षांची असताना माझी दुनिया कायमची बदलली. तोपर्यंत तेहरानमध्ये आणि गावाकडे आलटून पालटून राहण्याची आमची घडी नीट बसली होती. माझी शाळा मला आवडायची. ती इटालियन नन्सनी चालवलेली होती आणि बहुतेक विद्यार्थी परदेशी असल्यामुळे माध्यम इंग्रजी होतं. त्या कॅथॉलिक शाळेतल्या तुरळक इस्लामी, इराणी विद्यार्थ्यांमध्ये मी असल्यानं माझी कोणत्याही प्रकारच्या धार्मिक शिक्षणापासून सुटका झाली होती. एक दिवस आमच्या शोफर-ड्रिव्हन कारमधून मला शाळेतून घेण्यासाठी आई शाळेत आली. ती विशेष खुशीत दिसत होती. तिनं मला जवळ घेतलं आणि विचारलं, "सुझान, आजचा दिवस मस्त गेला ना?"

मी लगेचच आनंदानं तिला आमच्या एका विशेष खाष्ट ननबाईंची गोष्ट सांगायला सुरुवात केली. पण तिचं फारसं लक्ष नव्हतं.

"सुझान, मी आज डॉक्टरांकडे जाऊन आले. मी बहुतेक तुला सांगितलं नव्हतं, पण अलीकडं माझं पोट जरा दुखायचं. पण आज डॉक्टरांनी सांगितलं की तो अल्सरच आहे, कॅन्सर मुळीच नाही आणि मी तो कॅन्सरच आहे असं वाटून काळजी करत होते."

हे आईचं नेहमीचंच होतं. स्वतःच्या कुठल्याही त्रासाबद्दल ती कधीच कुणाला काही सांगायची नाही, अगदी वडिलांनादेखील नाही. आणि आता जेव्हा तो धोका टळला आहे असं तिला वाटलं, तेव्हा तिनं तिची भीती बोलून दाखवली. पण तिनं हे सांगितलं नाही की, अल्सरच्या निदानाबद्दल तिला पक्की खात्री नव्हती. तो डॉक्टर म्हणजे तिच्या जवळच्या मैत्रिणीचा नवरा होता. दुसऱ्या डॉक्टरांचं मत घेणं म्हणजे त्याचा अपमान झाला असता. त्यामुळं ती काही बोलली नाही की काही केलं नाही.

थोड्याच दिवसांनी उन्हाळा घालवायला आम्ही सब्बालोनला पोचलो. आम्ही तिथे असतानाच्या पंधरा दिवसांत पुन्हा एकदा आमच्यासारख्याच सुट्टीवर आलेल्या तीस-एक मित्र व नातेवाईकांनी आमचं घर भरून गेलं. पण त्या वर्षीचा उन्हाळा कठीणच होता. माझी आत्या एका भयानक मोटार अपघातात ठार झाली. त्यामुळे वडिलांना औदासीन्याचा जबर झटका आला. पुष्कळ प्रयत्न केल्यानंतर आईला पुन्हा दिवस राहिले. म्हणून थोडे दिवस आम्हाला बरं वाटलं. पण सगळं ठीकठाक नाही, असं लवकरच लक्षात आलं. पहिल्यांदा तिची पोटदुखी, मळमळ, उलट्या, वजन कमी होणं हे सगळं 'डोहाळे' या खात्यावर जात होतं, पण पुन्हा थंडीत जेव्हा आम्ही परत तेहरानला गेलो, तेव्हा माझ्या दंतवैद्य तूती मावशीनं आईला जबरदस्तीनं दुसऱ्या डॉक्टरांकडे नेलं आणि आमच्यावर ती भयानक बातमी कोसळली, तिच्या दुखण्याचं निदान कॅन्सर हेच होतं.

त्यानंतरच्या काही महिन्यांची आठवणसुद्धा नको वाटते. जबरदस्तीनं तिचा गर्भपात करावा लागला. नंतरही डॉक्टरांनी शस्त्रक्रिया करण्याचा प्रयत्न केला, पण काही उपाय करण्यासाठी फार उशीर झाला होता. वडील आणि फायेघ मामा तिला तपासण्या आणि उपचारांसाठी युरोपला घेऊन गेले, पण तिथले आधुनिक तंत्र-वैद्यकही तिच्यासाठी काहीही करू शकले नाहीत. उपाय शोधत, ते दोन महिने स्वित्झर्लंडमध्ये राहिले आणि शेवटी आशा सोडून देऊन घरी परतले.

आईचा मृत्यू समीप आला आहे हे मार्चपर्यंत नक्की झालं. शेवटच्या आठवड्यांमध्ये दिवस आणि रात्रींसाठी वडिलांनी तिच्यासाठी दोन नर्सेस ठेवल्या. अखेरची भेट घेण्यासाठी येणाऱ्या मित्रांची तेहरानमधल्या अपार्टमेंटमध्ये रीघ लागली. कित्येक वेळा ती त्यांना भेटूही शकायची नाही, पण तरीही ते येतच राहिले.

इराणमधला एप्रिल महिना इतका सुंदर असतो, वसंतातली हिरवाई आणि

अजून सुसह्य असलेला, भरपूर सूर्यप्रकाश. मी आणि माझा भाऊ तूती मावशीच्या घरी राहत होतो, मी बॅलेच्या वर्गाहून नुकतीच तिच्या घरी परत आले होते. आम्हाला आईला भेटण्यासाठी न्यायला ड्रायव्हर येणार होता. त्याला उशीर व्हायला लागला, म्हणून मी अपार्टमेंटमध्ये फोन केला. कुणीतरी फोन घेतला, तेव्हा मला मागून मुल्लांचे दु:खी आवाजातले करुण प्रार्थनापठण ऐकू आलं. मी किंचाळायला सुरुवात केली. तो आवाज मला अगदी नको होता, कारण त्याचा अर्थ मला समजला होता. माझं दु:ख समजण्याएवढा माझा भाऊ मोठा नव्हता, तो नुसताच मोठमोठ्या डोळ्यांनी माझ्याकडं पाहत राहिला. जेव्हा अश्रफ आत्या आम्हाला घ्यायला आली, तेव्हा तिच्या अंगावर काळे कपडे होते. मी तिला मारायला बघत होते, ती वस्त्रं ओरबाडून काढू पाहत होते. त्यांनी मला कसंतरी गाडीत कोंबलं आणि अपार्टमेंटवर नेलं. माझे वडील, मामा, मावश्या यांच्या अंगावरून सरळ पुढे धावत धावत मी थेट आईच्या बेडरूममध्ये घुसले. बिछाना नुकताच नीट केला होता. मी माझं तोंड तिच्या उशीत खुपसलं, नंतर स्वत:ला तिच्या आवडत्या आरामखुर्चीत झोकून दिलं. मी अर्धवट शुद्धीत होते, रडत, ओरडत होते. ती नेहमी वापरत असलेल्या वस्तूंना तिचा गंध होता. त्या वस्तू घट्ट पकडून मी जणू काही तिलाच पकडून ठेवू पाहत होते.

माझ्या वडिलांनी मला धरलं आणि खांदे धरून गदगदा हलवलं. मी नुसतेच हुंदके देत राहिले.

"ती का गेली आपल्याला सोडून? तिचं केवढं प्रेम होतं आपल्यावर. आपल्याला इथे टाकून ती अशी कशी गेली?"

मला झोप लागावी म्हणून त्यांनी मला गुंगीचं औषध दिलं. इराणमध्ये मुलांना अंत्यसंस्काराला नेत नाहीत. ते दु:ख त्यांना आयुष्यभर छळत राहील असं ते मानतात. अशी रीतीनं एप्रिल १९६६ मध्ये माझी आई माझ्या जीवनातून कायमची दृष्टिआड झाली.

आईच्या मृत्यूनं माझ्या आणि त्या वेळी फक्त सहा वर्षांचा असलेल्या माझ्या भावाच्या भवितव्याचा कठीण प्रश्न वडिलांसमोर उभा केला. इराणमध्ये मुलांची काळजी घ्यायला आई नसेल, तर एकटा पुरुष काही करू शकत नाही आणि वडलांच्या बाबतीत तर जागेचे, दोन गावांचे आणखीनच प्रश्न होते. त्यांच्या समोर होती वयात येणारी मुलगी आणि आपण काय गमावलंय हेही न समजणारा अजाण मुलगा. दोन लहान मुलांना शिकण्यासाठी सब्बालोन ही काही योग्य जागा नव्हती. तूती मावशीनं आम्हाला ठेवून घ्यायची तयारी दाखवली होती. पण मीच त्याला तयार नव्हते. माझ्या आईच्या तुलनेत ती मला फारच थंड वाटायची आणि तिच्या स्वत:च्या मुलांवर जो ती प्रेमाचा वर्षाव करायची, त्यानं तर मी अक्षरश: जळायची.

शाळेसाठी मला दूर पाठवणं एवढा एकच पर्याय होता.

माझ्या वडिलांनी माझ्यासमोर दोन पर्याय ठेवले. एक : मी फ्रान्समध्ये निवासी शाळेत जावं. त्यांच्या अलीकडच्या युरोपच्या वाऱ्यांमध्ये त्यांनी काही शाळा पाहून ठेवल्या होत्या, त्यातली एक त्यांना आवडली होती किंवा मी त्या वेळी अमेरिकेत राहणाऱ्या माझ्या तीन मामांपैकी एकाकडं राहायला जावं. अर्देशीर, आमिर किंवा दरायस. आई गेल्यावर त्यांची एक कौटुंबिक बैठक झाली होती आणि त्यात असं ठरलं होतं की, त्यांनी मला आणि थोडा मोठा झाल्यावर माझ्या भावाला त्यांच्याकडे राहायला बोलवायचं.

माझी मन:स्थिती द्विधा झाली. माझी सगळीच चुलत-मावस भावंडं, मित्रमैत्रिणी शिकायला परदेशात जायची, त्यामुळे परदेशातल्या शाळेत जावं लागणार हे मला माहीत होतं, पण माझ्या मनाची अजून तयारी झाली नव्हती. अमेरिकेचा विचार मला फारसा भावला नाही. मी खूप लहान असताना फ्रान्सला गेले होते. मला तिथल्या पुसट आठवणी होत्या, त्यापेक्षा अमेरिका फारच दूर वाटली. पण तिथे गेले असते, तर मला कुटुंबात राहात येणार होतं. मी ॲन आर्बर, मिशिगनला जायचं ठरवलं, माझे आमिर मामा तिथल्या विद्यापीठात दंतवैद्यकी शिकवायचे.

१५ जुलै १९६६ रोजी सकाळी माझे वडील, फायेघ मामा, तूती मावशी, माझा भाऊ आणि मी तेहरानच्या नवीन विमानतळाकडे निघालो. आदल्या रात्री माझे वडील एक छोटीशी भेटवस्तू घेऊन माझ्या बेडरूममध्ये आले. ती एक सोन्याची साखळी होती आणि त्याला अल्लाचं पर्शियन चिन्ह उमटलेलं सोन्याचं पदक होतं.

''हे घे. हे तुझ्याबरोबर ठेव.'' माझ्या गळ्यात ती साखळी घालत ते म्हणाले, ''तू परदेशात चालली आहेस. इराणपेक्षा तिथे सगळं वेगळं असेल. तो मुस्लीम देश नाही पण अल्ला सदैव तुझ्याबरोबर राहील. तुझं इराणीपण कधीच लोपणार नाही. तुला कधी करमलं नाहीच, तर तू कधीही घरी परत येऊ शकतेस.''

मी विमानात बसत होते, तेव्हाच मला परत यायचे वेध लागले होते. मी जिथे चालले होते, त्याचे विचारसुद्धा माझ्या मनात नव्हते. अमेरिका? ते काय होतं? ती तीच जागा होती, जिथे माझे मामा अभ्यासात वर्षानुवर्षं हरवून गेले होते. तिथूनच आमच्या घरी कसलीकसली माहितीपत्रकं यायची – आधुनिक यंत्रं, शेतीची अवजारं, अत्याधुनिक गाड्या, अत्याधुनिक उपकरणं आणि हरतऱ्हेची अत्याधुनिक चीज. ते एक सुंदर जेट विमान होतं आणि इराणच्या स्वत:च्या विमान कंपनीचे निळे पांढरे रंग अंगावर मिरवत होतं. ते नवीन यंत्र होतं आणि इराणचं होतं. मी जेव्हा आकाशात भरारी घेतली, तेव्हा इराणमध्ये आधीच अमेरिकेचं आगमन झालं होतं. पण मी परत घरी येईपर्यंत मला त्याचा पत्ता लागणार नव्हता.

अमेरिकेत वाढताना/मोठी होताना

सफरचंदाला लालिमा चढतो.
क्विन्स फळे पिवळी होतात.
ती लालसेच्या आजाराने.
आणि अशा रीतीने बाग शिकवते
आपल्याला प्रेमाची गोष्ट.

– फरोंखी

ॲन आर्बर मधली सर्वप्रथम माझ्या लक्षात आलेली गोष्ट, तिथल्या घरांभोवती भिंती नव्हत्या. मनात आणलं तर तुम्ही तुमच्या शेजाऱ्यांच्या बैठकीच्या खोलीत पाहू शकत होता. ते टीव्हीवर कुठला कार्यक्रम पाहत आहेत तेसुद्धा दिसू शकत होतं. त्यांना शतकानुशतकं जिंकणाऱ्या आणि जिंकल्या जाणाऱ्या पर्शियन लोकांसारखी आपली मालमत्ता किंवा बायका लपवून ठेवायची गरज नव्हती. ख्रिस्तपूर्व ३३० च्या सुमारास सिकंदराच्या नेतृत्वाखाली अगदी सुरुवातीचे पर्शियन म्हणजे ख्रिस्तपूर्व शतकातील अकेमेनियन्स लोक आले. त्यांनी त्यांचं साम्राज्य उभं करणारा थोर सायरस यांना बाजूला केलं. मग मॅकडोनियन्स आले आणि त्यानंतरच्या शतकांमध्ये अनेक राजघराणी आली. आम्हाला तुर्कांकडून आणि चेंगीझ खानच्या मंगोल टोळ्यांकडून पराभूत व्हावं लागलं होतं. आम्ही भिंती बांधल्या यात काहीच नवल नाही. त्या भिंती केवळ वाळवंटातून येणाऱ्या वाऱ्यापासून आमच्या बागांचं संरक्षणच करीत नव्हत्या, तर संभाव्य लुटारूंपासून आमची संपत्ती नजरेआड ठेवत होत्या. इथे ॲन आर्बरात मऊ मऊ पसरलेली लॉन्स होती आणि

उत्सुक नजरांच्या समोरच उघड्या बागा होत्या. या बागा काहीही लपवायच्या नाहीत आणि त्यात काहीच रहस्य नसायचं, असं पर्शियन बागांचं नसे. पर्शियन घराभोवतीच्या उंच भिंतींच्या पलीकडे पोचणाऱ्या अतिथीला या बागा नेहमीच चकित करायच्या.

इराणमध्ये जे जे असावं असं आम्हाला वाटायचं, ते सगळं अमेरिकेत होतं. मामांपैकी दोघेजण आमिर आणि अर्देशीर मामा ॲन आर्बरमध्ये राहायचे आणि तिसरे दरायस मामा लॉस एंजेलिसमध्ये राहत. त्या सगळ्यांनी अमेरिकी स्वप्नाचा एकेक चकचकीत तुकडा मिळवलेला होता. मी ज्यांच्याकडे राहत होते, ते आमिर मामा दंतवैद्य होते आणि त्यांनी शेअर मार्केट आणि स्थावर व्यवहारात भरपूर माया जमवली होती. ते उंच टेकडीवर भल्यामोठ्या श्रीमंती घरात राहायचे. जमिनीचा प्रत्येक इंच सुंदर नाजूक, खास मापानं बनवलेल्या आणि थेट इराणमधून आलेल्या इराणी गालिच्यांनी मढवला होता. भिंतींवर इराणी चित्रकलेचे आणि शिल्पकलेचे नमुने झळकत होते. खूप काम केलेली चांदीची टेबलं आणि सजावटीचं सामान प्रत्येक कोपरा उजळून टाकत होती. सोराया मामीच्या टापटिपीच्या उच्च कल्पनांप्रमाणे, पूर्ण वेळचे अमेरिकन नोकर सर्व टापटीप ठेवत असत. त्यांचे अमेरिकन मित्र त्याला 'इराणी किल्ला' म्हणत.

माझ्या नव्या आयुष्यात माझ्या कुतूहलाचा विशेष विषय होता, तो म्हणजे सर्व नवी साधनं. एक बटण दाबलं की, माझी खोली संगीतानं भरून जायची, किंवा मी बेडरूममध्ये बसून माझ्या मामीशी स्वयंपाकघरात बोलू शकायचं. या असल्या गोष्टींनी मी अगदी थक्क होऊन जायची आणि पाणी संपेल याची काळजी न करता मी कितीही वेळ शॉवर घेऊ शकत होते. वीज जळतेय म्हणून कुणाला काही वाटायचं नाही. तेहरानमध्ये अगदी श्रीमंत माणसंसुद्धा घरात उगीच जळणारे दिवे बंद करायला धावायचे. मी पाहिलं इथे हिवाळ्यात, इंधन वाचवण्याची कुणालाही फिकीर नव्हती. उन्हाळ्यातले कपडे घालण्याइतपत प्रत्येक खोली उबदार असायची. तेहरानमध्ये तेल निर्यात करणाऱ्या देशाच्या राजधानीत श्रीमंत लोक स्वेटर चढवून बसायचे आणि गरिबांना तर ऊबच मिळायची नाही. चुलीची ऊब काय मिळेल ती.

माझं फिरायला जाण्याचं आवडतं ठिकाण म्हणजे सुपरमार्केटस्. एकाच छताखाली आपल्याला कुठलं वाटेल त्या प्रकारचं खाणंपिणं मिळण्याची ती एक अद्‌भुत जागा होती. इराणसारखं दहा दुकानं फिरण्याची काही गरजच नव्हती, तरीसुद्धा माझे मामा लोक इराणहून कुणी मित्र, नातेवाईक येण्याची आणि त्यांनी बरोबर आणलेल्या पर्शियन मिठाईची आणि तेहरानच्या उत्तरेला असलेल्या कॅस्पियन समुद्रातील सर्वोत्कृष्ट कॅव्हिआरची अगदी वाट पाहत असायचे. दर सहा महिन्यांनी त्यांच्यासाठी खास लांब दाण्यांचा पर्शियन तांदूळ पाठवला जायचा. तांदळाच्या दर्जाबाबत तडजोड करणं हे धनवंत इराण्यांच्या कल्पनेच्याही पलीकडचं होतं.

इतकी सुखं पायाशी लोळण घेत असतानाही मी फार एकाकी होते.

"तू इथे चांगलं शिक्षण घेण्यासाठी आमच्याकडे आली आहेस." मी आल्यानंतर काहीच दिवसांत अमीर मामांनी मला सांगितलं, "ते तुला मिळेल याची आम्ही खात्री देतो. त्याची फक्त इंग्रजीतून बोलण्यापासून सुरुवात करूया."

ते त्या नियमाशी एकदम घट्ट होते. त्यांचे दोन मुलगे. अँडी आणि अॅलेक्स. हे अमेरिकेतच जन्मलेले होते आणि त्यांना पर्शियन अजिबात यायची नाही. अगदी सुरुवातीपासूनच मला इंग्रजी न बोलता येण्यामुळे मी एकटी पडत होते. मला घरची किती आठवण यायची ते मला व्यक्तसुद्धा करता यायचं नाही. मला भेटलेले सारे अमेरिकन मला परके वाटायचे. इराणमध्ये ओळख करून दिली की, अपरिचित व्यक्तीही गालाचा मुका घेत. भेटल्यावर मित्र अगदी सहजपणे मिठी मारायचे. हस्तांदोलन करतानासुद्धा हातचे राखणाऱ्या या समाजाची सवय मला होणार तरी कशी?

घरून पत्रं आली की, मी स्वत:ला खोलीत तासन्तास कोंडून घेऊन त्या पत्रांची पारायणं करायची. इराणमधले माझे बंध मजबूत ठेवण्याची, आठवणी ताज्या ठेवायचा प्रयत्न करायची. कुणाला माझ्याबद्दल फारशी सहानुभूती वाटायची नाही. तसं तर माझी कितीतरी चुलत-मावस-मामे भावंडं अगदी अशाच परिस्थितीत होती. आमिर मामा आणि सोराया मामीकडे त्यांच्या स्वत:च्या मुलांखेरीज नेहमीच निदान दोन-तीन मुलं तरी असायची. पश्चिमेकडच्या लोकांना हे समजणं जरा अवघड जाईल पण इराणमध्ये अजून जे शिक्षण उपलब्ध नव्हतं तसं पहिल्या प्रतीचं शिक्षण आपल्या नातेवाईक मुलांना देणं आणि अधिक श्रीमंतीच्या जगात स्थान मिळवायला मदत करणं, हे त्यांना आपलं कर्तव्यच वाटायचं.

माझ्या मामींनी माझ्यासाठी पहिली गोष्ट केली ती म्हणजे मला डॉक्टरकडे व दंतवैद्याकडे नेऊन माझी संपूर्ण तपासणी करून घेतली. दातांसाठी ताबडतोब नव्या आणि अधिक चांगल्या तारा बसवण्यात आल्या. माझं हास्य ही मामा-मामींची देणगी आहे. त्यांनी मला कपडे खरेदीसाठी नेलं. सिंड्रेलाला परीराणी भेटल्यावर जसं वाटलं असेल, तसंच मला वाटलं. मला खरं तर कृतज्ञता वाटायला हवी. पण रोज रात्री मी रडत झोपायची. मला इराणमध्ये राहायचं होतं.

हिवाळ्यात मी तिथल्या निम्न माध्यमिक शाळेत जाऊ लागले. मला सातवीच्या वर्गात बसवण्यात आलं. उन्हाळ्यातल्या उपक्रमामुळे माझं इंग्रजी किंचित सुधारलं होतं. शाळेत मी एकटीच परदेशी विद्यार्थिनी असल्यानं फारच लक्षात येण्याइतकी विचित्र वाटत असे. १९६९ मध्ये व्हिएतनाम हा एकच 'परदेश' मुलांना माहीत असायचा आणि तेही युद्धाच्या वेड्यावाकड्या रूपातून भेटलेला. इराणबद्दल त्यांनी कधीच काही ऐकलेलं नसायचं. माझ्या शिक्षकांनाही इराण नकाशावर सापडायचा

नाही. जी मुलगी माझ्याशी बोलायची तिनं विचारलं की मी 'वाळवंटात तंबू ठोकून लोक राहतात' तिथून आले आहे का? केवळ एका दशकानंतर ज्या देशाच्या नुसत्या नावानं दहशत आणि तिरस्कार वाटणार होता, त्या देशाबद्दल अमेरिकन लोक त्या वेळी किती अनभिज्ञ होते!

घरी मी एका निराळ्या प्रकारे परकी होते. माझी मामी रशियन आई-वडलांची इराणमध्ये जन्मलेली उंच सोनेरी केसांची रेखीव मुलगी होती. ती अशा काही काटेकोरपणे घर चालवायची की, चिवचिवणाऱ्या, बागडणाऱ्या वाढत्या वयाच्या मुलांना काही मोकळेपणा नव्हता. आम्हाला शाळेतून सरळ घरी यायचा आदेश होता. सोमवार ते शुक्रवार टीव्ही लावायचा नाही, मी घराबाहेर जीन्स घालायच्या नाहीत, स्नानगृहाच्या बाहेर बाथरोब किंवा कर्लर्स लावून यायचं नाही, मेक-अपला बंदी होती. मी चौदा वर्षांची होईपर्यंत डेटिंगलाही बंदी होती आणि त्यानंतरही इराणी मुलांना भेटायला मला परवानगी नव्हती. कारण आमच्या जवळपासचे सगळे माझ्यापेक्षा वयानं मोठे होते आणि त्यांनी माझ्या ध्येयापासून मला विचलित केलं असतं. ते ध्येय म्हणजे अमेरिकन दिसणं आणि वागणं. माझ्या अमेरिकेतल्या पहिल्या वर्षी शाळेनंतर मी इंग्रजीच्या खाजगी शिकवणीसाठी जात होते. आठवड्यातून काही वेळा अँडी आणि मी 'फिनिशिंग स्कूल'मध्ये जायचो. तिथे आम्हाला नीट कसं बसावं, कटलरी कशी वापरायची, नृत्य करणं, योग्य प्रकारे चालणं हे सारं शिकावं लागायचं. माझ्या मामा-मामींनी आम्हाला सर्वोत्कृष्ट अमेरिकन गोष्टी देण्याचा चंग बांधला होता. पण आम्ही अधिक चांगले इराणी बनण्यासाठी अमेरिकनांची नक्कल करत होतो. याचा आमच्यापैकी कुणालाही क्षणभरसुद्धा विसर पडत नव्हता.

एक वर्षानं शिक्षणासाठी माझा भाऊ सायरस यालाही अमेरिकेला पाठवण्यात आलं. त्या वेळी फक्त सात वर्षांच्या त्या मुलाला इंग्लंडला जाणाऱ्या विमानात एकटं बसवून दिलं होतं. माझे कुरोश मामा तेव्हा काही कामासाठी तिथे होते. दुसऱ्या दिवशी सकाळी डेट्रॉईटला जाणाऱ्या विमानात बसवून देण्यापूर्वी रात्री ते त्याला घेणार होते. सायरसला इंग्रजी बोलता येत नव्हतं. म्हणून एका मोठ्या कागदावर नेहमी लागणारे प्रश्न – बाथरूम कुठे आहे? मला पाणी देता का प्लीज – इंग्रजीत आणि पर्शियनमध्ये लिहून तो कागद नाडीनं त्याच्या गळ्यात अडकवलेला होता. दुर्दैवानं माझ्या मामांना त्याला विमानतळावर भेटायला यायला दोन तास उशीर झाला, तो बिचारा मुलगा. आता आपल्याला टाकून दिलं, असं वाटून घेत एकटाच बसला होता.

तो ॲन आर्बरला सुखरूप पोचला. हुंदके देत त्यानं भीतीला वाट करून दिली. मग तो मला म्हणाला, ''किती वेळ झाला, कुणीच आलं नाही. मला वाटलं त्यांना

मी नकोच होतो, म्हणून त्यांनी मला सोडून दिलं.''

बिच्चारा! आणि आता इतके दिवस ठरल्याप्रमाणे ॲन आर्बरमध्ये माझ्याबरोबर न राहता, त्याला लॉस एंजेलिसला पाठवत होते, कारण आमिर मामांच्या घरी आम्ही तिघं बरोबरीचे होतो. तर दरायस मामांची मुलं त्याच्या बरोबरीच्या वयाची होती म्हणून तो तिथे राहणार होता. उन्हाळा संपता संपता तो निघून गेला, पुन्हा तोच कागद गळ्यात अडकवून एकटा आणि भेदरलेला, आणि आमची पुन्हा ताटातूट झाली. आईचं छत्र हरपणं आणि पाठोपाठ इतक्या तडकाफडकी इतक्या भिन्न संस्कृतीत एकटं फेकलं जाणं, याचा पुढे त्याच्यावर मानसिकदृष्ट्या फार गंभीर परिणाम झाला. त्यातला सर्वांत दुष्ट भाग म्हणजे तो अशा कुटुंबात राहायला गेला की, तिथं पर्शियन भाषा बोललीच जात नव्हती. माझ्या मामीचा जन्म अमेरिकेत झाला होता. तिथं गेल्यावर साधारण सहा महिन्यांनी त्याला पर्शियनचा एक शब्द समजेना की बोलता येईना. अगदी आजही कौटुंबिक संमेलनात जेव्हा संभाषण पर्शियनमध्ये सुरू होतं, तेव्हा सायरसला सर्व भाषांतर करून सांगावं लागतं.

कशी का होईना, इराणी आणि अमेरिकन यांचे एक अजब मिश्रण बनून मी मोठी झाले.

मी सोळा वर्षांची झाल्यावर आमिर मामांनी एक दिवस जेवणाच्या टेबलावर घोषणा केली, ''या उन्हाळ्यात थोडे दिवस तू घरी जाऊन यावंस. तुझ्या वडिलांना तुला भेटून बरं वाटेल.''

घर, माझं गाव, माझे बाबा! मी एकदाची सुटणार इथून. अमेरिकेत साऱ्या सुखसोयी होत्या, उपभोग्य वस्तू होत्या, सर्वोत्कृष्ट करमणूक आणि शिक्षणही होतं; पण मला आस होती ती इराणमधल्या कोरड्या, गरम उन्हाळी हवेची आणि माझ्या माणसांच्या आवाजाच्या गजबजीची आणि मिठीची. मला तेव्हा अगदी परत जायचंच होतं. आणि शक्य झालं तर आत्तासुद्धा मी परतच जाईन.

इराणमधला जास्त करून सब्बालोनमध्ये घालवलेला उन्हाळा केवळ जादूई होता. आमच्याबरोबर उन्हाळा घालवण्यासाठी नातेवाईक आले होते, त्यात दुनियाभर पसरलेल्या शाळांतून घरी सुट्टीला आलेली चुलत-मावस भावंडंही होती. सीमिन ही जनरलची मुलगी आणि माझी लहानपणची मैत्रीणही होती. जी पूर्वीही उन्हाळ्याच्या सुट्टीत माझ्याबरोबर सब्बालोनला यायची – तीसुद्धा माझ्याबरोबर राहण्यासाठी तेहरानहून आली होती. रोज पार्टी असल्यासारखं वाटायचं. माझ्या वडिलांनी त्यांची खास वाईन बाहेर काढली. इतके दिवस मला ज्यांची नुसती आठवणच यायची. स्वयंपाक्यांनी उत्तमोत्तम खाद्यपदार्थ करण्याचा सपाटा लावला. रात्री मधुर वाद्यसंगीतानं भरून जायच्या. तेव्हा माझे वडील आमच्या थोर कवींच्या निवडक रचना गायचे. सगळं नेहमीसारखंच होतं. सीमिन माझ्या बाजूला बसून पूर्वीप्रमाणेच मस्करी करत

होती. पण काही बदलांच्या खुणाही दिसत होत्या. आता जेव्हा वडलांच्या ड्रायव्हरनं सीमिन, माझ्या बहिणी आणि मला रेझायेला नेलं, तेव्हा तिथं डिस्कोथेक होते आणि बायकांना यायची परवानगी असणारे बारसुद्धा होते. माझ्या नातेवाईक स्त्रिया, सोराया मामीहून थोड्या कमी कडक होत्या. त्या तर मला माझे अमेरिकन कपडे घालून जरा नट्टापट्टा करायला उत्तेजनच द्यायच्या. आम्ही मिनी स्कर्टस्, बंदानाज आणि हॉट पॅण्टस घालून मुक्तपणे वावरू शकत होतो. लोक आमच्याकडे टकमक बघायचे. क्वचित नावं ठेवायचे. पण आम्ही नुकत्याच परदेशातून नाहीतर तेहरानहून परतलो होतो, आम्ही नवी फॅशन उचलली होती आणि आम्हाला वाटायचं, जणू आम्ही हा बदल, मौजमजा, आधुनिकीकरण याच्या बिनीच्या शिलेदारच आहोत. ज्या मुस्लीम देशानं अवघ्या तीस वर्षांपूर्वी चादोरवर बंदी आणली होती, त्या मुस्लीम देशात, अभिमानानं पाय उघडे टाकून केस वाऱ्यावर मोकळे सोडून रस्त्यावर भटकण्याइतकं स्वातंत्र्य असणं हे केवळ कल्पनातीत होतं.

पण माझ्या त्या अल्लड तरुणाईत, आपल्या गैरहजेरीत इराण कोणत्या वळणानं जात आहे, याची एक धावती प्रतिमा घेण्यापलीकडे मला जास्त फुरसद नव्हती. फिरून एकवार मी मामांच्या करड्या शिस्तीत परतले. एकाच वेळी मला आवडणाऱ्या पण नकोशा वाटणाऱ्या परक्या संस्कृतीत सामावून जाण्यासाठी धडपड करू लागले. शेवटी मी अठरा वर्षांची झाल्यावर माझ्या आवडत्या 'डिझाईन' या विषयाचं शिक्षण घेण्यासाठी मला लॉस एंजेलिसमधल्या वूडबेरी या खाजगी कला महाविद्यालयात पाठवण्यात आलं. अमेरिकेतील माझ्या जीवनात, प्रथमच मी स्वातंत्र्य म्हणजे काय असतं ते अनुभवलं. मनाला वाटेल तेव्हा यावं-जावं. दरायस मामांच्या घरचं वातावरण आमिर मामांपेक्षा बरंच मोकळं होतं. मला चक्क मित्रमैत्रिणी मिळू लागल्या. विशेषत: शहरात असलेल्या इराणी मुलामुलींच्या प्रचंड ताफ्यातल्या. शाहच्या राजवटीत मध्यम आणि निम्न वर्गातील विद्यार्थ्यांना परदेशात शिकण्यासाठी निधी उपलब्ध करून दिला जात होता. या संधीचा लाभ पुष्कळांनी घेतला होता. धनाढ्य विद्यार्थ्यांना त्यांच्या पालकांनी यू.सी.एल.ए. किंवा स्टॅनफोर्डला शिक्षण पूर्ण करण्यासाठी पाठवलं होतं. त्यांच्यात हेही विद्यार्थी सामील झाले.

लॉस एंजेलिसवर माझं मन जडलं. तिथलं वातावरण मला घरची आठवण करून द्यायचं. मोकळ्यावरच्या पार्ट्या, पोहण्याच्या तलावाकाठी होणारं सामाजिक चलनवलन, अविरत चालणारी रात्रीची मौजमजा यांचा आनंद लुटण्याइतपत मी मोठी झाले होते. तिथल्या स्थानिक राजकारणात भाग घेणारे विद्यार्थी, क्रांतीमुळे शिक्षणाला रामराम ठोकणारे लोक मला नवखे होते. या मुलांच्यात आणि माझ्यात काहीच साधर्म्य नव्हतं. ते अनवाणी फिरायचे, मुलगी असो की मुलगा, त्याच्या

केसांची मागे वेणी घातलेली असायची. मी दारू पीत नव्हते. अमली पदार्थांत मला रस नव्हता. मी अमेरिकन असण्यापेक्षा इराणीच अधिक होते. कुठल्याही नीट वाढवलेल्या तरुण मुलीचे असावेत तेच माझ्या आवडीचे विषय होते. फॅशन, खेळ आणि तरुण मुलं.

एक दिवस एक मैत्रीण मला म्हणाली, ''ऐक ना सुझान, तुला माझ्याबरोबर यू.सी.एल.ए. मध्ये एका व्याख्यानाला आलंच पाहिजे. तिथले एक प्रोफेसर इराणवर भारी बोलतात. असल्या गोष्टी सांगतात की ज्या आपले आई-वडील कधीच आपल्याला सांगणार नाहीत.''

मी काहीही करायला, कुठेही जायला, कुणाशीही बोलायला तयारच होते. इतके दिवस बांधून घातलेली माझी जिज्ञासा आता चौखूर उधळली होती. का जाऊ नये यू.सी.एल.ए.ला? शिवाय मला यू.सी.एल.ए. मध्ये भेटलेले इराणी विद्यार्थी खरंच आवडायचे. माझ्या जीवनात मला न मिळणारी ऊब मला त्यांच्या सहज मैत्रभावात सापडायची.

त्या दिवशी दुपारी मी इराणला नुकत्याच भेट देऊन आलेल्या एका प्रोफेसरांचं तिथल्या लोकांच्या राहणीमानाबद्दलचं भाषण ऐकलं. ते जमीनदारी पद्धतीनं केल्या जाणाऱ्या शेतीबद्दल बोलले. तसंच सुधारणांनंतरही बरीचशी शेतजमीन ज्यांच्या मालकीची होती, माझ्या वडलांसारख्या मोठ्या जमीनदारांबद्दल, आणि जे मध्ययुगीन सरदारांसारखे खेड्यांवर राज्य करायचे, त्यांच्याबद्दल बोलले. मग त्यांनी सांगितलं की, ७० टक्के जनता निरक्षर होती. बहुतेक लोक आरोग्याच्या किमान पातळीवर जगत होते आणि इराणवर सत्ता होती दोनशे बलाढ्य कुटुंबांची. देशाची सारी संपत्ती या ना त्या प्रकारे त्यांच्याच हातात एकवटलेली होती.

माझा देश कशा प्रकारे चालवला जात होता, याबद्दल टीकात्मक असं मी प्रथमच काही ऐकत होते. त्यांनी आम्हाला गरीब इराणी लोकांच्या स्लाईडस दाखवल्या. त्यांचे खेडवळ फुलाफुलांचे कपडे, मळके, फाटके, मातीच्या घरात कोंबलेलं आयुष्य असलेल्या प्रतिमा पाहून मला धक्काच बसला. त्या मानानं माझ्या वडलांच्या गावातले खेडूत बऱ्याच सुस्थितीत होते. मला त्यांच्यासाठी काही करावंसं वाटू लागलं. माझं त्यांच्याबद्दलचं अज्ञान हे सिद्धच करत होतं की, मी त्यांच्या आयुष्यांपासून खूप दूर, तुटलेली आहे. परत घरी गेल्यावर मी माझ्या कुटुंबाची परंपरा पुढे चालवायचा निर्धार केला. जेव्हा सलमान मंडळींना एखादं मोठं कंत्राट मिळायचं, किंवा आझादींच्या घरी भरपूर पीक निघायचं, तेव्हा त्यातील काही हिस्सा त्यांच्या ठरवलेल्या धर्मादाय कामासाठी वेगळा काढून ठेवला जायचा. आपले नोकर, त्यांचे कुटुंबीय यांच्या गरजा नीट भागत आहेत ना याविषयी माझ्या माम्या-मावश्या दक्ष असायच्या. एखाद्या नोकराच्या घरी दुर्घटना घडली तर तिचं

निवारण होईपर्यंत माझे मामा-मावश्या त्या कुटुंबाला आधार द्यायचे. आर्थिक मदतही करायचे. परंतु माझ्या डोळ्यापुढे आणि मनापुढे इराणची एक नवी कटू बाजू समोर आली असली, तरी मी श्रीमंत असणं आणि नोकर बाळगणं अशा माझ्या मूलभूत हक्कांबद्दल माझ्या मनात कधी प्रश्न निर्माण झाले नाहीत. पण माझ्या लक्षात आलं की, त्यांच्यातल्या अधिक कडव्या विद्यार्थ्यांना नेमकं तेच व्हायला हवं होतं. भाषणानंतर, कॅफेटेरियात विद्यार्थी शाहबद्दल बोलत होते. ''तो भ्रष्ट आहे. तो स्वत:च्याच जनतेला लुटतो. वृत्तपत्र स्वातंत्र्याची गळचेपी करतो.'' एक तरुण म्हणाला.

त्या मुलाच्या शिक्षणाचे पैसे शाह देत होता. त्या मुलाच्या तोंडून शाहबद्दल इतकं कटू बोलणं ऐकून मला धक्का बसला. तोपर्यंत सर्वच शहाण्या मुलांसारखी, देव आणि देशाबद्दल जी आदराची भावना असते त्याच भावनेनं शाहबद्दलही हेच मी शिकले होते. हे तिघं म्हणजे सत्तेचा अविभाज्य त्रिकोण होता.

आणखी एकानं आम्हाला सांगितलं, ''आमचं नाव यादीत आहे. माहीत आहे? अशा सभांना येणाऱ्या प्रत्येकाचं नाव सरकारच्या यादीत जातं.''

संवादाची गाडी जेव्हा शाहच्या दहशती गुप्त पोलिसांकडे सवकांकडे वळली, तेव्हा विद्यार्थी अस्वस्थ झाले. अशी वदंता होती की, जे विद्यार्थी अमेरिकेमध्ये शाहविरोधी निदर्शनांमध्ये भाग घेतात त्यांना इराणी भूमीवर पाय ठेवताच अटक होते आणि कधीकधी घरच्यांना पुन्हा पाहायलासुद्धा मिळत नाहीत, किंवा त्यांचं पुढे काय झालं हेही कळत नाही. त्याहून वाईट म्हणजे त्यांच्या कुटुंबांना, अधिकृत छळणुकीस सामोरं जावं लागायचं. एक तर कामाच्या ठिकाणी किंवा शासकीय सेवा एकाएकी मिळेनाशा व्हायच्या. या गोष्टी अतिरंजित खऱ्याच; पण माझ्या कुटुंबीयांच्या मनात भीती निर्माण करायला पुरेशा होत्या. विशेषत: सलमान मंडळींच्या हातात इराणमधील आणि बरीचशी सरकारी कंत्राटांची मक्तेदारी होती.

इतर विद्यार्थ्यांना मी फारच नवखी वाटले. त्यांना इराणमध्ये क्रांतिकारी बदल घडायला हवे होते. आम्हाला व्याख्यान देणारे प्राध्यापक कुठल्याच राजकीय इच्छेनं प्रेरित झालेले नव्हते; पण ही व्याख्यानं आयोजित करणाऱ्या इराणी विद्यार्थ्यांच्या गटाला मात्र वाटायचं, की माझ्यासारख्या लोकांची इराणमधल्या गरिबी, विषमता याबद्दल जागृती केली, की हळूहळू आम्हीही राजकारणात सक्रिय होऊ. आम्ही घरी जाऊन पुढील सुधारणांची मागणी करावी अशी त्यांची अपेक्षा होती. वृत्तपत्र स्वातंत्र्य, सवकची बरखास्ती, खरोखरचा विरोधी राजकीय पक्ष आणि शाहच्या अनिर्बंध सत्तेला लगाम. १९०६-०७ च्या सनदेनुसार शाह राज्य करीत होता, यानुसार घटनात्मक राजेशाहीने त्याला विस्तृत अधिकार दिले होते. तो मंत्रिमडळ बनवू किंवा बरखास्त करू शकत असे, उच्च सैनिकी अधिकाऱ्यांच्या आणि अगदी

सरकारी वकिलांच्याही नेमणुका आणि बरखास्ती करू शकत असे. तो त्याच्या मर्जीप्रमाणे संसद बोलवू शके किंवा गुंडाळून ठेवू शकत असे. त्याला न रुचणारे कायदे नाकारू शकत होता. शाहकडे अति सत्ता आहे. या विद्यार्थ्यांच्या मताशी मी सहमत होऊ शकले नाही, कारण माझं कुटुंब पक्कं राजनिष्ठ होतं. पण आमच्या राजाकडे पाहण्याच्या सर्वस्वी वेगळ्या दृष्टिकोनाने मी विस्मित झाले. त्यांच्या दृष्टीनं तो परदेशी सत्तांच्या हातातलं सत्तालोलुप बाहुलं असून त्याचं स्वत:च्या जनतेशी नातं तुटलं होतं. अशा थोड्याशाच वादग्रस्त भाषणांना मी उपस्थित होते; पण लवकरच क्रांतिकारी विद्यार्थ्यांमध्ये माझी होणारी उठबस माझ्या कुटुंबीयांच्या लक्षात आली.

हे त्यांना ज्याप्रकारे कळलं त्यावरून इराणी पुरुष आणि इराणी समाज यांवर बराच प्रकाश पडतो. लॉस एंजेलिसला आल्यावर थोड्या दिवसांनी कुटुंबाच्या अगदी जवळच्या स्नेह्याशी माझी भेट झाली. तो तीस वर्षांचा विवाहित माणूस होता. इराणी पद्धतीप्रमाणे तो खेळीमेळीनं वागत होता, पण माझ्या लक्षात येऊ लागलं, की तो माझ्या जवळ राहण्याचा प्रयत्न करत होता. विशेषत: मी घरी एकटी असताना. माझा पुरुषांबद्दलचा अनुभव हा माझ्याशी प्रेमाच्या आणाभाका घेतलेल्या आणि नंतर दुसऱ्याच मुलीशी लग्न केलेल्या एका इराणी तरुणापुरता मर्यादित होता. (त्याच्या म्हणण्यानुसार त्या मुलीने ती गरोदर असल्याचं सांगितल्यामुळं त्याला हे लग्न करणं भाग पडलं होतं.) आता या माणसाचं लक्षण काही वेगळंच आहे हे कळायला मला थोडा वेळ लागला.

शेवटी एकदा आम्ही दोघं घरी एकटं असताना तो धिटाईनं म्हणाला, ''सुझान, माझं तुझ्यावर प्रेम आहे, तू मला हवी आहेस.''

आश्चर्याचा धक्का बसून मी त्याच्याकडे पाहातच राहिले. ''पण तू माझ्या भावासारखा आहेस आणि तुझ्या बायकोचं काय? तुझं लग्न झालं आहे.''

''तिचा काही प्रश्न नाही. मी तिला घटस्फोट देईन. मला तुझ्याशी लग्न करायचं आहे.''

त्यानं माझं चुंबन घ्यायचा प्रयत्न केला, तेव्हा मी धडपड करून स्वत:ची सुटका करून घेतली. पण जाताना, मी त्याच्या प्रस्तावावर विचार करावा, तो परत येईल, असं बजावून गेला. मी घाबरून मामांना यातलं काहीच सांगितलं नाही. तो माणूस नाद सोडून देईल अशी मला आशा होती, पण अनेक महिने त्यानं माझा पिच्छा पुरवला आणि शेवटी मी त्याची रखेल व्हायला बधत नाही, हे पक्कं कळल्यावर त्यानं मला दम दिला, ''मी तुला मिळवीनच, सुझान. तुला सांगून ठेवतो आणि असं झालं नाही, तर मी तुझ्या मामांना अशा काही गोष्टी सांगेन, की तुला ते इथून घालवूनच देतील.''

पहिल्यांदा मी त्याची धमकी मनावर घेतली नाही. तो अशा काय भयंकर गोष्टी मामांना सांगणार होता? माझी एकच बाजू लंगडी होती. त्या सत्रामध्ये मला कमी गुण मिळाले म्हणून आमिर मामांना आधीच काळजी वाटत होती. मी वेळ वाया घालवते आहे, असं कळलं, तर मला पुन्हा ॲन आर्बरला पाठवण्यात आलं असतं. पण माझ्या त्या अनाहूत प्रेमिकाला मी धुडकावत राहिले आणि खऱ्या इराणी स्त्रीप्रमाणेच अशा परिस्थितीत सापडल्याबद्दल मला इतकी शरम आणि गुन्हा वाटत होता, की माझ्या या बिकट अवस्थेबद्दल मी कुणापाशीही बोलले नाही.

लवकरच आमिर मामांचा मला फोन आला.

''सुझान, तू मला निराश केलं आहेस. तुझ्यासाठी आम्ही एवढं केल्यानंतर तू आम्हाला असं तोंडघशी पाडावंस? तुझे परीक्षेतील मार्क दिव्य आहेत. आता तर मी ऐकतो की, तू क्रांतिकारी टोळक्याबरोबर उनाडत वेळ वाया घालवतेस आणि संकटांना आमंत्रण देते आहेस? या परीक्षेत 'अ' किंवा 'ब' श्रेणी मिळाली नाही तर तुला इराणला परत पाठवण्यात येईल. तुझ्यासाठी जे जे शक्य होतं ते आम्ही केलं. त्याची परतफेड करण्याचा हा मार्ग नव्हे.''

हा चोंबडेपणा मामांकडे कुणी केला असेल याचा मला अंदाज होता; पण आता त्या प्रेमिकाच्या आगाऊपणाबद्दल सांगायला उशीर झाला होता. त्यांचा माझ्यावर विश्वास बसला नसता. दुसऱ्या सहामाहीत मी खूप प्रयत्न केला, पण इतका अभ्यास बुडवल्यामुळे मी गुण वाढवू शकले नाही, आणि खरं तर तेव्हापर्यंत, आयुष्यात प्रथमच घरी परत जायला मी उत्सुक नव्हते. अमेरिकेमध्ये शिक्षणातील सर्वोत्तम ते ते मिळत होतं. इराणमध्ये मी डिझाईन कुठे शिकले असते? आणि इराणमध्ये मी राहिले तरी कुठे असते? माझ्या वडिलांच्या गावात, हिवाळ्यात सूर्यास्तानंतर सगळं ठप्प होतं. अमेरिकेत ज्या सगळ्या गोष्टी मी गृहीत धरत होते, त्या हातातून निसटण्याची मला एकाएकी भीती वाटू लागली.

माझे सहामाहीचे निकाल आले. बऱ्याच ठिकाणी 'क' श्रेणी होती. पुढे काही चर्चा न होता, माझं सामान बांधण्यासाठी – मला ॲन आर्बरला पाठवण्याची व्यवस्था करण्यात आली. मी लॉस एंजेलिस सोडण्यापूर्वी माझा चिवट प्रेमिक मला भेटायला आला.

''तू माझ्याशी लग्न करशील एवढंच म्हण, मग तुला इथे राहता येईल.'' तो म्हणाला, ''मी तुला सांगितलं होतं की मी काहीही घडवून आणू शकतो, आता तुला पटलं असेल.''

मी खोलीतून धावत बाहेर पडले.

ॲन आर्बरमध्ये मी फक्त एक आठवडा राहिले. मामा-मामी काही विशेष बोलले नसले तरी त्यांची निराशा मला जाणवत होती. इतकी वर्षं दुसऱ्यांची मुलं

वाढवायचे कष्ट घेतल्यानंतर माझ्या एकटीच्याच बाबतीत त्यांना अपयश आलं होतं. त्यांनी माझ्या वडिलांचा विचारही घेतला नाही. माझ्या शिक्षणाचा भार उचलणाऱ्या सलमान मंडळींचाच हा निर्णय होता.

एकदा मी त्यांना त्या प्रेमिकाबद्दल सांगण्याचा प्रयत्नही केला, पण अपेक्षेप्रमाणे त्यांनी माझ्यावर विश्वास ठेवला नाही. किंवा कदाचित त्या वेळेपर्यंत ते इतके निराश झाले होते, की त्यांनी माझं म्हणणं ऐकूनही घेतलं नाही. मला चांगले गुण मिळाले असते, तर कदाचित इतर गोष्टींकडे डोळेझाक झाली असती. पण इराणी उच्चभ्रू यशस्वी व्यक्तींवरच विश्वास ठेवतात. शिक्षणाकडे ते कुटुंबाच्या भावी बळकटीसाठी केलेली गुंतवणूक मानतात. अगदी मुलीच्याही बाबतीत, जिनं लग्न करून पुरुषाच्या आधारानं राहायचं असतं. कारण उपवधू मुलाला आकर्षित करणारा, शिक्षण हा हुंड्याचाच एक प्रकार आहे.

मला तेव्हा हे माहीत नव्हतं की, मला शिक्षा म्हणून थोड्या दिवसांसाठी इराणला पाठवावं आणि मग कदाचित मी थोडी निवळल्यावर मला पुन्हा परत न्यावं, असा मामा-मामींचा विचार होता. पण हा बेत प्रत्यक्षात उतरू शकला नाही. कारण एकदा इराणला पोचल्यावर मी तिथेच गुरफटून गेले. तिथल्या नव्या खळबळीत, तेलानं समृद्ध झालेल्या देशात स्वाभिमानानं चमकणाऱ्या इराणमध्ये आणि पृथ्वीवरील इतर देशांपेक्षा सर्वांत आधी सर्वोत्तम ते मिळवण्याच्या अतिघाईत कोलमडणाऱ्या इराणमध्ये.

बेगडी दागिना

मनमोही आशे, अशा गावा ने
जिथे प्रेम अन् काव्याची उत्कट उपवने

– फारुघ फर्रोखझाद

मी तेहरानमध्ये पाऊल ठेवलं, तो जुलैचा स्वच्छ कोरडा गरम दिवस एक लहान मूल असताना माझी या देशाची ओळख होती. आता इथे परत येताना माझी स्त्रीत्वाची भावना उमलत होती. मी अठरा वर्षांची झाले होते. आम्ही विमानतळावरून येत असताना, शहराच्या उत्तर दरवाज्याजवळ लगेच पुढे उभारलेला एक उंच दिमाखदार मनोरा माझ्या नजरेत भरला. त्याच्या नाजूक कमानींवर बारीक बारीक फरशांची नक्षी केली होती.

"काय आहे ते?" मी वडिलांना विचारलं. अगदी जवळच्या नातेवाइकांसह वडील मला विमानतळावर न्यायला आले होते.

"हां. ते शाहयाद. पर्शियन राजपरंपरेला राजानं दिलेली मानवंदना आहे ती." ते म्हणाले, "आपल्या देशाला आता अशी स्मारकं परवडतात असं दिसतंय."

१९७३ साली 'श्रीमंत पर्शियन' या प्रतिमेचा जन्म झाला. तसा आधीपासून दूरच्या खुजेस्तानच्या निर्जन वाळवंटात उसळणाऱ्या तेलाच्या प्रवाहानं समृद्धीचा स्थिर ओघ वाहू लागला होताच, आता नैसर्गिक वायूमुळे त्याला एकदम गती मिळाली. पण त्या वर्षीच्या उत्तरार्धात, ऑक्टोबरमध्ये झडणाऱ्या अरब-इस्त्रायली

तीव्र चकमकींमुळे आम्ही रातोरात श्रीमंत झालो. इजिप्तच्या इस्त्राइलवरच्या हल्ल्याला पाठिंबा देत, इराण व शाह अरब देशांच्या बरोबरीने ओपेकला इस्त्राइल आघाडीविरुद्ध शस्त्र म्हणून वापरण्यास सिद्ध झाले. ओपेक म्हणजे तेलनिर्यातदार देशांचा समूह होय. समूहाने इस्त्राइलच्या दोस्त राष्ट्रांशी व्यापारबंदी केली आणि तेलाच्या किमती रातोरात भडकल्या. या अमूल्य मालाच्या विक्रीतून इराणला जे वार्षिक पन्नास कोटी डॉलर्सचं उत्पन्न मिळायचं ते रातोरात दोनशे कोटी डॉलर्सवर पोचलं. १९५० पर्यंत तिथल्या तेलविहिरींची मालकी संपूर्णपणे परदेशी हातात होती. आणि त्यामुळे शतकानुशतकं दरिद्री असलेल्या देशाला हे मोठं घबाड सापडलं. माझ्या देशाच्या आणि माझ्या उल्लूपणाची ती सुरुवात होती. किनारा नसलेल्या वाळवंटासारखं आमचं भविष्य अथांग होऊ लागलं होतं.

पण वास्तव हे होतं की, आमच्या कुटुंबाच्या सलमान पातींकडून मला अमेरिकेमधून हाकलून दिलेलं होतं. माझ्या कुटुंबाच्या आदर्शांची मी पूर्तता करू शकले नव्हते. माझी शाळेतली प्रगती अतिशय वाईट होती आणि इराणी विद्यार्थ्यांच्या चुकीच्या गटाबरोबरच्या अयोग्य संगतीनं मी कुटुंबाची अब्रू धुळीला मिळवली होती. मला इराणला परत पाठवून माझ्या अमेरिकेमधल्या नातेवाइकांनी मला जाहीररित्या नाकारलं होतं. इराणला परत आल्यावर मला कोणीही स्वीकारणार नव्हतं या माझ्या भवितव्याची मला पुरेपूर जाणीव होती, ती काही फारशी चुकीची ठरली नाही. माझ्याआधीच अमली पदार्थांच्या माझ्या तथाकथित सवयींची आणि गरोदरपणाची कुजबूज तिथे पोचली होती, जरी तिच्यात काहीही तथ्यांश नव्हता तरीही, माझी नाचक्की होण्यासाठी इराणमध्ये एवढी कुजबूज पुरेशी होती. शेवटी मी एक स्त्री होते. अशा कुजबुजीनेसुद्धा माझ्याजवळ फिरकू नये, इतकं मी निर्दोष असायला पाहिजे होतं. अशा दोषांचा पुरुषांच्या आयुष्यावर काही फरक पडत नव्हता. पण त्या वेळी हे दुटप्पी धोरण, दुटप्पी निकष मीही अगदी सहज स्वीकारले होते. अगदी माझ्या स्वतःच्या बाबतीत अशी कुजबूज किती धादांत खोटी असते हे अनुभवूनसुद्धा मला वाटायचं की, एखाद्या बाईबद्दल काही बाही बोललं जातंय, म्हणजे काहीतरी पाणी मुरतच असणार.

माझे वडील पूर्वीसारखेच माझ्याशी प्रेमानं आणि मायेनं वागत होते, पण इतर नातेवाईक मात्र माझ्याशी संपर्क येऊ नये याची खबरदारी घेत होते. माझ्या आजोबांपैकी कुणालाही माझ्यासाठी तेहरानमध्ये घराची सोय करण्यात रस नव्हता. गावाकडच्या घरात राहणं ही माझ्यासाठी घोर शिक्षा ठरेल, असं वडिलांचं आणि माझं दोघांचंही मत होतं. प्रचलित व्यवस्थेनुसार, मी तेहरानमध्ये एकटं राहणं ठीक नव्हतं. जरी माझ्याबरोबर पूर्ण वेळचा नोकर असला तरी. शेवटी वडिलांनी त्यांच्या अश्रफ नावाच्या बहिणीबरोबर माझी राहण्याची तजवीज केली, ती विधवा होती. निवृत्त

मुख्याध्यापिका होती आणि थोड्या भाड्याच्या पैशांचा तिला मोठा आधार होता.

पुढचे तीन महिने माझ्या आयुष्यातील सर्वांत क्लेशदायक होते. आत्या मनाने चांगली होती, पण भयंकर हुकूमशहा होती. अतिशय सभ्य, सुसंस्कृत, पुष्कळ प्रवास केलेली, ही चॉकलेटी केसांची अश्रफ आत्या कुटुंबातील विदुषी होती. तिच्या मुली आणि भाच्या युरोपच्या सफरी नुसते कपडे विकत घेण्यात वाया घालवतात, म्हणून ती त्यांना नेहमी हिणवायची.

"म्युझियम्स, आर्ट गॅलरी यांची काही माहिती आहे का? सारखं आपलं शॉपिंग." ती करवादायची आणि ते काही नेहमी चांगल्या मनानं नसायचं.

तिच्याबरोबर राहणं आपल्याला अशक्य आहे हे मला लवकरच कळून चुकलं. इंग्रजी भाषेच्या एका खाजगी कॉलेजमध्ये मी नाव घातलं. मी आत्याला सोडून राहण्याबद्दलच्या वडिलांच्या काळजीवर मात करून मी माझा मुक्काम जवळच्या एका वसतिगृहात हलवला. ते परगावहून आलेल्या विद्यार्थ्यांची आणि नोकरदारांची राहण्याची तात्पुरती सोय करणारं वसतिगृह होतं. पुन्हा एकदा मी एका निर्वाणीच्या टप्प्यावर येऊन ठेपले होते. मार्क सुधार, नाहीतर गावी राहायला जा.

१९७३ मध्ये थोर मुक्त अर्थव्यवस्थेच्या वर्षी, इराणमध्ये राहणाऱ्या माझ्याएवढ्या वयाच्या, उच्चवर्गीय मुलीसमोर काय काय पर्याय होते? 'काम' म्हणजे कुठलीही नोकरी पत्करणं असा अर्थ घेतला, तर आम्हाला काम करायला परवानगी नव्हती. आम्ही दंतवैद्य तूती मावशी किंवा डॉक्टर झालेल्या माझ्या चुलत बहिणींप्रमाणे 'व्यावसायिक' म्हणून काम केलेलं चालत होतं. किंवा, आम्ही जर एवढ्या बुद्धिमान नसलो तर आमचे वडील, आमचे भाऊ, आमचे काका, मामा, आमचे पती आमचा सांभाळ करायचे. आम्ही एकटं राहणं हे कधी कुणी ऐकलंही नव्हतं. त्यामुळे मी जर चांगले मार्क मिळवले नाहीत, आणि जर माझ्या वडिलांनी मला गावी न्यायचं ठरवलं, तर मला जावंच लागणार होतं.

आणखी एक पर्याय होता. लवकरच हे स्पष्ट झालं की, माझ्यासारख्या समस्याग्रस्त मुलीची काळजी घेण्यासाठी तोच पर्याय सर्वोत्तम आहे, असं माझ्या कुटुंबातल्या दोन्हीकडच्या मोठ्या माणसांना वाटत होतं. तो पर्याय म्हणजे लग्न करून लवकरात लवकर माझी पाठवणी करणं. जे कुठलं पहिलं बरंसं स्थळ येईल तिथे.

या सगळ्या दडपणांनी पछाडलेली असल्यानं, माझ्या नातेवाइकांनी दाखवलेली तुच्छता, थंडपणा हा मला कैकपटीनं अधिक जाणवायचा. उदा. माझी दया येऊन मला घरी बोलावणं, आणि मग मी त्यांच्याबरोबर असेपर्यंत माझ्याकडें संपूर्ण दुर्लक्ष करण्याची संपूर्ण खबरदारी घेणं. सलमान कुटुंबासारख्या शहरातल्या एका धनाढ्य बिल्डर्सच्या कुटुंबातील एका सदस्याला, दुसरं कुणीच घरात ठेवून घेऊ इच्छित नाही म्हणून वसतिगृहात राहावं लागणं ही मोठ्या नामुष्कीची गोष्ट होती. मी कुठे

राहते हे बाहेरच्या तर कुणालाच माहिती नव्हतं. पण कुटुंबात सुद्धा फार थोड्या लोकांना माहीत होतं. एकदा माझी चुलत बहीण मला म्हणाली, "माहितीय का? तुझ्या वसतिगृहात सगळ्या वेश्या राहतात बघ तू नीट. हां, त्या सांगतात की त्या विद्यार्थिनी किंवा सेक्रेटरी आहेत म्हणून, पण सगळ्यांना सगळं माहिती आहे. नाहीतर कशाला त्या तेहरानमध्ये अशा एकट्या राहिल्या असत्या?" या टिप्पणीनंतर तर मी स्वत: देखील माझ्या राहण्याच्या जागेबद्दल कुणालाच काही सांगेनाशी झाले.

माझ्या एकंदर प्रतिष्ठेबद्दल मला निराशा वाटत होतीच. पण त्याच वेळी हळूहळू, माझ्या गैरहजेरीत तेहरान हे किती चैतन्यमय शहर झालं होतं, हे मला जाणवू लागलं होतं. पंचेचाळीस लाख लोकवस्तीचं हे महानगर, अल्बोर्झ पर्वताच्या पायथ्यावरून उत्तरेकडे हलके हलके उतरत, सपाट वाळवंटी मैदानात स्थिरावत होतं. पूर्ण होण्याच्या मार्गावर असलेली अनेक हॉटेल्स, उंच इमारती, गृहप्रकल्प आणि रस्ते, यांच्यामुळे बांधकाम उद्योग हा शहरातील सर्वांत मोठा व्यवसाय आहे असं म्हणायला हरकत नव्हती. १९३० साली, जेव्हा इथे अवघे पस्तीस हजार लोक राहत होते, तेव्हा रझा खाननं त्याच्या सैनिकांकरवी जबरदस्तीनं पॉप्लार झाडांची रोपं लावून घेतली होती, ती आता मोठी होऊन रस्त्यांवर सावली धरू लागली होती, आणि पर्वतावरून खाली आणलेलं आणि रस्त्याच्या दोन्ही बाजूच्या नाल्यांमधून खेळवलेलं पाणी दिवसरात्र शांतपणे खळखळत होतं.

धनाढ्य लोक डोंगरपायथ्यावर, उंच जागी, मोठमोठ्या हवेल्यांमध्ये रहायचे. त्यांच्या महाकाय भिंतीआड सुगंधी फुलांच्या बागा, फळबागा आणि पोहण्याचे तलाव लपलेले असायचे. त्याच्या खालच्या भागात मध्यमवर्गीय राहत आणि त्याच्याही खाली, रेल्वेलाईनच्या पलीकडे शहराच्या दक्षिणेकडे धुळीनी भरलेल्या, गरम हवेच्या भागात गरीब लोक रहायचे.

रेल्वे लाईनमुळे शहराचे दोन भाग व्हायचे. तिथून जवळच असलेल्या बेहेश्त-ए-झारा दफनभूमीत मात्र श्रीमंत, मध्यम, गरीब सगळ्यांना मेल्यानंतर एकाच ठिकाणी आणलं जायचं. पाऊस पडायचा, तेव्हा उत्तरेकडच्या बागांना भिजवणाऱ्या पावसाच्या सरी, खाली येऊन गढूळ, घाणेरडे ओढे-नाले व्हायच्या आणि अति-गरीब वस्त्यांपर्यंत पोचेपर्यंत त्यांचं रूपांतर पुरात व्हायचं. शहराच्या मध्यभागी छप्पर असलेल्या अनेक वळणावळणांच्या, गल्लीबोळांमध्ये 'बझार' होता. पण मी चांगली विशीत येईपर्यंत तिथे कधी पाऊलसुद्धा ठेवलं नव्हतं. किंवा तेहरानमधले गरीब लोक जिथे राहतात, शेळ्यामेंढ्या, कोंबड्या आणि लहान दुकानदार एकाच रस्त्यावर भेटतात अशा गजबजलेल्या रस्त्यांवर फिरकायचंही मला कधी कारण पडलं नव्हतं. खिसे गरम असलेल्या, पाश्चात्य सवयी आणि वळण लागलेल्या श्रीमंत तरुण पोरांच्या सेवेसाठी, दर आठवड्याला एक या गतीनं शहरात डिस्को,

नाईटक्लब्ज आणि रेस्टॉरंटस् उघडत होती. माझ्या जुन्या मैत्रिणी सीमिन आणि योस्सी यांच्या बरोबर तिथे जायला मी सुरुवात केली. दोन खाजगी 'झगामगा' डिस्को हे तरुणांच्या विशेष आवडीचं होतं, 'की क्लब' आणि 'चेमिनी क्लब'. पण सर्वांत खासमखास आणि जावंसं वाटणारी जागा म्हणजे 'रॉयल क्लब.' शहराच्या मध्यवर्ती ठिकाणी असलेलं खेळ-जेवण-जुगार यांचं खाजगी मालकीचं संकुल. टेनिस कोर्टस्, घोड्यांचे तबेले, सुरेख पाऊलवाटा, गोल्फ आणि इतर खेळांच्या सोयी यांबरोबरच तिथे पोहण्याच्या तलावाभोवती पसरलेलं खुलं उपहारगृह होतं, ती शहरातल्या जेवण्याच्या जागांपैकी एक बेस्ट जागा होती. रात्रीच्या वेळी, तलावात फुलं आणि मेणबत्त्या यांच्या रचना सोडलेल्या असायच्या. वर्षातून कित्येक वेळा, जेव्हा फ्रेंच फॅशन डिझायनर्स आपली नवीन डिझाइन्स बाजारात आणत तेव्हा क्लबतर्फे विमानाने मॉडेल्स आणि कपडे आणले जात. तलावाकाठी खास मोजक्या लोकांसाठी शोज् व्हायचे.

क्लबच्या मुख्य इमारतीत अनेक भोजनगृहं होती आणि प्रत्येक ठिकाणी काळा टाय, पांढरे हातमोजे घातलेले असंख्य वेटर्स असायचे. तिथल्या रिसेप्शन लॉबीची रचना जुन्या इंग्लिश क्लबच्या धर्तीवर केली होती. कातड्यानं मढवलेल्या खुर्च्या, हिरव्यागार कुरणांमधल्या शिकारीची चित्रं आणि मोठ्या दगडी फायरप्लेसवर लावलेल्या मूसच्या मुंडक्यांसकट सगळं काही इंग्लिश धर्तीचं होतं. अशा सर्वस्वी भिन्न संस्कृतीच्या जंजाळात, शहराच्या जरा दक्षिणेकडे पसरलेल्या अथांग आणि निष्ठुर वाळवंटाची आठवणसुद्धा व्हायची नाही.

दुपारच्या वेळी सुसंपन्न, सुप्रसिद्ध आणि नुसतीच सुस्वरूप मंडळी कॉकटेलसाठी जमायची. हे कॉकटेल जेवणाची प्रस्तावना म्हणून असायचं. मॅनिक्युअर, पॅडिक्युअर, फेशियल यात ज्यांचे बरेचसे दिवस जायचे, अशा ललना 'डिओर' अन् 'शनेल' मध्ये अवतीर्ण होत—त्यांच्या वडिलांनी, नवऱ्यांनी किंवा प्रेमिकांनी त्यांच्या पॅरिसच्या खरेदीची, सहलीची बिलं चुकवलेली असत. पुरुषांबद्दल बोलायचं झालं तर, उद्योगपती, बांधकाम व्यावसायिक, आयात-निर्यातदार आणि राजकारणी हे लोक कसातरी वेळ काढून नवीन निघालेल्या रेस्टॉरंटस्मधलं चांगलं कुठलं, यावर चर्चा करीत. या सगळ्या देखण्या लोकांना हा ऐषोआराम शाहच्या कृपेनं प्राप्त झाला होता. त्यानं देशाला विकास आणि आधुनिकतेच्या मार्गावर पुढे आणलं होतं. तेव्हा मी अमेरिकेत शिकत होते. मी तिथे नसतानाच्या काळात, श्रीमंत लोक खरोखरच अधिक श्रीमंत झाले होते.

या भटकण्यामध्ये मला कधीच पैशाची चिंता करावी लागली नाही. मला वडलांकडून काही रक्कम मिळतच होती, पण मला त्या महागड्या जेवणांचे किंवा क्लबच्या सभासदत्वाचे पैसे कधीच भरावे लागले नाहीत. बाईनं स्वत:चे पैसे देणं

हे कुणालाच विशेषत: पुरुषांना अजिबातच अपेक्षित नसायचं. उलट आमच्या ग्रुपमधले पुरुष आळीपाळीनं अधिकाधिक महागडी हॉटेल्स, बार निवडायचे.

नवीन इराणचे आणखीही काही पैलू मला दिसत होते. मी जर इतकी लहान आणि इतकी निष्काळजी नसते, तर ती भविष्यातली गडबडीची दुश्चिन्हं आहेत हे मला जाणवलं असतं. जिकडे बघावं तिकडे, प्रत्येक सरकारी इमारतीत, बँकेत, कारखान्यात, शाह, त्याची तिसरी पत्नी शाहबानो फराह दिबा त्यांच्या मुलांसह अभिमानानं पोस्टरमधून माझ्याकडे पहायची. ते आठवण करून द्यायचे की इराणमध्ये, देश, देव आणि राजा हे एकच आहेत. अगदी राजनिष्ठ वर्तुळातूनसुद्धा राजपरिवाराच्या निरंकुश सत्तेबद्दल तक्रारी ऐकून मी चकितच झाले. एके काळी जिथे अगदी लाळघोटा आदर होता, तिथे आता अवमान होता. परदेशात शिकून आलेल्या तरुणांना, आपलं मत व्यक्त करणं, भरपूर सेन्सॉरशिप नसलेलं वृत्तपत्र वाचायला मिळणं अशा स्वातंत्र्याचा संकोच झाल्यानं फारच दु:ख होत होतं.

उद्योगात असलेले व्यावसायिक लोक तर राजाच्या नातेवाइकांनी चालवलेल्या भ्रष्टाचाराबद्दल पोटतिडिकीने तक्रार करायचे. शाहचे डझनावारी भाऊ, बहिणी, चुलत भावंडं, आत्या अन् काका स्वत:च्या नावाचा आणि स्थानाचा उपयोग करून कामात काहीही हातभार न लावता, नफ्यातला हिस्सा मात्र लाटायची. माझ्या मामांच्या बहुतांश मित्रांनी आणि व्यावसायिक सहकाऱ्यांनी या दबावापुढे मान झुकवली होती आणि आपल्या कंपन्यांच्या संचालक मंडळावर किंवा भागीदारीत नामधारी संचालक म्हणून प्रवेश दिला होता, आणि कंत्राटी खात्यातल्या किंवा खरेदी खात्यातल्या केवळ योग्य त्या सरकारी अधिकाऱ्यांपर्यंत पोचवण्याच्या कामाप्रीत्यर्थ या जळवा कंपनीच्या उत्पन्नातील बराचसा भाग शोषून घ्यायच्या. माझे मामा, सलमान मंडळी ही देशातील अग्रगण्य कंत्राटदारांपैकी एक होते. त्यांनी तरी असल्या खुशामतीचे उद्योग कधीही केले नाहीत. इस्पितळं, पूल, रस्ते असे मोठमोठे प्रकल्प त्यांच्याकडे येत राहिले; पण तरीही त्यावर्षी आलेल्या तेलाच्या भरभराटीच्या लाटेनंतर त्यांच्यापेक्षा लहान-लहान कंत्राटदार त्यांच्यापेक्षा पुढे मुसंडी मारून जाताना त्यांना बघावे लागत होते.

माझ्या हेही लक्षात आलं की लोकं तक्रार करीत, ती केवळ आपल्या अगदी जवळच्या मित्रांसमोर किंवा अगदी खाजगीत. शाहचे गुप्त पोलीस, सवकचे हेर कुठून काय ऐकतील याचा काही नेम नव्हता. मोठ्याने तक्रार केली तर या श्रेष्ठींना बरंच काही गमवावं लागलं असतं.

एका संध्याकाळी योस्सी तिच्या वाढदिवसाची पार्टी 'की क्लब' मध्ये देणार होती. तिनं पूर्ण रात्रीसाठी तो क्लब भाड्यानं घेतला होता. त्याच्या तयारीला मी

मदत करणार होते. त्याच्या आधीच्या आठवड्यात एकदा संध्याकाळी अश्रफ आत्याचा फोन आला.

''सुझान, आपल्या कुटुंबाचे एक स्नेही आहेत, त्यांनी तुला पुढच्या मंगळवारी रात्री हॉटेल हिल्टन मध्ये होणाऱ्या 'इंजिनियर्स बॉल' साठी बोलावलं आहे.'' तिनं सांगितलं, ''तुझे सगळ्यात चांगले कपडे नीट आहेत ना वगैरे तयारी करून ठेवायला लागेल तुला.''

''अगं, पण त्याच रात्री योस्सीची पार्टी आहे.'' मी कुरकुरले. ''आणि मी तिथे कुणाला ओळखत देखील नाही. असल्या पार्टीत मला अगदी कंटाळा येतो.''

पण तिनं आग्रहच धरला, आणि इराणमधली कुटुंबव्यवस्था अशी आहे की तुम्हाला मोठ्या माणसांचं ऐकावंच लागतं. थोड्या वेळानंतर माझ्या लक्षात आलं की, हे आमंत्रण म्हणजे कुठल्यातरी 'स्थळाशी' माझी ओळख करून देण्याचा बहाणा असणार आणि खरं तर ही कल्पना काही तितकीशी वाईट नव्हती. शिवाय, माझी आई नव्हती, वडील तिकडे दूर अझरबैझानमध्ये, भाऊ अगदी लहान आणि दूरदेशात. माझी काळजी घ्यायला असमर्थ. माझे मामालोक अजूनही माझ्यावर रागावलेले. सगळीच परिस्थिती बिकट आहे, याची जाणीव मला होती. कुणा पुरुषाच्या मदतीशिवाय मी इराणमध्ये धडपणे राहू शकणार नाही हे मला माहीत होतं. तशी काही आठवड्यांपूर्वीच माझी एका तरुणाशी ओळख झाली होती आणि आमच्या संध्याकाळच्या फिरण्यामध्ये माझ्या मित्रमैत्रिणींबरोबर तो बऱ्याचदा सामील झाला होता. तरी आणखीही कुणाशी ओळख करून घ्यायला माझी तयारी होती. मी अमेरिकेत वाढले होते, पण मला इराणमध्ये 'नवरा' म्हणून आपल्याला काय हवं आहे याची पक्की जाण होती. तो उच्चकुलीन असावा. कारण माझ्या कुटुंबाच्या दोन्ही बाजू समाजाच्या अतिशय उच्च स्तरातल्या होत्या, आणि मला ज्या प्रकारच्या आयुष्याची सवय होती, तसं आयुष्य देण्याकरता तो श्रीमंत असायला हवा होता.

हिल्टन हॉटेलमधला तो 'इंजिनिअर्स बॉल' जितका रटाळ असायला हवा होता तितका रटाळ होता. योस्सीची पार्टी हुकल्याबद्दल मला मनोमन रडू येत होतं. स्थळाचं म्हणायचं तर, तिथले बहुतेक सगळे जण बुढ्ढे होते आणि त्यांच्या हाताला त्यांच्या बायका लटकलेल्या होत्या. त्यात एकच लक्ष जाण्यासारखा देखणा रंगराव होता, बहुतेक तिशी-पस्तिशीचा असावा, तो बहुधा एका सुंदर स्त्रीबरोबर आला होता. पण तरी त्याची इतर स्त्रियांबरोबर गंमतजंमत चालू होती. त्यानं माझ्याकडे जराही लक्ष दिलं नाही आणि मीही त्याला डोक्यातून काढून टाकलं.

आत्याच्या हेतूबद्दलचा आपला अंदाज चुकला असं लक्षात आल्यानंतर मी ते सारं प्रकरण विसरून गेले. पण लगेच पुढच्या आठवड्यात अश्रफ आत्याचा पुन्हा फोन आला.

''आणि बरं का, त्या इंजिनियर्स बॉलमध्ये एकानं तुला पाहिलं, आणि आता तो तुला पुन्हा भेटायचं म्हणतोय. तुझ्याबरोबर नातं जुळवण्याच्या दृष्टीनं त्याचे सूर कितपत जुळतात ते त्याला पाहायचंय.'' स्वत:वर खुश होऊन ती सांगत होती. ''पण मी तुला आधीच सांगून ठेवते, हा माणूस गटवायची फारशी आशा ठेवू नको, त्यामुळे शेवटी त्याला, तुला पुन्हा भेटावंसं वाटलं नाही, तर निराश होऊ नको. ज्यांनी तुला बॉलसाठी आमंत्रण दिलं होतं, तेच जोडपं त्यानं मध्यस्थ म्हणून निवडलं आहे.''

तो स्थळ म्हणून किती चांगला आहे. तो एका मोठ्या बांधकाम उद्योगाचा मालक आहे, तो कसा अजून अविवाहित आहे, त्याच्यावर काहीही जबाबदारी नाही, त्याला भुलवायला बायका त्याच्यामागे कशा लागतात, पण कशा अयशस्वी होतात हे घोळवून सांगितल्यावर पुन्हा एकदा तिनं 'मी फारशी आशा ठेवू नये' चा एक वळसा दिला.

''त्याला आता स्थैर्य हवं आहे आणि गेली चार-पाच वर्षं तो सुयोग्य वधू शोधतो आहे. तुझ्या चुलत बहिणीचे सामिनेहचे फोटो त्याला आधीच दाखवून झालेत. पण त्याने विशेष रस दाखवला नाही. मग आम्ही त्याची तुझ्या शिदेहताईशी ओळख करून दिली. शेवटी ती तुझ्यापेक्षा दहा वर्षांनी मोठी आहे, तिच्या लग्नाची जास्त घाई आहे. पण तिथेही त्यानं काही रस दाखवला नाही. बघू आता तुझ्या बाबतीत काय होतंय ते. असा चांगला मासा हातचा जाऊ देणं म्हणजे किती लाजिरवाणं!''

तिने आणखीही काय काय सांगितलं, पण मी, 'लग्न जुळवण्याची प्रक्रिया' याबद्दल पूर्ण अनभिज्ञ होते. मी ते सगळं हसण्यावारी नेलं. त्या संध्याकाळी तिथे जमलेल्या कंटाळवाण्या माणसांपैकी कुणाला बरं आपल्यात अचानक इतका रस उत्पन्न झाला, याच विचारात मी बुडून गेले.

त्यानंतर काही दिवसांनी त्या मध्यस्थांच्या घरी आमची भेट झाली. माझ्याबरोबर अश्रफ आत्या आणि आशी आजी आल्या होत्या. आजी तेव्हा तेहरानला आली होती. दुपारी उशिरा चहाचं आमंत्रण होतं आणि आम्ही बरोबर पाच वाजता पोचलो. आम्ही त्यांच्या दिवाणखान्यात प्रवेश केला, दाराशी उभा असलेला एक उंच, सावळा, लाटालाटांसारखे केस असलेला माणूस मी बघितला. आणि मला बसलेला धक्का दिसू नये म्हणून मला आटोकाट प्रयत्न करावा लागला. माझ्यावर फिदा झालेला माणूस म्हणजे त्या रात्री अनेक स्त्रियांना रिझवणारा आणि माझ्याशी जेमतेम एखादा शब्द बोललेला तो रंगराव होता. मला सारखं वाटत राहिलं, ''तो वयानं किती मोठा आहे!''

त्या सबंध भेटीदरम्यान त्यानं माझ्याकडे एकदाही थेट पाहिलं नाही, पण

आत्या आणि आजीशी मात्र तो मोकळेपणानं बोलत होता. जेव्हा तो मला एखादा प्रश्न विचारायचा, (''तुम्ही अमेरिकेहून कधी आलात?'', ''इकडे परत आल्यावर चांगलं वाटतंय का?'') तेव्हाही तो कुठेतरी माझ्या पाठीमागे पाहत असे, जणू काही त्यानं माझं निरीक्षण करता कामा नये. पण मला त्याच्या निरीक्षण, परीक्षणाची चांगली जाणीव होती. मला एकूणच ती सारी प्रक्रिया इतकी विचित्र आणि जुनाट वाटत होती की त्याच्या मानानं मी पुष्कळ आरामात होते. मला बारीक निरीक्षण करायला नीट वेळ होता. त्याच्या कानशिलाजवळचा करडा रंग, त्याचं सडपातळ पण बांधेसूद शरीर, त्याच्या कपड्यांच्या निवडीतला चोखंदळपणा, त्या कपड्यांची उंची किंमत, त्याच्या वयाच्या तुलनेत असलेलं त्याचं सौंदर्य. त्याचं नाव होतं बिजान अमिनी आणि त्याचं वय – मला नंतर कळलं – एकोणचाळीस.

सुमारे दीड तास अशा आदबशीर आणि इकडच्या तिकडच्या गप्पा झाल्यावर आम्ही तिघी उठून उभ्या राहिलो आणि निघालो. परतीच्या वाटेवर मी गाडीत आत्याला विचारलं, ''काय वाटतं मग तुला? तो जरा म्हातारा आहे, नाही?''

आता मागे वळून पाहताना मला कळतंय की, आत्यानं फार धूर्तपणे खेळी केली होती. मला वाटतं हा खेळ अनेक इराणी लोकांनीही खेळला असणार. तिनं माझ्यावर कुठल्याही प्रकारचा दबाव टाकायचा प्रयत्न केला नाही.

''मला तर तो आवडला आहेच.'' आत्या समजुतीच्या स्वरात म्हणाली, ''तो प्रतिष्ठित आहे, हे तर उघडच आहे. फारच चांगलं स्थळ. त्याला तू कशी वाटलीस हे काही मला सांगता यायचं नाही. कदाचित तो तुला पुन्हा भेटायलाही येणार नाही. इतक्या बायका त्याच्यावर जान कुर्बान करायला तयार आहेत. कुणी सांगावं? हं, हे बरोबर आहे की त्याचं वय एवढी एकच लंगडी बाजू आहे. तू फक्त अठरा वर्षांची आहेस. पण ही सुद्धा जमेची बाजू होऊ शकते. एखाद्या तरुणाकडे त्याच्याइतकी प्रतिष्ठा, त्याच्याइतका पैसा नसतो. आणि तू वयानं एवढी लहान असल्यावर तो तुझ्या बाबतीत अधिक संरक्षक, अधिक हळवा असेल, तुझी अधिक चांगली काळजी घेईल. त्याच्यासारखी माणसं एवढ्या वयाला पोचल्यावर, आणि आयुष्यात इतकं मिळवून झाल्यावर बायकांच्या बाबतीत जास्तच आग्रही, हट्टी होतात – विशेषत: बरोबरीच्या बायकांच्या बाबतीत तरी. पण तरुण मुलींच्या बाबतीत तसं होत नाही.''

माझी आजी – कजार राजकन्या – तिने तिच्या विशाल कुटुंबात किती मागण्या येताना आणि जाताना पाहिल्या होत्या. – मान हलवून एवढंच बोलली, ''होय, तो चांगला आहे.''

बिजानबद्दल अधिक काही सांगताना आत्या जरा जास्तच सावध होती. पण तरी तिनं हे सांगितलंच की, शहरातील सर्वांत मोठा बांधकाम उद्योग त्याच्या

मालकीचा आहे, इतर प्रकल्पांखेरीज त्यांचं एका हॉस्पिटलचं काम चालू होतं; असं म्हणे की, शेमिरानमध्ये तो एक फार मोठा खर्चिक प्रासाद बांधत होता. राजाच्या राजवाड्याच्या – न्यावरानच्या – अगदी जवळ; आणि माझ्या मामांच्या तुलनेतही तो फार म्हणजे फारच श्रीमंत होता.

ती मला अजिबातच आग्रह करत नव्हती, त्यामुळे मी त्या खेळात पुरतीच अडकले, मला आता ते एक आव्हानच वाटायला लागलं. बाकीच्यांसारखंच नाकारेल तो मला? आणि मला नाकारणारा तो कोण मोठा लागून गेलाय? त्यानं नाकारलं तर माझा पाणउतारा होणार नाही का? बघू या, कदाचित इतरांना जे जमलं नाही, ते मला जमेल. बिजानला भेटल्या क्षणापासून, मी स्वत:कडे 'त्याला माझ्याबद्दल काय वाटत असेल' याच दृष्टीनं बघू लागले होते, ते तेव्हा जाणवण्याइतकी जाण मला नव्हती. विवाह जुळवण्याच्या प्राचीन कलेनं माझा ताबा घेतला होता. एक विनोद म्हणून सुरुवात झालेली ही गोष्ट आता कुठल्या कुठे पोचली होती! दोनदा मला पाहायला आलेल्या या माणसाला जाळ्यात ओढण्याइतकी मी आकर्षक, हुशार आणि चमकदार आहे की नाही याची ही परीक्षा होती. एखाद्या बक्षीसपात्र जनावराला संभाव्य खरेदीदारापुढून चालवावे तसा हा प्रकार आहे हे मला तेव्हा उमगलं नाही.

काही दिवसांनंतर आत्याला मध्यस्थांकडून पुन्हा फोन आला. बिजानला मला पुन्हा भेटायची इच्छा होती. आणि तो त्या स्नेह्यांच्या उपस्थितीत, मला जेवायला नेऊ इच्छित होता. आझादी व सलमान घराण्यातली मुलगी एका वसतिगृहात राहत आहे, हे त्याला कळू नये म्हणून, तो आणि त्याचे स्नेही मला घ्यायला येणार होते. त्या रात्री तयार होण्यासाठी मी आत्याकडे गेले. ती संध्याकाळ अतिशय वाईट गेली. बिस्ट्रो पॉप नावाच्या नवीनच निघालेल्या रेस्टॉरंटमध्ये आम्ही गेलो. बिजान अतिशय अवघडला होता. माझ्यापेक्षाही जास्त. चमत्कारिक शांततेमधेच तो माझ्याशी काहीतरी संभाषण सुरू करण्याचा प्रयत्न करायचा, पण शेवटी त्याला बरोबरच्या माणसाशी धंद्याच्या गोष्टी करणं अधिक सोपं वाटायला लागलं. त्या गृहस्थांची बायको आणि मी शोधून शोधून विषय काढून एकमेकींशी काहीतरी बोलण्याचा प्रयत्न करत होतो. मध्यस्थ असणारं स्नेही जोडपं माझ्या वडलांच्या वयाचं होतं, त्यांना रस वाटेल अशा विषयावर फक्त बिजानच त्यांच्याशी बोलू शकत होता. पण तो माझी छान काळजी घेत होता, आणि त्याचं अबोल वागणं मला आवडलं.

त्यानंतर तो बऱ्याचदा मला बाहेर घेऊन गेला, प्रत्येक वेळी स्नेह्यांच्या उपस्थितीत. प्रत्येक वेळी एखाद्या नवीन रेस्टॉरंटमध्ये. अजूनही तो बुजत होता. त्याचे प्रश्न जास्त करून माझ्या अमेरिकेतील शिक्षणाबद्दल असायचे. (तो स्वत:

तेहरान विद्यापीठातून अभियांत्रिकीची पदवी प्रथम वर्ग ऑनर्ससह मिळवून उत्तीर्ण झाला होता.) त्यानं अगदी वैयक्तिक असं काही विचारलं नाही. मी तर त्याला याहूनही कमी प्रश्न विचारायची कारण एक म्हणजे मला आधीच त्याच्याबद्दल बरीच माहिती पुरवण्यात आली होती आणि दुसरं कारण म्हणजे जादा चौकसपणा न करण्याबद्दल मला सगळ्यांनी बजावलेलं होतं.

सगळं सुरळीत झालं, तर या भेटींची परिणती विवाहात होणार हे स्पष्ट झालं होतं. अशा औपचारिक भेटींमध्ये एक महिना गेल्यानंतर, शेवटी मी एका त्रयस्थामार्फत सुचवलं की, पुढच्या वेळी आम्ही जर दोघंच भेटलो, तर परस्परांची ओळख व्हायला मदत होईल. त्याला ही सूचना ताबडतोब पटली. खरं तर माझ्या कुटुंबाबद्दलच्या आदरापोटी, ते नाही म्हणतील या भीतीपोटी, तो स्वत: ही गोष्ट सुचवायला मागेपुढे करत होता.

शेवटी, अशा योजलेल्या भेटीनंतर फक्त आम्ही दोघंच जेवण आणि नृत्य यासाठी बरोबर गेलो. लवकरच आम्ही दिवसाआड भेटायला लागलो. मग रोजच संध्याकाळी भेटायला लागलो. आतापर्यंत मी आत्याच्या घरी राहायला आले होते. आता कोणतीही कुजबूज मला परवडण्याजोगी नव्हती. मी आता एका श्रीमंत पतीची राणी होऊ घातले होते. आता आत्याला माझ्याशी कडकपणे वागल्याबद्दल आणि मला तिचं घर सोडून जायला लागल्याबद्दल फारच वाईट वाटत होतं. भावनिकदृष्ट्या मी त्याच्यात गुंतत चालले होते... त्याचा रुबाब, त्याची निश्चयी वृत्ती आणि संपत्तीबरोबर येणारी सत्ता. बिजानच्या तुलनेत मला माझा आधीचा मित्र अगदीच सुमार वाटायला लागला, त्याला निराश करून मी त्याला भेटायचं पूर्णपणे थांबवले.

फक्त श्रीमंत आणि हातात सत्ता असलेले पुरुषच मला आकर्षित करू शकायचे. ही आता मला माझी कमजोरी वाटते. एखाद्या खोलीत मी बिजानबरोबर प्रवेश करावा अन् त्याला तात्काळ मिळणारा आदर पाहावा हे मला फार आवडायचं किंवा एखाद्या रेस्टॉरंटमध्ये जावं आणि तिथल्या नोकरांचा ताफा, खास ग्राहकांसाठी असलेल्या खास अदबीनं पेश येताना पाहावा, आपण आपली स्वत:ची प्रतिष्ठा वाढवावी असं तेव्हा माझ्या डोक्यातसुद्धा आलं नाही. इराणी स्त्रियांना प्रतिष्ठा, मान मिळायचा तो त्यांच्या नवरे, वडील किंवा प्रियकरामार्फत. चांगली शिकार साधणं म्हणजे अशा व्यक्तीशी लग्न करणं, जी तुम्हाला सर्वोत्तम सुरक्षितता आणि जीवनातले उत्कृष्ट ऐषोआराम देऊ शकेल.

बिजानची प्रत्येक गोष्ट म्हणजे मस्त आणि आरामाच्या जीवनाची हमी होती. शेमिरानच्या प्रासादाखेरीज, कॅस्पियन समुद्राजवळ तो आणखी एक बाग-बगिच्यासह भलं मोठं घर बांधत होता. राजाच्या आवाराच्या जवळच. त्याचे काही उत्तम अरबी घोडे त्याने रॉयल क्लबमध्ये ठेवले होते. तो तिथला सभासद होता आणि तो सहज

म्हणून युरोपच्या वाऱ्या करायचा.

तो मला म्हणायचा, "सुझान, आपलं लग्न झालं ना की तू नेहमी बॅग भरून प्रवासाला जायच्या तयारीत राहायचंस. मला वाटलं की, आत्ता आपण लंडन किंवा पॅरिसला जावं, तर लगेच निघायचं, आपल्याला खूप फिरायचं आहे." किंवा "आपलं शेमिरानमधलं घर तयार झालं की तू हवं ते फर्निचर निवड. आपण जोडीनं खरेदीला जाऊ. तुला काय हवं ते तू घे."

मला भेटलेल्या इतर कुणाही पेक्षा 'आपल्याला जीवनाकडून काय हवं आहे' याची त्याला सर्वांत स्पष्ट जाणीव होती, आणि त्यावर त्याचं नियंत्रण होतं. थोडी सुरक्षा, थोडं कवच अशा माझ्या भूमिकेच्या अगदी विरुद्ध आणि मला पतीकडून याच गुणांची अपेक्षा होती.

"आपल्या लग्नानंतर मला काय करायचं आहे हे मला पक्कं माहीत आहे." एक दिवस तो मला म्हणाला, "मी आता कामातून थोडाफार निवृत्त होऊ शकतो. मी पुष्कळ पैसा कमावला आहे, आता आणखी कमावण्याची गरज नाही. आता मला थांबायचं आहे. मला माझं स्वत:चं कुटुंब हवं आहे. मला माझ्या बायकोमुलांसोबत वेळ घालवायचा आहे. मला बागेत खेळायचंय आणि खास काही न करता, मिळवलेल्या संपत्तीचा उपभोग घ्यायचा आहे. मला हवा तेवढा पैसा आहे माझ्याजवळ."

मी प्रथम बिजानला भेटले तेव्हा तो एका भागीदारासोबत दोन वर्षं जगप्रवास करून आला होता. पॅरिसमध्ये जिथे तो नेहमी डिझायनर कपडे घ्यायला जायचा, तिथल्या एका मोठ्या फर्मच्या विनंतीवरून तिथे त्यानं अल्पकाळ मॉडेलिंग केलं होतं. कारण तो अतिशय खानदानी, राजस, देखणा होता. त्याच्याबरोबर असताना मला पुन्हा वसतिगृहांमध्ये राहायची काळजी करावी लागणार नव्हती.

मग आम्ही जसजसा जास्त वेळ एकमेकांबरोबर घालवू लागलो, तसतसं माझ्या लक्षात आलं की, तो मला चक्क आवडूच लागला आहे. त्याच्याजवळ इतका पैसा नसता, तरी मी त्याच्यावर प्रेम केलं असतं, कौतुक केलं असतं असं मला वाटायला लागलं. अखेर मला कळलंच की त्याच्या संपत्तीत मला रस नाही. मला वाटतं मी नशीबवान होते. माझ्या त्या वेळच्या नाजूक परिस्थितीत आणि कुटुंबातून असलेल्या प्रचंड दबावाच्या स्थितीत मी कुणाशीतरीच लग्न करून बसले असते, आणि तो कुणीतरी कमी श्रीमंत, कमी सुसंस्कृत, कमी मायाळू असू शकत होता.

डिसेंबर १९७३ मधल्या एका स्वच्छ रात्री, अरब-इस्रायली युद्धानंतर आणि तेलाच्या किमती वाढल्यानंतर दोन महिन्यांनी तो मला प्रथम भेटला. त्यानंतर तीन महिन्यांनी बिजान मला घेऊन गाडीतून अल्बोर्झ पर्वताकडे जाणाऱ्या वळणावळणाच्या रस्त्यावरून जायला लागला आणि शहराचं विहंगम दर्शन देणाऱ्या एका ठिकाणी त्यानं गाडी थांबवली. आम्ही एका संथ, रोमँटिक जेवणाचा आस्वाद घेतला होता.

आणि पाउली फुसी मद्याचे अनेक प्याले चाखले. खुशीतच आम्ही खालच्या चमचमणाऱ्या शहराकडे पाहत होतो. तेहरान हे कुठल्याही पश्चिमी नगरासारखं निऑननं झगमगत होतं. शहराच्या खाली पसरलेलं अजस्त्र वाळवंट, गरिबांची कुडा-मातीची खोपटी, शहराबाहेरच्या वीट भट्ट्यांमधून निघणारा धूर सगळं अंधारात लुप्त झालं होतं. आम्ही गरिबांना त्या दिवसापर्यंत पाहिलंही नव्हतं, कारण आम्ही कधी तेहरानच्या दक्षिण भागात गेलो नव्हतो. पण त्याहीपेक्षा खरं हे होतं की, त्यांच्याकडे न बघणं हे आम्हाला सोयीचं होतं. आमच्या पायाशी असलेल्या त्या दागिन्याची चमक बेगडी होती.

त्या रात्री बिजाननं माझं चुंबन घेतलं आणि विवाहाची मागणी घातली. माझ्या आत्यानं मला आधीच पढवून ठेवलं होतं, ''तो लग्नाचं विचारेल, तेव्हा हल्लीच्या तरुण मुलींसारखं, 'विचार करून सांगते' असं म्हणू नको. तू तसं केलंस तर तो परत येणार नाही. सांगून ठेवते. तो स्वाभिमानी पुरुष आहे.''

पण मला काही विचार करावाच लागला नाही. ती रात्र मला चढली होती. अखेर मी घरी आले होते, सुरक्षित होते.

आमचं लग्न मार्चमध्ये होणार होतं, औपचारिकरित्या माझ्या वडलांकडे आणि इराण आणि अमेरिकेत असलेल्या माझ्या मामांकडे रीतसर माझा हात मागितल्यानंतर बिजान दोन आठवड्यांसाठी पॅरिसला गेला. तो परत आला, तेव्हा माझ्यासाठी एक बॅग भरेल एवढ्या भेटवस्तू घेऊन आला. त्यात इंग्लंडहून आणलेला, घोडेस्वारीचा संपूर्ण पोशाख आणि एक खोगीर होतं. जेणेकरून मी रॉयल क्लबमध्ये योग्य कपड्यात येऊ शकेन.

एक दिवस तो म्हणाला, ''सुझान, माझ्या कुटुंबाला तू भेटण्याची वेळ आली आहे.''

त्याच्या कुटुंबाबद्दल काहीही माहिती नसताना मी लग्नाला हो म्हटलं, हे विचित्र वाटेल कदाचित. पण माझ्या नातेवाइकांनी एकदा त्याला सामाजिकदृष्ट्या स्वीकारून पसंत केल्यानंतर त्याच्या कुटुंबाचा मी फारसा विचारही केला नाही. मी असं धरून चालले की ते आमच्यासारखे असतील– पाश्चात्याळलेले, भरपूर देशाटन केलेले आणि धार्मिकदृष्ट्या उदारमतवादी. त्या पहिल्या भेटीच्या वेळी मी बुजेन म्हणून त्याला फार काळजी वाटत होती.

''तुला काही विचित्र वाटलं, तर मला हळूच खूण कर. मी लगेच काहीतरी निमित्त काढीन आणि आपण लगेच तिथून सटकू शकू.'' त्यानं धीर दिला.

पण जेवण नीट पार पडलं आणि त्यांच्या ज्या अतिरेकी धर्मवेडानं पुढे मला इतक्या यातना दिल्या, त्याचा मला मागमूससुद्धा तेव्हा जाणवला नाही. देशातल्या रुढी–परंपरांची अधिक माहिती असलेल्या माझ्या कुटुंबीयांना कदाचित आमच्यातील

फरकाची जाणीव झाली असेल, पण त्यांनी मौन बाळगलं. इतक्या श्रीमंत आणि सामर्थ्यशाली माणसाशी जुळून आलेला विवाहयोग त्यांना मोडायचा नव्हता.

हे अमिनी लोक युसेफाबाद भागातल्या एका मोठ्या तीन मजली घरात रहायचे. बिजानची आई-सर्जे आणि दोन थोरल्या अविवाहित बहिणी – परवानेह आणि फातिमेह – अशा एका मजल्यावर राहत. त्याचा डॉक्टर भाऊ अली आपली पत्नी व मुलांसह एका मजल्यावर राहायचा आणि त्याची धाकटी बहीण नसरिन आणि तिचा मानसोपचारतज्ज्ञ पती परविझ हे एका मजल्यावर रहायचे. घर तसं साधंच होतं, पण बऱ्याच मध्यमवर्गीय इराणी घरांमध्ये असते तशी पर्शियन गालिच्यांच्या रूपात संपत्ती होती. काही खोल्यांमध्ये तर एकावर एक गालिचे अंथरलेले होते. बाकीच्या साधारण फर्निचरमध्ये काही काही नजरेत भरणाऱ्या पुरातन वस्तू होत्या. मला नंतर कळलं की, त्या बिजाननं त्यांच्यासाठी आणल्या होत्या. त्याच्या आईनं आणि बहिणींनी पाश्चिमात्य पद्धतीचे रेशमी कपडे घातले होते. त्यांच्या बाह्या लांब आहेत, किंवा त्यांनी फारसं प्रसाधन केलेलं नाही, किंवा त्याच्या आईनं घरातसुद्धा डोक्यावर रुमाल बांधलेला होता, या बाबींकडे माझं फारसं लक्ष गेलं नाही.

जेवणाच्या संपूर्ण वेळात, त्या माझ्या हालचालींचं बारीक निरीक्षण करीत होत्या, पण त्यांनी मला भेटून आनंद होण्यापलीकडे कुठलीही भावना दर्शवली नाही. मला आठवतं, मी मिनी स्कर्ट घातला होता. तेव्हा लांब पाय उघडे टाकायची फॅशन होती, काळं नायलॉनचे ब्लाऊज घातलं होतं. आणि माझे लांब पिंगट केस पाठीवर मोकळे सोडले होते. धार्मिक मुस्लिमांना अवमानकारक असलेल्या सगळ्या गोष्टी मी केल्या होत्या. मी ज्या वर्तुळात वावरत होते, तिथे आम्ही सगळं वागणं पश्चिमेकडून उचलत होतो, आणि मला खरोखर कल्पना नव्हती की, मी लग्न करून अशा एका कुटुंबात जातेय जिथे इतर बहुसंख्य इराणी मुस्लिमांप्रमाणे या सवयी आवडत नाहीत; एवढंच नाही तर अशा सवयींमुळे ते आमचा तिरस्कार करतात. देशाबाहेरचं काहीही घेणं म्हणजे भ्रष्ट परकीय संस्कृतीला विकलं जाणं असा त्यांचा सरळ हिशोब होता. मला वाटतं, बिजानला मी हवी होते, केवळ म्हणूनच अमिनी मंडळींनी आपली नाराजी व्यक्त केली नाही. मी शेवटी उच्चवर्गीय होते आणि त्याला अनुरूप होते. माझ्या कुटुंबाच्या दृष्टीनं, बिजानची किंमत ही त्याच्या स्वत:च्या मनगटातल्या शक्तीमुळे होती, आणि त्याच्या मूळ कुटुंबाशी त्यांना काही घेणंदेणं नव्हतं.

इराणमध्ये वाङ्निश्चय हा एकदम औपचारिक असतो. आणि एक दिवस ठरवूनच बिजानचं सगळं कुटुंब औपचारिकरित्या मागणी घालायला अश्रफ आत्याच्या घरी आलं. येण्यापूर्वी बिजाननं त्याच्या ड्रायव्हरच्या हाती ऑर्किडची भली मोठी

परडी पाठवली. माझ्याकडून खास रेझायेहून माझे वडील आले होते, कुरोश मामा आणि त्यांचं कुटुंब आणि ते लाडके फायेघ मामा, ज्यांच्याबरोबर मी लहानपणी राहिले, ते सगळे होते.

साधारण अर्धा तास हवापाण्याच्या गप्पा झाल्यावर बिजान वडिलांना म्हणाला, ''सुझानशी लग्न करण्यासाठी तुम्हा सर्वांची परवानगी मागण्यासाठी आम्ही आलो आहोत.''

माझ्या वडिलांनी उत्तर दिलं ''आमची लग्नाला संमती आहे. मला एवढंच वाटतं की सुझान अजून फार लहान आहे, लग्नानंतर तिला पुढे शिकता यावं.''

''अर्थातच.'' बिजान म्हणाला, ''मला सुद्धा तिनं शिकलेलं फार आवडेल.''

सर्वांनी आमचं अभिष्टचिंतन केल्यानंतर, बिजाननं मला एक सोन्याचा बंद दिला आणि औपचारिकरित्या आमचं लग्न ठरलं. त्या एका शब्दानं केवढा फरक पडला! अचानक माझा सामाजिक बहिष्कार संपून मी एक दखल घेण्याजोगी स्त्री बनले. मी इराणला परतल्यानंतर ज्यांचं नावसुद्धा ऐकलं नव्हतं अशा नातेवाईक आणि मित्रमंडळींकडून चहा, जेवणं आणि सहलींची आमंत्रणं यायला लागली. पुरुषप्रधान जगात, एका पुरुषानं माझ्या केलेल्या स्वीकारामुळं मला माझी प्रतिष्ठा परत मिळाली होती.

१२ मार्च १९७४ या दिवशी आमचं लग्न झालं. आमचे कुटुंबप्रमुख कामेल मामा यांच्या भव्य हवेलीत समारंभ झाला. फुलं, फळ आणि पेस्ट्रीजची रेलचेल होती. रीतीप्रमाणं बिजाननं विवाहाचा सर्व खर्च केला – पाचशे डॉलर्स किमतीच्या डियोर वधूवेषासह. माझ्या आत्याच्या बरोबरीनं तो सुद्धा अनेक आचारी, वाढपी, फुलवाले, ड्रायव्हर, हलवाई यांच्या ताफ्यांच्या मदतीनं प्रत्येक बारीकसारीक गोष्टींकडे लक्ष पुरवत होता. बिजानबरोबर माझ्या पोशाखाच्या फिटिंगसाठी जाणं आणि लग्नाची अंगठी पसंत करणं या व्यतिरिक्त मला काही काम नव्हतं. त्या बाबतीत तूती मावशीनं इराणी पद्धतीनं या गोष्टी कशा केल्या जातात हे शिकवलं.

जेव्हा ती माझ्याबरोबर अंगठी पसंत करायला आली, तेव्हा तिनं मला ताकीद दिली, ''बघितलेल्यामधली सगळ्यांत महागडी अंगठी निवडू नको. त्यानं जर इतकी महाग अंगठी नको असं ठरवलं तर विचित्र प्रसंग ओढवेल. त्यापेक्षा एखादी कमी किंमतीची दाखव म्हणजे त्याला हवी असेल तर तो तुला जास्त किमतीची अंगठी घेऊन देऊ शकेल.''

परिणामी, मी मला अजिबात न आवडलेली हिऱ्याची अंगठी पसंत केली. आणि जेव्हा बिजान पैसे द्यायला आला, तेव्हा त्यानं ती काऊंटरवर टाकूनच दिली आणि म्हणाला, ''जरा बरी वस्तू दाखवायची. असलं हलकं काय देता?''

माझी लग्नाची अंगठी म्हणजे एक उच्च कोटीचा चार कॅरटचा हिरा होता,

आणि पुढे अनेक वर्षांनी इराणमधून माझी सुटका करण्यासाठी ती उपयोगी पडली. मी ती पन्नास हजार डॉलर्सला विकली, आणि त्यातली प्रत्येक पेनी मी माझं स्वातंत्र्य खरेदी करण्यासाठी वापरली.

माझ्या कुटुंबाचं आणखी एका पर्शियन रुढीबद्दल एकमत होतं. मुलीकडचा हुंडा व मुलाकडून कबूल केली जाणारी मेहेर – घटस्फोट किंवा पतीचा मृत्यू अशा वेळी पत्नीला मिळणारी कबूल केलेली ठराविक रक्कम, या दोन्ही गोष्टींना फाटा द्यायचं बिजाननं आणि मी ठरवलं होतं. जेव्हा पतीचा मृत्यू होतो, तेव्हा सरकारनं मालमत्तेवरचा वाटा मिळण्याअगोदर मेहेरची रक्कम बाजूला काढून ठेवली जाते. एक प्रकारे पतीकडून नीट वागवलं गेलं नाही तर पत्नीला मिळणारी ही सुरक्षा रक्कम असते. जेव्हा अश्रफ आत्यानं आमचा हा बेत ऐकला, तेव्हा ती म्हणाली, "तू अजून लहान आहेस आणि उद्या काही झालं, तर तुला ही सुरक्षा मिळाली पाहिजे. तुला मेहेर असलीच पाहिजे."

आणि तशी ती मिळाली. बिजाननं जवळजवळ एक लाख सत्तर हजार डॉलर्स एवढी मेहेर कबूल केली. नंतरच्या गोंधळात मला मेहेर मिळालीच नाही आणि मला त्याचा काही उपयोग झाला नाही. आणि तसंही, जेव्हा मेहेर न देता एखाद्या नवऱ्याला बायकोपासून सुटका हवी असेल, तिचं आयुष्य तो इतकं विदारक करतो, की ती त्याला तशीच सोडून जाते, ही काही क्वचित घडणारी घटना नव्हे. तेव्हा स्त्रीच्या सुरक्षेसाठी कुराणामध्येच मेहेर सांगितलीय म्हणून तिचा गाजावाजा केला जातो इतकंच. हुंड्याऐवजी वडिलांनी मला लग्नात ताब्रिझला बनलेले दोन अतिसुंदर गालिचे लग्नात भेट म्हणून दिले. पीच आणि हिरव्या रंगाचे, पण शेवटी मला तेही गमवावे लागले.

लग्नाच्या दिवशी, मोती जडवलेल्या तर्मेहवर (जमिनीवरचे छोटे आच्छादन) ठेवलेल्या दोन बुटक्या खुर्च्यांवर बिजान आणि मी बसलो होतो. तर्मेह कामेल मामांच्या पत्नीचं होतं. मुल्ला आमच्यासमोर बसले होते, आणि समारंभासाठी खास आणलेल्या आरशात आम्हाला आमची प्रतिबिंबं दिसत होती. रुढीप्रमाणं तो आरसा मुल्लांच्या पाठीमागं ठेवला होता. मुस्लीम विवाहाचे सारे आवश्यक घटक तिथे हजर होते. प्राचीन कुराण, नबोट (जीवनातली गोडी दर्शवणारी साखरेची चित्रं), आणि कुराणातल्या वचनांनी सजवलेला लांब पर्शियन ब्रेड. एका वर्षाच्या आत, मुलांबरोबर डेटिंग करण्याची स्वप्नं बघणाऱ्या अमेरिकन टीनएजर पासून माझा प्रवास, तेहरानच्या वाढत्या धनिक वर्तुळात स्वत:चं विशेष स्थान निर्माण करणाऱ्या देखण्या इराणी व्यावसायिकाच्या पत्नीपदापर्यंत झाला होता. यावर माझाच विश्वास बसत नव्हता.

वाळवंटातील फुलं

काव्य, कोकिळा अन् गुलाबाच्या भूमीत
वास करणे हे ईश्वरी वरदान खरे.

– फारुघ फर्रोखझाद

बिजानशी लग्न करून मी जणू रत्नभूमीत प्रवेश केला. लहानपणापासून इतरांचा आदर घेत आणि अतिशय सुखासीन वातावरणात वाढलेली असूनही, मी केवळ चकित होत होते. माझ्या भोवतीचा समाज आर्थिक परिवर्तनातून जात होता. तेलाचा नवीन पैसा आमच्या आयुष्यांना नवी झळाळी देत होता. एक दिवस तुमचा मित्र नवी गाडी घेतो. पुढच्या महिन्यात त्याच्याकडे अधिक चांगली गाडी असते आणि त्याच्या पुढच्या महिन्यात त्याच्याकडे दोन गाड्या असतात. कदाचित त्याच्यानंतरच्या महिन्यात तो नवीन घर घेतो. त्याच्या बायकोच्या अंगावर एकाएकी भरपूर सोनं दिसू लागतं. नवीन खरेदी केलेल्या आणि मिरवल्या जाणाऱ्या हिऱ्यांच्या प्रकाशात मेजवान्या लखलखत होत्या. मध्यमवर्गही अधिक मालदार होऊ लागला होता. रॉयल क्लब आणि तत्सम महागडी रेस्टॉरंटस् ही केवळ श्रीमंतांची मिरास होती; पण कधीकाळी जे ठिकाण केवळ उच्चभ्रूंसाठी होतं, तिथे आता नवनवीन चेहरे दिसायला लागले. जणू अविरत येणारा पैसा खर्च करण्याची लोकांना घाई झाली होती. जिकडे बघावं तिकडे खरेदी, खरेदी, खरेदी. अख्खं तेहरान शहर पाडून पुन्हा बांधणं चाललंय असं वाटत होतं. नजर टाकावी तिथे उंच

उंच इमारती उठत होत्या. अल्बोर्झ पर्वताच्या पायथ्याशी, त्याच्या उतारावर अधिकाधिक उंचीवर नवीन सुखासीन अपार्टमेंटस् आणि व्हिला बांधले जात होते.

जे या ऑईल तेलाच्या समृद्धीच्या विहिरीतून उपसा करण्यात गुंतलेले नव्हते. अशा लोकांकडून शाहच्या विरुद्ध कुजबूज ऐकू यायची; अगदी दूरवर, पण पुढच्या कटकटींची चिन्हे दिसू लागली होती. महिनोन्महिने किंवा वर्षानुवर्षं तुरुंगात अचानक अदृश्य झालेल्या बुद्धिजीवींबद्दलच्या कानोकानी पसरलेल्या बातम्या, राजा आणि त्याचा लवाजमा यांच्या पाश्चिमात्य सवयींमुळे इस्लामी राष्ट्राच्या अवमानाचं धार्मिक नेते, मुल्ला आणि अयातुल्ला यांना दुःख होऊन इस्लामी राष्ट्राचा अपमान होत होता. बंदरावर साठून राहणारे मालाचे ढीग, माल आत आणायला लागणारा भयानक उशीर, नोकरशाहीची अकार्यक्षमता यामुळे गांजलेल्या बाजारातील बलाढ्य व्यापाऱ्यांच्या, बाझारींच्या दबक्या तक्रारींमधूनही भावी संकटाची चाहूल लागत होती. इराण त्याच्या संपत्तीखाली गुदमरत होता. आम्हाला उपभोग्य वस्तू लवकर मिळत नव्हत्या. जणू काही साऱ्या देशाला न पचणारं पौष्टिक अन्न जबरदस्तीनं ठोसलं जात होतं.

आमच्या वर्तुळात जी कुरकूर ऐकू यायची, ती शाह आणि त्याच्या अगणित नातेवाइकांच्या भ्रष्टाचाराची. माझ्या नवऱ्याची कंपनीदेखील अशा काही मोजक्या व्यवसायांपैकी होती, ज्यांनी धंद्यासाठी असली राजकीय संधानं विकत घ्यायला नकार दिला होता. इतकं काम होतं की त्याची काही विशेष मातब्बरी नव्हती. पण आम्ही ज्या प्रकाराचं स्वर्गीय आयुष्य जगत होतो, त्याचा शेवट होईल, असं मात्र आमच्यापैकी कुणालाच वाटलं नाही. ईश्वर, शाह आणि देश–असंच असायचं होतं. अर्थात या सत्ता त्रिकोणाच्या रक्षणासाठी सज्ज असलेली आमची चार लाख फौज. इराणमध्ये नेहमीच उच्चभ्रू राहिले होते. २५०० वर्षं चालत आलेली राजसत्ता होती. आता नव्यानं उदयाला येणारा मध्यमवर्ग होता. शाहच्या विरुद्ध काही बडबड केली नाही, तर तुमच्याकडे कुणाचं लक्ष नसायचं. वैयक्तिक स्वातंत्र्याची थोडी किंमत मोजावी लागत होती. पण आमच्याकडे काय होतं ते तरी बघा : उबदार, चिवट आणि जोडून ठेवणारे कौटुंबिक नातेसंबंध असलेला सुंदर देश, अशी वैयक्तिक सत्ता जी पाश्चिमात्य उद्योगपती विकतसुद्धा घेऊ शकत नाहीत. कारण त्यांच्या संस्कृतीत अशा अमर्याद सत्तेला परवानगीच नाही, नोकर-चाकर, कामगार, माळी यांसाठी स्वस्त दरात सहज उपलब्ध होणारे मनुष्यबळ. आमच्या तेलाच्या पैशाला हपालेले पश्चिमी देश आपलं सारं तंत्रज्ञान, माल आणि सेवासुविधा घेऊन हजर होते. त्यामुळे आमच्याकडे अद्ययावत रीतीभाती सुद्धा होत्या. गरीब असणं.., अं.. आम्हाला त्याचा विचार करायची गरजच नव्हती –आता हे म्हणताना मला वाईट वाटतंय.

आता मागे वळून बघताना, माझा नवरा आणि मी यांचं राहणीमान आठवलं की, (विशेषत: नंतरच्या घटनांच्या संदर्भात) मला मोठं आश्चर्य वाटतं! खरं तर दारिद्र्यानं पिडलेल्या जगातील तिसरा देश असूनसुद्धा आम्ही असे कसे काय राहू शकत होतो! आमची जीवनं फुलांसारखी गोड गोड होती, पण आम्ही हे विसरत होतो की, ही फुलं वाळवंटात उमललेली आहेत.

आमच्या विवाहाच्या रात्री, बिजान आणि मी हिल्टन हॉटेलच्या रॉयल सूटमध्ये एक महिन्यासाठी राहायला आलो.

''घरात अजून थोडं फर्निचरचं काम बाकी आहे.'' त्यानं सांगितलं, ''सगळं नीट पूर्ण झाल्याशिवाय मला तिकडे रहायला जायचं नाहीये. जरा उत्तम हॉटेल्समध्ये राहू आणि थोडी खरेदी करू.''

आम्ही अक्षरश: तेवढंच केलं. हिल्टननंतर एक महिनाभर आम्ही इंटरकॉन्टिनेन्टलमध्ये राहिलो. त्यानंतर एक महिना शेरेटनमध्ये राहिलो. रोज सकाळी बिजान दोन-एक तासात त्याचं सगळं काम उरकून टाकत असे, आणि उरलेला सगळा दिवस आम्ही फर्निचर, घरातल्या इतर वस्तू, कपडे इ. खरेदी करत भटकायचो. मला अमूक एक गोष्ट आवडली असं मी नुसतं म्हटलं, तरी पुढे काहीएक चर्चा न करता तो ती विकत घेऊन टाकायचा. आमच्या लहरी, आमच्या इच्छा यांना काही सिमाच राहिली नव्हती. संध्याकाळी मित्रमंडळी आम्हाला भेटायला यायची, मग आम्ही खोलीतच जेवण मागवायचो किंवा पाहुण्यांना घेऊन एखाद्या उत्तम रेस्टॉरंटमध्ये जायचो. शनिवार–रविवार खळाळत्या ओढ्यांच्या अल्बोर्झ पर्वतामधून कॅस्पियनवर जायचो. घनदाट झाडीचे डोंगर आणि समुद्र यांच्या आपल्या चिंचोळ्या सपाट पट्टीवर, दाट झाडापानांनी आच्छादलेल्या आवारात पहिल्यांदा एक व्हिला पाहिल्याचं मला आठवतं. हवेशीर, भरपूर खिडक्या असलेल्या त्या आधुनिक व्हिलामधून खालच्या किनाऱ्याचं अप्रतिम दृश्य दिसायचं. तो २५०० चौरस मीटरच्या बागेत वसलेला होता. त्या संकुलात पोहण्याचा तलाव, टेनिस कोर्टस्, विंडसर्फिंगच्या बोटी, मोटार बोटी, एका माणसाएवढा प्रचंड पतंग आणि इनडोअर खेळांची सुविधा होती. त्याच आवारात एक जोडपं स्वतंत्र घरात राहायचं, घराची देखभाल करायचं आणि जेव्हा आम्ही तिथे जायचो, तेव्हा स्वयंपाक, स्वच्छता वगैरे करायचं.

तिथले बहुतेक सर्व व्हिला नवीनच बांधलेले होते. आमच्या स्वत:च्या व्हिलाप्रमाणे ते सगळेच व्हिला म्हणजे तेलाच्या सुबत्तेच्या सर्वांत ठळक खुणा होत्या; पण या व्हिलांचे मालक मात्र अधिक पैसा मिळवण्यात इतके गुंतलेले असायचे की त्यांना कॅस्पियनवर येऊन या सगळ्याचा उपभोग घ्यायला सवडच नव्हती. त्यामुळे सागरतीरावरचे हे भव्य महाल बहुतेक काळ रिकामे पडलेले असत.

नवऱ्याच्या ठायी जे जे मला हवं होतं, ते सगळं सगळं बिजानमध्ये होतं. शृंगाराबद्दल संपूर्ण अनभिज्ञ वधू म्हणून मी त्याच्याकडे गेले. खरंच, त्याला कुमारिकेशीच लग्न करायचं होतं. हे त्यानं अगदी आधीच सांगून टाकलं होतं. आणि ठरवून करण्याच्या आमच्यासारख्या लग्नात जोडीदाराच्या अपेक्षा स्पष्ट सांगणं हे समाजमान्यच होतं. ही अपेक्षा अगदी स्पष्ट शब्दात सांगावी लागत नाही. नुसतं 'निष्पाप' तरुणी असं म्हटलं तरी पुरेसं असतं.

१९५० साली अमेरिकेच्या मध्यम वर्गात शारीरिक संबंधांबाबत जी काही धारणा होती तीच १९७० च्या दशकाच्या सुरुवातीस इराणमधल्या उच्चवर्गात होती. शृंगाराला स्थान होतं फक्त जोडप्याच्या खाजगी अंत:पुरात. तरुण मुली हे रहस्य कुटुंबातील वयस्क, अनुभवी स्त्रियांकडून शिकायच्या. पुरुष सहसा कुमारिकांशीच लग्न करीत. पण तरी तरुण आकर्षक आणि नवऱ्याच्या भरपूर संपत्तीचा वारस असलेल्या विधवांनाही पुनर्विवाह करण्यात फारशी अडचण यायची नाही. व्यभिचाराचा निषेध होता. पण त्यानं तो थांबत नव्हता. पण कुठलीही खानदानी स्त्री आपली पायरी सोडून विवाहित पुरुषाशी प्रेमसंबंध ठेवणार नाही.

पण शारीरिक संबंधांबद्दलची इतकी सोवळी धारणासुद्धा सर्वसाधारण, धार्मिक इराणी लोकांना न रुचणारी होती. कित्येक इराणी पुरुषांना आपल्या वधूचं मुखदर्शन विवाहाच्या रात्रीच व्हायचं कारण विवाहाच्या रात्री त्याच्या उपस्थितीत प्रथमच तिचा बुरखा दूर केला जायचा. सहसा स्त्री-पुरुष चारचौघात प्रेमाचं प्रदर्शन करीत नसत. हस्तस्पर्श, कुरवाळणं हे तर नाहीच नाही. चालतानासुद्धा एकमेकाला हात न लागेल असं दुरून चालायचं. कुटुंबातसुद्धा लैंगिक शिक्षण हा भागच नव्हता. स्त्रीकडे मोहाचं कारण, पुरुषाच्या अध:पाताचं कारण असंच पाहिलं जाई. याच कारणासाठी कुराणानं स्त्रीला शालीन कपडे घालण्याची ताकीद दिली आहे आणि धर्मसंस्थेनंही चादोर किंवा हेजाब घेण्याची सक्ती केली आहे.

शृंगाराच्या बाबतीतही आम्ही उच्चवर्गीय लोक आम्हाला हव्या त्या मार्गानं, आमच्या मतांप्रमाणे जात होतो. जणू मूलतत्त्ववादी इराणी अस्तित्वातच नाहीत. आता असं वाटतं की, आम्ही त्यांच्या भावनांचा थोडा आदर करायला हवा होता. मला आठवतं, आमच्या खोलीत बिजान आणि मी एकमेकांच्या मिठीत आणि चुंबनात धुंद असताना अवचित कुणी नोकर आत यायचा, त्याला अगदी मेल्यासारखं व्हायचं. मी बिजानच्या मांडीवर बसले असताना, फारसं कुणी पाहणार नाही याची मी पुढे काळजी घेऊ लागले.

बिजान हा एक संयमी आणि संवेदनशील प्रेमिक होता, त्यानं तसं असायला हवं होतं. त्याच्याबरोबरच्या प्रणयाची मला आस होती आणि विवाहापूर्वी तशी तयारीसुद्धा मी दर्शवली होती, पण त्यानं मला थोपवलं होतं.

“थांबूया थोडं,” तो म्हणाला होता, “या गोष्टी लग्नानंतरच अधिक चांगल्या वाटतात.”

मला भेटण्यापूर्वी काही वर्षं आधी बिजाननं दुसऱ्या एका चांगल्या घरातल्या निरागस तरुणीशी लग्न करायचं ठरवलं होतं. ती कधी कुणाबरोबरही फिरली नव्हती. वाङ्निश्चय झाला, आमंत्रणं गेली. लग्नापूर्वी थोडंसं आधी, त्या मुलीला हे सांगायचा धीर आला की तिचा पूर्वी एक प्रेमिक होता, आणि ती दाखवते तेवढी ती अननुभवी नाही. तडकाफडकी बिजाननं ते लग्न मोडून टाकलं. त्याला प्रत्येक गोष्ट निर्दोषच लागायची.

“त्या खोटेपणाचा मला सगळ्यात जास्त राग आला.” त्यानं सांगितलं, “खोटेपणाच्या पायावर लग्न उभं राहत नाही.”

लग्नाच्या रात्री मी जाम घाबरले होते. मी काय करायचं असतं याची मला काहीच माहिती नव्हती. शारीरिक सुखाच्या बाबतीत स्थिरस्थावर व्हायला मला बराच वेळ लागला. त्या दरम्यान, प्रत्येक वेळी त्याच्या गरजांआधी माझ्या भावनांचा विचार करत, तो फार चांगला वागला. इतक्या पूर्ण पुरुषाशी माझं लग्न झाल्यानं मी स्वत:ला नशीबवान समजायला लागले.

बिजान मला रोज चकित करायचा. एक दिवस आम्ही हॉटेलच्या खिडकीपाशी उभे होतो. नवीन बांधल्या जात असणाऱ्या लक्झरी अपार्टमेंटच्या एका इमारतीकडं बोट दाखवत त्यानं विचारलं, “ही इमारत कशी वाटते?”

“सुंदरच आहे.” मी म्हटलं.

“त्यात आपला एक फ्लॅट आहे.”

किंवा तेहरानमधल्या महागड्या भागातील एका मोठ्या मोकळ्या जमिनीशेजारून आमची गाडी जायची तेव्हा तो अचानक म्हणायचा, “हे सगळं आपल्या मालकीचं आहे.”

मला माझ्या नवऱ्याबद्दल फारच थोडी माहिती होती, असा मला साक्षात्कार होत गेला. बाकीच्या इराणी लोकांप्रमाणे तोही त्याच्या व्यावसायिक आयुष्याबद्दल गुप्तता ठेवायचा. माझ्या त्या दुनियेत, कित्येक बायकांना, आपल्या नवऱ्याचं मूल्य किती आहे याची कल्पनादेखील नसायची, किंवा त्यांच्याकडं स्वत:चा असा काहीच पैसा नसायचा. बिजानच्या मालकीचं काय काय आहे किंवा त्यानं आमच्यासाठी काय तरतूद केली आहे याची नेमकी माहिती त्यानं मला कधीच दिली नाही. अगदी शेवटपर्यंत, धंद्याच्या गोष्टी त्यानं स्वत:पर्यंतच ठेवल्या, आणि त्याचे अतिशय गंभीर परिणाम मला भोगावे लागले. इराणी पुरुष त्यांच्या अनेक प्रकल्पांच्या तपशिलाची चर्चा बायकांबरोबर करण्याची तसदी घ्यायचे नाहीत. कित्येकदा मी कुणाकुणाच्या तोंडून एखाद्या सुंदर इमारतीबद्दल किंवा एखाद्या पुलाच्या बांधकामातील

अभियांत्रिकी कौशल्याबद्दल प्रशंसोद्‌गार ऐकायची, पण या वास्तू माझ्या नवऱ्यानं किंवा माझ्या मामानं बांधलेल्या आहेत हे मला माहीतच नसायचं. खरं म्हणजे माझ्यासारख्या बायकांना पैसा कुठून येतो आहे याविषयी फारशी उत्सुकता नव्हती. आम्ही आरामात राहत होतो आणि आमच्यासाठी तेवढं पुरेसं होतं. आमच्या नवऱ्यांनी आम्हाला 'ठेवून' घेण्यासाठी आम्हाला एक किंमत द्यावी लागत होती. पण हे मला उशिरा कळलं.

सुरुवातीला, बिजानबरोबरच्या माझ्या आयुष्याइतकं परिपूर्ण काहीच नव्हतं. आम्ही युरोप आणि आफ्रिकेच्या दीर्घ सफरींचे बेत केले. जूनमध्ये आम्ही शेमिरानमधल्या आमच्या घरी राहायला आलो. हलक्याशा उतारावरचं शेमिरान हे तेहरानच्या उत्तरेकडच्या उपनगरांपैकी सर्वांत सुंदर आणि सर्वांत हिरवंगार उपनगर आहे. आमचं घर तिथल्या सर्वांत भव्य आणि उत्कृष्ट घरांपैकी एक होतं. माझ्या नवऱ्याच्या कामगारांची एक फौज ते तीन वर्षं बांधत होती. बिजान आणि त्याच्या आर्किटेक्टनं त्याच्यावर मुक्तहस्ते पैसा खर्च केला होता. त्यांनी रचनेचे प्रयोग केले, हवा तो परिणाम साधला नाही तर पुन्हा भिंती पाडून टाकल्या. सर्व आधुनिक सुखसोयी घरात मौजूद होत्या. चार स्नानगृहं, पाच शयनगृहं, एक खेळाची खोली, एक जुगाराची खोली, एक कार्यालय, एक दिवाणखाना, फोटो लायब्ररीला आणि प्रोजेक्शन रूमला जोडून एक डार्क रूम, तळघरात नोकरांसाठी एक स्वतंत्र अपार्टमेंट, आणि बागेकडे तोंड केलेल्या, दुसऱ्या मजल्यावरच्या शयनगृहांना वेढणाऱ्या दोन मोठ्या बाल्कनीज. ते घर वसलं होतं वीस हजार चौरस मीटर्सच्या एका अतिसुंदर, सुरचित बागेत (शाहच्या खास वैयक्तिक स्विस माळ्याने हे काम केलं होतं.) ज्यात इराणची सर्वोत्कृष्ट फळझाडं मोहोरत होती आणि तिथं खास परदेशातून आणलेली विशेष रोपं आणि झुडपं लावलेली होती. या हिरवाईला जोपासण्यासाठी तीन माळी तैनात करण्यात आले होते. आणि हवा कितीही गरम असली, तरी पाण्याची अजिबात काटकसर नव्हती. पूर्ण वेळचा माळी आणि त्याची बायको बागेच्या टोकाला असलेल्या एका घरात राहत. मुख्य घरासाठी चार नोकर आणि एक ड्रायव्हर होते.

बिजाननं सर्व बारिकसारीक गोष्टींकडे जातीनं लक्ष घातलं होतं. मास्टर बेडरूम ही बाकीच्या घरापासून अलग होती आणि त्यात खरं म्हणजे खोल्या होत्या. एक मोठी खोली म्हणजे केवळ कपड्यांचं कपाट होतं. बाथरूममध्ये परदेशातून आणलेल्या काळ्या सिरॅमिकचा वापर केला होता, इटलीतून आणलेले सोन्याचा मुलामा दिलेले नळ होते आणि छताला हातानं रंगवलेल्या लाल-सोनेरी टाइल्स होत्या. रेफ्रिजरेटरसह पूर्ण बार होता, स्टिरिओ सिस्टिम होती, एक छोटा स्टोव्ह होता, लायब्ररी होती. दिवाणखान्यातले कोच इटलीहून आणलेले होते. जेवणाचं

भलं थोरलं गोल टेबल रोझवूड पासून केलं होतं आणि बिजानच्या सूचनेप्रमाणे ते आधी दहा वर्षं खास तेलात बुडवून ठेवून कमावलं होतं. त्या टेबलाभोवती चोवीस लोक आरामात बसू शकत.

आमचं घर शाहच्या न्यावरान राजवाड्याला लागूनच दक्षिणेकडे होतं. त्यामुळे सदोदित हेलिकॉप्टर्सचा घरघराट ऐकू यायचा. राजा आणि त्याचे कुटुंबीय नेहमी हवाई मार्गे जायचे. तेहरानच्या असह्य रहदारीतून जाण्याचा प्रयत्नही ते करायचे नाहीत. त्यामुळे बिजाननं सबंध घर एका खास प्रकारे ध्वनीरहित करण्याचा आग्रह धरला होता; खास झिलई केलेल्या काचा आणि फोम इन्सुलेशन, ते इराणमध्ये मिळत नव्हतं. ते भयंकर पैसे खर्चून आयात केलं होतं. घराच्या आत, बाहेरचा कुठलाही आवाज ऐकू येणं अशक्य होतं.

आणखी तपशील म्हणजे घरी आलेल्यांना बघण्यासाठी व्हिडिओ मॉनिटरिंग व्यवस्था. शिवाय एक हवेच्या झोताची व्यवस्था, म्हणजे आलेल्या माणसानं बेल वाजवली की, ही व्यवस्था कार्यान्वित व्हायची आणि तो असेपर्यंत त्याच्या बुटावरची धूळ साफ करायची. अखंड गरम राहणारे टॉवेल रॅक्स, टॉवेल्स नेहमी उबदार आणि कुरकुरीत ठेवायचे. हा सगळा ऐषआराम खास इराणी पद्धतीप्रमाणे उंचच उंच भिंतीआड बंदिस्त करून ठेवला होता. ही जागा इतकी मोठी होती की ती तीन वेगवेगळ्या रस्त्यांवर होती. आत यायला तीन प्रवेशद्वारं होती, तीन गेट्स होती. हा सगळा शहरी विलास असला तरी रोज सकाळी आम्हाला जाग यायची ती कोंबड्याच्या आरवण्यानं, बागेच्या एका कोपऱ्यात बिजाननं एक शेत केलं होतं. तिथल्या बकऱ्या, कोंबड्या आणि इतर लहान प्राण्यांमुळे आम्हाला रोज ताजं दूध आणि अंडी मिळायची.

आम्ही सकाळी उठलो की, नोकर भलामोठा नाश्ता पेश करायचे. ताजा ब्रेड, कॅव्हिअर, ताजी फळं, चहा, कॉफी आणि हे सगळं सुरेख सजवून. हा सरंजाम बागेतल्या अनेक टेबलांपैकी एकावर मांडलेला असायचा. तलावाच्या काठी किंवा एखाद्या गुलाबकुंजात किंवा आमच्या शयनगृहाच्या बाहेरच्या बाल्कनीत अशा वेगवेगळ्या ठिकाणी व्यवस्था असायची. आम्ही सावकाश एक तासभर खाण्यात घालवायचो. मग साधारण दहा वाजण्याच्या सुमारास बिजान कार्यालयात जायचा. कधी मी नको म्हणाले, तर घरीच माझ्या सोबत थांबायचा. फोनवर काय ते काम आटपून मग आम्ही पोहायचो किंवा घोड्यावरून फेरफटका मारायचो. बागेतल्या फुलांचे फोटो काढत तो तासन्तास घालवायचा. तेव्हा मी गुलाबाच्या रंगछटा माझ्या कुंचल्यात पकडायची. त्यानं योजल्याप्रमाणे सगळं घडत होतं. तो जवळपास निवृत्त झाला होता, तरी रातोरात औद्योगिक सत्ता काबीज करण्याच्या मागे शाह लागला होता आणि या संधीचा फायदा घेऊन बिजानची फर्म कधी नव्हे एवढा

जोरदार धंदा करत होती.

दुपारी उशिरा मग आम्ही मित्रांना, चुलत–मावस भावंडांना, मामा-मावश्यांना कुणालातरी भेटायला बाहेर पडायचो. आणि संध्याकाळी येताना काही होवो, त्या क्षणीच्या सर्वांत लोकप्रिय रेस्टॉरंटला भेट द्यायचो. आम्ही नियमितपणे रॉयल क्लबवर जायचो आणि देखण्या अरबी अश्वांवर रपेट करायचो.

जुलैच्या शेवटी आम्ही लग्नाचं जंगी रिसेप्शन दिलं. (हे नेहमीच लग्नाच्या धार्मिक विधीनंतर काही काळानं होतं.) माझा भाऊ, मामा, मावशी अमेरिकेहून येईपर्यंत आम्ही थांबलो होतो. हिल्टनमधली ती सुरम्य रात्र होती. झाडाच्या फांद्या आणि द्राक्षांचे घोस लगडलेल्या वेलींनी बॉलरूम सजवली होती. खोलीचा प्रत्येक कोपरा फुलांनी भरला होता. लज्जतदार जेवणाच्या मध्यभागी होतं चार फूट लांबीचं हंसाचं एक हिमशिल्प, ज्याच्या पोटात कॅस्पियनमध्ये मिळणारं पंचवीस पौंड उत्कृष्ट कॅव्हिअर भरलं होतं.

नोव्हेंबरमध्ये आम्ही युरोपला आणि तिथून पुढे आफ्रिकेत जाणार होतो. पण निघण्यापूर्वी काही दिवस आधी, मला दिवस असल्याचं लक्षात आलं. लग्नानंतर इतक्या लगेच मूल होऊ देण्याबद्दल मी साशंकच होते. बिजाननं कबूल केलेल्या सफरीला अजून सुरुवात व्हायची होती; पण या बातमीनं तो एवढा खुष झाला की, धावत जाऊन त्यानं भेट म्हणून माझ्यासाठी एक मोठा नीलमणी आणि हिऱ्याची अंगठी आणली. इंग्लंडमध्ये मी डॉक्टरांकडे जाऊन आले, तेव्हा त्यांनी आम्ही पुढे आफ्रिकेला जाऊ नये असं सुचवलं, त्यामुळे आम्ही त्याऐवजी एक महिना लंडनमध्ये राहिलो. आम्ही तिथे असताना बिजाननं त्याच्या एका मित्राकडे जाऊया असं सुचवलं.

त्याचा मित्र एका उंच इमारतीत राहत होता, पण आम्ही जेव्हा बाराव्या मजल्यावरच्या त्याच्या अपार्टमेंटपाशी पोहोचलो. तेव्हा तिथे फक्त कामगारांची ये-जा चालू होती आणि त्या कोऱ्या करकरीत इमारतीच्या कामावर शेवटचा हात फिरवणं चाललं होतं.

"ते लोक नाहीयेत बहुधा इथे." बिजान म्हणाला. मी तिथेच उभी राहिले. पण तो बिनधास्त सगळीकडे फिरून खोल्या–खोल्यांमधलं फर्निचर बघत होता. सगळं एकदम चकाचक होतं. चमकत्या काचा आणि क्रोममध्ये बैठकीच्या खोलीत उत्तम पॉलिशचे लॅकर पीसेस, हाताने रंगवलेल्या स्यूडचे कोच होते.

शेवटी त्यानं विचारलं, "तुला आवडलं हे?"

"अर्थातच. फारच सुंदर आहे."

"मग ठीक.. कारण हे आपलं आहे."

आम्ही एक महिन्यासाठी पॅरिसला गेलो असतानाही त्यानं अशीच गंमत केली. अशाच दुसऱ्या काहीतरी बहाण्यानं त्यानं मला एका उंच इमारतीतील फ्लॅट

बघायला नेलं. आयफेल टॉवरच्या जवळच सेनच्या काठी ही नवीन इमारत होती. त्या अपार्टमेंटनं मी किती प्रभावित झाले आहे हे बघेपर्यंत तो थांबला, आणि मग त्यानं जाहीर केलं की हेही आमचंच होतं. काही महिन्यानंतर, असंच रॉयल क्लबमध्ये कॉफी पिता पिता, मित्रानं नुसतं कॅटलॉगमध्ये दाखवलेलं अपार्टमेंट बघून त्यानं स्पेनमधल्या बालेन्शियामधलं ते अपार्टमेंट विकत घेऊन टाकलं. माझ्यावर प्रभाव टाकायला त्याला अशा या छोट्यामोठ्या मालमत्ता, लहानमोठ्या बक्षीसांसारख्या, विकत घ्यायला फार आवडायचं आणि मी तर भारूनच जात होते. पण तरी तो सगळं गुप्त ठेवायचा. आणि मीही त्याच्या धंद्याबद्दल किंवा त्याच्या मालकीच्या इतर गोष्टींबद्दल चौकशी करायची नाही. आमच्या नंतरच्या सफरींमध्ये हॉटेल्समध्ये न राहता आम्ही आमच्या अपार्टमेंटस्‌मध्येच राहिलो. पण पहिल्या वेळी अजून सगळं नीट लागायचं होतं, म्हणून त्यानं हॉटेलमध्येच राहणं पसंत केलं.

युरोपमध्ये तीन महिने राहून आम्ही इराणला परतलो. १७ जुलैला माझ्या मुलाचा – फरहादचा – जन्म झाला. पुरुषप्रधान देशात, मला मुलगा झाल्यानं आमचं जीवन सार्थकी लागलं. बिजान एक फारच चांगला पिता निघाला. मी इतकी लहान होते की, मला फरहाद म्हणजे एक बाहुलीच वाटायचा. मी त्याला दहादा युरोपियन पद्धतीचे बाळाचे कपडे घालायची, काढायची. बिजानला हसू यायचं. "राहू दे गं. त्या बाळाचे कपडे आज चारदा बदलले आहेस तू." पालक म्हणून तो खूप धीरानं घ्यायचा. आमच्या बाळाबरोबर खेळण्यात, पहिले शब्द शिकवण्यात, त्याची पहिली पावलं टाकताना, टाळ्या वाजवताना, तो तासन्‌तास घालवयाचा. आमच्या वैवाहिक आयुष्यात पहिल्या दीड वर्षात आम्ही पतिपत्नी जेवढे जवळ आलो, तेवढे नंतर कधीच नव्हतो.

आमच्या सभोवती, मित्र आणि नातेवाईक, युरोप, अमेरिकेत मालमत्ता विकत घेत होते. आपल्या मुलांना परदेशातल्या उत्तमोत्तम निवासी शाळांमध्ये पाठवत होते. स्विस बँकांमध्ये खाती उघडत आणि फुगवत होते. पॅरिसमध्ये दुकानांवर पाट्या असायच्या, 'आम्हाला पर्शियन येतं.' त्या झटपट श्रीमंत झालेल्या इराणी लोकांसाठी होत्या, त्यांना दुसरी किंवा तिसरी भाषा म्हणून एखादी युरोपियन भाषा शिकायला वेळ नव्हता. मी जेव्हा जेव्हा पॅरिसला जायची, तेव्हा साधारण आठ-एक सुटकेसेस भरून नवे कपडे आणायची. पण खरं तर आता आम्हाला खरेदीसाठी पॅरिसला जायची आवश्यकता नव्हती. शाह-अब्बास रस्त्यावरची दुकानं साऱ्या दुनियेतील उत्तम माल घेऊन हजर होती. तुमची खर्च करायची तयारी असेल, तर तुम्ही काय वाटेल ते देशात आणू शकत होता. आम्ही जायचो त्या सर्व पार्ट्यांना औपचारिक पोषाख लागायचा. स्त्रियांसाठी लांब पोषाख-ज्यासाठी आम्ही सहजच प्रत्येकी पाच हजार डॉलर्स देत असू. एखाद्या श्रीमंत पतीच्या

राणीच्या अंगावर, सहज म्हणून संध्याकाळी बाहेर जाताना, एक लाख डॉलर्स किमतीचे दागदागिने असणं, यात काही अपूर्वाई नव्हती. आमच्या मित्रमंडळींना जेव्हा खरी उधळमाधळ करायची असे, तेव्हा ते हॉलंडमधून फुलं आणि एका रात्रीसाठी पॅरिसहून आचारी, केटरर अन् अन्न मागवायचे.

शाह आणि त्याच्या पत्नीनं पैसे खर्च करण्याचा धडा घालून दिला होता. दर हिवाळ्यात तो आणि त्याचा लवाजमा स्वित्झर्लंडमधल्या त्याच्या इस्टेटीवर राहायला जायचे. तिथल्या स्कीच्या उतारांवरून तो इथलं राज्य चालवायचा. १९६७ मध्ये त्याच्या राज्यभिषेकाच्यावेळी त्यानं डोक्यावर लाल वेल्वेट, पांढरी इग्रॉटची पिसं आणि तेहतीसशे ऐंशी हिरे असलेला मुकुट घातला होता. राजसत्तेला २५०० वर्षे पूर्ण झाल्याचा उत्सव त्यानं पर्सेपोलिस इथे हजारो तंबूंमध्ये टेबलाजवळ बसून करण्याच्या मेजवानीनं साजरा केला होता. पर्से पोलिस हे थोर दरायस नववर्षाच्या स्वागतासाठी उभारलेलं शहर. तिथले अवशेष आजही प्राचीन पर्शियन वैभवाची साक्ष देतात. मॅक्सिम्स ऑफ पॅरिसनं कॅव्हिअरनं भरलेले क्वेल आणि लॉबस्टर मूस पेश केले होते; तर शंभर डॉलर्स किमतीची एक अशा शॅटूला फाइट रॉथ्सशील्ड मधाच्या पंचवीस हजार बाटल्यांचा समावेश होता. एकदा राणी फराह सुट्टी संपवून पॅरिसहून तिच्या स्वत:च्या जेट विमानानं आली, पाठोपाठ तिच्या पोहण्याच्या तलावासाठी घेतलेले तीन टन फ्रेंच संगमरवर आणणारं इराणचं बोइंग ७०७ विमान होतं. न्यावरान राजवाड्याच्या शाही स्नानगृहात सोन्याच्या पत्र्याच्या नळाला डॉल्फिनच्या आकाराच्या तोट्या बसवल्या होत्या. त्या डॉल्फिनच्या डोळ्यांच्या जागी जेड, ॲमेथिस्ट अशी मौल्यवान रत्नं बसवली होती.

पैसे उधळण्यात आमची मित्रमंडळी आघाडीवर होती असं नाही. पूर्वी एका ट्रक ड्रायव्हरनं शाहला १९५३ च्या अल्पशा बिजनवासात काही मदत केली होती. तो ट्रकवाला आता व्यापारी बनला होता, पेप्सीकोलाच्या आयातीत त्याचं उखळ पांढरं झालं होतं, त्यानं तेहरानमध्ये स्वत:साठी, दीड कोटी डॉलर्स खर्चून व्हर्सेलिसच्या पेटिट त्रिनॉनची प्रतिकृती बनवली होती.

का कोण जाणे, पण ही काल्पनिक दुनिया कायम टिकणारी नाही, असं मला वाटत होतं आणि ते खरं ठरलं. तेलाच्या अतिरेकाचा ताण सत्तरच्या दशकातच जाणवायला लागला होता; बेसुमार वाढीमुळे कुशल मनुष्यबळाचा आणि कच्च्या मालाचा प्रचंड तुटवडा निर्माण झाला. सिमेंट नाही म्हणून एखाद्या हॉस्पिटलचं बांधकाम मध्येच थांबायला लागलं. अतिशय गरज असलेली शाळेची इमारत कंत्राटदार कसंतरी करून पूर्ण करायचे, पण तिथे शिकवायला शिक्षकच नसायचे. लोकांना जास्त पैसे मिळू लागले होते, हे खरंच होतं. पण राहणीमानाचा खर्च त्याहूनही अधिक वेगानं वाढत होता. असल्या अंदाधुंद सरकारी कारभारात कुठलंही

काम होण्यासाठी प्रत्येक ठिकाणी पैसे चारावे लागणार हे सगळेजण जाणून होते. आम्ही त्याला चहापाण्याचे पैसे म्हणायचो. शेतीच्या आधुनिकीकरणाचे प्रयोग फसल्यामुळे आणि बऱ्या रोजगाराच्या आशेनं खेडूत लोक मोठ्या शहरांमध्ये स्थलांतर करत असल्याने अवघ्या दोन दशकांत, अन्नाचा निर्यातदार असलेल्या इराणवर धान्य आयात करण्याची वेळ आली.

संपत्तीच्या आड, पाश्चिमात्य प्रभावाच्या आवरणाखाली असा एक देश होता की, ज्याची खरी प्रगती झालीच नव्हती. अशी प्रजा होती, जी भोवताली घडणाऱ्या बदलांना अतिशय प्रतिकूल होती. इराणमध्ये नेहमीच गरीब होते आणि श्रीमंत होते, पण आम्ही सगळे इराणी दीर्घ इतिहासाने परस्परांशी बांधले गेलेले होतो. आम्ही एकमेकांना समजू शकत होतो. सामाजिक उतरंडीचा अर्थ आम्हाला समजत होता. राजाची सत्ता आम्हाला मान्य होती. समाजातील परस्परांच्या स्थानाचा आम्ही आदर करत होतो. माझ्या वडलांच्या खेड्यातली वर्गव्यवस्था शतकानुशतकं तशीच चालत आलेली होती. लोकांना त्यांचं वर्चस्व मान्य होतं आणि घरगुती तंटे सोडवायला आणि जामीन मागायलाही ते वडलांकडेच यायचे. तसेच पाण्याच्या सोयीसाठी आणि शेतीसाठी ट्रॅक्टर हवा म्हणूनही त्यांच्याकडे यायचे. श्रीमंत आणि गरीब चिवट अशा संस्कृतीच्या धाग्यांनी एकमेकांशी घट्ट बांधले गेले होते. पण आता हे नवश्रीमंत वेगळेच दिसत आणि वागत होते, अगदी परदेशी लोकांसारखे. श्रीमंतांकडे कधी नव्हता एवढा पैसा आला होता, असं वाटायचं. आम्ही परंपरागत उतरंडीच्याही बाहेरच आलो होतो. बहुसंख्य इराणी लोकांच्या दृष्टीनं आम्ही म्हणजे पाश्चिमात्य लोकांची नक्कल होतो. आमची इस्लामची श्रद्धा पोकळ होती. कुटुंबात एखादा मृत्यू झाला तरच आम्ही मशिदीत जायचो. आम्ही आमचं लैंगिक स्वातंत्र्य मिरवत होतो, आम्ही इराणी राहिलोच नव्हतो. सगळीकडे 'परदेशी' असलेल्या सर्व गोष्टींबद्दल एक चीड, द्वेषभावना होती. अगदी पश्चिमेची नक्कल करण्यात उतावीळ झालेल्या इराणी लोकांमध्येही द्वेषभावना अस्तित्वात होती.

बहुतेक याच सांस्कृतिक कारणांमुळे माझ्या वैयक्तिक आयुष्यातलाही बहर ओसरत होता. मी अशा माणसाशी लग्न केलं होतं, जो म्हणायचा की त्याला मी नृत्यं केलेलं आवडतं आणि जो मला उत्कृष्ट क्लब्जमध्ये नेणार होता. माझ्या स्वातंत्र्याचा आदर करेन असं म्हणाला होता तो. पण काळाबरोबर मला समजत गेलं की, मी सोनेरी पिंजऱ्यात बंदिवान झाले आहे. त्याच्या मुक्तीच्या साऱ्या वल्गना पोकळ होत्या. फक्त सत्याची ही जाणीव मला फार उशिरा झाली. अगदी सुरुवातीला, स्वत: काही न करता, सारं नोकरांवर सोपवून, स्वत:च्याच घरात पाहुण्यासारखं राहायला मला काही वाटलं नाही. बिजाननं सतत, हरघडी माझ्याबरोबर असणं, मला लागणाऱ्या वस्तू निवडायला मदत करणं यातही मला काही वाईट वाटलं

परत येणार नाही अशी माझी अटकळ होती आणि या बाहेर जाण्याबद्दल त्याला काही सांगायचंच नाही असं मी ठरवलं. पण आम्ही सगळे जेव्हा जेवून कॉफी प्यायला घरी आलो, तेव्हा एका नोकराने माझ्याजवळ येऊन सांगितलं, ''अमिनीसाहेब घरी आले आहेत. त्यांनी तुम्ही कुठे आहात म्हणून चौकशी केली. तुम्ही बाहेर गेलाय म्हणून सांगितलं, तर ते वरती बेडरूममध्ये गेलेत. ते म्हणाले, त्यांचं डोकं दुखतंय.''

एकाएकी त्याच्या समोर जायला मला भयंकर भीती वाटू लागली. मला माझ्या स्वत:च्या नवऱ्याची भीती वाटते आहे हे मला कळलं. मी काहीच चुकीचं केलं नव्हतं – त्याचा स्वत:चा भाऊ माझ्यासोबत होता – पण तरी आता हा मला काय म्हणेल याची मला धास्ती वाटायला लागली. मी बेडरूममध्ये गेले, तेव्हा तो छताकडे दृष्टी लावून बिछान्यावर पडला होता.

''कुठे गेली होतीस?'' त्यानं विचारलं.

''आम्ही सगळे रॉयल क्लबमध्ये गेलो होतो. तुझा भाऊही होता.''

''मला वाटतं, तू माझ्याशिवाय तिथे गेलेलं मला आवडत नाही असं मी तुला सांगितलंय.''

लग्नानंतर प्रथमच आमच्यात वाद झाला आणि मी त्याला उलट उत्तर दिलं.

''तुझी काय माझ्यावर मालकी वगैरे आहे असं वाटतंय की काय तुला?'' मी संतापानं विचारलं, ''तू काय मला विकत घेतलं आहेस का? तसं वाटत असेल, तर विचार कर. असं नसतं, तू मला हुकूम सोडू शकत नाहीस.''

तो भयंकर चिडला, ''मी बरोबर असताना कुठेही जा आणि काय वाटेल ते कर आणि हे असंच असणार आहे. पण मला तू त्या पोरींच्या घोळक्याबरोबर कुठेही जायला नको आहेस. रॉयल क्लबमध्ये तर नाहीच.''

बिजानला भीती वाटत होती ती क्लबमधल्या उबदार, मैत्रीपूर्ण वातावरणाची. एखाद्या मित्रानं तुमच्या टेबलाजवळ यावं, तुमच्यात सामील व्हावं, थोडा वेळ तुमच्याशी हास्यविनोद करावा, हे अगदी स्वाभाविक होतं. खरं तर त्यात चुकीचं तरी काय होतं? बिजानच्या दृष्टीनं. जेव्हा एखादी विवाहित स्त्री परपुरुषाशी बोलते तेव्हा ती अगदी मैत्रिणींच्या घोळक्यात असली तरी, ती काहीतरी पापच करत होती. हाच तो पाश्चात्याळलेला माणूस होता ज्याच्याशी मी लग्न केलं होतं. यावर माझा विश्वासच बसत नव्हता. माझं त्याच्यावर प्रेम होतं आणि माझा त्याला फसवण्याचा कुठलाही इरादा नव्हता, पण तो बरोबर नसताना मला भेटणाऱ्या लोकांवर विश्वास टाकायला तो तयार नव्हता. ज्या माणसाकडे मी एखाद्या देवाकडे पाहावं तसं पाहिलं तो अखेर अचानकपणे फक्त पुरुषच निघाला आणि मला वाटलं होतं, त्यापेक्षा त्याच्याकडे कितीतरी कमी आत्मविश्वास होता.

शेवटी एकदा मी म्हणाले, ''तुला जर अशीच पारंपारिक इराणी बायको हवी

होती, तर तू अमेरिकेत, वेगळ्या संस्कारात वाढलेल्या एखाद्या मुलीशी लग्न करायला नको होतंस. घरात बसणाऱ्या अन् तुझ्यासाठी मुरंबे करणाऱ्या एखाद्या छानशा छोट्याशा इराणी मुलीशीच लग्न करायला हवं होतंस.''

त्याला पाश्चिमात्य वळणाचा फक्त मुलामा हवा होता. माझ्या अमेरिकन संस्कारांचं त्याला कुतूहल होतं. मुक्त आणि पाश्चिमात्य उच्चवर्गीय म्हणून प्रसिद्ध असलेल्या कुटुंबात त्याला लग्नसंबंध जोडायचा होता, पण अंतर्यामी तो बहुसंख्य इराणी लोकांप्रमाणेच गतानुगतिक होता. त्याच्या व्यक्तिमत्त्वातून साऱ्या देशाचीच एक मूलभूत रुढीप्रिय मानसिकता समजायला मला खरं म्हणजे मदत झाली असती. पण मी इतक्या लहानशा वर्तुळात वावरत होते की, बिजान सौम्यपणे बहुसंख्य इराणी लोकांची पश्चिम आणि पश्चिमी मूल्यांबद्दलची परस्परविरुद्ध भावना प्रकट करत होता हे मला समजलंच नाही.

आमच्या त्या वादावादीनंतर मी एकटी क्वचितच बाहेर गेले, आणि बिजानचा या बाबतीत पुनर्विचार करण्याचा इरादा नाही हे त्यानंही स्पष्ट केलं. त्या प्रसंगातून एवढं मात्र पुढे आलं की, बिजान भेटण्यापूर्वी ज्या तरुणाबरोबर मी डेटिंग करत होते तो याचा केंद्रबिंदू आहे. फरहादच्या जन्मानंतर काही महिन्यांनी माझ्या या पूर्वीच्या प्रियकरानं मित्रांकरवी मला निरोप पाठवायला सुरुवात केली की, त्याचं माझ्यावर अजूनही प्रेम आहे. आणि मी जर बिजानला घटस्फोट दिला, तर तो माझा आणि माझ्या मुलाचाही सांभाळ करेल. मी त्याला लगेचच नकाराचं उत्तर पाठवलं. पण त्याच्या भावनेनं मला आत कुठेतरी स्पर्श केला. मला त्याला फक्त एकदाच – अगदी चारचौघात – भेटून एवढंच सांगायचं होतं की, मी विवाहानंतर अगदी सुखात आहे आणि मला तसंच राहायचं आहे आणि त्यानं दुसऱ्या कुणाबरोबर तरी संबंध वाढवावेत. माझ्या अश्रफ आत्याच्या सगळ्यात धाकट्या मुलीकडे – फिरोजेहकडे – होणाऱ्या जंगी पार्टीत तिनं त्याला बोलवावं, जिथे मी काही क्षण त्याला एकटी भेटू शकेन, अशी मी व्यवस्था केली. लग्नापूर्वीच्या भेटींमध्ये मी बिजानला या मुलाबद्दल सांगितलं होतं आणि आम्ही नुसते मित्र असायला त्याची काहीच हरकत नव्हती. त्या सगळ्या प्रकरणात त्यानं फार उदारपणाचा आव आणला. पण आता या नियोजित भेटीचा बिजानला विशेष आनंद होणार नाही, अशी मला शंका होती. त्यामुळे मी त्याला त्याबद्दल काहीच सांगितलं नाही.

त्या रात्री माझा पूर्वीचा प्रेमिक माझ्यावर जरा जास्तच स्तुतिसुमनं उधळत होता. पण मी त्याला एका बाजूला भेटून सांगितलं की, यापुढे संबंध चालू ठेवण्याची काही आशा ठेवू नकोस. मी त्याची बिजानशी ओळखही करून दिली. त्या रात्री शाहच्या पुतण्यांपैकी एकाकडे असलेल्या पार्टीला त्यानं बिजानला आमंत्रण दिलं–ते माझ्या नवऱ्यानं नाकारलं. त्यानंतर बऱ्याच आठवड्यांनंतर

फिरोजेहशी फोनवर बोलेपर्यंत त्या भेटीचा विषय माझ्या डोक्यातून पूर्णपणे गेलेला होता. एकदम आम्हाला फोनवर आणखी दोन आवाज ऐकू येऊ लागले. असा व्यत्यय इराणमध्ये नेहमीचाच असायचा. आम्ही फोन बंद करणार, तेवढ्यात आमच्या लक्षात आलं की, आम्हाला ऐकू येणारे ते दोन आवाज दुसऱ्या कुणाचे नसून आमचेच दोघींचे होते, आम्ही जाम टरकलो. आम्ही ऐकू लागलो, ते आमचं पूर्वीचं कुठल्या तरी नोकराबद्दलचं निरुपद्रवी संभाषण होतं. मला समजून चुकलं की, माझा नवरा माझी फोनवरची बोलणी टेप करत होता. काहीतरी तांत्रिक चुकीमुळे, केवळ अपघातानं आम्ही ती टेप ऐकली होती आणि एकदम माझ्या लक्षात आलं की, माझ्या पूर्वीच्या प्रियकराच्या भेटीबद्दल त्याला सारं काही माहीत होतं.

त्या दिवशी दुपारी बिजान घरी आल्यावर मी त्याला जाब विचारला, "तू फोनवरचं माझं बोलणं टेप करतोस?" भीतीवर मात करत मी म्हटलं, "असं कसं केलंस तू? माझा केवढा अपमान आहे हा!"

आधी त्यानं सगळं हसण्यावारी न्यायचा प्रयत्न केला. माझं बोलणं त्यानं चोरून ऐकलं तर काय झालं? हे फक्त गंमत म्हणून होतं पण त्यानं जेव्हा माझा पारा चढलेला पाहिला, तेव्हा तोही कठोर झाला. त्याच्या बायकोवर नजर ठेवायचा त्याला हक्कच होता आणि माझ्या बाबतीत तर त्याची गरज सिद्धच झाली होती. आमचं भांडण वाढत गेलं, तशी मला आमच्या विवाहाबद्दलच काळजी वाटायला लागली.

इराणमध्ये पती, पत्नीमध्ये काही बेबनाव झाला, तर जवळच्या वडीलधाऱ्या नातेवाइकांकडे प्रश्न सोडवायला जायची पद्धतच आहे. त्या रात्री आम्ही अर्देशीर मामा आणि गिती मामी यांच्याकडे गेलो. ते लोक १९७० च्या सुरुवातीसच ॲन आर्बरहून परत इराणमध्ये आले होते आणि त्यांनी शहरातील सर्वोत्तम 'ला रेझेर्व'– फ्रेंच रेस्टॉरंट–सुरू केलं होतं. आम्ही आमचा प्रश्न त्यांच्यापुढे मांडला, तेव्हा त्यांनी फारच उदार भूमिका घेतली. माझ्या इतर नातेवाइकांप्रमाणे त्यांनाही माझ्या नवऱ्याचा आदर वाटायचा.

'मि. अमिनी, बायकांच्या मनात येणारा प्रत्येक विचार त्यांच्या कपाळावर लिहिला असता, तर सगळ्या लग्नांचा शेवट घटस्फोटात झाला असता. जोपर्यंत एखादी बाई प्रत्यक्षात खरंच चुकीचं वागत नाही, तोपर्यंत तुम्ही तिला दोषी ठरवता कामा नये."

माझ्या नवऱ्यावर त्याचा ढिम्म परिणाम झाला नाही. "कुठल्याही विवाहित स्त्रीला, पूर्वीच्या प्रियकराला भेटावंसं वाटणं – अगदी सहज म्हणूनसुद्धा – हेच गैर आहे. ती दोषी आहे आणि मी हेही सांगून ठेवतो की, ती जर तिच्या चुलत, मामे बहिणींच्या वाईट संगतीत फिरत राहिली, तर या लग्नाचा शेवट नक्की घटस्फोटात होईल. ती पुन्हा जर तिच्या याराला भेटली असं माझ्या कानावर आलं, तर हे लग्न

संपलंच म्हणून समजा.''

बिजाननं आणि मी आमच्या लग्नाचा दुसरा वाढदिवस साजरा केला तोपर्यंत आमच्यात गंभीर तेढ निर्माण झाली होती. मी आता ज्या परिस्थितीत अडकले होते, तिथून मला अशी अनेक उदाहरणं आजूबाजूला दिसायला लागली. इराणी पुरुष लहान वयाच्या मुलींशी लग्न करायचे, म्हणजे त्यांना तिच्याकडून घडवून ठोकून, त्यांना अपेक्षित असलेली आदर्श पत्नी निर्माण करता यायची. माझ्या बाबतीत, माझ्या नवऱ्याला मी वरून आधुनिक, पुढारलेली आणि छान हवी होते, पण आतून मात्र मी जुनाट, पारंपारिक, नम्र अशी हवी होते. वैवाहिक जीवनात निर्माण झालेला तणाव थोडा कमी व्हावा, म्हणून आम्ही डिसेंबर १९७६ मध्ये, आमच्या अनेक युरोप सफरींपैकी एक सफर करायची ठरवलं–फक्त यावेळी फरहादशिवाय. तो माझ्या सासू आणि नणंदांकडे राहणार होता. आमच्या नेहमीच्या सफरींप्रमाणे याही वेळी आम्ही प्रथम स्वित्झर्लंडला गेलो. तिथे बिजानची, त्याच्या नेहमीच्या पोटाच्या ॲसिडिटीच्या तक्रारीसाठी जिनिव्हामध्ये तपासणी करायची होती. ज्यांना परवडायचं, ते इराणी त्यांच्या वैद्यकीय उपचारांसाठी युरोपला जायचे, कारण कितीही चांगली उद्दिष्टं असली आणि गेल्या काही वर्षांत कितीही प्रगती झालेली असली, तरी युरोपमधल्या आणि इराणमधल्या उपचारपद्धतींत काही तुलनाच होऊ शकत नव्हती. फार तर दोन दिवस तिथे राहून पुढे पॅरिसला जाण्याचा आमचा विचार होता. पण बिजानच्या नेहमीच्या तपासण्यानंतर त्याच्या सततच्या पोटाच्या तक्रारींनी डॉक्टरांना घाबरवून टाकलं आणि त्यांनी पोटाची शस्त्रक्रिया करायचं ठरवलं.

पुढच्या गोष्टींची कल्पना येऊन मी घाबरून गेले. आयुष्यात मी कधीही हॉटेलमध्ये एकटी राहिले नव्हते. नवरा किंवा इतर नातेवाइकांशिवाय एकटी कुठे गेले नव्हते. बिजानची प्रकृती ठीक होईपर्यंत मला एकटीनं हॉटेलमध्ये राहावं लागणार होतं. हॉस्पिटलच्या खेपा करणं आणि अतिशय आजारी माणसाची जबाबदारीनं शुश्रुषा करणं या नुसत्या कल्पनेनंच मला घाम फुटला. आतापर्यंत नेहमीच कुणी ना कुणी माझी काळजी घेत होतं. पण आता आयुष्यात प्रथमच दुसऱ्या कुणासाठी तरी मी खंबीरपणे उभं रहायला हवं होतं.

आम्ही तळ्याजवळच्या प्रेसिडेंट हॉटेलमध्ये राहात होतो आणि कॅन्टोनल हॉस्पिटलच्या सर्वांत वरच्या मजल्यावरची दिवसाला सातशे डॉलर्स किमतीची खोली घेतली होती. सर्वांत वरच्या मजल्यावर जास्त करून परदेशी रुग्णच होते आणि त्यातही श्रीमंत इराणी लोकांचा जास्त भरणा होता. शाहच्या नातेवाइकांना शस्त्रक्रियेची गरज असेल तेव्हा ते इथेच यायचे. राजा तेलाच्या पैशानं विदेशी तंत्रज्ञान आयात करू शकत होता; पण पाश्चिमात्य कौशल्य आणि व्यावसायिकता रातोरात कशी रुजवणार?

शस्त्रक्रियेच्या आदल्या रात्री, मी मध्यरात्रीपर्यंत बिजानजवळ थांबले. त्याच्या भागीदारांपैकी एकाचा – जमशिदचा – भाऊ आम्हाला भेटायला आला होता. त्यानं त्याच्या गाडीतून मला हॉटेलवर सोडायची तयारी दर्शवली. जमशिदचा भाऊ डॉक्टर होता आणि त्याचा शहरात स्वत:चा खाजगी दवाखाना होता. नाताळच्या अलीकडची पावसाळी रात्र होती. लवकर घरी पोचण्याच्या घाईत त्यानं सिग्नल तोडला व समोरून येणाऱ्या गाडीवर धडकला. आमची गाडी एका बाजूस कलली आणि खड्ड्यात जाऊन थांबली. मला भयंकर धक्का बसला होता, पण मी कशीतरी गाडीच्या बाहेर आले. गाडीच्या फुटलेल्या काचांच्या बारीक कपच्यांनी माझं सगळं अंग भरलं होतं. डॉक्टरही कसाबसा गाडीच्या बाहेर आला आणि लगेच त्यानं माझी चौकशी केली. त्या अंधारात आणि पावसात त्यानं मला कुठे मोठा मार लागला नाही ना एवढं तपासलं.

"फक्त उजव्या डोळ्याच्या वर थोडं कापलंय." तो म्हणाला, "मी तुला माझ्या घरी नेतो. माझी बायको तुला कपडे बदलायला मदत करेल. शेजारीच माझा दवाखाना आहे. तिथे तुला टाके घालता येतील."

पोलिसांना फोन केल्यावर त्याने पोलीस येईपर्यंत थांबण्याचा आग्रह धरला. मग पोलिसांना अपघाताची सावकाश सविस्तर माहिती दिली. त्या भासमान अर्ध्या तासात केवळ त्याच्या व्यावसायिक धीरोदात्तपणामुळे मी भीतीनं किंचाळत नव्हते. माझ्या उजव्या डोळ्याच्यावरून रक्त ठिबकत होतं आणि भीतीनं माझे पाय गळाठले होते. नंतर त्याच्या घरी त्याच्या परिचारिका पत्नीनं माझे कपडे उतरवायला मला मदत केली. मी माझं ब्लाऊज वर उचललं तसं काचेचे अनेक अदृश्य कण माझ्या त्वचेला घासायला लागले. मी शॉवरखाली उभी राहिले आणि केसांमधून पाणी वाहून जाऊ लागलं. तसे काचेचे कण/तुकडे खाली फरशीवर आपटताना किणकिण ऐकू येत होती. मी मऊ कपड्यानं अंग घासू लागले तशा रक्ताच्या बारीक रेषा उमटल्या आणि सारं पाणी लाल होऊन गेलं. अगदी माझ्या पापण्यांमध्येही काचेचे बारीक कण अडकले होते आणि मी त्यावरून बोट फिरवताच माझ्या चेहऱ्यावर रक्ताचे थेंब उमटले. मी जेव्हा आरशात पाहिलं. तेव्हा खरचटलेला, सुजलेला उजवा डोळा आणि सगळ्या चेहराभर रक्ताचे फराटे असं रूप पाहून माझ्या अंगावर शहाराच आला. बिजानची काळजी, माझ्या दुखावलेल्या डोळ्याची दृष्टी जाते की काय ही भीती, चेहऱ्यावरचे हे व्रण कायम तर राहणार नाहीत ना ही भीती यामुळे माझा रात्रभर डोळा लागला नाही. मी सकाळी उठून हॉस्पिटलमध्ये गेले. या वेळेपर्यंत तो परत रिकव्हरी रूममध्ये यायला हवा होता, पण अजून शस्त्रक्रियाच चालू होती. जसजसे तास जाऊ लागले, तशी मला अधिकाधिक काळजी वाटू लागली. एवढा वेळा का लागतोय? शेवटी, पाच तासांच्या शस्त्रक्रियेनंतर

डॉक्टर बाहेर आले आणि त्यांनी मला एका बाजूला घेतलं.

"मला वाईट वाटतंय सांगताना," त्यांनी सुरुवात केली, "तुमच्या यजमानांना पोटाचा कॅन्सर आहे. आम्हाला त्यांच्या पोटाचा बराचसा भाग काढून टाकावा लागला आहे, पण आम्ही सर्व कॅन्सर काढून टाकला आहे असं वाटतंय. अशा गंभीर केसेसमध्ये पुढचे दहा दिवस रुग्णाच्या प्रकृतीबद्दल काही सांगता येत नाही. कारण तोपर्यंत टाके व्यवस्थित भरून येतात की नाही हे पाहावं लागतं. अंतर्गत रक्तस्राव सुरू झाला तर आमच्या हातात फारसं काही नसतं."

मला चक्कर येऊन मी धाडकन जमिनीवर कोसळणार असं मला वाटलं, पण डॉक्टरांनी मला हाताला धरून खुर्चीत बसवलं. पश्चिमेकडची ही एक गोष्ट माझ्या पचनी पडत नाही. ती म्हणजे रुग्णाची आणि त्याच्या कुटुंबीयांची काहीही मानसिक तयारी न करता ते एकदम वाईट बातमी जाहीर करतात. समोर ठेपलेला मृत्यू हा वाईट हवामानाचा अंदाज सांगावा इतक्या सहजतेनं सांगतात आणि अतीव दुःखाची प्रतिक्रिया अनाठायी असल्यासारखं वागवतात.

मी रडायला लागले आणि शक्य तो उत्तम उपचार करा म्हणून डॉक्टरांना विनवू लागले. मी ज्या देशातून आले होते तिथे योग्य ते संबंध आणि योग्य तो दबाव यांच्या जोरावर काहीही मिळू शकत होतं आणि बहुतेक मला वाटलं की, खरंच जर या डॉक्टरला माझ्या नवऱ्याचे प्राण वाचवायचे असतील, त्याला जर खरंच काही करायचं असेल, तर तो ते करू शकतो. मी हेही सुचवून पाहिलं की, माझ्या अमेरिकेतील मामाचे वैद्यकीय क्षेत्रात खूप चांगले संबंध आहेत आणि हवं असेल तर अमेरिकन डॉक्टरला विमानानं तिथे आणता येईल पण तो डॉक्टर दुखावला गेला.

"काही करता येण्यासारखं असेल तर ते आम्ही करूच याची मी तुम्हाला खात्री देतो." तो ताडकन म्हणाला आणि नुकत्याच दिलेल्या वाईट बातमीशी लढायला मला एकटीला सोडून तो निघून गेला.

मी बावीस वर्षांची होते, मला एक छोटं बाळ होतं. कल्पनाच करता येणार नाही इतकं ऐषआरामी जीवन मी जगले होते. माझ्या लग्नाला तीनच वर्षं झाली होती आणि आमच्यात काही प्रश्न असले तरी माझ्या नवऱ्यावर माझं प्रेम होतं. माझी स्वप्नं विरून जाणार हे मला डोळ्यांपुढे दिसत होतं. माझ्या आयुष्यात काहीही संकट आलं की, मी माझ्या कुटुंबाकडे धाव घ्यायचं. या सकाळी अजून आपल्या आयुष्याला असलेल्या धोक्याविषयी अनभिज्ञ असा बिजान रिकव्हरी रूममध्ये होता. मी तेहरानमध्ये मामाला आणि सब्बालोनमध्ये वडिलांना फोन केला. ते सगळे लगेच जिनिव्हाला यायला निघाले, पण मी त्यांना थांबवलं. बिजानला मात्र ही बातमी लगेच सांगायची की दहा दिवसांचा आणीबाणीचा काळ संपल्यानंतर

सांगायची हा निर्णय डॉक्टरांनी माझ्यावर सोपवला होता. मी नंतरचा पर्याय निवडला. इराणहून नातेवाईक आले तर बिजानला परिस्थितीच्या गांभीर्याचा लगेच अंदाज आला असता; ते मला नको होतं.

पण झालं असं की, माझ्या मामांपैकी एकानं बिजानच्या घरी फोन करून शस्त्रक्रियेबद्दल सांगितलं आणि त्याचा डॉक्टर भाऊ अली हा जिनिव्हाला आला. त्या दहा दिवसांच्या काळात मी प्रत्येक रात्र बिजानच्या बिछान्याशेजारच्या कॉटवर काळजीनं लक्ष ठेवत आणि दुखणं उलटण्याच्या कुठल्याही लक्षणाकडे डोळ्यात तेल घालून लक्ष देत काढली. शेवटी डॉक्टरांनी लगेचचा धोका टळला असल्याचं जाहीर केलं आणि बिजानला प्रथमच त्याला कॅन्सर झाल्याचं सांगितलं. ही बातमी बिजाननं खास बिजानच्या पद्धतीनं आत्मविश्वास आणि ताकदीनं पेलली. त्याची प्रतिक्रिया त्याच्या भावाच्या अगदी विरुद्ध होती. त्याच्या भावाला आजाराचं स्वरूप माहीत असूनसुद्धा त्या शब्दानं तो पुरता खचून गेला होता.

डॉक्टरांनी सांगितलं की, शस्त्रक्रियेनंतरचे तीन महिने नियमित तपासणी करावी लागेल. मग सहा महिन्यांनी पुन्हा एकदा तपासणीसाठी यावं लागेल, त्यामुळे आम्ही तिघे परत हॉटेल प्रेसिडेंटमध्ये आलो. आम्ही तिथल्या आचाऱ्याला माझ्या नवऱ्यासाठी खास पातळ स्वरूपात अन्न तयार करायला सांगितलं. बिजानला थोडं बरं वाटत असे तेव्हा आम्ही जवळपास फिरून येत असू. अशा रीतीनं तीन महिने हॉटेलमध्ये राहिल्यानंतर डॉक्टरांनी बिजान आता घरी जाण्यापुरता ठीक झाला असल्याचं सांगितलं. हॉटेलमधलं राहाणं, हॉस्पिटल आणि शास्त्रक्रिया मिळून आम्हाला तीन लाख डॉलर्स खर्च आला. तो माझ्या नवऱ्यानं स्विस बँकेतल्या खात्यातून पैसे काढून भागवला. या खात्याबद्दल मला शून्य माहिती होती.

आम्ही दोन महिन्यांसाठी इराणला परत आलो. परत बिजानची दुखण्याची तक्रार सुरू झाली. फक्त यावेळी वेदना ॲपेंडिक्सजवळ होत होती. एका नव्या आजाराच्या शंकेनं मला घेरलं. त्याचं जीवन मृत्यूच्या छायेत असताना मला त्याच्यावरच्या प्रेमाची अधिकच प्रखर जाणीव झाली. त्याच्याशिवायच्या आयुष्याच्या कल्पनेनंही मी भयकंपित होत होते, त्याला धरून ठेवण्यासाठी मी काय वाटेल ते केलं असतं.

माझ्या मनात असं आलं की, आपण जिनिव्हात नव्यानं सुरू झालेल्या, धनिक इराणी लोकांसाठीच्या वैद्यकीय सेवेचा लाभ घ्यावा. काही तासांच्या सूचनेनंतर एक जेट विमान, डॉक्टर, परिचारिका आणि तातडीच्या वैद्यकीय सोयींसह तेहरानला येऊन रुग्णाला घेऊन परत उड्डाण करायचं. गरज पडली तर तातडीची शस्त्रक्रिया विमानातच करण्याची सोय होती. या सेवेमार्फत कुटुंबीयांच्या हॉटेलमधल्या राहण्याची व इतर सर्व तपशिलांची काळजी घेतली जायची.

नातेवाइकांनी फारच आग्रह केल्यामुळे बिजान एका स्थानिक डॉक्टरांकडे जायला तयार झाला. हे डॉक्टर माझ्या माहेरच्या कुटुंबाच्या ओळखीचे होते. अली आणि मी त्याच्याबरोबर होतो. त्याला तपासल्याबरोबर डॉक्टरांनी सांगितलं, त्याला ॲपेंडिसायटिसचा तीव्र विकार आहे. मी शस्त्रक्रियेसाठी काही ताससुद्धा थांबण्याचा सल्ला देणार नाही. जिनिव्हाला जाण्याएवढा वेळ त्याच्याकडे नाहीच.''

आम्ही डॉक्टरांकडे असेपर्यंतच्या सगळ्या वेळात बिजान किंवा अली आधीच्या शस्त्रक्रियेच्या स्वरूपाबद्दल काहीही बोलले नाहीत आणि आता इराणी वळणाची पत्नी बनल्यामुळे आपण आगाऊपणा करून बोलायला नको म्हणून मीही गप्प बसले. डॉक्टरांनी जेव्हा शस्त्रक्रियेला सुरुवात केली आणि त्यांना जेव्हा मोठा ट्यूमर आढळला तेव्हा त्यांनी जमेल तेवढा ट्यूमर काढला आणि बायोप्सीच्या निदानाची वाट पाहू लागले. ज्या देशाला अलिशान प्रासाद आणि राजवाडे परवडत होते, त्या देशात रुग्णालयं आणि बायोप्सीची सोय असणाऱ्या प्रयोगशाळा या इतक्या प्राथमिक अवस्थेत होत्या की निदान व्हायला दहा दिवस लागले. तोपर्यंत बिजानची इतकी शक्ती वाया गेली होती आणि तो इतका अशक्त झाला होता, की जिनिव्हाला जाण्याचा विचार आम्ही सोडूनच दिला.

प्रवास करण्याइतपत त्याची तब्येत सुधारल्यानंतर आम्ही अमेरिकेच्या लांबलचक निवांत सफरीवर गेलो. तिथे त्यानं मेयो क्लिनिकमध्ये आरक्षण केलं होतं. त्या वेळी, डॉक्टरांनी त्याच्या शरीरात आता कॅन्सर नसल्याची पावती दिली. कित्येक महिन्यानंतर आम्ही आनंदात ॲन आर्बर आणि लॉस एंजेलिसच्या माझ्या मामाकडं निघालो.

मला अजून आठवतं, बिजान पॅसिफिककडे आणि किनाऱ्यावर आदळणाऱ्या लाटांकडे बघायचा आणि म्हणायचा, ''जर अल्लानं मला आणखी वेळ दिला तर आपण इकडे येऊन उरलेलं आयुष्य इथेच घालवू.''

आम्ही इराणला पोचून थोडेच दिवस झाले, तोवर बिजानच्या जिनिव्हाच्या नेहमीच्या डॉक्टरांच्या भेटीची वेळ आली. आम्ही बहुतेक त्या जीवघेण्या आजाराच्या सर्व खुणांकडे दुर्लक्ष करत होतो, आम्ही फरहादलाही आमच्याबरोबर घेतलं आणि नंतर पुढे प्रवास करायचं ठरवलं. पण बिजानला ताबडतोब हॉस्पिटलमध्ये भरती करावं लागलं. तोपर्यंत बिजानवर लगेच शस्त्रक्रिया करायची की थोडी शक्ती येईपर्यंत थांबायचं यावर डॉक्टरांनी खल केला. लगेच शस्त्रक्रिया करायचा निर्णय झाला आणि त्यावेळचं भविष्य संपूर्ण अंधारं होतं.

''तुमच्या यजमानांचे फार थोडे दिवस उरले आहेत.'' त्याच डॉक्टरांनी मला सांगितलं, ''मी तुम्हाला असा सल्ला देईन की तुम्ही त्यांना घरी न्यावं.''

बिजान आणि मी त्याच्या मृत्यूच्या शक्यतेबद्दल कधी बोललोच नव्हतो. त्यानं त्याबाबत काहीही तयारी केली नव्हती किंवा आपल्या कामाबद्दलची गुप्तता कमी

केली नाही. त्यानंतर आमच्या हाताशी जे काही थोडे महिने उरले होते, त्यात आम्हाला एकांताचा क्षणही मिळाला नाही. कारण मृत्यूची अनिवार्यता ठरल्यावर खास इराणच्या, पण माझ्यासाठी पूर्णत: परकं असलेल्या संस्कृतीनं आमच्या आयुष्याचा कब्जा घेतला. त्याची बहीण परवेनाह आणि अली जिनिव्हाला आमच्याकडे आले आणि आम्ही हॉटेलजवळच्या एका सुसज्ज अपार्टमेंटमध्ये राहायला गेलो. त्याच्या कुटुंबानं आमच्या छोट्याशा घरकुलाचा आणि रुग्णालयाच्या व्यवहाराचा ताबा घेतला. मला कुठे जायचं झालं तर हजार प्रश्नांची उत्तरं दिल्याशिवाय किंवा पहारा असल्याशिवाय जायची परवानगी नव्हती. सुदैवानं माझे वडील तेव्हा त्यांच्या भाच्याला – दाराला – भेटायला बेर्नला आले होते. ते अनेकदा ट्रेनच्या खेपा करून मला भेटायला यायचे आणि बिजानचं कुटुंब माझ्यावर लादत असलेल्या भयंकर निराशाजनक आयुष्यातून मला थोडी मोकळीक मिळायची.

त्यांच्या मते, तुम्ही जर दु:खाचं मोठं प्रदर्शन मांडलं नाही, तर त्याचा अर्थ तुम्हाला दु:ख होतच नसणार. माझा नवरा आजारी होता, म्हणून माझ्यासाठी आयुष्यातलं कुठलंही सुख उपलब्ध नव्हतं. थोडा मोकळा श्वास घ्यावा तर बागेत फिरून यायलासुद्धा बंदी. कारण कदाचित तेवढ्या वेळात मला माझ्या पतीच्या दु:खाचा क्षणभर का होईना विसर पडेल. इराणच्या धर्मांध अतिरेकाचा वाहत असलेला अंश या कुटुंबातही व्यक्त होत होता. दु:ख आणि हौतात्म्याची तीच हौस, आत्मपीडेचा तोच अहंकार. मी त्यांना मृत्यूच्या उंबरठ्यावर असलेल्या पतीच्या पारंपरिक मुस्लीम पत्नीसारखं वागायला हवं होतं.

सर्वकाळ ते डॉक्टर आम्हाला स्वित्झर्लंड सोडा, घरी जा असं पुन्हा पुन्हा सांगत होते. कारण माहिती नाही, पण मला असं प्रकर्षानं वाटू लागलं की, आम्ही एवढा पैसा तिथे खर्च करत असनूसुद्धा आम्ही त्यांना तिथे नको होतो. बिजानला डॉक्टरांजवळ राहायचं होतं. सर्वोत्कृष्ट वैद्यकीय सेवा खरेदी करता येऊ शकत होती. कदाचित आम्ही अशा आणीबाणीच्या प्रसंगी आमच्या माणसांमध्ये, आमच्या संस्कृतीत असण्याची निकड डॉक्टरांना आमच्यापेक्षा जास्त जाणवत असेल.

दोन महिन्यानंतर अखेर एकदा आम्ही घरी गेलो आणि मी अमिनींची पूर्णच कैदी बनले. त्याची आई आणि दोन बहिणी आमच्या घरी राहायलाच आल्या. कुटुंबातल्या बाकीच्या मंडळींची दिवसभर वर्दळ असायची. मला त्याच्या खोलीत झोपायची बंदी होती. तो माझ्याशी प्रेमाचे चार शब्द बोलेल किंवा भविष्याबद्दल मला काही सल्ला देईल एवढी पाच मिनिटंसुद्धा तो मला त्यानंतर एकटा भेटला नाही. तो तिथे मृत्यू शय्येवर पडलेला असताना त्या लोकांनी मला त्याला पेलाभर पाणीसुद्धा देऊ दिलं नाही. त्यांनी घराचा पूर्ण ताबा घेतला. मला काही खरेदीसाठी बाहेर जायची, इतकंच काय आमच्याच झाडावरचं फळ तोडायचीसुद्धा बंदी होती.

फळांनी लगडलेल्या झाडावरच्या काही चेरीज मी अर्देशीर मामांकडे पाठवण्यासाठी तोडल्या. तेव्हा त्यांनी मला अक्षरश: चोरासारखं वागवलं.

त्यानंतरच्या सहा महिन्यांत मी बहुधा तीनदा घराबाहेर पडले असेन. तेही फक्त घरात काहीतरी आणीबाणी उद्‌भवली म्हणून. मैत्रिणी आणि नातेवाईक मला सोबत करायला म्हणून यायच्या आणि आमच्या घरातलं वातावरण पाहून घाबरून निघून जायच्या. आम्ही बघत होतो ते होतं इराणचं मूलतत्त्ववादी रूप. देशाचा गतानुगतिक चेहरा. अमिनींच्या आणि इतर इस्लामी मूलतत्त्ववादी कुटुंबाच्या वागण्यात काहीच फरक नव्हता. मी एका श्रीमंत माणसाशी लग्न केलं होतं आणि त्यांच्या मते तो मृत्युपंथाला लागलेला असताना आणि त्यानंतर मला जीवन उपभोगण्याचा काही अधिकार नव्हता. माझं जीवन त्याच्याबरोबर संपायला हवं होतं.

धर्मांध मुस्लिमांबद्दल माझ्या वडिलांना आणि मामांना थोडं अधिक ज्ञान होतं आणि अमिनी लोक माझा किती तिरस्कार करतात हेही त्यांना कळून चुकलं होतं. त्यामुळं 'बिजानची तब्येत आणखी बिघडते आहे असं वाटलं तर ताबडतोब फोन कर,' असं त्यांनी मला सांगून ठेवलं होतं. त्याच्या मृत्यूच्या क्षणी मी एकटी त्यांच्या तावडीत त्या घरात असेन तर त्याचे नातेवाईक माझं काय करतील अशी त्यांना भीती होती. झालं असं की, बिजान जेव्हा कोमात गेला, त्या सकाळी अझरबैझानहून आलेले माझे वडील आमच्या घरात होते. तो दिवस होता जून २५, १९७७. माझ्या मुलाच्या दुसऱ्या वाढदिवसाला तीन आठवडे बाकी होते. माझ्या वडिलांनी सकाळी पाच वाजता मला झोपेतून जागं केलं आणि मी बिजानचा शेवटचा निरोप घेतला तर बरं असं सांगितलं. मी धावतच त्याच्या खोलीत गेले. त्याच्या उशाशी बसलेल्या त्याच्या आई आणि बहिणींच्या रागाची पर्वा न करता शेवटच्याच वेळी मी त्याचा हात हातात घेतला.

त्या दिवसाच्या आठवणीनं अजूनही मला धडकी भरते. केवळ यासाठी नव्हे की, त्या दिवशी मी तरुण वयात विधवा झाले आणि माझ्यावर कायम स्वरूपाचा परिणाम करणारा माणूस मला कायमचा अंतरला. १९७९ च्या क्रांतीच्या वेळी छाती पिटून आक्रोश करणाऱ्या हजारो शोकाकुल मुस्लिमांच्या दृश्याशी पाश्चिमात्य लोक परिचित आहेत. शाहच्या विरोधात उभ्या राहिलेल्या निदर्शकांच्या मृत्यूनं उसळलेला भावनांचा उद्रेक त्यांनी पाहिला आहे, पण माझ्या नवऱ्याचा मृत्यूपर्यंत शोक करण्याची ही काळी आणि भीषण तऱ्हा मी पाहिली नव्हती.

बिजानची घटका भरली आहे असं दिसताच, माझ्या वडिलांनी अर्देशीर मामांना फोन केला. ते आणि गिती मामी लगेचच येऊन पोचले. बिजानच्या दु:खाचा शेवट करणाऱ्या मृत्यूची वाट बघत आम्ही सगळे आमच्या खाजगी बेडरूममध्ये बसलो होतो. बिजानच्या आई आणि बहिणीबरोबरच त्याचा भाऊ अली आणि धाकट्या

बहिणीचा मानसोपचारतज्ज्ञ नवरा परवेझ हे देखील तिथे हजर होते. आमचा त्यांना इतका द्वेष वाटत होता, की ते आमच्याकडे बघतसुद्धा नव्हते.

एक क्षणी मानसोपचारतज्ज्ञ महाशय माझ्या वडिलांवर एकदम ओरडले, "तुम्ही काहीतरी करत का नाही? डॉक्टरांना बोलवा, ऑक्सिजन मागवा, काहीतरी करा."

डॉक्टर तिथे होतेच आणि बिजान आता कुठलीही मदत पोचण्याच्या पलीकडे गेला होता, या सत्याचा त्याला विसर पडला. काही न बोलता, माझ्या नातेवाइकांनी माना खाली घातल्या. बिजानचा लांब कृश हात हातात घेऊन मी अपरंपार रडत होते. जणू मी त्याच्यात पुन्हा शक्ती फुंकण्याचा प्रयत्न करीत होते.

सकाळी आठच्या सुमारास, अतिशय शांतपणे, कुठल्याही बाह्यचिन्हाशिवाय बिजानचे प्राण त्याला सोडून गेले. बिजान मेला हे नक्की झालं. तशी त्याच्या आई आणि बहिणी भयंकर विलाप करू लागल्या. परवेझनं एकदम उडी मारून आमच्याशी भांडण सुरू केलं.

"तुम्ही लोकांनी त्याला मारलं. तुम्ही डॉक्टरला बोलावलं नाही. तुम्ही त्याच्यासाठी एकही गोष्ट केली नाही."

माझ्या वडिलांनी यावर काही उत्तर दिलं नाही. उलट मी उभी राहून बिजानच्या हाताचं चुंबन घेण्याचा प्रयत्न करीत होते. मला खांद्याला पकडून म्हणाले, "आता इथे थांबणं तुझ्यासाठी सुरक्षित नाही. चल आपण खाली जाऊ."

अमिनी लोक मला मारायला सुरुवात करतील अशी मला भयंकर भीती वाटत होती आणि जरी बिजानच्या मृत्यूनं मी अपरंपार दुःखात होते, तरी माझ्यावरच्या धोक्याची मला जाणीव होती. माझं रक्षण करायला माझे कुटुंबीय तिथे होते, हे माझ्यावर उपकारच आहेत.

बिजानच्या मृत्यूनंतर अर्ध्या तासातच घर आमच्या नातेवाइकांनी, मित्रांनी आणि समव्यावसायिकांनी भरून गेलं. सर्वप्रथम आले बिजानचे भागीदार. जमशिद आणि अब्दुल्लाह तस्लिमी. ते अमिनींशी बोलायला सरळ वरच्या मजल्यावर गेले. थोड्या वेळानं त्यांच्यातला एकजण खाली आला आणि त्याने वडिलांना आणि मला वरती या लोकांच्यात यायला सांगितलं. अमिनी मंडळी माझं काय करतील या भीतीनं मी वरती जायलाच घाबरत होते, पण माझ्या नातेवाइकांनी समजूत घातल्यामुळे मी धीर गोळा केला. वरती अमिनी मंडळी अधिकच वाईट मनःस्थितीत होती. त्यांनी बिजानची ब्रीफकेस उघडली होती. त्याच्या बिछान्याशेजारीच ठेवली होती. त्यात त्याच्या मृत्युपत्रासह सगळी कायदेशीर कागदपत्रं होती, पण त्यात आणखी एक मोठं पाकीट असायला हवं होतं. अचानक कधी परदेशी जावं लागलं तर असावेत म्हणून तीन हजार डॉलर्स परकी चलनात आणि पाच हजार

डॉलर्सच्या एवढे तुमान (इराणी चलनात) त्याच्याजवळ नेहमी असायचे.

"पैसे कुठायत? काय केलंस तू पैशाचं?" अलीनं विचारलं.

मी अविश्वासानं त्याच्याकडे पाहिलं आणि नंतर सगळ्या अमिनींवरून नजर फिरवली. आदल्या रात्री पाकीट तिथे होतं. मी ब्रीफकेसकडे पाहिलं आणि माझ्या लक्षात आलं की, आमचे सर्वोत्कृष्ट दागिने असलेली एक पिशवीही त्यातून गायब झाली आहे.

"कबूल कर." परवेझ म्हणाला. "तू आणि तुझ्या वडिलांनी चोरले आहेत ते."

बिजान श्रीमंत होईपर्यंत अमिनी मंडळी अगदी मध्यमवर्गीय होती. त्यांनी कधी परदेश प्रवास केलेला नव्हता. त्यांना शेमिरानचा प्रासाद कधी आतून पाहायला मिळाला नव्हता की त्यांनी त्यांच्या उपनगरापलीकडचं जग पाहिलं नव्हतं. वर्षानुवर्षं ते बिजाननं त्यांच्यासाठी निवडलेल्या भेटी कृतज्ञ भावनेनं स्वीकारत होते. त्यांचं बिजानवर प्रेम होतं यात मला काही शंका नाही, पण आता तो मेल्यावर त्यानं मिळवलेल्या संपत्तीचा उपभोग ते त्याच्या तरुण विधवेला घेऊ देतील हे असंभव होतं.

माझे वडील आणि मामा या आरोपांमुळे एकदम गोंधळूनच गेले. ते काहीच उत्तर देऊ शकले नाहीत आणि पुन्हा ते पाकीट आणि ते दागिने कधीही दृष्टीस पडलं नाही.

अमिनी स्त्रीवर्गाच्या वरकरणी अमर्याद शोकात, मोठ्या आवाजातले हंबरडे आणि केस उपटणं या दरम्यान कधीतरी वेळ काढून त्यांनी कपडे बदलून काळी वस्त्रं आणि जड 'चादोर' घेतल्या होत्या. मला कशाचं भानच नव्हतं, कुणीतरी मला काळ्या कपड्यांची आठवण केली, मी माझ्या चुलतबहिणीला बेडरूममध्ये पाठवून काहीतरी प्रसंगोचित कपडे आणायला सांगितलं.

काहीच मिनिटात ती हात हलवत परत आली.

"सॉरी सुझान." ती म्हणाली, "ते म्हणतात की चोऱ्या व्हायला लागल्या आहेत आणि ते तिथून काही हलवू देत नाहीत. तू स्वत: तिथे गेल्याशिवाय तुझ्या स्वत:च्या कपड्यांनादेखील ते हात लावू देणार नाहीत."

माझ्या उलट सुलट भावनांवर ताबा ठेवत मी माझ्या काही मैत्रिणींबरोबर वरती गेले आणि एक काळा स्कर्ट, ब्लाऊज, स्कार्फ आणि शूज घेऊन पटकन खाली आले. थोड्या वेळात अमिनींनी बोलावलेल्या मुल्लानं शोक प्रार्थना म्हणायला सुरुवात केली. सकाळी दहा वाजेपर्यंत इतके लोक जमले की, प्रथेप्रमाणे त्याचा देह पार्शियन गालिच्यात गुंडाळून दफनविधीसाठी नेण्याची वेळ झाली, पण त्याच्या आईनं आणखी लोक येईपर्यंत थांबायचा आग्रह धरला. याचा अर्थ दफनविधी आता दिवसाच्या सगळ्यात उष्ण वेळी होणार होता. चार तासांच्या दफनविधीसाठी आम्ही जेव्हा बाहेर पडलो. तेव्हा जवळजवळ दुपार झाली होती.

बेहेश्त-इ-झारा मध्ये अंत्यविधी चालू होता. बिजानच्या देहाला स्नान घालून तो कफनात गुंडाळणं, त्याची कबर खोदणं हे होत असताना माझ्या सासरच्या मंडळींचं माझ्या माहेरच्या लोकांना शिव्याशाप पुटपुटणं चालूच होतं. कितीदा तरी माझ्या मैत्रिणींनी आणि नातेवाईकांनी त्यांना आवाज खाली आणायला सांगितलं.

अलीला कुणीतरी बोलताना ऐकलं. "तिनं मारलं त्याला. तिच्या आईला कॅन्सर होता. तो तिनं याला दिला." हे उद्‌गार होते इराणमध्ये शिकलेल्या एका डॉक्टरचे.

एका क्षणी अली त्याच्या काकांना सांगत होता की, ज्या गालिच्यातून मृतदेह आणला तो परस्पर त्याच्या गाडीत ठेवावा व नंतर तो घरी नेऊच नये. हे माझ्या वडिलांच्या कानावर पडलं. काही क्षण ते थांबले आणि मग त्यांनी त्या काकांवर फैर झाडली.

"आज पुष्कळ निंदानालस्ती आम्ही ऐकून घेतली आहे." ते म्हणाले. प्रथमच त्यांचा संयम सुटला होता. "आम्ही सगळ्याकडे दुर्लक्ष केलं आहे, पण आज जर का हा गालिचा घरी आला नाही, तर तुमच्या कुटुंबाला पश्चाताप होईल असा तमाशा होईल."

त्या काकांनी निमूटपणे तो गालिचा आमच्याकडच्या एका गाडीत ठेवला, पण दुसरे कितीतरी गालिचे पुन्हा कधीही दृष्टीस पडले नाहीत. त्यात माझ्या वडिलांनी लग्नात भेट दिलेले दोन गालिचेही होते. जे आम्ही शस्त्रक्रियेच्या वेळी युरोपमध्ये असताना सुरक्षित राहावेत म्हणून बिजानच्या आईच्या घरी ठेवले होते.

विधी संपल्यावर सगळी अमिनी मंडळी, अधिकृत दुखवट्याच्या काळासाठी परत आमच्याच घरी आली. इराणी दफनविधी आणि नंतरचा दुखवटा हा फार तपशीलवार आणि लांबलचक असतो. दफनानंतरचा आठवडाभर कायमच श्रद्धांजली वाहायला आलेल्या माणसांनी घर भरलेलं असायचं आणि ती माणसं नेहमीच जेवायला थांबायची. सुतकातील प्रत्येक कुटुंब गरीब असो की श्रीमंत, आपापल्या ऐपतीप्रमाणे चांगल्यात चांगलं अन्न, खाणंपिणं याची सोय करतं. अंत्यसंस्कार नीट व्हावेत म्हणून कित्येक लोक ऐपतीपलीकडेही खर्च करतात. बिजानच्या नीटनेटक्या स्वभावाला अनुसरून त्यानं चार हजार डॉलर्स अंत्यविधीसाठी बाजूला काढून ठेवले होते, पण माझ्या कुटुंबानंही त्यात पुष्कळ भर घातली. अर्देशीर मामांनी 'ला रिझर्व' च्या आचारी वाढप्यांना पाठवलं होतं. शिवाय दररोज पन्नास माणसांना पुरेल एवढं जेवणही ते पाठवत होते. त्यातल्या महत्त्वाच्या अशा सातव्या दिवशी आम्ही दोनशेपेक्षा जास्त लोकांना जेवू घातलं.

अमिनी मंडळी अजूनही घरात होती. म्हणून माझे पाच-सहा नातेवाईक मी माझ्यासोबत ठेवून घेतले होते. त्या सगळ्या दुखवट्याच्या काळात अमिनींनी

माझ्या आणि माझ्या कुटुंबाबद्दल अतीव तिरस्कार या व्यतिरिक्त काहीही दर्शविलं नाही. मी माझ्या पतीच्या मागे जिवंत राहिले आणि आता मला त्याची संपत्ती उपभोगता येणार म्हणून आणि केवळ मी त्यांच्यापेक्षा वेगळी आहे म्हणूनही त्यांना माझा तिरस्कार वाटत होता.

एक दिवस बिजानचे गावाकडचे नातेवाईक प्रथमच भेटायला आले. तेहरानच्या नैर्ऋत्येकडे असलेल्या अरक गावी लहानसा व्यवसाय करणारे ते साधेसुधे लोक होते. त्यांच्यातल्या सर्व बायका चादोर घेत असत आणि त्यांचं माझ्याकडे बारीक लक्ष होतं की, मी एक पश्चिमेत शिकलेली विधवा, योग्य प्रकारे शोक करते आहे की नाही. आमच्या घरातल्या श्रीमंती वस्तूंकडे त्या बघतच रहायच्या. पुरुष बागेत पावलं टाकून मोजून बघायचे. बाग किती लांब-रुंद आहे, त्यांच्या जाणत्या डोळ्यांत प्रशंसा आणि हेवा यांचं मिश्रण असायचं.

माझ्या देशातल्या विरोधाभासाबद्दल मला या अंत्यविधींनी मला सर्वांत मोठा धडा शिकवला. एका बाजूला माझ्या कुटुंबातले लोक, पाश्चिमात्य वळणाचे शोकाचे काळे पोशाख घातलेले होते. बायका नेहमीपेक्षा साध्या स्वरूपात होत्या, तर पुरुष वातावरण हलकं करण्यासाठी इकडच्या तिकडच्या गोष्टी बोलायचे आणि दुसऱ्या बाजूला बिजानच्या कुटुंबातले लोक. बायका चादोरमध्ये लपेटलेल्या, तासन्तास जोरजोरात रडणं-किंचाळणं मध्ये उसंत काय ती जेवणापुरती. चार घास जास्तच जेवायच्या, ज्यांनी बिजानला गेल्या काही वर्षांत पाहिलंसुद्धा नव्हतं, ते लोकसुद्धा आता जगबुडीच झाली आहे अशा प्रकारे बोलायचे. या शोकसागरामध्ये दिखावा किती आणि खरंखुरं दुःख किती याची मला शंकाच यायला लागली. मुल्ला गेल्यानंतरही हवेत दुःखाचे स्वर भरून राहतील याची अमिनींनी काळजी घेतली. त्यांनी प्रार्थनेच्या टेप्स आणल्या आणि सकाळपासून रात्रीपर्यंत त्या टेप्स वाजू लागल्या.

बहुसंख्य इराणी रीतीरिवाजांबद्दल मला इतकी कमी माहिती होती की, त्या सुतकाच्या दिवसात अंघोळीनंतर मी अनवधानाने मानेवर थोडंसं अत्तर लावलं. मला पहिली भेटलेली व्यक्ती होती माझ्या इराणी चुलतभावाची जन्माने अमेरिकन असलेली पत्नी. अमिनींना ऐकू जाणार नाही अशा बेताने ती हळूच मला म्हणाली, ''सुझान, मेहेरबानी करून आत्ता अत्तर लावू नको.''

''का?'' मी खरोखरच्या आश्चर्यानं विचारलं.

''कारण मुस्लीम धर्मात ते आनंदाचं लक्षण आहे.''

''अगं, पण किती गरम होतंय. माझ्या अंगाला घाणेरडा वास येईल ना!''

''मुस्लिमांना अंगाला वास मारलेला चालेल, पण सुतकात अत्तर लावायचं नाही.''

एक दिवस बिजानची भावजय म्हणजे अलीची बायको पाहुण्यांसाठी सरबत आणायला स्वयंपाकघरात गेली. एकदम आम्हाला एक किंचाळी ऐकू आली आणि काहीतरी धाडकन पडल्याचा आवाज आला. आम्ही धावत गेलो. फेफऱ्याचा झटका आल्यासारखी ती जमिनीवर वेडीवाकडी पडली होती. तिच्या नवऱ्यानं ताबडतोब दुःखानं टाहो फोडायला सुरुवात केली, पण प्रसंगावधान राखून माझ्या चुलतबहिणीनं, 'श्लो' नं तिला तोंडावाटे कृत्रिम श्वास द्यायला सुरुवात केली. काही क्षणातच ती शुद्धीवर आली. डॉक्टरनं तिला तपासून इंजेक्शन (कशाला कोण जाणे) दिल्यानंतर श्लो आणि मी एकट्याच तिच्याजवळ राहिलो. तिला बोलायला त्रास पडत होता, पण कष्टाने ती आम्हाला एक विचित्रच गोष्ट सांगू लागली.

"मी बिजानला बघितलं." ती म्हणाली, "तो माझ्याजवळ आला. पाहुण्यांची सरबराई करायला मदत केल्याबद्दल त्यानं माझे आभार मानले." तिनं एकदम मला घट्ट धरलं व माझ्या डोळ्यात पाहात म्हणाली, "त्यांच्याकडे लक्ष ठेव. त्या सगळ्यांकडे लक्ष ठेव. ते सैतान आहेत. ते तुझ्या नवऱ्याच्या पैशाच्या मागे आहेत. मी एक पापभीरू आहे. चांगली मुस्लीम आहे. जे दुसऱ्याच्या मुलाचं हक्काचं आहे, तो घास काढून माझ्या मुलांना भरवणं मला बघवत नाही. असं केलं तर देव मला शिक्षा करेल. बिजानच्या कुटुंबावर लक्ष ठेव."

तेवढ्यात कुणाचीतरी चाहूल लागली आणि ती गप्प झाली. त्यानंतर तिनं कधी त्याचा उल्लेखही केला नाही. त्या दिवसांमध्ये सगळीकडे वाईट वाईट घडताना तिची भीती आणि तिची गोष्ट ही अगदी खरीखुरीच वाटली होती. आता इतक्या वर्षांनंतर आणि इतक्या मैलांवरून ते सारेच प्रसंग अगदी चमत्कारिक वाटतात.

सुतकानंतर काही दिवसांनी, बिजानचं मृत्युपत्र माझ्या वडिलांना आणि माझ्या मामांना वाचून दाखवण्यात आलं. तेव्हा मला धक्काच बसला. मी भयंकर अपमानित झाले. बांधकाम व्यवसायातली सारी भागीदारी बिजाननं त्याच्या भावंडांसाठी ठेवली होती. त्याच्या आई आणि अविवाहित बहिणींसाठी त्यानं लठ्ठ रक्कम आणि जमीन ठेवली होती. कारण मुलगा गेल्यानंतर त्यांची काळजी घ्यायला कुणी पुरुष माणूस नव्हतं. माझ्या मुलासाठी त्याने सारी मालमत्ता ठेवली होती. त्यात त्याचं घर, व्हिला, परदेशातील अपार्टमेंटस्, शहरभर आणि गावाबाहेर पसरलेले जमिनींचे पट्टे होते. क्रांतीने सगळं बदललं नसतं तर त्याची किंमत लक्षावधी डॉलर्स होती. माझ्यासाठी – त्याच्या बायकोसाठी – जिला स्वतःसाठी फळंसुद्धा विकत घेता येत नाहीत अशा निराधार मुलीसारख्या वागवलेल्या बाईसाठी त्यात जवळपास काही ठेवलं नव्हतं. त्यानं माझ्यासाठी एक लहानशी रक्कम म्हणजे फक्त बाँडमध्ये गुंतवलेले दीड लाख डॉलर्स ठेवले होते. जो माणूस आपली मालमत्ता कोटींमध्ये मोजत होता, त्याच्यासाठी हे चणे दाणेसुद्धा नव्हते. वाईट काम करणाऱ्या एखाद्या

नोकराच्या अंगावर चवली फेकावी तसं होतं हे.

पण त्या मृत्युपत्रात, सर्वांत अपमानास्पद भाग म्हणजे माझ्या मुलाचे अधिकृत पालक म्हणून ज्यांची नावं होती, त्यात माझं नाव असावं एवढीसुद्धा माझी लायकी आहे, असं माझ्या नवऱ्याला वाटलं नव्हतं. इस्लामी कायद्यानुसार विधवेच्या मुलांचा ताबा, नवऱ्याच्या पुरुष नातेवाइकांकडे सहज जाऊ शकतो. तरी शाहच्या कारकिर्दीत महिलांना थोडे हक्क मिळाले होते, पण मला वाटलं होतं माझा नवरा अधिक मोठ्या मनाचा असेल. एक माणूस म्हणून माझा अधिक आदर करत असेल, पण शेवटी तो एक पारंपरिक इराणी पुरुषच निघाला. फरहादच्या आयुष्याचं आणि भवितव्याचं सारं नियंत्रण त्यानं दोन भागीदारांच्या आणि त्याच्या भावाच्या हातात दिले होतं. मी त्याची फक्त एक दाई उरले होते. माझ्यासारख्या एका आकर्षक तरुण विधवेला त्याच्या पैशानं इतर पुरुषांबरोबर मजा करता येऊ नये याची त्याने पूर्ण खबरदारी घेतली होती.

ही शुद्ध फसवणूक होती. मी लग्न एका माणसाशी केलं होतं. हा कुणी दुसराच माणूस मेला होता. मी जोपर्यंत पुनर्विवाह करत नाही, तोवर मी मुलाला घेऊन त्या घरात राहू शकत होते. माझ्या पतीच्या गाड्या चालवू शकत होते आणि शेमिरानच्या प्रॉपर्टीचा जेमतेम खर्च भागेल एवढी पोटगीही मला दरमहा मिळणार होती. मी जर पुन्हा लग्न केलं तर हे सगळं माझ्या हातातून जाणार होतं. कदाचित फरहाददेखील. अमिनी मंडळी आता कंपनीतही दोन भागीदारांशी जोडली गेली होती.

त्यांच्यावर दडपण आणून ते कधीही, फरहादला माझ्यापासून हिरावण्याचं संकट उभं करू शकत होते. त्यांना मी एक नालायक आई आहे असं सिद्ध करावं लागलं असतं, पण इराणमध्ये बाईच्या विरुद्ध पुराव्याचा ढिगारा उभं करणं काही फारसं अवघड नव्हतं. वयाच्या अठराव्या वर्षी माझा मुलगा इराण आणि युरोपमधल्या अफाट संपत्तीचा मालक झाला असता. ज्याविषयी मला फारशी माहिती नव्हती.

पण माझा नवरा जेव्हा मृत्यूकडे सरकत होता तेव्हा त्याला माहिती असलेला इराणसुद्धा दृष्टिआड होत होता. दररोज रस्त्यांवर शाहविरोधी निदर्शनं चालू होती. दररोज लष्करानं विद्यार्थ्यांचा किंवा डाव्या निदर्शकांचा जमाव उधळून लावल्याचे वृत्तांत येत होते. बिजानला वाटलं, त्यानं उभं केलेलं साम्राज्य शाहच्या अप्रतिहत अमलाखाली वाढतच जाईल, पण काळ असा येणार होता की श्रीमंत असणं, जमीन असणं हा एक भार बनणार होता. आपल्या मुलासाठी त्यानं जे ठेवलं होतं त्यावर फरहाद कधीच हक्क सांगू शकणार नव्हता.

सोनेरी कोश

तू तुझ्या सैनिकांना वाचवावंस, जखमांवर लावावीस संजीवनी
म्हणून तर केले तुला राज्याचा धनी

– निजामी गंजेवी

१९७७ च्या मध्यावर माझ्या पतीच्या मृत्यूच्या सुमारास, अगदी आमच्या सुरक्षित कवचात देखील राजसत्तेवर आणि राजकीय व्यवस्थेवर होणाऱ्या प्रहाराकडे दुर्लक्ष करणं शक्य नव्हतं. त्या वर्षीच्या मे महिन्यात त्रेपन्न वकिलांनी शाही दरबाराला खुलं पत्र लिहून स्वायत्त न्यायसंस्थेची मागणी केली. आमची न्यायसंस्था वरच्या दबावाला सहज बळी पडणारी म्हणून कुविख्यात होती. बिनीचे लेखक आणि बुद्धिजीवी पंतप्रधानांना उघडपणे पत्र लिहून सेन्सॉरशिप रद्द करण्याची व वृत्तपत्र स्वातंत्र्याची पुनर्स्थापना करण्याची मागणी करायला लागले. दोनच वर्षांपूर्वीपर्यंत ते अशी जाहीर वक्तव्यं करू धजले नसते, पण शाहविरुद्ध सार्वत्रिक असंतोष असला, तरी मी ज्यांच्याबरोबर दुपारी चहा घेत होते किंवा खरेदीला जात होते किंवा कॉकटेल पार्ट्यांमध्ये भेटत होते, त्यांच्यापैकी कुणालाही नेतृत्वबदलाची इच्छा नव्हती. माझे नातेवाईक, मित्रमंडळी आणि मला स्वत:लाही दुसरा कुठला योग्य पर्याय दिसत नव्हता. विरोधी पक्ष अनेक जणांची सरमिसळ होऊन बनला होता. डावे विद्यार्थी, काही कडवे मुल्ला, देशातील अनेक विस्कळीत छोटे छोटे गट आणि ज्या पक्षाने १९५३ मध्ये अल्प काळासाठी शाहला खाली खेचले होते,

त्या पक्षाचा उरला सुरला अंश.

"१९५३ सारखं होणार पुन्हा," आमच्यातील एक वयस्कर गृहस्थ नेहमी म्हणायचे, "जरा थांबा आणि पाहा. पुन्हा सी.आय.ए. मध्ये पडेल. शिवाय लष्कराचाही विचार करावा लागेल. लष्कराला तोंड देणं या पोरांना खरंच जमणार आहे होय?"

आमचं लष्कर म्हणजे एक सुरस दंतकथा बनलं होतं. शाहने लष्करावर वारेमाप पैसा खर्च केला होता. १९७२ ते १९७६ च्या दरम्यान त्यानं अमेरिकन बनावटीची शंभर कोटी डॉलर्सची शस्त्रास्त्रं खरेदी केली होती. फिनिक्स क्षेपणास्त्रांनी सज्ज अशी इ-१४ जातीची ग्रुमन टॉमकॅट जेट लढाऊ विमानं त्यानं खरेदी केली होती. आठशे पन्नास मिलियन डॉलर्सची इलेक्ट्रॉनिक टेहळणी यंत्रणा (रॉकवेल इंटरनॅशनलची) स्प्रुअन्स जातीची विध्वसंक अस्त्रं आणि असंख्य रणगाडे या सगळ्याच्या खरेदी महोत्सवात बाकीच्या अर्थव्यवस्थेतील बराचसा पैसा आणि मनुष्यबळ खर्ची पडलं होतं. एका अंदाजपत्रकानुसार प्रत्यक्ष सैन्यात एक लाख चाळीस हजार माणसं होती, तर आणखी चार लाखांची राखीव फौज होती, पण देशांतर्गत कार्यरत असलेल्या शक्तींचा आम्हाला कोणालाही पुरेसा अंदाज करता आला नाही. आणि आम्हाला जर काही आव्हान दिसलंच, तर ते होतं लष्कराचं. विद्यार्थ्यांचा असंतोष चिरडून टाकायला ते पुढे येतील. अयातुल्लाह रोहोल्लाह खोमेनीच्या शक्तीबद्दल अजून कुठे कुणी बोलत नव्हतं. शाहच्या जमीन-सुधारणा कार्यक्रमाला विरोध म्हणून खोमेनीनं केलेल्या रक्तपाती बंडानंतर १९६४ मध्ये शाहनं त्याला देशाबाहेर हाकलून दिलं. त्यानंतर हा जाज्वल्य धार्मिक नेता इराकमध्ये रहात होता. मशिदींच्या जमीन मालकीच्या शक्तीकेंद्रावर शाहनं हल्ला केल्यामुळे खोमेनी भयंकर कडवट बनला होता.

माझ्या खाजगी आयुष्यात मी भर्रकन मोठी, जाणती होण्याच्या प्रयत्नात होते. दहा दिवसांच्या सुतकाच्या काळात आमच्या घरात राहिल्यानंतर एकदाची अमिनी मंडळी गेली, पण ते सुद्धा माझ्या वडिलांनी कंपनीच्या भागीदारांची आणि डॉक्टरची एक बैठक बोलावून नम्रपणे 'आता तुम्हाला जायला लागेल' असं सांगितल्यानंतर ते रागारागाने निघून गेले. आयुष्यात मी प्रथमच माझ्या घराची मालकीण झाले होते. आवक एकदम कमी झाल्यामुळं मी ताबडतोब ड्रायव्हर, एक माळी आणि आणखी दोन नोकर यांना कमी केलं. एक नोकर, एक पूर्णवेळ आणि एक अर्धवेळ माळी फक्त एवढे नोकर ठेवले. बिजान असताना, घराचा महिन्याचा खर्च बारा हजार डॉलर्स असायचा, पण पूर्वीची श्रीमंती थाटाची राहणी बंद करून मी खर्च दरमहा तीन हजार डॉलर्सपर्यंत कमी केला. माहेरच्या मदतीनं मी तो भागवत होते. गरिबी नव्हती. अमर्याद ऐश्वर्यही नव्हतं.

एकाच वेळी इराण आणि मी अशा दोघांचेही कमरेचे कसे आवळले होते. १९७७ पर्यंत हे उघड झालं की, रातोरात इराणला औद्योगिक देश बनवण्याचं शाहचं स्वप्न हे एक दु:स्वप्न ठरलं. देशाचे खर्च भागवायला तेलाचा सगळा पैसा पुरा पडेना, तेव्हा शाहनं खरेदी आखडती घेतली. अगदी त्याच्या लाडक्या लष्करासाठी सुद्धा.

मला घरी आलेलं पहिलं बिल आठवतंय, ते पाणी आणि विजेचं बिल होतं. घाबरून मी अर्देशीर मामांना फोन केला की, या बिलाचं आता काय करू? तेव्हा त्यांनी शांतपणे समजावून सांगितलं की, बँकेत जाऊन ते बिल भरायचं. पहिल्या प्रथम मी नोकरांचा पगार केला. बिजान ठेवायचा, तशा त्याच्या पावत्या नीट ठेवल्या. माळ्याशी काहीही थेट व्यवहार करायचा, म्हणजे माझ्या अंगावर काटा यायचा, कारण माझ्या नवऱ्याने बागेच्या व्यवस्थापनाइतकी गुंतागुंतीची गोष्ट हाताळायची मला संधीच दिली नव्हती, पण आता मला कळलं की कुठली फुलं, झाडं मागवायची ते मलाही बऱ्यापैकी कळतं आणि मी केलेलं काम तितकंसं वाईट नसतं. जेव्हा पोहण्याचा तलाव किंवा वातानुकूल यंत्रणेची काही दुरुस्ती निघाली तेव्हा कुणाला बोलवायचं हे मी शोधून काढलं आणि ते काय करताहेत हे आपल्याला कळलंच पाहिजे अशा हट्टानं त्यांचं काम चालू असताना उभं राहून सगळं नीट पाहून घेतलं.

इतक्या साध्या गोष्टी, पण माझ्यासारख्या एका छान छान दिसणाऱ्या आणि छान छान कपडे घालणाऱ्या बाहुलीच्या दृष्टीनं ही एका नवीन आयुष्याची सुरुवात होती. ओळखीपाळखीतून आणखी एक ड्रायव्हिंग चाचणी न देताही मी आंतरराष्ट्रीय परवाना मिळवला. माझ्या ड्रायव्हिंग कौशल्याचा पुरावा म्हणून मी फक्त माझं जुनं कालबाह्य झालेलं अमेरिकेतलं ड्रायव्हिंग लायसन्स वापरलं. इराणची भयानक रहदारी अखेर तितकीशी वाईट निघाली नाही. हळूहळू माझा आत्मविश्वास आणि चक्क आत्मसन्मानसुद्धा वाढीस लागला. मी स्वत:ला किती कमी लेखत होते. याची मला कल्पना नव्हती.

माझी सगळ्यांत नवीन मोठी जबाबदारी होती फरहाद. बिजाननं शेवटच्या काही महिन्यांत जास्तीत जास्त वेळ फरहादबरोबर घालवायचा प्रयत्न केला होता. अगदी शेवटी त्याचा सुकलेला चेहरा आणि फुगलेलं पोट याची फरहादला कायमची भीती बसेल म्हणून फक्त शेवटच्या आठवड्यांमध्ये त्यानं आपल्या बाळाला आपल्यापासून दूर ठेवायला सांगितलं होतं. सुतकाच्या काळात त्याला एका मैत्रिणीच्या घरी राहायला पाठवलं होतं, पण तो नंतर परत आला तेव्हा त्याला झालेला प्रचंड बदल समजला. माझे सुजलेले डोळे आणि नातेवाइकांचे खिन्न चेहरे बघून काहीतरी वाईट झालंय हे त्याला कळलं, पण तेव्हा सुद्धा फरहाद अंतर्मुख

प्रकृतीचा होता. जेव्हा काहीतरी वाईट चाललंय असं त्याला जाणवायचं तेव्हा तो प्रश्न वगैरे काही विचारायचा नाही. लाडका खेळगडी हरपल्याचा त्याच्यावर काय परिणाम होणार हे मला माहीत होतं, त्याला ही बातमी हळूहळू सांगावी म्हणून आधी नुसतंच बाबा स्वित्झर्लंडला गेले आहेत असं मी सांगितलं. त्यानंतर कित्येक महिने त्याच्या वडिलांसारख्या सिल्व्हर मर्सिडीजमधून कोणीही माणूस वेगानं जाताना दिसला की, तो हर्षानं नाचायचा. ''आई, ते बघ, बाबा. बघ. बघ !'' गर्दीतसुद्धा वडिलांसारखा दिसणारा माणूस दिसला की तो धावत जायचा, पण आपण ज्याला शोधतोय तो हा नाही हे कळताच लगेच गुपचुप मागे फिरायचा. शेवटी मी त्याला सांगितलं की आता बाबा कधीच परत येणार नाहीत. ''ते स्वर्गात गेले आहेत. माझी आईपण तिथंच आहे. माझी आई गेली तेव्हा मीही खूप लहान होते.'' त्यानंतरही बराच काळ, तो नेहमी कुणाचीतरी वाट बघत असायचा, पण बापासारखाच, तोही कमी बोलायचा आणि दु:ख मनात ठेवायचा.

नाही म्हटलं तरी तोवर मी बेजबाबदार आई होते; पण आता फरहादसाठी मी वाटेल ते करणार होते. त्याला सर्वोत्कृष्ट शाळेत घालणं, त्याच्या वडिलांनी लावलं असतं तसं चांगलं वळण लावणं आणि दोघं आई-बाबा करतील तेवढं सगळं प्रेम करणं. मला शिकवायला, सांगायला बिजान नव्हता. अशावेळी फरहादला वाढवणं हे माझ्यासमोरचं सर्वांत मोठं आव्हान होतं.

सुरुवातीला मी अजूनही माझ्या नवऱ्याच्या छायेत होते. तो रागावेल म्हणून जेवायच्या वेळी धावत पळत घरी येत होते. आता माझ्यावर कुणी लक्ष ठेवत नाहीये हे कळायला मला थोडा वेळ लागला. कित्येक आठवडे मी जेवणांची, घरगुती कार्यक्रमांची आमंत्रणं नाकारत राहिले. बिजान गेल्यानंतर जवळपास दहा महिन्यांनी माझी चुलतबहीण फिरोजेह आणि तिच्या दोन मुलांबरोबर मी आणि फरहाद कॅस्पियन व्हिलावर आठवड्याची सुट्टी घालवायला गेलो. तिचा नवरा एक बांधकाम सम्राट होता. तो व्यवसायानिमित्त बराचसा बाहेरच असायचा, आम्ही दोघींनी पुष्कळ वेळ एकत्र घालवायला सुरुवात केली.

रात्री मुलं झोपल्यावर आम्ही दोघी टॅक्सीनं तिथून तासाभराच्या अंतरावर असलेल्या 'हयात' हॉटेलमध्ये जेवायला गेलो. इराणमध्ये अगदी वरच्या वर्गातसुद्धा दोन स्त्रियांनी एकटं जेवायला हॉटेलमध्ये जाणं विरळा होतं. आम्ही दोघींनी बऱ्याच जणांचं लक्ष वेधून घेतलं असणार. पिंगट केसांची, मोठमोठ्या हिरव्या डोळ्यांची सडपातळ सुरेख दिसणारी फिरोजेह आणि अजूनही विधवेच्या काळ्या वस्त्रांमध्ये असलेली मी. तेथे फिरोजेहचे काही मित्र आलेले होते. तेही लगेच आमच्यात सामील झाले. याच वेळी मला भेटला पुढच्या तीन वर्षांत माझ्या आयुष्यात एक बिनधास्त, खोडकर मूल म्हणून अधूनमधून डोकावणारा पुरुष. माझ्या सुखाच्या

शेवटच्या दिवसांचं त्या मनमौजी मस्त दिवसांचंही त्याच्याशी कायमचे नातं आहे. हा नाच कुठल्याही क्षणी संपेल हे कळून आम्ही अधिकाधिक बेफाम बेधुंद तालावर नाचत होतो.

हमीद हा एका महत्त्वाच्या उद्योगपतीचा गुलहौशी, अविवाहित मुलगा होता. त्याची आई म्हणजे एक भडक व्यक्तिमत्त्व होतं. तिनं दिलेल्या पाचशे किंवा अधिक लोकांच्या बेफाम पार्ट्यांमुळे तेहरानमध्ये ती प्रसिद्ध होती. एकदा तिनं आमंत्रितांना पायजमे घालून यायला सांगितलं. दुसऱ्या एका वेळी तिच्या पाहुण्यांनी फक्त काळे किंवा पांढरे कपडेच घालून यायचं होतं. एका पार्टीत तेहरानमधल्या तिच्या प्रासादाच्या राजेशाही खोल्यांमधून, ताज्या फळांच्या टोपल्या पाठीवर लादलेली खेचरंच फिरत होती. हमीदकडे एका प्रसिद्ध वाहन उद्योगाच्या आयातीची स्वत:ची फ्रँचाइझी होती आणि तो शाहच्या बहिणीचा फातिमेहचा सख्खा मित्र होता. त्याच्याकडे गारुड होतं, बुद्धी होती आणि वागण्यात एक सहजभाव होता. तो पुष्कळदा शाही मेजवान्यांमध्ये किंवा पॅरिसला जाणाऱ्या विमानात सापडायचा. मनात आलं की, शनिवार-रविवार रंग उधळायला तो नेहमी पॅरिसला जायचा. कुठल्याही स्त्रीच्या पाशात अडकायचं नाही असा पक्का निश्चय केलेला, एक्केचाळीस वर्षांचा हमीद सर्व स्त्रियांचा आनंद लुटत होता आणि अजून त्यानं लग्न केलेलं नव्हतं. त्या रात्री 'हयात' हॉटेलमध्ये भेटल्यानंतर त्यानं मला अनेकदा फोन केले व पुढे आमच्यात दृढ नातं आकाराला आलं.

जेव्हा मी त्याच्यावर भाव मारण्याच्या भरात होते, तेव्हा मी एकदा खूप भारी खर्चिक डिनर पार्टी ठरवली. माझ्या मामांनी दुसऱ्या फ्रेंच रेस्टॉरंटसाठी बोलावलेले आचारी वाढपी त्यासाठी बोलावले आणि जणू काही हे मी आयत्या वेळीच करते आहे असं दाखवायला अगदी आयत्या वेळी त्याला बोलवायला फोन केला. फोनवर त्याच्या नोकरानं सांगितलं की, तो वीकएण्डसाठी सार्डिनियाला गेलाय. शेवटी छाप माझ्यावरच पडली होती.

हमीद माझ्यासाठी अनेक तऱ्हांनी निषिद्ध असलेली मौजमजा होता. विशेषत: इतके महिने मी दु:खात काढल्यावर तर फारच वाटायचं असं! आमच्यात जवळीक निर्माण होण्यापूर्वी काही काळ आम्ही नुसतंच एकमेकांना भेटत होतो आणि त्यानंतरही मी आमच्या संबंधांची वाच्यता होणार नाही याची काळजी घेत होते. नुकत्याच विधवा झालेल्या तरुणीनं एखाद्या पुरुषाची शय्यासोबत करणं हे खासच उचित नव्हतं. मला त्याच्याकडून शरीरसुखापेक्षाही सोबतीची आणि समाजात वावरताना एका चांगल्या साथीची भूक होती. माझ्या दृष्टीनं शरीरसुख हे नवऱ्याच्या प्रति पत्नीचं कर्तव्य होतं, पण हमीदच्या दृष्टीनं चांगले शारीरिक संबंध हे डेटिंगचा अत्यावश्यक भागच होते. तो मला हवा असेल तर मला प्रणयाचा आनंद घ्यायला

शिकलं पाहिजे. मला आजूबाजूला अशा अनेक स्त्रिया दिसत होत्या, विवाहित असोत किंवा नसोत, त्या आवडत्या पुरुषाबरोबर प्रेमाचा खेळ खेळायला तयार होत्या. मी स्वत:ला बऱ्यापैकी मुक्त स्त्री समजत होते, पण इथं तर मी माझ्यापेक्षा धाडसी कंपूत होते आणि मला ते आवडत होतं.

असं 'लोकविरुद्ध' शरीरसुख घेण्यात काही आगळाच थरार होता आणि हमीदच्या रूपानं माझ्यातील स्त्रीत्वालाच आव्हान मिळालं होतं. मी एक चांगली प्रणयिनी असायला हवंच होतं आणि हमीदच्या बाकीच्या प्रेमिकांपेक्षा आपण सरस ठरायचंच असा मी निश्चय केला.

१९७८ च्या सुरुवातीला काहीतरी चमकदार पाहुणचार करण्याबद्दल तरुण वर्गात माझ्या नावाचा बोलबाला होत होता. त्यावेळी देशातील वातावरण मात्र दिवसेंदिवस अंधारं होतं चाललं होतं. सरकारी नियंत्रणाखालच्या 'एत्तेलात' या वर्तमानपत्रात अयातुल्ला खोमेनीबद्दल बदनामीकारक लेख प्रसिद्ध केल्याबद्दल कोमच्या पवित्र शहरातील मदरशांतील विद्यार्थ्यांनी जानेवारीत निदर्शनं केली; एव्हाना खोमेनी हे नाव शाहच्या शत्रूंना अति वंदनीय झालं होतं. शाहची सूडदेवता आता नजफ, इराकमधून पहलवींविरुद्ध गर्जना करत होती. अयातुल्लाच्या प्रवचनांच्या टेप्स देशात चोरून आणल्या जाऊ लागल्या. ते ज्याला पाश्चात्याळलेली सैतानी राजवट म्हणत, त्या शाहच्या राजवटीविरुद्ध त्याच्या आवाजाचं वादळ घुमू लागलं.

जानेवारीतील त्या थंड दिवशी सैनिक विद्यार्थ्यांना सामोरे गेले आणि त्यातील कित्येकांना त्यांनी गोळ्या घालून मारलं. इराणमध्ये मनुष्यहानीचा नक्की आकडा कळणं कधीच शक्य नव्हतं. आम्ही सेन्सॉर केलेल्या बातम्या वाचत होतो आणि सेन्सॉर न केलेल्या हकिगती ऐकत होतो आणि ही सारी हिंसा दुसऱ्याच देशात घडलेली वाटत होती. हा देश माझ्या माहितीचा नव्हता. पण हे कृष्णकृत्यच असं होतं की, इस्लामी रिवाजाप्रमाणे सुतकाचे चाळीस दिवस संपताच मृतांसाठी जाहीर शोकसभा घेतल्या गेल्या आणि कित्येक महत्त्वाच्या केंद्रात पुन्हा हिंसेचे उद्रेक झाले, त्यांनी तयार केलेल्या विरोधाचं चक्र लष्कराला भेदता आलं नाही.

मी आणि माझ्यासारखे लोक ज्या प्रकारचा इराण जगत होतो, त्या इराणबद्दल सर्वसामान्य इराणी लोकांना वाटणाऱ्या तिरस्काराची धग मला माझ्या सोनेरी कोषातदेखील जाणवत होती. आम्ही पाश्चिमात्य पेहराव करायचो. आम्हाला पश्चिमी चित्रपट आणि नाईट लाईफ, संगीत, अल्कोहोल आणि जुगार आवडायचं. सगळं कुराणानं स्पष्टपणे निषिद्ध केलेलं. बायकांनी घराबाहेर पडून काम करणं किंवा एकटीनं प्रवास करणं याचं आम्हाला काहीच वाटायचं नाही. आधीच्या दशकातील जरा अतीच वेगाने झालेला बदल आणि पश्चिमेचा प्रभाव यांची प्रतिक्रिया म्हणून

उमटलेल्या वाढत्या परंपरावादींची आम्हाला भीती वाटू लागली होती. मग ऑगस्टमध्ये एक भयंकर बातमी आली. अबादान शहरात, खचाखच भरलेल्या चित्रपटगृहात मुद्दाम लावलेल्या आगीनं चारशे सत्त्याहत्तर लोकांचे बळी घेतले. आंदोलकांनी सरकारवर आग लावल्याचा आरोप केला, तर सरकारनं विरोधकांवर. कुणावर विश्वास ठेवावा काही कळेनासं झालं होतं, पण देश इतका वेडापिसा झाला होता की, शाहनं विरोधी पक्षाला सवलती द्यायला सुरुवात केली.

आमच्या इतकाच शाहही देशातल्या पुराणमतवादी शक्तींना घाबरत होता हे उघड दिसू लागलं. आगीच्या प्रकरणानंतर त्यानं प्रधानमंत्र्यांना बडतर्फ केलं. जुगाराचे कॅसिनो, नाईटक्लब्ज आणि चित्रपटगृहं बंद केली. मुल्लांच्या रागाला न जुमानता त्यानंच पूर्वी सुरू केलेलं स्त्रीविषयक राज्यमंत्र्याचं पद बरखास्त केलं आणि त्याऐवजी धर्मविषयक मंत्रालय उभारलं. त्यानं वृत्तपत्रांनाही अधिक स्वातंत्र्य बहाल केलं.

पण सप्टेंबरमध्ये शाहयाद चौकात देशासाठी सामूहिक प्रार्थना करण्यासाठी एक लाख लोक जमले आणि तीन दिवसांच्या निदर्शनानंतर लोक रस्त्यावर उतरून खोमेनीच्या नेतृत्वाखाली इस्लामी राज्याची हाक देऊ लागले. ७ सप्टेंबरच्या रात्री त्या हाकेचा आवाज फारच वाढल्यावर सरकारने लष्करी कायदा जारी केला. लगेच दुसऱ्या दिवशी लोक पुन्हा रस्त्यावर उतरले, पण यावेळी तेहरानच्या कामकरी उपनगरातील जलेह चौकात सैनिकांनी त्यांच्यावर गोळीबार करून खोमेनीच्या कार्यासाठी आणखी अनेक हुतात्मे तयार केले. ऑक्टोबरमध्ये सार्वजनिक क्षेत्रातील अनेक संपांपैकी पहिला संप झाला. असं वाटत होतं की, इराणवर आता कुणाचंच नियंत्रण राहिलेलं नाहीये– खोमेनी सोडून. त्या शरद ऋतूत शाहने खोमेनींना इराकी अध्यक्ष सद्दाम हुसेन यांना त्यांच्या देशाबाहेर हाकलून देण्याची विनंती केली, पण ती फार मोठी व्यूहात्मक चूक ठरली; कारण हा धार्मिक नेता फ्रान्समध्ये गेला आणि पॅरिसच्या बाहेर नेऊफ्ले-ल-शॅटूमध्ये जगभरातील प्रसिद्धीमाध्यमांनी त्यांना गराडा घातला. शाहविरुद्धची त्याची गर्जना आता साऱ्या जगाला ऐकू जात होती.

या घटना घडत असतानाच माझे मामा आणि इतर वयस्क नातेवाईक वाईटाच्या भीतीनं, अधिक पारंपरिक रीतीनं राहू लागलं. ते मोठ्या मेजवान्या टाळायला लागले, कमी महागड्या गाड्यांमधून फिरू लागले आणि त्यांची संपत्ती जगजाहीर करणाऱ्या खुणांना दाबायला लागले. पण आम्हा तरुण इराणी लोकांचा, आमच्या खास जीवनातील हातात असलेला प्रत्येक क्षण उपभोगण्याचा इरादा पक्का होता.

माझा नवीन प्रियकर हमीद वैतागायचा, 'मग क्रांती झाली तर आपल्याला काय फरक पडेल असं वाटतं तुला? हे निदर्शनं करणारे लोक वेडपट नाहीत?

त्यांना काय मिळणार आहे अशी त्यांची समजूत आहे? आपल्या सुंदर देशाची ते वाट लावताहेत फक्त.''

माझी एक मैत्रीण सवाल करायची, ''काय करतील ते? आमच्या जमिनी घेतील? आमचे पैसे घेतील? आम्ही त्याचा आत्ताच उपभोग घेतो.''

पण या निदर्शनांचा जोर वाढला आणि हिंसाचार रोजचाच झाला. आम्ही इंपोर्टेड स्कॉच पीत असताना, अमेरिकन संगीत ऐकत असताना आणि खरेदीला युरापमध्ये जायचे बेत आखत असताना, हमीदनं आम्हाला सावध करायला सुरुवात केली. ''नुसती संपत्ती गमावून आपण सुटलो तर आपलं नशीब थोर. आपल्याला आपला जीव गमवावा लागला नाही, म्हणजे पुरे।''

आता आमच्या स्वातंत्र्याचे दिवस सरणार याची सर्वांत मोठी खूण नोव्हेंबर १९७८ मध्ये पटली. जेव्हा शाहला खाली खेचण्याची मागणी करणाऱ्या लोकांना त्यानं रेडिओवरून सांगितलं की तो त्यांच्या भावना जाणतो.

''तुमच्या क्रांतीचा संदेश माझ्यापर्यंत पोचला आहे,'' त्यानं राष्ट्राला सांगितलं, ''मी वचन देतो, बदल घडतील.''

हा बोलणारा शाहच होता? राजांचा राजा, आर्यांचा प्रकाश, २५०० वर्षं चालत आलेल्या सम्राट सायरसच्या राजघराण्याचा वारस म्हणवून घेणारा माणूस?

माझ्या भोवताली सगळीकडे उच्चवर्गात स्वतःच्या संरक्षणाची तयारी करायला आणि आकस्मिक संकटासाठी काहीतरी विचार करायला सुरुवात झाली होती. कित्येक धनवान लोकांनी परदेशात भरपूर मालमत्ता बनवायला सुरुवात केली होती; अजून तरी देशाबाहेर पैसे पाठवणं सोपं होतं. अगदी १९७८ च्या धामधुमीच्या वर्षातसुद्धा आपले गालिचे, दागदागिने आणि इतर मौल्यवान जंगम वस्तू चोरून देशाबाहेर न्यायला लोकांना फार अडचण येत नसे, कुठे कुठे लाच द्यावी लागे, एवढंच.

आपण देश सोडून चाललोय असं कुणी जाहीररित्या सांगितलं नाही; पण ओळखीचे लोक, मित्र, राजकीय नेते आणि उद्योगपती फक्त गुपचूप बाडबिस्तरा बांधून 'सुट्टीवर' निघून जात. एक दिवस मी एका मैत्रिणीकडे गेले, तर तिच्या वडिलांनी त्यांचा फर्निचरचा उत्तम संग्रह विकायला काढला होता.

मी त्याबद्दल विचारल्यावर ती म्हणाली ''अगं काही नाही, सहज! आमच्याकडे जरा जास्तीच झालं होतं हे सगळं.'' दोन महिन्यांनी ती आणि तिचे आई-वडील निघून गेलेले होते. आता ते जिनिव्हात राहतात.

ऑगस्टमध्ये माझी चुलतबहीण फिरोजेह आणि तिचा नवरा सुट्टीसाठी युरोपला गेले. जाताना त्यांच्याबरोबर फक्त उन्हाळी सुट्टीसाठी लागतील एवढेच कपडे होते.

''मी परत येणार आहे. काळजी करू नको.'' मी साश्रू नयनांनी तिला निरोप

दिला तेव्हा फिरोजेह म्हणाली.

पण ते कधीच परत आले नाहीत आणि क्रांतीनंतर लगेचच नवीन सरकारने तिच्या नवऱ्याची कंपनी, न्यावरान राजवाड्याला लागून असलेला अतिसुंदर प्राचीन वस्तूंनी भरलेला त्यांचा प्रासाद, आणि त्यांच्या सगळ्या जमिनी सारं सारं जप्त केलं.

लोक लाटांसारखे निघून जात होते. सगळ्यात पहिल्यांदा शाहचे सगळ्यात जवळचे नातेवाईक, मग त्यांचे मित्र, मग राजसत्तेतील महत्त्वाचे लोक आणि शेवटी आघाडीचे उद्योगपती, बँकर्स आणि जमीनदार जे आपल्या कंपन्या, कारखाने, गावं आपल्या सहायकांच्या हाती देऊन सरळ निघून गेले.

हमीदचं कुटुंब शहाण्यासारखं जाणाऱ्यांच्या दुसऱ्या लाटेबरोबर निघून गेलं. हमीद मात्र कुटुंबाची मालमत्ता आणि त्याचा स्वत:चा व्यवसाय सांभाळायचा प्रयत्न करत मागे थांबला. माझी चुलतबहीण नोनो ऑस्ट्रियात शिकून डॉक्टर झाली होती आणि एका राजकन्येची खाजगी डॉक्टर होती, तिला एक दिवस राजवाड्यातून बोलावणं आलं. शाहच्या दरबारातून फोन आला होता आणि राजकन्येला आणि इतर नातेवाइकांना देश सोडून जायला एक दिवसाची मुदत दिली होती. काही तासांत ज्या काही चीजवस्तू बरोबर घेता येतील, त्या घेऊन राजवाडा रिकामा करण्यात आला. माझी चुलतबहीणही त्यांच्याबरोबर गेली. कारण जर शाह पडला तर नव्या राजवटीत आपण तग धरू शकणार नाही हे ती समजून चुकली होती.

आमच्यासारखे थोडे लोक तिथेच राहिले होते. कारण ते क्रांती होणारच नाही अशा भ्रमात होते किंवा माझ्यासारखे भाबडे लोक, ज्यांना वाटायचं की आपण काहीच वाईट केलेलं नाही, त्यामुळे आपलं काही वाईट होणार नाही. अशांचं जगणं मात्र उत्तरोत्तर कठीण व्हायला लागलं. अगदी आमच्या आमच्यात बोलतानासुद्धा क्रांतीबद्दल बोलणं निघालं की भावनांचे उद्रेक, भयंकर वादावादी ही व्हायचीच. संकटांनी आमच्या देशाचा पिच्छा पुरवला होता, पण घरगुती भेटीगाठींमध्ये राजकीय चर्चा टाळण्याचाच प्रयत्न असायचा. बहुतेकदा, देशाच्या भविष्याबद्दल काळजीयुक्त प्रश्न हे उग्र चर्चेचं रूप धारण करायचे आणि याचा शेवट कुणीतरी रागानं चालतं होण्यात किंवा अश्रू ढाळण्यात व्हायचा.

सलमान मंडळींनी इराणसाठी किती गोष्टी केल्या होत्या! फायेघ मामांनी नेहमी स्वत:च्या गरजांपेक्षा त्यांच्या विस्तारित कुटुंबाच्या गरजांना प्राधान्य दिलं. अन् यासाठी ते स्वत: अविवाहित राहिले. त्यांनी आपला सगळा फावला वेळ अपंगांसाठी काम करणाऱ्या सेवाभावी संस्थांचा निधी उभारणीसाठी कारणी लावला. गरिबांसाठी काम करणाऱ्या सामाजिक संस्थांनाही त्यांनी आपली बरीच वैयक्तिक संपत्ती देऊन टाकली होती. हे सौम्य, विद्वान मामा माझे सर्वांत जवळचे मामा होते आणि

त्यांनाही माझ्या आईबद्दल विशेष ममत्व वाटायचं. माझे कुरोश मामा सलमान कुटुंबाचे कुलमुखत्यार आणि सर्वांत प्रसिद्ध सलमान होते. यांनी राज्यातील अवघड असे कित्येक इंजिनियरिंग प्रकल्प उभे केले होते. त्यांच्या दातात नेहमी एक सिगार असायची. अगदी कामाच्या साईटवर जातानाही त्यांचा पोशाख अत्यंत नीटनेटका, परीटघडीचा असायचा. देशाच्या विकासात हातभार लावल्याचा त्यांना अतिशय अभिमान होता.

माझ्या सगळ्या नातेवाइकांमध्ये फक्त अर्देशीर मामा आणि गिती मामी यांनाच शाहशिवायच देशाचं भलं होईल, असं वाटायचं.

'तुम्हाला सगळं गमावण्याची भीती नाही वाटत?' एकदा मी त्यांना विचारलं.

गितीनं उत्तर दिलं "अशावेळी स्वार्थी असून चालत नाही. तुम्ही साऱ्या देशाचा विचार केला पाहिजे. लोकांसाठी क्रांती हीच उत्तम आहे. इतके दरिद्री, इतके अडाणी लोक आहेत, त्यांना आपण मदत केली पाहिजे. हा काही फक्त आपला समाज नाही, सर्वांचाच आहे. जोपर्यंत शाह राहील, तोपर्यंत काही बदलणार नाही."

माझ्या मामा-मामींकडे कुटुंबाच्या सदसद्‌विवेकाचं चांगलं भान होतं. माझी मामी अपंग मुलांच्या कामात स्वयंसेवक म्हणून सहभागी व्हायची. तिच्या माहेरचं कुटुंब, घरगुती इंधनाचे मोठे वितरक होते आणि ते एक धार्मिक कुटुंब म्हणून ओळखलं जात होतं. मोठाड, गोलमटोल, पिंगट केसांची गिती मामी लाड आणि मार्गदर्शन दोन्हींमध्ये अगदी उदार होती आणि १९७० च्या सुरुवातीस ती इराणमध्ये परत आल्यापासून तिनं माझ्या आईचीच जागा घेतली होती. मामा सर्व भावांच्यात सर्वांत देखणे होते. 'ला रिझर्व'चे मालक होते आणि त्यांना कितीही महागड्या गाड्या वापरणं शक्य असलं तरी साधी गाडी चालवण्यावर त्यांचा कटाक्ष असे.

'हा एक गरीब देश आहे.' ते म्हणायचे, "उगाच आपल्या श्रीमंतीचा भपका दाखवून लोकांना चिडवायचं कशाला?"

मला हे कबूल केलं पाहिजे की, माझ्या मैत्रिणी आणि मी आमच्या स्वत:च्या आयुष्यांमध्ये इतक्या गुरफटलेल्या होतो की, ज्या लोकांना आम्ही कधी पाहिलंही नव्हतं त्यांच्या गरजा समजून घेणं आम्हाला जडच जात होतं. कदाचित आम्हाला त्या समजून घेण्याची इच्छा नव्हती, पण तरी त्या आम्हाला समजूच शकत नव्हत्या. आमची आयुष्यं फारच भिन्न होती.

त्या शिशिरात एकदा गिती मामी आणि मामाबरोबर मी एका दुपारी शेमिरान बुलेवार्डवर एक जाहीर निदर्शन बघायला गेले. शहरात कुठे ना कुठेतरी नेहमी चालणाऱ्या या रस्त्यांवरच्या निदर्शनांपासून मी शक्यतो दूरच रहायची, पण त्या दुपारी त्या रुंद रस्त्यावरून वहात येणाऱ्या रागानं मुठी उंचावून घोषणा देणाऱ्या

लाखो लोकांमध्ये मी प्रथमच फक्त क्रांतीचे चेहरे पाहिले. त्यांच्यात गरीब होते, मध्यमवर्गीय होते आणि क्वचित तुरळक सुखवस्तू लोकही होते. त्यांच्यात म्हाताऱ्या बायका होत्या, तरुण पुरुष होते, अभिमानानं चादोर घेतलेल्या मुली होत्या. ते घोषणा देत होते. ''शाह मुर्दाबाद! अमेरिकन सैतान मुर्दाबाद!'' खोमेनी लवकर परत यावा म्हणून ते प्रार्थना करत होते.

त्यांच्या चेहऱ्यांवर किती अपेक्षा लिहिलेल्या होत्या! बुद्धिवादी लोकांना वाटायचं की, शाह गेल्यानंतर ते मनाप्रमाणे निर्मिती करू शकतील, सेवक नि:शस्त्र होतील. वृत्तपत्रं निर्भयपणे छापू शकतील. बेघरांना घर आणि भुकेल्याला अन्न देण्याच्या खोमेनीच्या आश्वासनांवर गरिबांच्या आशा लागल्या होत्या. शेतकरी जमीनदारांपासून सुटकेची स्वप्नं पाहात होते. व्यापाऱ्यांना लाचखोर दरबाऱ्यांशी व्यवहार करावे लागणार नव्हते. राष्ट्रवाद्यांना इराण अमेरिकेच्या जोखडापासून मुक्त झालेला हवा होता. त्यांना इराणनं या सैतानाकडून कोट्यवधी डॉलर्सची शस्त्रास्त्रे खरेदी केलेली नको होती. शाहचे सगळे विरोधक एका ऐतिहासिक क्षणी एकत्र आले होते.

१९७८ च्या हिवाळ्यात, संपांमुळे देशाचे नेहमीचे सर्व व्यवहार ठप्प झाले होते आणि निदर्शनं हाच कित्येक इराणी लोकांचा रोजचा महत्त्वाचा उद्योग बनला होता. त्या सुमारास मी माझ्या मुलाला युरोपला घेऊन जायचं ठरवलं. डिसेंबरमध्ये शाहनं सत्तेला चिकटून राहण्याचा शेवटचा प्रयत्न म्हणून राष्ट्रीय आघाडीचे नेते शापूर बख्तियार यांना पंतप्रधान म्हणून नेमलं. ते सरकार कोसळणारच होतं; केव्हा एवढंच बघायचं होतं. या असल्या भविष्यात माझ्या मुलाला वाढवण्यासाठी सर्वांत चांगली जागा कुठली होती? त्याच्या आयुष्यात व्यत्यय आणून त्याला कुटुंबापासून, मित्रांपासून तोडून एका परक्या देशात नव्यानं सुरुवात करणं इष्ट होतं का? इराणमध्ये राहिला असता तर तो एक श्रीमंत माणूस झाला असता. परागंदा होऊन आम्ही कसे जगणार होतो? आणि तरीही लवकरच जिथे अराजक माजणार आहे अशा देशात त्याला वाढवायचा प्रयत्न करणं हे योग्य होतं का?

मी फरहादला कायमचं देशाबाहेर घेऊन जाण्याच्या कुठल्याही प्रयत्नाला अमिनींचा विरोध राहील, हे त्यांनी स्पष्ट सांगितलं होतं. त्यांच्या दृष्टीनं भूतलावर दुसरी जागा अस्तित्वातच नव्हती. फरहाद परदेशात अधिक सुरक्षित असेल या आमच्या युक्तिवादाचाही त्यांच्यावर ढिम्म परिणाम झाला नाही. माझा दीर फायेघ मामांना म्हणाला, ''इराणमध्ये जर मुलं मरत असतील तर त्याचं रक्त काही विशेष जास्त लाल वगैरे नाही. त्यानही इतरांबरोबर मरून जावं.''

खरी गोष्ट ही होती की, तो त्यांना त्यांच्या पकडीतून सुटायला नको होता. कारण त्यांना त्यांच्या पैशावरची पकड ढिली होऊ द्यायची नव्हती. दोन्ही भागीदारांवर आपली सारी सत्ता चालवून फरहादचा विश्वस्त निधी त्यांनी आमच्यापासून दूर

ठेवला, जेणेकरून त्यांच्या संमतीशिवाय आम्हाला मुक्तपणे प्रवास करता येऊ नये. मी युरोपला जाण्यापूर्वी, 'मी इराणमध्ये परत येईन' याची वैयक्तिक जबाबदारी घेणाऱ्या हमीपत्रावर फायेघ मामांना सही करावी लागली आणि त्यासाठी मोठी रक्कम तारण म्हणून ठेवावी लागली.

मी जेव्हा डिसेंबरमध्ये बाहेर पडले, तेव्हा मी परत येताना कोण सत्तेवर असेल, याची मला खरोखर कल्पना नव्हती. हा दौरा, ज्याचा खर्च शेवटी माझ्या मामांनी केला, हा माझ्या आधीच्या युरोप दौऱ्यांपेक्षा अगदी विरुद्ध होता; तेव्हा माझ्या नवऱ्याच्या पैशानं साऱ्या गोष्टी सोप्या केलेल्या होत्या. आम्ही बालेन्शिया, पॅरिस आणि लंडनमध्ये आमच्या अपार्टमेंटमध्ये अगदी साधेपणानं राहिलो आणि जास्त करून नातेवाइकांच्या घरी भेटी दिल्या. या सगळ्या काळात खोमेनी, इराणी जनतेला शाहला देशाबाहेर हाकलून देण्याचं आवाहन करीत असल्याच्या आणि तो स्वत: स्वगृही परतण्याचे बेत आखत असल्याच्या बातम्या माझ्या कानावर येत होत्या.

त्या वेळेपर्यंत खोमेनी हा अनिवार्यपणे राष्ट्रपिता म्हणून पुढे येत होता आणि माझ्या पॅरिसमधल्या चुलतबहिणीनं विचारलं, "तू एकदा निऑपॉले लिअॅथरला जाऊन त्याला भेटत का नाहीस? सगळे इराणी लोक तिकडे आदर दाखवायला जातात. तो एक थोर पुरुष आहे. थोर देशभक्त आहे."

पण मला तिच्याइतका त्या माणसाबद्दल विश्वास वाटत नव्हता त्यामुळे मी जायला नकार दिला.

१६ जानेवारी, १९७९ ला मी माझी चुलतबहीण फिरोजेह आणि तिच्या नवऱ्याला भेटायला विंबल्डनमधल्या त्यांच्या इंग्लिश इस्टेटीवरच्या घरी गेले होते, आम्ही दिवाणखान्यात चहा घेत होतो. तिथे तिचा नवरा घाईघाईनं आला.

"पटकन या." तो ओरडला, "टीव्हीपुढे या. शाह चाललाय. तो सोडून चाललाय."

पडद्यावर राजांच्या राजाचं केविलवाणं दृश्य होतं. त्याच्या खिशात इराणची मूठभर माती होती आणि तो निळ्या पांढऱ्या बोईंग ७२७ मध्ये चढायच्या तयारीत होता. फिरोजेह आणि मी रडायला लागलो. शाहच्या अनियंत्रित लाचखोरीचं आम्ही कधीच समर्थन केलं नसतं पण आता साक्षात, राजाला देशातून घाबरून पळून जावं लागत आहे याचं आम्हाला नक्कीच दु:ख होत होतं.

मनुचेर म्हणाला, "चला, देवाच्या दयेनं हे तरी संपलं आता. आता देशात सगळ्या गोष्टी सुरळीत होतील. शाह गेला. हे फार चांगलं झालं."

"असं कसं म्हणतोस?" त्याच्या बायकोनं विचारलं, "आज तुझ्याजवळ जे काही आहे, ते शाहमुळे आहे. त्याच्या कारकिर्दीत तू श्रीमंत झालास."

फिरोजेह आणि मी भावुक झालो होतो आणि त्याच्या अंगावर तू मूर्ख आहेस, आता सर्वस्व गमावण्याची वेळ येणार आहे हे तुला कळत नाही, वगैरे बरंच ओरडलो.

"हा खोमेनी म्हणजे आहे तरी कोण?'' ती ओरडली, "तो देश कसा चालवू शकेल? तो एक साधा मुल्ला आहे.''

फिरोजेह आणि मनुचेरने गोळा केलेल्या साऱ्यावर मी एक नजर फिरवली. त्यांचं प्रासादतुल्य घर नव्यानं सजवलं होतं. तिथल्या भव्य सुंदर फायरप्लेसमधली, धगधगती आग घर उबदार करत होती. दारात त्यांच्या रोल्सरॉईस आणि मर्सिडीज उभ्या होत्या. लंडनमधल्या त्यांच्या मालकीच्या गगनचुंबी इमारतीच्या नूतनीकरणाचं काम चालू होतं. पुढे त्यांनी ती इमारत दुप्पट किंमतीला विकली. या नव्या राज्यात त्याला एवढं मिळवता आलं असतं, असं त्याला वाटलं?

पण अशा प्रचंड उलथापालथीच्या काळात, पुढं काय घडेल, हे तुम्हाला नक्की माहीत नसतं. तुम्ही बऱ्याची आशा करत असता, अशा ऐतिहासिक घटनांमध्ये आपण कधी सापडू असं तुम्हाला कधीच वाटलेलं नसतं. मला अगदी खात्री आहे की, पुढं खोमेनीच्या सुडाला बळी पडलेले कित्येक जण, त्या क्षणी शाहच्या पलायनाला दुवा देत असतील. खोमेनी देशाला कित्येक शतकं मागे लोटेल असं भाकित अगदी पक्क्या निराशावाद्यांनासुद्धा वर्तवता आलं नसतं.

दोन आठवड्यानंतर पॅरिसमध्ये मी बॅगा भरत होते आणि घरी परत जायची तयारी करत होते, मला परत जाण्यावाचून काही पर्यायच नव्हता. मला फायेघ मामांच्या लेखी हमीपत्राचा विचार करायला हवा होता आणि इराणपासून स्वत:ला तोडून टाकण्याइतकी माझी आर्थिक परिस्थिती भक्कम नव्हती. खोमेनी परत येऊ नये म्हणून कित्येक दिवस बंद ठेवलेलं विमानतळ दबावापुढे मान तुकवून बख्तियारने शेवटी खुलं केलं. मध्यरात्रीच्या एअर फ्रान्सच्या विमानानं माझं तेहरानला जाणं नक्की झालं होतं. माझं टीव्हीकडे अर्धवट लक्ष होतं, निवेदकानं सांगितलं की, अखेर खोमेनी घरी परत निघाला होता आणि तो माझ्याच विमानात होता. आनंदानं बेहोष होऊन सारा देश त्याच्या स्वागताची तयारी करत होता.

ज्या माणसाचा मला तिरस्कार वाटायला लागला होता त्या माणसाबरोबर एकाच विमानातून प्रवास करण्याच्या कल्पनेनं मला धडकी भरली. मी एअर फ्रान्सला फोन करून माझं तिकीट बदलून मागितलं. पण त्यांनी सांगितलं की खोमेनींच्या बरोबरच्या लवाजम्यामुळे त्यांनी माझं तिकीट आधीच रद्द केलं होतं. त्या विमानातून प्रवास करणाऱ्या सगळ्या प्रवाशांना, त्यानंतर दोन तासांनी सुटणाऱ्या विमानात जागा दिली होती. खोमेनींचं विमान अर्धच भरून जाणार होतं. कारण शेवटच्या क्षणी त्यांना परत पाठवलं तर पाच तासांचा परतीचा प्रवास करण्यासाठी

तेवढं इंधन पुरायला हवं होतं. अयातुल्लानं त्याच्याबरोबर अगदी जवळचे मोजके सल्लागार आणि काही पत्रकार एवढेच घेतले होते. विमानाला घातपात होण्याच्या शक्यतेमुळे ताफ्यातील सगळ्या महिलावर्गाला मागे ठेवण्यात आलं होतं.

आम्ही विमानतळावर पोचलो, तेव्हा पगडीधारी मुल्ला आणि चादोरखाली दडलेल्या बायका यांनी गजबजलेल्या वेटिंग रूम्स आणि डिपार्चर लाऊंजमध्ये पोलीस अस्वस्थपणे गस्त घालत होते. हे अयातुल्लाच्या विमानातून जाऊ न शकलेले लोक होते आणि ते माझ्या विमानात असणार होते, हे उघडच होतं. एवढे मुल्ला, त्यांचे जमिनीवर लोळणारे काळे किंवा तपकिरी झगे किंवा चादोर घेतलेल्या इतक्या बायका मी आत्तापर्यंत कधीही पाहिल्या नव्हत्या. धार्मिक मुस्लीम वापरू शकतात, अशा एकमेव गुलाबपाण्याचा 'ओकारी' आणणारा गोड गोड वास हवेत भरून राहिला होता. ते लोक फ्रान्समध्ये काही महिने तरी राहिले असणार आणि त्यांना निदान काही पाश्चात्य सवयी तरी लागल्या असणार, पण तरी ते खाली जमिनीवर बसून खाणं पसंत करत होते आणि सगळा कचरा इकडेतिकडे टाकत होते. जसेजसे तास जाऊ लागले, तसतसे पोलीस या प्रवाशांवर अधिकाधिक वैतागू लागले.

तिथे माझ्याव्यतिरिक्त पाश्चिमात्य पोशाख केलेली, फक्त एक इराणी बाई होती. फरहादसद्धा मला चिकटून अगदी गप्प गप्प बसला होता. त्याची अखंड चालणारी बालसुलभ प्रश्नांची सरबत्ती आज बंद होती. तो अधूनमधून फक्त काहीतरी पुटपुटत होता आणि मोठ्ठे डोळे करून इकडेतिकडे बघत होता. माझ्या पॅरिसहून परतीच्या इतर प्रवासांपेक्षा हा प्रवास फारच वेगळा होता. तेव्हा इराणी लोक त्यांनी विकत घेतलेले नवे डिझायनर कपडे मिरवत असायचे. एक नवीच व्यवस्था माझ्या देशाचा ताबा घेत होती आणि आता सत्तेत येणाऱ्यांबरोबर मी परतीचा प्रवास करत होते, बदलाच्या पंखांवरचा एक नकोसा प्रवासी!

अयातुल्लाचा बदला

मुल्लांच्या हातून इतकं छळून घेतो आम्ही
तरी पुन्हा एकदा त्यांच्याच मागे जातो आम्ही
त्यांच्यापासून फारकत न घेणारे
किती मूर्ख आहोत आम्ही.

– कास्सुम बेक झकिर

"पृथ्वीवरील सर्वोत्तम देशात परतताना तुमचे स्वागत असो!" मेहराबाद विमानतळावर माझे सामान घेऊन माझी वाट पाहणाऱ्या माझ्या नातेवाइकांकडे घेऊन जाताना हमालाच्या चेहऱ्यावर खोमेनी परत आल्याचा आनंद अजून झळकत होता. खास या 'परतण्यावर' इराणमधल्या कवी संगीतकारानं रचलेलं एक गाणं विमानतळावरचे कर्मचारी गात होते. शाहची चित्रं अदृश्य झाली होती आणि त्यांच्या जागी खोमेनीचे उग्र चेहरे आले होते. शहराकडे जाणाऱ्या हमरस्त्यांवर फक्त तीन तासांपूर्वी आलेल्या इमामाच्या पवित्र राष्ट्रपित्याच्या, सत्त्याहत्तर वर्षांच्या वृद्धाच्या आगमनाची साक्ष देणारी कुस्करलेली फुलं होती. त्याच्याकडे द्वेषाच्या दीर्घ स्मृती होत्या. कापडी फलक आणि कचऱ्याचे ढीग पडले होते. काही रस्ते तर मिरवणुकीपुढे उधळलेल्या कार्नेशन अन् क्रिसेन्थेमम फुलांनी अक्षरशः भरून गेले होते.

"तू गर्दी पाहायला हवी होतीस." माझ्या वडिलांचा धक्का अजून ओसरला नव्हता. एवढा जल्लोष मी कधीच पाहिला नव्हता. किती काळ चालेल हे?"

आणि खरंच, सुरुवातीच्या त्या राष्ट्रीय आनंदोत्सवाचं रूपांतर भीती आणि संशयात व्हायला फार काळ लागलाच नाही. अवघे काही महिने शाहच्या मागे

लागून त्याला पळवून लावण्यातच इराणी जनता इतकी खुष झाली होती की, शाहने आपल्याबरोबर देशाचे प्रश्न नेलेले नाहीत, हे त्यांच्या लक्षातच आलं नाही. खोमेनी आल्यादिवशी पहिली गोष्ट कुठली केली असेल तर दफनभूमीत जाणं आणि शाहविरुद्धच्या लढ्यात मारल्या गेलेल्या अनाम निदर्शकांच्या कबरींजवळ उभं राहणं. नंतर क्रांतीसाठी प्राणार्पण केलेल्यांची आठवण यात्रेकरूंना राहावी म्हणून त्यानं लाल रंगाचं पाणी वापरून एक 'रक्ताचं कारंजं' उभारण्याची आज्ञा केली. आणखी बऱ्याच जणांची आहुती पडायची होती. फक्त या वेळी मृत्यूंसाठी खोमेनी जबाबदार असणार होता.

''ताघौती' सैतानाचे अनुयायी. ज्यांनी क्रांतीला पाठिंबा दिला नव्हता, जे राजपरिवाराचे निकटवर्ती होते, किंवा जे मोठमोठे उद्योग चालवत होते, जे पाश्चात्य पेहराव करायचे, जे परदेशात शिकलेले होते, जे श्रीमंत होते किंवा शहराच्या उच्चवर्गात असायचे, जे चित्रपटगृहात जायचे किंवा अजूनही ज्यांच्या घरात अल्कोहोल होतं ते आम्ही सगळे ताघौती होतो. 'इमामच्या रेषेवरून' न चालणाऱ्या आम्हा सगळ्यांवर खोमेनीनं 'ताघौती' हा शिक्का मारला. त्याच्या भाषणातून तो अनुयायांना आम्हाला शोधून काढायची चिथावणी द्यायचा. त्यानं आमच्याबद्दल इतका तिरस्कार, द्वेष फुलवून ठेवला होता की, आम्हाला भरदिवसा बाहेर फिरणं मुष्कीलं झालं. आमच्या केवळ कपड्यांमुळे किंवा गाड्यांमुळे आम्ही 'ताघौती' म्हणून सहज ओळखले जाणार होतो.

तो आल्याच्या दिवशी त्याची टीव्हीवरची मुलाखत मला आठवते. तो विमानातून खाली उतरल्याबरोबर त्याला इराणी आणि परदेशी पत्रकारांनी गराडा घातला.

''इतक्या वर्षांनी स्वतःच्या देशात परत आल्यावर तुम्हाला काय वाटतं?'' एका पत्रकारानं ओरडून विचारलं.

खोमेनीचा चेहरा निर्विकार होता. ''काही नाही.'' हे त्याचं उत्तर.

लवकरच खटल्यांना सुरुवात झाली. निघून जाण्याच्या आधी सत्तेला चिकटून राहण्याच्या शेवटच्या प्रयत्नात शाहने एकशे बत्तीस सरकारी नेत्यांना अटक करायची परवानगी दिली होती. त्यात दीर्घकाळ प्रधानमंत्री राहिलेले अमीरी अब्बास होवैदा तसंच सवकचे भूतपूर्व प्रमुख जनरल तेमातुल्ला नसिरी हेही होते. जणू हे नरबळी दिल्यामुळं इस्लामी मूलतत्त्ववाद्यांची शांती होणार होती. १ फेब्रुवारी १९७७ ला खोमेनींचं पुनरागमन झाल्यावर त्यांना आशेला फार जागा नव्हती. ११ फेब्रुवारीला बख्तियार सरकार पडलं आणि खोमेनीनं इस्लामी राष्ट्राच्या स्थापनेची घोषणा केली. 'ताघौती'ना न्यायाची काही आशा उरली नाही.

बंदूकधारी शिपायांच्या तुकडीकडून देहान्त शासन करण्यात पहिला क्रमांक लागला, तो लष्कराचे जनरल, सवकचे प्रमुख आणि होवेदा यांचा. मला चांगलं

आठवतं, फिरोजेहची मोठी बहीण आझी हिच्या घरी आम्ही गर्दी केली होती आणि आम्ही टीव्हीवर या कैद्यांची 'मुलाखत' पाहात होतो. त्यांच्यापैकी काहींचा भयंकर छळ झालेला स्पष्ट दिसत होता. काहींना तर धड बोलतासुद्धा येत नव्हतं, पण अगदी क्रूर पद्धतीनं न्यायाची खिल्ली उडवत त्यांच्या शाहविषयीच्या निष्ठेचा इन्कार वदवून घेतला जात होता. मग त्यांना गोळ्या घातल्या, त्यांची छिन्नविच्छिन्न शरीरं पडद्यावर दाखवली गेली. सर्व इराणी लोकांना हे बघण्याची सक्ती केली होती, मी भीतीनं बधीर झाले होते.

"ते होवेदाला मारतील असं मला वाटलं नव्हतं. कुरोश मामा म्हणाले, "वेडा! त्याला वाटलं मी काही चुकीचं वागलो नाही असं म्हणून त्याला लोकांसमोर त्याची बाजू मांडता येईल. या वेडाचारात कुणी कसं सुरक्षित असेल? अशा प्रकारच्या माणसालासुद्धा ते मारून टाकू शकतात, हे तर त्यांनी दाखवूनच दिलं आहे. याचा शेवट कुठे होणार आहे?"

त्यानंतरच्या आठवड्यांमध्ये मुल्ला आणि अयातुल्लांनी साऱ्या देशाचा ताबा घ्यायला सुरुवात केली. तेव्हा हाच प्रश्न आम्हाला वारंवार पडू लागला. क्रांतीनंतरच्या पहिल्या वर्षात पाचशेहून अधिक लोकांना देहदंड दिला गेला. त्या पहिल्या पहिल्या शिक्षांनंतर आम्ही घरातच राहू लागलो. कारण बाहेर आम्ही दृष्टीस पडणं हेसुद्धा धोकादायक होतं. कुठल्याही दिवशी हे नवे शासक आले असते आणि आम्हाला पकडून घेऊन गेले असते. कारण फक्त एक – आम्ही श्रीमंत होतो. तो धोका सोडला तरी रस्त्यावर गस्त घालणाऱ्या डझनवारी सशस्त्र सैनिकांपैकी कुणाकडून तरी चुकून मारलं जाण्याची शक्यता होतीच. लष्कराची शस्त्रं काढून घेण्यात आली होती. नेहमीच्या पोलिसांची सत्ता काढून घेण्यात आली होती. मुल्लांनी त्यांचं नवं सशस्त्र दल उभारलं. क्रांतिकारी समित्या अर्थात कोमितेह या नवीन सत्ताधाऱ्यांनी शस्त्रांच्या साठ्यांमधून स्वयंचलित बंदुका उचलल्या. रेंज रोव्हर्स आणि मर्सिडीज गाड्या जप्त केल्या ज्या एकेकाळी श्रीमंतांचं अधिकृत वाहन होत्या, त्या आता नव्या राजवटीचं लक्षण झाला होत्या. आणि हे दडपशाह जे संशयास्पद वाटेल त्याच्यावर गोळ्यांच्या फैरी झाडत रस्त्यांवरून फिरायला लागले. तुरुंग उघडून कैद्यांना सोडून देण्यात आलं. शाहच्या राजवटीत छळ झालेले बुद्धिवादी आणि सामान्य गुन्हेगार यांच्यात काही फरकच राहिला नाही.

खोमेनीपेक्षाही, क्रांतिकारी सरकारची खुनशी बाजू जर कुणामुळे जास्तीत जास्त व्यक्त होत असेल, तर ते होते होज्जत-ओल-इस्लाम सादे खलखली, उर्फ 'जल्लाद', खोमेनीला दीर्घकाळ पाठिंबा देणारे मध्यम स्तरावरचे एक धर्मगुरू. या पहिल्या महिन्यांमध्ये ते देशभर बळी शोधत फिरले. श्रीमंत असण्याचा अपराध, आसपासच्या लोकांना जे आवडत नाहीत असे किंवा आधीच्या राजवटीशी ज्यांचे

काही लागेबांधे होते असे, अशी सावजं हुडकणं त्याला फारच सोपं होतं. जमीनदार, जमीनमालक, उद्योगपती, माजी राजकारणी असे सर्वजण त्यात होते. या खलखलीनेच एकदा मादक पदार्थांबद्दलच्या सात तथाकथित गुन्हेगारांना तेहरानच्या रस्त्यावर गोळ्या घालून ठार केलं होतं. देहान्त शासनाची मध्ययुगीन पद्धत पुन्हा रुढ करणाऱ्या एका इस्लामी न्यायाधीशाला यानेच पाठिंबा दिला होता. त्या न्यायाधीशाने दोन स्त्रिया व दोन पुरुष अशा चार लैंगिक गुन्हेगारांना मानेपर्यंत जमिनीत पुरून मग त्यांना दगडाने ठेचून मारण्याची शिक्षा फर्मावली होती.

आमच्या नात्यात एक सनन्दाजी म्हणून जमीनदार कुटुंब होतं. त्यांच्याकडं सनन्दाज प्रांतातल्या पुष्कळशा भागावरचं नियंत्रण होतं. या कुटुंबप्रमुखाच्या मालकीच्या एका गावात खलखली एक दिवस उगवला. हे कुटुंबप्रमुख सर्व भावंडांमध्ये थोरले होते. ते पुष्कळ आजारी होते. अंथरुणाला खिळलेले होते, असं असूनही खलखलीने त्यांना स्ट्रेचरवरून गावाच्या मध्यभागी असलेल्या चौकात आणायची आज्ञा दिली आणि गावकऱ्यांसमोर, प्रांतातल्या संपत्तीची अफरातफर केल्याबद्दल आणि मजुरांना नीट न वागवल्याबद्दल खटला उभा केला.

खलखलीनं त्यांना विचारलं, "तुम्ही तुमच्या घरात पाश्चात्य पद्धतीचं स्वच्छतागृह का केलं आहे? बाकीच्यांसारखं पर्शियन पद्धतीचं का नाही? आणि तो पोहण्याचा तलाव, गावातल्या लोकांना कधी त्यात पोहायला बोलावता का?"

जल्लादाने त्या जमीनदारावर तिथल्या तिथे सगळ्यांदेखत गोळ्या घालायचा आदेश दिला आणि मग त्यांच्या सगळ्या भावांना समोर आणायला फर्मावलं. तसं करणं म्हणजे मृत्यू अटळ होता. त्यामुळे सगळ्या चीजवस्तू मागे टाकून बहुतेक सगळं कुटुंब परागंदा झालं. त्यातल्या काही जणांना देशाबाहेर निसटण्यात यश आलं, तर काहींना मित्रांनी लपायला आश्रय दिला. त्यातली एक सदस्य माझी बहीण - श्लो - तेहरानमध्ये माझ्या घरी रहायला आली. तिथे ती देशाबाहेर जाईपर्यंत बरेच महिने दडून राहिली.

इराणमध्ये नुसतं परदेशी नागरिक असणं हे सुद्धा धोक्याचं झालं होतं. खोमेनीच्या पुनरागमनानंतर लगेच फेब्रुवारीच्या शेवटीशेवटी तख्तेजामशिद रस्त्यावरच्या अमेरिकन दूतावासासमोर रोज होणाऱ्या निदर्शनांनी हिंसक वळण घेतलं. डाव्यांच्या एका गटाने दूतावासावर हल्ला केला. सैनिकांना पराभूत केलं. दूतावासातल्या एका इराणी कर्मचाऱ्याला मारलं व अमेरिकन राजदूत विल्यम सुलिवान यांच्यासह अनेकांना ओलीस ठेवलं. काही अस्वस्थ तासांनंतर अयातुल्लाच्या फौजांनी ओलिसांची मुक्तता केली. दूतावास पुन्हा ताब्यात घेतला, पण शहरात ही बातमी पसरायला वेळ लागला नाही आणि अजूनही तिथे राहात असलेल्या परदेशी नागरिकांमध्ये घबराट पसरली. कॅनडा, ब्रिटन, यूएस आणि इतर अनेक

देशांनी खास विमानांमधून आपापल्या नागरिकांना तिथून हलवायला सुरुवात केली.

पण तरी त्या वर्षीच्या चार नोव्हेंबरपर्यंत 'परदेशी सैतानांविरुद्ध' खरीखुरी मोहीम उघडलीच नव्हती. विद्यार्थ्यांच्या एका गटाने पुन्हा दूतावासात गोंधळ केल्याच्या बातमीनं एक दिवस मी एकदम जागी झाले. ही चकमक थोड्या वेळात संपेल अशा विचारानं मी जवळच राहणाऱ्या लादन नावाच्या मैत्रिणीकडे गेले. मी तिथे पोचले, एवढ्यात दारावर टकटक झाली. तिनं दार उघडलं. तेव्हा तिच्या शेजाऱ्यांना दारात पाहून ती थक्कच झाली. एका अमेरिकन इंजिनियरिंग कंपनीत काम करणारे ते दोघे अमेरिकन होते. ते तिथं दोन वर्षं राहत असल्यामुळे तिची आणि तिच्या नवऱ्याची त्यांच्याशी चांगली ओळख झाली होती. तिनं त्यांना घरात बोलावलं. तेव्हा ते चांगलेच घाबरलेले आणि निस्तेज दिसत होते.

एकदा घराच्या आत सुरक्षित झाल्यावर त्यांच्यातला उंच, तांबूस गोरा कार्ल नावाचा माणूस कुजबुजत म्हणाला, "ते आमच्या मागे लागले आहेत. सर्व अमेरिकनांना भूमिगत होण्यास सांगितलं आहे. कृपया तुम्ही आम्हाला काही तास इथे राहू द्याल का?आम्हाला न्यायला हेलिकॉप्टर येणार आहे. आम्ही तिकडे जाणारच आहोत, पण तोपर्यंत आमच्या घरात राहणं आम्हाला धोक्याचं आहे. इथे सगळ्यांना माहीत आहे की, इथे अमेरिकन राहतात आणि तुम्हाला तर माहीतच आहे की, आमचा घरमालक मुल्लांना घरात घेण्यासाठी आम्हाला सहज विकून टाकू शकेल.

लादननं लगेच त्यांना राहायला हो म्हटलं. आमचा अमेरिकनांना विरोध नव्हताच. खरं तर आमचे कितीतरी नातेवाईक अमेरिकेत होते किंवा तिथे शिकलेले होते आणि यांच्या सध्याच्या परवडीबद्दल आम्हाला सहानुभूती होती. व्हिस्की आणि व्होडकाच्या दोन मोठ्या बाटल्या घेऊन ते काही मिनिटातच परतले आणि या वेळी त्यांच्या खांद्यावरच्या पट्ट्यात बंदुका लटकलेल्या होत्या. लादननं आणि मी अस्वस्थपणे एकमेकींकडं पाहिलं. आम्ही दोन बायका दोन लहान मुलांबरोबर एकट्या त्यांच्याबरोबर घरात होतो.

आम्ही अस्वस्थपणे त्यांच्याकडे पाहात होतो. सकाळचे दहाच वाजले होते. तरी त्या दोघांनी दारू प्यायला सुरुवात केली. त्यांना क्षणभर सुद्धा एका जागी बसवत नव्हतं. ते दिवाणखान्यात सारखे येरझाऱ्या घालत होते. लादननं तिच्या शेजाऱ्यांना असं कधीच पाहिलं नव्हतं. हे कुणी घाबरलेले, कुणीतरी ज्यांच्या मागावर आहे, असे परके लोक होते. एरवीचे मजा करणारे, त्यांना बार्बेक्यूला बोलवणारे ओळखीचे अमेरिकन लोक नव्हते. लादन इतकी घाबरली होती की, ती तिच्या दोन लहान मुलांना जवळ घेऊन रडायलाच लागली.

पॅट्रिकनं, त्या दुसऱ्या अमेरिकन माणसानं आम्हाला लगेच धीर दिला.

"घाबरू नका. आम्ही तुम्हाला काहीच करणार नाही. आम्हाला फक्त लपायला जागा हवी आहे. आम्ही फक्त भांबावलो आहोत एवढंच. आमच्या काही मित्रांना आज पकडून नेलं आहे आणि त्यांची पुढे काहीच बातमी लागत नाही आहे."

"हे बघा, आमच्या फ्रीजरमध्ये खूप अन्न आहे." कार्ल आम्हाला शांत करत म्हणाला, "तुम्ही तो रिकामा का करत नाही? नाहीतरी ते सगळं वायाच जाणार आहे."

आम्ही दोघी बरचसं गोठवलेलं मांस आणि स्नॅक्स घेऊन आलो आणि जेवण बनवायला लागलो. दिवसभर ते फोनवरून त्यांच्या मित्रांचं काय झालं ते कळून घेण्याच्या प्रयत्नात होते. आमच्या दोघींपैकी कुणी फोन घेतला आणि पर्शियनमध्ये बोलू लागलो की, ते आमच्याकडे संशयानं पहायला लागायचे. शेवटी त्यांनी आम्हांला फोनपासून दूर राहायला सांगितलं. थोड्या वेळानं मद्याचा परिणाम म्हणून असेल, पण ते थोडे शांत झाले आणि आमची भीती थोडी कमी झाली.

दुपारी त्या दोघांनी सुचवलं की, आम्ही त्यांच्या घरी जाऊन आम्हाला काय पाहिजे ते घ्यावं.

"आम्हाला सगळंच इथे सोडून जावं लागणार आहे आणि अमेरिकन सरकार आम्हाला त्याची नुकसानभरपाई देईल." कार्ल म्हणाला, "ते आमच्या त्या हलकट घरमालकाच्या हातात पडावं अशी काही माझी इच्छा नाही."

फारच नामी सूचना होती. तेहरानमधले अमेरिकन्स बराच माल बाळगून असत. पॅट्रिक म्हणाला, "दारात दोन गाड्या आहेत. रेंज रोव्हर आणि फायरबर्ड तुम्हाला पाहिजे असतील तर तुम्ही त्यासुद्धा घेऊ शकता."

"आम्ही काही सगळ्या वस्तू तुमच्याकडून अशाच घेऊ शकत नाही." मी म्हटलं, "पण तुमच्या वस्तूंना कुणी गिऱ्हाईक मिळतंय का बघते आणि तुम्हाला चालत असेल तर आम्ही तुमानमध्ये पैसे देऊ."

अशा रीतीनं अमेरिकन दूतावासाच्या प्रकरणात त्या दोन घाबरलेल्या अमेरिकनांसाठी मी इस्टेट एजंट बनले. त्या दुपारी आम्ही त्यांचं बरंचसं फर्निचर विकलं. मी स्वत: एका बेडरूमला पुरेल एवढं बेताचं फर्निचर अगदी स्वस्तात घेतलं, पण तरी ती किंमत त्या अमेरिकनांच्या अपेक्षेपेक्षा जास्त होती. नंतर दुपारी माझ्या मैत्रिणींनी त्यांनी घेतलेलं बरंच फर्निचर नेण्यासाठी ट्रक बोलावला आणि माझंही सामान त्याच ट्रकमधून नेलं.

आमचा हा उपक्रम चालू असताना लादनच्या नवऱ्याचा फोन आला आणि जेव्हा त्यानं काय चाललंय हे ऐकलं तेव्हा तो भडकला.

"तुम्ही स्वत:वर काय ओढवून घेताय याची कल्पना आहे का तुम्हाला? त्यांनी दूतावास ताब्यात घेतला आहे हे तुम्ही ऐकलं नाही का? ते बघताक्षणी परदेशी नागरिकांना पकडत आहेत. पहिलं त्यांना घराबाहेर काढा."

सुदैवाने दुपारी उशिरा ते दोघं गेले. ट्रकच्या शेवटच्या खेपेबरोबर मी घरी गेले. नंतर माझ्या या कमाईबद्दल मी माझ्या घरच्यांना सांगितलं. तेव्हा हा धोका पत्करण्यात मी वेडेपणा केलाय असं त्यांचं मत पडलं. कोमितेहनं तो ट्रक थांबवणं सहज शक्य होतं. ते कुठलंही मोठं वाहन थांबवायचे आणि जर का माझा अमेरिकन लोकांशी संपर्क आला होता हे त्यांना कळलं असतं, तर त्यांनी मला गद्दार म्हणून वागवलं असतं.

अनेक दिवस गेले आणि अमेरिकन लोकांना सोडवायला अयातुल्लाहनं आपले सैनिक पाठवले नाहीत. तेव्हाच देशाने क्रांतीच्या एका धोकादायक पर्वात प्रवेश केला आहे, हे स्पष्ट झालं. राजकीय कारणांसाठी परदेशी नागरिकांना ओलीस ठेवणं हे सरकारनं प्रथमच क्षम्य मानलं होतं. आम्हाला अमेरिकन लोकांबद्दल सहानुभूती होती. पण ती सहानुभूती अगदी जवळच्या मित्रांखेरीज कुणापुढेही व्यक्त करायची आमची हिंमत नव्हती, पण या नवीन वळणानं आम्ही हादरून गेलो. या मुल्लांनी आयतं निमित्त दिलं आहे. तर आता अमेरिका इराणमध्ये येणार का? अमेरिकेनं बदला घ्यायचा ठरवलं तर ते इराण बेचिराख करू शकतात. मुल्ला आपल्याला तिसऱ्या महायुद्धात लोटणार आहेत का?

या बावन्न ओलिसांना पकडून ठेवल्याच्या चारशे चव्वेचाळीस दिवसांत आमच्या मनात रोज त्या पकडलेल्या अमेरिकनांचा विचार यायचा आणि ते सुटावेत असं वाटायचं. माझ्या चुलतबहिणीनं एक दिवस कॅनेडियन व्हिसासाठी अर्ज केला होता. तिला तिथून फोन आला व तिला दुसऱ्या दिवशी सकाळी दूतावासात येऊन व्हिसा घेऊन जायला सांगितलं. खरं तर, तिला त्यांनी पुढल्या आठवड्यात यायला सांगितलं होतं. ती जाऊन व्हिसा घेऊन आली, तेव्हा तिला तिथे घाईगडबड जाणवली. दुसऱ्या दिवशी ती पुन्हा काहीतरी विचारायला तिथे गेली, तर दूतावास बंद केला होता. त्या दिवशी प्रथमच बातम्या येऊ लागल्या की, विद्यार्थ्यांच्या तडाख्यातून सटकलेल्या अमेरिकन दूतावासाच्या सहा कर्मचाऱ्यांना खोट्या पासपोर्टच्या सहाय्याने कॅनेडियन दूतावासानं देशाबाहर काढलं होतं. महिनोन्‌महिने दडून राहिलेल्या अमेरिकनांची देशाबाहेर पलायनाची सोय करताना कॅनेडियन दूतावासाच्या कर्मचाऱ्यांनी स्वतःचे प्राण धोक्यात घातले होते.

मला फर्निचर विकणारे जे दोघे अमेरिकन होते, त्यांनी इतक्या सहजपणे इराण सोडला नाही. अमेरिका आणि इराण यांच्यातील वाटाघाटीनंतर ओलिसांचा पेच सुटला. त्याच्या काही दिवस आधी माझ्या एका मैत्रिणीनं त्यांना हिल्टन हॉटेलच्या लॉबीत पाहिलं होतं. आता मला अशी शंका येते की ते भासवायचे, तसे नुसते व्यावसायिक नव्हते तर ते सी.आय.डी.चे हस्तक असावेत. नाहीतर, जेव्हा इतर शहाणे अमेरिकन लोक इराणी गोंधळातून बाहेर जात होते, तेव्हा ते तिथे कशाला

थांबले असते?

हळूहळू खोमेनीच्या डोळ्यांसमोर आमच्यासाठी कोणत्या समाजाचं चित्र होतं ते स्पष्ट होऊ लागलं. ज्या बुद्धिजीवींनी आणि मध्यमवर्गीय व्यावसायिकांनी एका अधिक न्यायी, अधिक मोकळ्या समाजाची आशा केली होती, त्यांच्यासाठी अयातुल्ला म्हणजे केवळ आणखी एक हुकूमशहा असल्याच्या साक्षात्कारानं भयंकर मोठा भ्रमनिरास आणि वैफल्याची, विश्वासघाताची भावना निर्माण झाली. या सगळ्या प्रक्रियेत माझ्या वर्तुळाच्या बाहेरच्या इराणच्या जीवनाविषयी मला झटपट आणि कडक शिक्षण मिळालं. क्रांतीच्या आधी, एकंदर देशात चाललेल्या राजकीय आणि सामाजिक घडामोडींकडे दुर्लक्ष करणं मला परवडत होतं, पण आता मी धंद्यात चाललेल्या गोंधळाविषयी पुरुषांच्या गप्पा किंवा करिअर करणाऱ्या माझ्या मैत्रिणींवर मुल्ला नोकरी सोडण्यासाठी कसा दबाव आणत आहेत याच्या तक्रारी लक्षपूर्वक ऐकू लागले. प्रत्येक अफवा, प्रत्येक वार्तापत्र किंवा कायद्यातील बदल हा माझ्यावर जणू मोहिनी घालत असे; पार्लमेंटमधल्या चर्चा मी याआधी इतकं लक्ष देऊन कधीही ऐकल्या नव्हत्या.

ताघौतींबद्दलच्या तिरस्काराला रोज कुणीतरी बळी पडत असे. घाईगडबडीत देश सोडून गेलेल्यांच्या आणि कोमितेहना जे आवडत नव्हतं त्यांच्या मालमत्तांची नियमित जंत्री चालू होती, पण पुष्कळदा जुन्या अँटिक वस्तू किंवा इतर किमती वस्तू विकून ते पैसे सरकारजमा करण्याऐवजी कोमितेह त्या सगळ्याचा नाश करायचे. पुष्कळदा ताघौतींची घरं ते स्वतःच उध्वस्त करीत असत.

आम्ही आमचे पोशाख शक्य तितके साधे ठेवत होतो. शहराच्या एका भागातून दुसऱ्या भागात जाताना गाडीतून मध्ये उतरायचं टाळत होतो. ट्रॅफिक जॅममुळे किंवा गाडी बिघडल्यामुळे रस्त्यात थांबावं लागणं म्हणजे पाप होतं. लगेच गाडीभोवती दुर्मुखलेल्या माणसांची गर्दी व्हायची. "काय रे, कुणाची रे एवढी मोठी गाडी? असली खर्चिक गाडी ठेवण्याचा त्यांना काय अधिकार? ही गाडी जनतेची आहे." पृथ्वीतलावरचा सर्वांत पापी म्हणून खोमेनीनं शिक्का मारलेला ताघौती नुसता मार खाऊन, गाडी तिथेच टाकून जिवानिशी सुटला तरी सुदैवीच म्हणायचा.

ताघौतींच्या जीवनाची खूण असलेली कुठलीही रीत, कुठलीही सेवा बदलून टाकायचा नव्या राजवटीचा निर्धार होता. आता मुल्लाच्या पूर्णपणे ताब्यात असणाऱ्या रेडिओवर एकदा जाहीर करण्यात आलं की, पेट्रोल पंपांवर मिळणारी सेवा आता बेकायदा ठरवण्यात आली आहे. आता प्रत्येक चालकानं गाडीतून उतरायचं, स्वयं सेवा पद्धतीनं गाडीत पेट्रोल भरायचं, त्यासाठी पेट्रोल पंपावरच्या सहायकाची वाट पाहायची नाही.

निवेदक असं सांगत होता, "कुणी तुमची सेवा का करावी? लोक स्वतःची

काळजी स्वत: घेऊ शकतात. असल्या सेवा फक्त श्रीमंतांनाच लागतात.''

रेडिओ निवेदक आम्हाला नेहमी संपूर्ण इस्लामी पद्धतीप्रमाणे राहायला सुरुवात करा आणि सर्व बाबतीत इमामानं सांगितल्याप्रमाणं वागा असा आग्रह करायचे. खोमेनींनी अगदी प्रथम लक्ष दिलेल्या गोष्टींमध्ये– भले अजून अर्थव्यवस्था वाईट होती आणि त्यावेळी रस्त्यांवर कोण नियंत्रण ठेवत आहे हे सुद्धा कळत नव्हतं– महत्त्वाची गोष्ट होती स्त्रियांचा पोशाख. १९७० च्या सुरुवातीपर्यंत पाश्चिमात्य पोशाख हा सुशिक्षित शहरी स्त्रियांचा जवळजवळ नेहमीचा पोशाख झाला होता, पण १९७० च्या अखेरीपर्यंत पश्चिमेच्या लांगूल चालनापासून अधिकाधिक इराणी दूर जायला लागले तसं, चादोर हे शुद्ध इस्लामिक रीतीरिवाजांचे आणि शाहच्या आधुनिकतेच्या प्रयत्नाला नकार यांचं प्रतीक बनलं.

खोमेनी सत्तेवर आल्यावर त्यानं रेडिओवरून स्त्रियांना हेजाब घालायची आज्ञा द्यायला सुरुवात केली. पहिल्यांदा मध्यमवर्गातील स्त्रियांनी विरोध दर्शवला, पण जाणाऱ्या प्रत्येक दिवसाबरोबर अधिकाधिक स्त्रिया स्वत:ला झाकून घेऊ लागल्या. इराणी समाजात स्त्रियांना महत्त्वाचं स्थान आहे, असं खोमेनी अनेक वेळा म्हणाला होता. त्यानं क्रांतीसाठी लढण्याबद्दल स्त्रियांचं कौतुकही केलं होतं. पण आता अयातुल्लाच्या आदेशावरून स्त्रियांनी नोकऱ्या सोडाव्यात म्हणून मुल्ला त्यांच्यावर प्रचंड दबाव आणायला लागले. सरकारी नोकरीत, नव्याने संचालक आणि वरिष्ठ, बनलेले लोक स्त्रियांच्या कामावर सतत टीका करायचे आणि त्यांना हेजाबची सक्ती करायचे. रोजचा त्रास नको म्हणून कित्येक बायकांनी सरळ नोकऱ्या सोडून दिल्या. खाजगी उद्योगांमध्ये जे मालक स्त्रियांना कामावर ठेवत होते, त्यांच्या लहानसहान कामात सरकार दप्तरी अचानक वेळखाऊ अडचणी उभ्या राहू लागल्या. देशभर बायकांचे पगार वाटेल तसे कमी केले गेले. एखाद दिवशी रस्त्यानं चालताना कोमितेहशी संबंधित नैतिक दल कधी येईल आणि नीट पोशाख न केल्याबद्दल कधी त्या बाईला पकडून नेईल, याचा काही नेम नव्हता.

'मॉन्केरात' ह्या नैतिक दलाचं काम क्रांतीच्या नव्या सामाजिक नियमांची अंमलबजावणी करणं हे होतं. हेजाब आणि पुढेपुढे चादोर न घेतल्याबद्दल किंवा सख्ख्या नात्याच्या नसलेल्या पुरुषाबरोबर बोलत किंवा चालत असल्याबद्दल कुठल्याही बाईला पकडून नवीन उघडलेल्या कित्येक तुरुंगांपैकी एकात नेले जाई आणि तासन्तास त्यांनी चांगलं मुस्लीम बनलं पाहिजे यासाठी त्यांची खरडपट्टी केली जाई. अनेकदा त्यांचे नातेवाईक वेड्यासारखे त्यांना शोधत गावभर फिरत आणि माहितीच्या प्रत्येक मुल्लाला फोन करून त्यांच्या सुटकेसाठी प्रयत्न करत.

बायका निदर्शनं करायला घाबरतात, हे नव्या राजवटीनं पाहिलं होतं. ज्या काही मोजक्या स्त्रियांनी त्यावेळी हे धाडस केलंच, त्यांना मार खावा लागला. त्यांना

अटक झाली आणि त्या पुन्हा कधी दिसल्याच नाहीत. त्यांना आणखी बंधनकारक कायदे करून, चादोरची सक्ती केली. माझी चुलतबहीण मनी हिचं उदाहरण प्रातिनिधिक आहे. ती एका कंपनीत दहा वर्षांत खूप वरच्या हुद्द्यावर पोचली होती, पण जसे मुल्ला सत्तेवर आले, तसा तिचा पगार काही कारण न देता एकदम कमी केला गेला. मग तिला निर्वाणीचा इशारा देण्यात आला की, तिनं राजीनामा द्यावा. नाहीतर ते तिचं आयुष्य इतकं वाईट करतील की शेवटी ती आनंदानं सोडून जाईल. बायकांवर राजीनाम्याची वेळ आणल्यामुळे कंपन्यांना किंवा सरकारला त्यांना लठ्ठ भरपाई मोजावी लागत नव्हती. मनी शेवटी माझ्या मामांच्या रेस्टॉरंटमध्ये 'ला रिझर्व'मध्ये एक मॅनेजर म्हणून काम करायला लागली.

दुसरी आणखी दु:खद गोष्ट आहे शेरीच्या भाचीची. शेरी माझ्याबरोबर शेवटी इराणच्या बाहेर पडली. शेरी आणि तिचे कुटुंबीय नेहमी दु:खितांना मदत करण्याच्या कामात गुंतलेलं असायचे. शेरीनं स्वत: अपंगांसाठीच्या शाळांची एक साखळी उभी केली होती. इतर काही मंडळींप्रमाणं, सलमान कुटुंबही तिच्या कामाला आर्थिक मदत करायचं आणि तिचं प्रत्यक्ष सेवाभावी कामही करत असे. तिच्या अमर्याद औदार्यामुळं ती माझी आदर्श बनली होती. शेरीच्या बहिणीची मुलगी एका राजकीय चळवळीत होती. कुठल्यातरी निदर्शनात तिनं भाग घेतला म्हणून या पंचवीस वर्षांच्या मुलीला अटक झाली. तिच्यावर फेदायिन असल्याचा म्हणजेच मार्क्सवादी असल्याचा आरोप ठेवण्यात आला. नवीन इराणमधल्या न्यायालयीन गोंधळात अधिकृतपणे आरोप ठेवलाच गेला नाही. शाहला खाली खेचताना मुल्लांनी फेदायिनशी हातमिळवणी केली होती, पण स्वत:च्या सत्तेला कुठलंही आव्हान शिल्लक राहू नये म्हणून खोमेनीनं पद्धतशीरपणे त्यांचा काटा काढायला सुरुवात केली होती. ती बिचारी मुलगी तीन वर्षं तुरुंगात होती तर तिचा नवरा चार वर्षं तुरुंगात होता आणि तिच्या आईला, मावशीला तिच्याबद्दल किंवा ती कधी सुटणार आहे याबद्दल काही कळवलं जात नव्हतं. ही शांतता अधिकच वाईट होती कारण इतर कुटुंबाकडून त्यांच्या मुलींवर तुरुंगात वारंवार बलात्कार होत आहेत हे तिची आई, मावशी ऐकत होत्या. जेव्हा तिची सुटका झाली तेव्हा त्या तरुण मुलीनं तुरुंगात काय काय झालं ते काहीही सांगायला नकार दिला. एकदा कपडे बदलत असताना तिच्या आईला तिच्या अंगावरच्या खुणा मात्र दिसल्या. अजूनसुद्धा तिच्यावर आणि तिच्या नवऱ्यावर पाळत ठेवली जाते. अजूनही त्यांना काम मिळू शकलेलं नाही. भयानक वास्तव हे आहे की, अशा लोकांना तुरुंगातून सोडून देणं हे आता खोमेनीला परवडू शकतं, कारण सबंध इराण हाच एक मोठा तुरुंग झाला आहे.

शाहनं झगडून स्त्रियांना मिळवून दिलेले मोजके महत्त्वाचे हक्क खोमेनीनं ताबडतोब काढून घेतले. स्त्रियांच्या हक्कांची रोज होणारी हत्त्या ही इराणमधील

क्रांतीची सर्वांत दुर्लक्षित शोकांतिका आहे. १९६७ सालच्या कुटुंब संरक्षण कायद्यानं पहिल्या प्रथमच तलाक पासून स्त्रियांना संरक्षण दिलं. मुलांचा ताबा आईकडे ठेवायला परवानगी दिली आणि बहुपत्नीत्वाला बेकायदेशीर ठरवलं होतं. सत्ता बळकावल्यावर खोमेनीनं पहिल्या काही महिन्यातच हा कायदा रद्द केला. आज इराणमध्ये फक्त पुरुषाला घटस्फोट मिळू शकतो आणि तो मागितला की मिळतो. बारा वर्षांच्या मुलीवर लग्नाची सक्ती केली जाऊ शकते. कुराणात सांगितल्याप्रमाणे पुरुषाला चार लग्नाच्या बायका करता येतात आणि 'सिकेत' हा कायदेशीर, तात्पुरत्या लग्नानं चारशे रखेल ठेवता येतात. घटस्फोट झाला तर मुलांचा संपूर्ण ताबा पुरुषांकडे जातो.

बायकांना कशाकशाची परवानगी नाही याची यादी बरीच लांबलचक आहे. पतीच्या परवानगीशिवाय स्त्रीला पासपोर्ट मिळू शकत नाही, ती देशातून बाहेर जाऊ शकत नाही, ती प्रसाधन करू शकत नाही, वडील किंवा भाऊ सोडून इतर कुठल्याही माणसाबरोबर कुठल्याही परिस्थितीत वेळ घालवू शकत नाही, ती वकिली व्यवसाय करू शकत नाही. १९६२ साली आम्हाला मिळालेला एकमेव हक्क आमच्याकडे होता – मतदानाचा हक्क – इराणमध्ये बाई असणं म्हणजे वेठबिगार होय. सर्वांत वाईट गोष्ट ही की, ही परिस्थिती लोकांनी निमूट स्वीकारली होती. जसं त्याच्याबद्दल काही करताच येणार नव्हतं.

शाळा हे खोमेनीचं सुरुवातीचं आणखी एक लक्ष्य. तो स्वत: मशिदीशी संलग्न अशा धार्मिक पाठशाळेत मदरशात शिकला होता आणि गणित, अभियांत्रिकी अशा नवीन निधर्मी विषयांना महत्त्व देणाऱ्या आधुनिक शिक्षणाकडे जाणं त्याला बिलकूल पसंत नव्हतं. या विषयांमध्ये पश्चिम पारंगत होती. खाजगी शाळा (फरहाद एका खाजगी शिशुशाळेत होता) तर लगेचच बंद झाल्या. शिक्षकांना काढून टाकलं किंवा त्यांनी जर श्रीमंत उपनगरांत याआधी शिकवलेलं असेल, तर त्यांना गरीब वस्त्यांमध्ये शिकवायला पाठवण्यात आलं. आमच्या भागात ताघौतींचा तिरस्कार करणारे लढाऊ शिक्षक आणले. ज्या शाळा एके काळी केवळ श्रीमंतांसाठी राखीव होत्या, त्यात गरीब मुलांनासुद्धा शिकता यावं म्हणून बसनं तिकडे न्यायचे.

फरहादला त्याच्या नेहमीच्या शाळेत पाठवण्याशिवाय मला दुसरा इलाजच नव्हता, १९८० च्या शरद ऋतूपर्यंत ती शाळा ओळखता न येण्याजोगी झाली होती. ती एक सार्वजनिक शाळा झाली होती आणि त्याच्या ओळखीचे आधीच्या वर्षीचे सर्व शिक्षक बदलले होते. सुरुवातीपासूनच त्याचे शिक्षक श्रीमंत मुलांचा राग राग करायचे. सर्व शिक्षक बदलले होते. मुल्ला मंडळी शाळा प्रचारासाठी वापरायचे. सगळा अभ्यास कुराणाबद्दलचा असायचा. आधी बरीच मुलं इंग्रजी फ्रेंचसारख्या परदेशी भाषा शिकत होती. त्यांच्यावर बंदी घातली. कुराणाची भाषा

म्हणून अरेबिक शिक्षण मात्र सगळ्यांना सक्तीचं होतं.

शिक्षकांचं मुख्य काम म्हणजे मुलांना फसवून त्यांच्याकरवी पालकांवर पाळत ठेवणं होतं. माझ्या मुलाच्या शाळेत एकदा त्याच्या शिक्षकांनी व्होडका, स्कॉचच्या बऱ्याच बाटल्या आणल्या आणि सगळ्या वर्गाला त्या दाखवल्या.

''अशा बाटल्या कुणाकुणाच्या घरी आहेत हे जो सांगेल त्याला बक्षीस मिळेल.'' तोंडभर हसत शिक्षकांनी सांगितलं.

दारू पिणं किंवा घरात ठेवणं हे बेकायदेशीर होतं. असह्य पाश्चात्य संगीत ऐकणं, जुगार खेळणं आणि सिनेमाला जाणं हेही. घरी अशी बाटली आहे म्हणून हात वर करणाऱ्या बिचाऱ्या मुलाची पालकांशी लगेच काही दिवसांसाठी तरी ताटातूट व्हायची. काही तासात कोमितेह त्यांच्या दारात येऊन उभे राहायचे आणि पालकांना अटक करून तुरुंगात डांबायचे, तुरुंगाचा प्रमुख असलेल्या मुल्लाची त्या वेळी जशी मर्जी असेल त्याचप्रमाणे त्यांचा कैदेचा काळ ठरायचा!

आपल्या घरी काय काय चालतं, ते शाळेत सांगायचं नाही असं मी मुलाला शिकवलं होतं. जर शिक्षकांनी अमुक एक गोष्ट तुमच्या घरी आहे का असं विचारलं तर सरळ 'नाही' असं सांगायचं असंही त्याला पढवून ठेवलं होतं.

एक दिवस तो शाळेतून घरी आला आणि छाती फुगवून सांगायला लागला. ''आई, आज मी एक चांगली गोष्ट केली. आम्हाला शिक्षकांनी कुराण दाखवलं आणि मला विचारलं की, तुझ्या घरी असं आहे का? मी सरळ नाही म्हणालो.''

त्याला अतिशय छान वाटत होतं, पण माझ्या पिल्लाला माझ्या लग्नातलं कुराण दाखवताना आणि 'हे आमच्या घरी नाही' असं कधीच सांगायचं नाही असं त्याला बजावताना माझ्या मात्र काळजाला घरं पडत होती.

''आपण रोज नमाज पढत नसलो तरी रोज पढतो असं लोकांना सांगायचं.'' मी त्याला सांगितलं आणि त्याला इतक्या लहान वयात मला अस्तित्वासाठी खोटं बोलायला शिकवावं लागत आहे याबद्दल मला स्वत:चीच घृणा वाटत होती.

लहान मुलींच्या आयांची मला दया यायची. सहा वर्षांच्या मुलींना हेजाब घालायला लागायचा. बाहेर खेळताना ते त्रासदायक शिरस्त्राण पडलं किंवा हरवलं असल्या सबबी शिक्षक ऐकून घेत नसत. त्याच्यावर उपाय म्हणून आयांनी इलॅस्टिकच्या पट्ट्या लावून हेजाब जागेवर राहतील अशी युक्ती शोधून काढली आणि त्या तसल्या उन्हाळ्यातसुद्धा मुलींना लांब बाह्यांचे कपडे घालून शाळेत जावं लागायचं.

सात वर्षांचा होईपर्यंत, माझ्या मुलानं त्या शिक्षणव्यवस्थेत दोन वर्षं काढली आणि आता अशा भीतिदायक प्रतिगामी मानसिकतेमुळे मला आपल्या मुलाला मुकावं लागणार की काय अशी शंका वाटू लागली. त्यांचा बुद्धिभेद होताच असा प्रभावी.

खरं सांगायचं तर मला त्याच्या शिक्षकांची भीती वाटत होती. एक-दोनदा

मध्येच बोलला म्हणून शिक्षकांनी फरहादच्या डोक्यावर पट्टीनं मारलं हे ऐकून मला प्रचंड भीती वाटली होती. मग चिडून मी मुख्याध्यापकांना भेटायला गेले तर मलाच बोलणी खावी लागली.

"मग त्यात शिक्षकांचं काय चुकलं?" मुख्याध्यापकांनी विचारलं. संबंधित शिक्षिका हेजाब पांघरलेली खोमेनींची समर्थक म्हणून प्रसिद्ध असलेली स्त्री होती. ती त्यांच्या शेजारी गप्प उभी राहून माझ्याकडं टवकारून बघत होती. "तुम्ही काहीतरी विचित्र बोलताय आणि अतिकाळजी घेताय. तुमचंच वागणं चुकीचं आहे."

आणखी एकदा या शिक्षकांच्या दोषारोपांना मला तोंड द्यावं लागलं. नव्या राजवटीत मनोरंजनाचे सर्वच मार्ग बंद झाल्यामुळे मध्यम आणि उच्चवर्गीय लोकांपुढे स्कीईंग हाच एक पर्याय राहिला होता. हात आणि पाय दिसतात म्हणून स्त्रियांना टेनिस खेळण्यावर बंदी होती. रॉयल क्लबची मुख्य इमारत एका रात्री रहस्यमयरित्या लागलेल्या आगीत जळून गेली आणि तसंही तळ्याकाठचं उपहारगृह सोडलं, तर उरलेल्या क्रीडा सुविधांचा लाभ फक्त पुरुषच घेऊ शकत होते. क्रीडा प्रेमींसाठी नव्या नियमांमुळे काही विनोदी दृश्यांची सोय केली होती. वॉटरस्किईंग करताना बायकांना हेजाबची सक्ती होतीच. शिवाय त्यांनी पूर्ण शरीर झाकेल असा 'वेट सूट' घातला पाहिजे, असा नियम आल्यामुळं वेट सूटची लगेचच टंचाई निर्माण झाली. ज्या बायका पूर्ण वेट सूट मिळण्याइतक्या सुदैवी नव्हत्या, त्यांना अर्ध्या पायाच्या वेट सूटवर पूर्ण लांबीच्या ट्राउझर घालाव्या लागत होत्या. पोटात भीती असूनसुद्धा, नखशिखांत शरीर झाकलेलं आहे, हेजाब मागे वाऱ्यावर फडफडतो आहे अशा स्त्रीला पाण्यावर घसरताना पाहून आम्हाला हसू आवरायचं नाही. दुर्दैवानं जर का एखादी पाण्यात पडली तर आधी हेजाब पकडावा, की आधी स्कीज पकडाव्या, अशी तिची तारांबळ उडायची.

स्कीईंगच्या उतारावरही याहून बरी परिस्थिती नव्हती. मुल्लांनी टेकड्या विभागल्या होत्या. मला वाटतं स्कीईंग करताना स्त्री-पुरुष चुकून एकमेकांवर धडकू नयेत म्हणून असावं. पण त्यामुळे व्हायचं काय की, वडील आणि मुलगा एका दिशेला जायचे तर आई आणि मुलगी दुसऱ्या दिशेला. सगळ्या कुटुंबानं एकत्र दिवस घालवण्याऐवजी ते फक्त परत घरी जाताना भेटत.

बायकांना त्यांचा सूटसुद्धा झाकायचा आदेश होता. कारण मुल्लांच्या मते, घट्ट स्की पॅण्टस या फारच उत्तान होत्या. बऱ्याच जणींनी स्कीईंगला रामराम ठोकला, पण काहीजणी तरीसुद्धा नेटानं स्कीईंग करतच राहिल्या. त्यांच्या स्की सूटवर त्या प्रचंड लांब सैल झगे घालायच्या. मग टेकडीवरून त्या वेगानं खाली येताना त्यांच्यामागे झग्याचा मोठ्ठा फुगा झालेला असायचा आणि त्या अगदी ड्रॅक्युलाच वाटायच्या!

मुल्लांना तर खेळांपेक्षाही स्कीईंगचा विशेष तिटकारा होता. ज्या गोष्टीचा जुन्या लोकांना भयंकर संताप यायचा, अशा शाहच्या उधळ्या सवयींपैकी एक म्हणजे शाहची स्वित्झर्लंडमधली लांबलचक वार्षिक स्कीईंगची सुट्टी. आम्हाला खेळाचा आनंद लुटण्यात अडचणीच अडचणी निर्माण करून ही राजवट ताघौतींना शिक्षा देण्याचा प्रयत्न करत होती. (कारण खेळ हे फक्त श्रीमंतांचे चोचले होते.) पण आमच्या मते ही शिक्षा नेहमीचं जीवन सहज जगणं बायकांना अशक्य करून टाकत होती.

मला एका मैत्रिणीची तिखट प्रतिक्रिया आठवते. ती तिच्या स्कीच्या कपड्यांवरून गॉगल, हेजाब आणि एक लांब झगा घालत होती. ती म्हणाली, ''त्यांनी माझं तळपट केलं तरी ते मला स्कीईंग करण्यापासून रोखू शकणार नाहीत. अशा जिगरच्या बायकाच फक्त इराणमध्ये स्कीईंग करताहेत.''

खोमेनीच्या राज्यातल्या दुसऱ्या हिवाळ्यात मी फरहादला एका बुधवारी शाळेत पाठवलं नाही. कारण आठवड्याची सुट्टी जरा लवकर सुरू करून अल्बोर्झवर अजून टिकून असलेल्या आम्हाला एखाद्या छानशा रिसॉर्ट हॉटेलमध्ये सहलीला जायचं होतं. एव्हाना हॉटेलमध्ये दारू विकण्यावर मनाई आली होती. मोठा धोका पत्करून लोक आपापल्या मोटारींमधून दारू आणायचे आणि हॉटेलमध्ये आपल्या खोलीत बसून गुपचूप दारू प्यायचे. यात धोका होता कारण कोमितेह केव्हाही त्या रस्त्यावर गाड्या अडवायचे, लॉबीमधल्या गर्दीत असे कितीही हेर असू शकत होते.

फरहादला घेऊन मी जेव्हा परत आले तेव्हा शिक्षकांनी काहीतरी करून 'सुटीत काय केलं?' हे फरहादकडून काढून घेतलं. तरी मी त्याला सर्दी झाली होती असं सांगायचं असं पढवलं होतं. तरी खरं कळल्यावर मुख्याध्यापकांनी मला बोलावून घेतलं आणि या वेळी त्या शिक्षिकेनं 'चांगल्या मुस्लिमाची नैतिक कर्तव्यं' या विषयावर माझं बौद्धिक घेतलं.

''तर, तुम्ही स्कीईंगला गेला होतात असं आम्ही ऐकतो.'' तिनं सुरुवात केली. ''एवढं पेट्रोल भरायला पैसे कुठून आले तुमच्याकडे? इतकी टंचाई असताना इतकं मौल्यवान पेट्रोल तुम्ही स्कीईंगसारख्या फालतू गोष्टी करण्यासाठी का म्हणून वापरून टाकता? आपला देश आज कोणत्या परिस्थितीतून चालला आहे याचं तुम्हाला काही घेणं आहे का? नाही ना? की त्या बाकीच्या लोकांना पेट्रोल परवडत नाही? आणि वर मुलाला खोटं बोलायला शिकवता? असले कसले मुस्लीम तुम्ही?''

खोमेनीच्या नजरकैदेतल्या काळाइतकाच तो प्रश्न आणि त्यातला ध्वन्यर्थ, आजही मला पछाडून टाकतो. कारण आजतागायत मला त्या प्रश्नाचं उत्तर देता आलेलं नाही. मी मुस्लीम आहे, पण मी कर्मकांड मानत नाही. मागे पडलेल्या,

कॅथॉलिकांसारखी आहे, जो नेमानं चर्चला जात नाही किंवा ज्याला काही धार्मिक मतं मान्य नाहीत, पण आतल्या श्रद्धेचा धागा कायम आहे. मी मोजक्या वेळीच मशिदीत गेले आहे. एखाद्या नातेवाइकाच्या किंवा मित्राच्या मृत्यूप्रसंगी वगैरे. मुल्ला मला कधीच फारसे आवडले नाहीत. मला धार्मिक शिक्षणसुद्धा फार थोडं मिळालं. त्यामुळे रोजचा नमाज कसा अदा करायचा हे सुद्धा मला नीट माहीत नाही.

त्या दिवशी त्या बाईच्या वाक्ताडनाला तोंड देत मी तिथं निमूट बसून राहिले. तिच्या तिरस्काराचा मारा इतका जबरदस्त होता की, काही स्पष्टीकरण देणं म्हणजे पोकळ बचाव ठरला असता. आत्तापर्यंत तेहरानच्या गरीब वस्त्यांमध्ये शिकवत असलेल्या त्या मध्यमवर्गीय बाईची नोकरी केवळ याच कारणासाठी टिकून राहिली होती, की ती अत्यल्प पगारावर काम करत होती आणि शिक्षकांचा तुटवडा होता. तिच्या क्रांतीच्या दडपणाऱ्या, नीरस आयुष्यातून माझी सुटकेची इच्छा किंवा ती माझ्या मुलाशी ज्या काही पद्धतीनं वागत होती त्याबद्दलचा माझा राग तिला कळूच शकणार नव्हता. तिच्या लेखी मी एक आई नव्हतेच, तर केवळ ताघौती होते.

जेवढा काळ मी खोमेनींच्या राज्यात राहिले, तेवढा सर्व काळ मी आणि माझ्या ओळखीचे बहुतेक सर्व लोक सतत कायदा मोडत होतो. कारण अंधारयुगात फेकलं जायची तुमची तयारी नसेल, तर तसं न करणं अशक्य होतं. ज्या ज्या वेळी आम्ही काळ्या बाजारातून दारू विकत आणत होतो (व्हिस्कीच्या एका बाटलीची किंमत २०० डॉलर्स एवढी वाढली होती) ज्या ज्या वेळी आम्ही टेबलाखालून व्हिडिओ फिल्म्स भाड्यानं आणत होतो, त्या अधिकृत फिल्मला सेन्सॉरची इतकी कात्री लागलेली असे की, स्त्रीचे उघडे दंडसुद्धा कापून टाकलेले असायचे. ज्या ज्या वेळी आम्ही बेकायदेशीर पेट्रोल कूपन विकत घ्यायचो, (माझ्या फायरबर्डची टाकी भरायला मला ५० डॉलर्स मोजावे लागत होते.) ज्या ज्या वेळी आम्ही हेजाब न घालता घराबाहेर पडत होतो किंवा पुरुष मित्राबरोबर जेवायला जात होतो त्या त्या वेळी आम्ही सक्रिय कायदेभंग करीत होतो. नृत्य करणं किंवा नुसतं संगीत ऐकणं किंवा कविता वाचणं हेसुद्धा संशयास्पद होतं. आम्हाला आमच्या मनोरंजनासाठी काहीही करणं किंवा थोर इमाम आम्हाला योग्य मार्गावर पुढे नेत आहेत याचा क्षणभरसुद्धा विसर पडणं केवळ अशक्य होतं.

आम्हाला मुल्लांच्या नियंत्रणाखाली ठेवण्यासाठी मशिदी या प्रमुख अस्त्र बनल्या. क्रांतीबरोबर सर्व प्रकारच्या अन्नाची आणि ग्राहकोपयोगी वस्तूंची टंचाई निर्माण झाली आणि सरकारनं रेशनिंग लागू केलं. रास्त दरात वस्तू मिळण्यासाठी कूपन्स मिळवण्यासाठी तुमचं ओळखपत्र घेऊन तुम्हाला मशिदीत जावं लागणार. मग नंतर माल संपायच्या आत तुमचा नंबर येईल या आशेनं दुकानाबाहेर तासन्तास रांगेत उभं राहावं लागणार. तुम्ही जर माझ्यासारखं श्रीमंत असाल, तर कित्येक पट

दाम मोजून तुम्ही काळ्या बाजारातून वस्तू विकत आणाल. मशिदीमार्फत चिकन आणलं तर चार डॉलर्स, काळ्या बाजारातून घेतलं तर त्याच चिकनची किंमत १५ डॉलर्स. पेट्रोलवर कडक रेशनिंग होतं. त्याचीही कूपन्स मशिदीमार्फत मिळायची, पण मी नेहमी बेकायदेशीर कूपन्स घेतली. इराणमध्ये दोन प्रकारच्या टॅक्सीज् होत्या. जनता टॅक्सी ज्यांना हात करून तुम्ही रस्त्यात थांबवू शकता आणि इतर प्रवाशांबरोबर जाता. दुसऱ्या केशरी टॅक्सीज् ज्या थेट तुमच्या घरी येतात. मी एकाच केशरी टॅक्सी कंपनीच्या टॅक्सीज् कित्येक वर्षं वापरत होते आणि बऱ्याच ड्रायव्हरशी माझी ओळख झाली होती. बेकायदेशीर पेट्रोल कूपन्सचा धंदा त्यांच्या दृष्टीने चांगला तेजीत होता.

कायदा मोडणं किती धोकादायक असू शकतं याची अगदी वैयक्तिक आठवण करून देणारेही प्रसंग पुष्कळ घडले. तेहरानच्या मध्यवस्तीत माझ्या एका चुलतभावाच्या मालकीचं व्हिडिओ आणि रेकॉर्ड्चं मोठं दुकान होतं. इतर सगळ्या दुकानांसारखाच त्याचाही धंदा काउंटरखालून जास्त व्हायचा. हा व्यवसाय बंदी घातलेल्या पाश्चात्य रेकॉर्ड् आणि व्हिडिओ चित्रपटांच्या विक्रीचा होता. मी त्याची नेहमीची ग्राहक होते आणि चोरून आणलेल्या नवीन पाश्चात्य फिल्म्स् घ्यायला मी नेहमी त्याच्या दुकानात जायचे. एकदा मी दुकानात पोहोचले तर दर्शनी काचेचा चुरा झालेला. आतमध्ये हजारो डॉलर्स किमतीच्या फिल्म्स्, टेप्स व्हिडिओ उपकरणं यांचा तुटका फुटका जळका ढिगारा जमिनीवर पडलेला, कामगार खिडक्यांना आणि पुढच्या दाराला मोठाले पुठ्ठे लावत होते. त्याच सकाळी लांबलचक तुरुंगवासात गेलेला माझा चुलतभाऊ, नैतिक पथकाची आणखी एक शिकार बनला होता.

या सामाजिक आणि कायदेशीर दबावाला उत्तर म्हणून व्यवसायविश्वात गुंतलेले माझे वयस्क नातेवाईक क्रियाशील जीवनातून निवृत्त झाले. ते पार्ट्यांना जाईनासे झाले, घराबाहेर पडताना साधे कपडे घालायला लागले. लहान गाड्यांमधून फिरायला लागले, चिडलेल्या आणि बकरा शोधणाऱ्या कोमितेह सैनिकाच्या नजरेस न पडण्यासाठी आवश्यक ते सर्व काही करू लागले.

पण आम्हा तरुणांना, आमच्यावर लादलेल्या बंधनांनी आणखी दंगल करायला चिथावणी मिळाल्यासारखं झालं. आमचं सगळंच आमच्या हातातून जातंय हे आम्हाला कळत होतं आणि आम्हाला शेवटची मजा करून घ्यायची होती.

खोमेनी परतल्यानंतरचे काही आठवडे मी घरात बसून काढले. ज्यांचे पालक घाबरून परदेशात पळून गेले होते, पण ज्यांनी मागे राहाणं पसंत केलं होतं, अशा माझ्या काही मैत्रिणी माझ्याबरोबर होत्या. आम्ही आमचं एक विश्व निर्माण करून बाहेरच्या गोंधळाला लांब ठेवायचा प्रयत्न करत होतो. जसे महिने जाऊ लागले तशी आपला देश मुल्ला चालवत आहेत आणि आपली सत्ता टिकवण्यासाठी ते

कुणालाही ठार करू शकतात, या वास्तवाची आम्हाला सवय झाली; आणि मग मी पुन्हा दणक्यात मेजवान्या द्यायला सुरुवात केली. जवळजवळ दर आठवड्याला माझ्याकडे पन्नास तरी लोकांची पार्टी असायची. अगदी 'ला रिझर्व' च्या फ्रेंच आचारी वाढप्यांसहित आणि काळ्या बाजारातल्या भरपूर मद्यासकट.

माझे माझ्या सासरच्या मंडळींबरोबर – अमिनींबरोबर – संबंध त्यामानानं शांत होते; दर सुट्टीला फरहाद आजीच्या घरी राहायला जायचा. माझ्या पार्ट्यांबद्दल तिकडं काही सांगायचं नाही अशी त्याला सक्त सूचना होती आणि हमीद हा आपला कौटुंबिक मित्र आहे हेच मी त्याला शिकवलं होतं. सुदैवानं हमीदनंही फरहादला जीव लावला होता. फरहादच्या वाढदिवशी त्यानं त्याला एक महागडी विजेवर चालणारी आगगाडी भेट म्हणून दिली. त्या दिवसांत तशी आगगाडी तेहरानमध्ये मिळणं मुष्कील होतं. त्या बदल्यात वडिलांसाठी आसुसलेला माझा मुलगा त्याला प्रेम द्यायचा. हमीदबरोबरच्या माझ्या जवळिकीची अगदी मोजक्या कुटुंबीयांना माहिती होती. अगदी मोजके जवळचे मित्र वगळता, हे संबंध इतरांपासून विशेषत: माझ्या नातेवाइकांपासून गुप्त ठेवणंच शहाणपणाचं होतं.

उन्हाळ्याच्या महिन्यांमध्ये जवळजवळ प्रत्येक सुट्टीला मित्रमंडळींचा मोठा जथा मी कॅस्पियन व्हिलावर नेत असे. तिथे राहणारा नोकर कुटुंबाची साफसफाई आणि थोडाफार स्वयंपाक करायचा, पण आम्हाला लागणारं सर्व खाणं पिणं मी बरोबर घेऊन जायचे म्हणजे व्हिला सोडून बाहेर जावं लागायचं नाही. आतमध्ये क्रांती जणू कधी झालीच नव्हती असं वातावरण असायचं. बिकिनी घातलेल्या पोरी मोटारसायकली पळवायच्या किंवा गरम पाण्याच्या तलावात पोहायच्या. संध्याकाळी मद्य वाहत असायचं, आम्ही अनसेन्सॉर्ड चित्रपट पाहात असायचो आणि रात्री अविवाहित स्त्री–पुरुष एकाच बिछान्यात सापडायचे.

मला कधीकधी विचार पडायचा की, नोकरचाकर हा विरोधाभास कसा हाताळत असतील! रोज ते रेडिओवर ऐकायचे की, स्त्रियांनी पूर्ण शरीर झाकलंच पाहिजे आणि पाश्चात्य वागणं हे कुराणाच्या विरुद्ध आहे. दर सुट्टीत ते आमच्यासाठी दारुचे पेले भरायचे आणि बागेत आम्हाला अर्धनग्न अवस्थेत जुगार खेळताना बघायचे. हमीद सहसा या सुट्टीला माझ्याबरोबर असायचा आणि दोन दिवसांच्या कामासाठी नोकरांना निदान दोनशे डॉलर्स तरी बक्षिसी द्यायचाच.

मी एकदा त्याला म्हटलं, "हे काय करतो आहेस? ही खूपच जास्त बक्षिसी आहे."

त्याने उत्तर दिलं, "सुझान, नोकरांना खुष ठेवलं की ते तुमच्या चुगल्या करत नाहीत."

सहसा दर आठवड्याच्या सुट्टीला नोकरांना साधारण सहाशे डॉलर्स बक्षीस

मिळत असे. ही बक्षिसी त्यांच्या महिन्याच्या पगारापेक्षा कितीतरी जास्त होती. पण त्याचं म्हणणं बरोबर होतं. हे नोकर सगळ्यांत जास्त धोकादायक होते, कारण ते तुमच्या घरातच असायचे. त्यांच्यातल्या पुष्कळांचा असा समज होता की, मालकांना पकडून दिलं तर त्यांच्या मालमत्तेतला काही भाग आपला होईल. मुलं या दारू पिण्याच्या किंवा निषिद्ध शरीरसुखाच्या कारणावरून अटक होण्याचं नोकर हेच महत्त्वाचं कारण होतं. कितीतरी लोकांना घरात राहणारे नोकर नको होते, पण त्यांना काढून टाकण्याची त्यांची हिंमत नव्हती. कारण लगेच कोमितेहला आमंत्रण गेलं असतं. एखादा नोकर गोडीत नोकरी सोडून गेला तर अगदी उत्सव साजरा करण्यासारखा प्रसंग असे, कारण ज्यांच्या घरी घरात राहणारे नोकर नाहीत अशाच कुटुंबामध्ये जाणं सुरक्षित होतं.

मला संशय आहे की, त्या उन्हाळ्यात आमच्या दोन मित्रांना कोमितेहचा चांगलाच प्रसाद मिळाला. त्याच्यामागेही असंतुष्ट नोकर होते. क्रांतीनंतरच्या दुसऱ्या उन्हाळ्यात एका गुरुवारी दुपारी आम्ही सगळे व्हिलावर पोहोचून जरा विसावत होतो. इतक्यात तेहरानहून एक विचित्र फोन आला. एक मित्र भ्रमिष्टासारखी आमच्याकडे मदत मागत होता. त्याच्या भावाचा – रेझाचा – व्हिला आमच्यापासून जवळच होता. आणि कोमितेहनं त्याच्याकडं आलेला एक माणूस आणि दोन बायका यांच्यासह त्याला नुकतंच पकडून नेलं होतं. त्यांना कुठं नेलं आहे किंवा त्यांना नक्की कशासाठी पकडलं आहे याची त्याला काही कल्पना नव्हती आणि घरात नक्कीच दारू, पत्ते आणि आणखी निषिद्ध गोष्टी असणार. रेझा आणि त्याचे मित्र दुसऱ्या दिवशी आमच्याकडे येणार होते; या फोननं आम्ही गारठून गेलो.

"मी त्यांना शोधायला जातो" असं म्हणून हमीद गेला. त्यानं सगळा समुद्रकिनारा शोधला. तिथल्या स्थानिक कोमितेह मुख्यालयात जाऊन आमच्या मित्रांना तिथे ठेवलंय का ते विचारलं. हे म्हणजे धाडसच होतं. असं विचारल्याबद्दल सुद्धा कोमितेहनं त्याला सहज अटक केली असती. अशा गोष्टी करण्याबद्दल त्यांची कीर्ती होती, पण काही तासांनी हमीद विषण्ण मनानं परत आला. त्यांचा कुठंही तपास लागला नव्हता. थोड्याच वेळात आमच्या दारावर टकटक झाली. मी दार उघडलं. रेझा धडपडत आत आला. पाठोपाठ पांढराफटक पडलेला त्याचा मित्र होता. त्यांना भयंकर वेदना होत आहेत हे आम्हाला सहज कळत होतं.

"आम्हाला चाबकाचे फटके मारले." रेझानं सांगितलं. अंगातलं जाकीट काढण्याचा प्रयत्न करताना तो एकदम कण्हला.

आम्ही त्यांचे सदरे काढायला मदत केली आणि मी पहिल्यांदाच पाहिलं की, कुराणात सांगितलेल्या चाबकाच्या फटक्यांच्या शिक्षेनं एखाद्या माणसाच्या पाठीचं काय होऊ शकतं! त्यांच्या पाठीवर उभे आडवे खोल वळ होते. काही ठिकाणी चाबूक

इतक्या जोरात लागला होता की तिथलं मांस उघडं पडलं होतं. आम्ही त्या जखमांवर मलम लावायचा प्रयत्न करीत होतो. ते दोघंजण वेदनेनं जोरात विव्हळत होते.

आमच्यातल्या बायका रडायला लागल्या; पुरुषांना रागावर ताबा ठेवणं कठीण होत होतं. हळूहळू रेझानं काय घडलं ते आम्हाला सांगितलं.

"आम्ही तेहरानहून नुकतेच आलो होतो. आमच्याबरोबर मैत्रिणी होत्या. आम्ही नुकतचं सामान उघडलं होतं. आम्ही थोडी नशा केली आणि थोडं हशिशही घेतलं. आम्हाला काही कळायच्या आत कोमितेह दारात उभे होते. त्यांनी घराची झडती घेतली आणि आम्हाला तिथल्या तिथे अटक केली. नशीब की त्या मुलींना नुसतीच दमदाटी करून सोडून दिलं. आमची कुणीतरी चुगली केली, हे मला नक्की माहीत आहे. पण आम्ही तिथे येत आहोत हे कुणाला माहीत होतं? नोकर नक्कीच, पण ते आमच्या घरात आज इतकी वर्षं आहेत. त्यांनी इतकी भयंकर गोष्ट का करावी?"

नंतर मी कित्येक तास हमीदबरोबर समुद्रकिनारी फिरत होते. सरकारविरुद्ध मी रडले, भेकले. अर्थातच माझे शब्द वाऱ्यावर विरून गेले.

चुगलखोर नोकरांकडे कधीकधी मालकाच्या संपत्तीचा वारसा येतही असे; कित्येक इराणी त्यांचे व्हिला, घरं नुसतीच रिकामी सोडून देत आणि जी घरं सरकारी अधिकाऱ्यांनी जप्त केली नाहीत किंवा वापरली नाहीत किंवा विकली नाहीत, त्या घरांमध्ये आजही तिथले नोकर राहात आहेत. माझा दुसरा माळी जरा हावरट होता. क्रांतीनंतर त्याला वाटायला लागलं की, बागेच्या त्या तुकड्यावर त्याचाच हक्क आहे आणि तो महिन्याचे बहुतेक दिवस काम करत नसला तरी मला त्याचा पगार देत राहणं भागच होतं. कारण यानं काहीतरी खुसपट काढून माझी तक्रार अधिकाऱ्यांकडं करू नये असं मला वाटत होतं.

जमीनमालक हेसुद्धा क्रांतीनंतर व्यक्त होणाऱ्या मत्सराचे बळी ठरले. सुरुवातीला जरी मजूर कामावर दांड्या मारायला लागले आणि हिशोबाच्या वह्या तपासण्यासाठी कोमितेह अकस्मात छापे घालू लागले तरी माझ्या वडलांसारख्या लोकांना त्यांची जमीन कसत राहणं शक्य होत होतं. पण क्रांतीच्या दुसऱ्या वर्षी विरोधकांचा आणि स्त्रियांचा आवाज बंद केल्यानंतर खोमेनीच्या लोकांनी जमीनमालकांकडे अधिक लक्ष द्यायला सुरुवात केली. एक दिवस तिथल्या सब्बालोन जवळच्या माझ्या वडलांच्या शेतात स्थानिक कोमितेह लोकांची गाडी येऊन घुसली आणि पुढच्या काही तासांच्या अधिकृत नासधुशीत त्यांनी सुंदर नवीन सफरचंदांची बाग नष्ट केली. वेगवेगळी पिकं घेतली तर चांगले पैसे मिळतील, या आशेनं त्यांनी मोठा खर्च करून ही लागवड केली होती. सुगी अगदी हाताशी होती आणि आता विक्रीचे पैसे आले की, रोपं घ्यायला घेतलेल्या बँकेच्या कर्जाची परतफेड करता येणार होती. पण कोमितेहनी मजुरांवर सक्ती करून एकेक झाड पार मुळासकट उखडून

टाकायला लावलं.

ही हकिकत सांगतानाचा वडलांचा विदीर्ण चेहरा मला अजून आठवतो. "ते म्हणे, सफरचंद ही चैन आहे. अनावश्यक! आमच्या लोकांना गव्हाची जरुरी आहे." एक कोमितेह माझ्या अंगावर ओरडला. "फक्त ताघौतींना सफरचंद खाणं परवडतं." माझी माणसं थोड्या वेळानं परत आली आणि आम्ही काही झाडं घेऊन जाऊन आमच्या अंगणात लावू का? म्हणून विचारू लागली. मी म्हटलं. 'अवश्य, अवश्य' मला एकसुद्धा झाड माझ्यासाठी ठेवून घ्यावंसं वाटलं नाही. काय दृश्य होतं ते. डझनावारी झाडं उन्हात सुकत पडली आहेत आणि तेही इतक्या वर्षांच्या मेहनतीनंतर."

त्यानंर माझ्या वडलांचं आयुष्य सुरक्षित राहिलं नाही. ज्या बँका बागेसाठी रोपं खरेदी करण्याच्या कर्जापोटी हजारो डॉलर्स देणं लागत होते. त्यांनी मुदतीपूर्वीच ते कर्ज फेडून घेतलं. कोमितेहनं त्यांची बरीचशी शेतीवाडी जप्त केली. माझे वडील रेझायेहमध्ये आशी आजीच्या घरी असताना एका रात्री सब्बालोनच्या रहिवाशांनी जवळपासच्या खेड्यांमध्ये राहणाऱ्या कुर्द लोकांच्या मदतीनं माझं लहानपणीचं घर साफ धुवून नेलं. माझ्या वडिलांनी चाळीस वर्षांपूर्वी बांधलेल्या त्या सुंदर घरावर माझ्या आईचा फार जीव होता. माझं लहानपण तिथे गेलं होतं. त्यांनी तिथले गालिचे आणि इतर कितीतरी सामान चोरलं. पडदे, उशा, तक्ते, पेंटिंग्ज ओरबाडून काढली. टेबल खुर्च्यांची मोडतोड केली आणि काही खोल्या तर पूर्ण उद्ध्वस्त केल्या.

माझे वडील ज्या लोकांच्यात इतकी वर्षं राहिले, ते असे एकदम त्यांच्यावर का उलटले? ज्या माणसानं त्यांना तुरुंगातून जामिनावर सोडवून आणलं, कमी व्याजानं कर्ज दिली, त्यांच्या घरातली भांडणं सोडवली, त्या माणसावर त्यांचा एवढा राग का? मला वाटतं मालक कुणालाच नको असतो. कोमितेहच्या आगमनाबरोबर तिथल्या मजुरांमध्ये कधीच न अनुभवलेली एक प्रकारच्या सत्तेची, शक्तीची भावना जागी झाली. कदाचित आयुष्यात पहिल्यांदाच त्यांना संकुचित वर्ग व्यवस्थेतून बाहेर येऊन, अराजकाबरोबर येणाऱ्या अल्पकाळच्या स्वातंत्र्याची चैन अनुभवता आली असेल. आतासुद्धा माझे वडील रेझायेहमधल्या घरी राहतात. जमिनीचे व्यवहार पाहण्यासाठी क्वचित कधी सब्बालोनला जाऊन येतात. तेही फक्त दिवसाउजेडी जाऊन येतात.

नव्यानं मिळालेल्या स्वातंत्र्यात कुणीच काही करत नाहीये. बऱ्याचशा शेतजमिनी पडीक आहेत. एका अयातुल्लाहनं आणि एका कोमितेह मुख्यालयानं वडिलांना त्यांची जमीन कसायचा हक्क आहे असा एक कागद दिला आहे, पण दुसऱ्या एका गावातल्या दुसऱ्या एका अयातुल्लाला हे मान्य नाही. त्यामुळे इराणला अत्यंत आवश्यक असलेलं धान्य ते पिकवत नाहीत. काही गावकऱ्यांनी वडलांसमोर अक्षरशः गुडघे टेकून पुन्हा पहिल्यासारखं वतनदारी करण्याची त्यांना भीक मागितली.

त्यांचं सुंदर, संपन्न गाव आता भिकेला लागलं आहे म्हणून त्यांच्या डोळ्यांत पाणी होतं, पण आणखी कितीतरी जण वडलांच्या जमिनीवर शेती करायची स्वप्नं बघत आहेत आणि ही राजवट खाजगी मालकीच्या प्रश्नाचा तिढा सोडवेल याची वाट बघत आहेत.

अयातुल्लांच्या राज्यात मी कशा प्रकारचं बेपर्वा आणि बिनधास्त जीवन जगत होते ते मी वडील, मामा, मावशा, आत्या यांना कधीच सांगितलं नाही. त्यांना त्यांचे स्वत:चे बरेच निकडीचे प्रश्न होते आणि मी जे काही धोके पत्करत होते ते ऐकून त्यांना धक्काच बसला असता. अमिनींना याचा सुगावा जरी लागला असता तर त्यांनी मला भयानक छळलं असतं. त्यांना माझं आयुष्य सपक आणि निष्कलंक दिसायला हवं होतं आणि त्यात मी यशस्वी झाले होते याची मला खात्री होती.

क्रांतीमुळे सलमान कन्स्ट्रक्शन कंपनीवर बराच आर्थिक ताण आला होता. शाह जाण्याच्या काही महिने अधीपासूनच कंपनी बऱ्याच सरकारी प्रकल्पांमध्ये अडकली होती, बँकांची बरीच देणी थकली होती. कंपनीचं व्यवस्थापनही राजकीय आणि आर्थिक वेढ्यात सापडलं होतं आणि कंपनीनं कर्जाचा हप्ता भरायला असमर्थता दाखवली. नव्या राजवटीनं प्रकल्प पूर्ण करण्याचा तगादा लावला. पैसे देणं मात्र नाकारलं. तेजीच्या काळात आनंदानं उधारीवर माल देणाऱ्या परदेशी कंपन्यांनी अचानक हात आखडता घेतला. डॉलरच्या तुलनेत तुमानची किंमत बरीच घसरल्यामुळे, परदेशी मालासाठी एरवी द्यावी लागली असती, त्यापेक्षा कितीतरी अधिक किंमत मोजावी लागत होती. सलमान मंडळींना त्यांच्या मित्रांनी सोडला, तसा देश सोडणंही शक्य नव्हतं; कारण आता ते फक्त बँकांचे थकबाकीदार नव्हते, तर दिवाळखोरी लांब ठेवण्यासाठी त्यांनी आतापर्यंत अगदी जवळच्या मित्रांकडूनही लाखो डॉलर्स उसने घेतले होते. पुढे कधीतरी त्यांना कामाचे थोडे पैसे मिळाले, पण प्रकल्प पूर्ण करण्यासाठी त्यांना जो खर्च आला होता, त्याच्या तुलनेत ते अगदीच नगण्य होते.

बरेच कंत्राटदार अशा चिमट्यात सापडले होते. सात तुमानचा एक अमेरिकन डॉलर या दरानं बराचसा कच्चा माल परदेशातून आणता येईल या हिशोबानं त्यांनी खर्चाचा अंदाज केला होता आणि सरकारी कंत्राटं घेतली होती. क्रांतीनंतर एका डॉलरची किंमत चौदा तुमान झाली. (१९८२ मध्ये मी निघाले, तेव्हा हा भाव सत्तर तुमान होता.) आणि तरीही सरकारनं कंत्राटांच्या किंमती वाढवून द्यायला नकार दिला. कंत्राटदाराला कंत्राट सोडायचीही परवानगी दिली नाही.

त्यापुढच्या महिन्यांमध्ये इराणमधलं कामकाज थंडावत गेलं आणि त्याचे परिणाम मी आजूबाजूला बघत होते. पहिल्यांदा, शाहची सत्ता उलथण्यात आपला सहभाग आहे म्हणून खुष झालेले, संपावर गेलेले तेल कंपन्यांचे कर्मचारी आणि

सरकारी नोकर आनंदानं कामावर हजर झाले. पण लवकरच स्त्रिया, शिक्षक, लष्करी अधिकारी आणि डावे बुद्धिवादी यांची हकालपट्टी करून 'स्वच्छता मोहीम' करण्यात आली. हजारो मुलकी अधिकारी निलंबित झाले किंवा त्यांनी नोकऱ्या सोडून दिल्या. एकट्या परराष्ट्र मंत्रालयातच माझ्या बऱ्याच मैत्रिणी होत्या. तिथल्या जवळपास अर्ध्या लोकांच्या नोकऱ्या गेल्या. देश आर्थिक संकटाच्या उंबरठ्यावर असताना अयातुल्लानं 'निष्ठावंतांनी कामावर जावं व उत्पादकता वाढवावी' असं आवाहन करायला सुरुवात केली. पण जितक्या सहज गोंधळाला सुरुवात करून देता येते, तितक्या सहजतेनं तो काबूत आणता येत नाही, हे उघड होतं. खाजगी क्षेत्रात तर ताघौतींची गुलामी करायचं कारण नाही असं कामगारांना सांगितलं गेलं होतं. तिथे कामगार कामावर आलेच तर केव्हाही उशिरा यायचे आणि त्यांना कोणत्याही व्यवस्थापकाची जाब विचारायची छाती नव्हती. कारण नाहीतर लगेच कोमितेहला आमंत्रण गेलं असतं. साहजिकच उत्पादकता घटली. माझ्या कुरोश मामा आणि फायेघ मामांकडे बरेच वर्षांपासून पाहुण्यांना चहा वगैरे द्यायला एक नोकर होता. चहाची सुट्टी हा इराणमध्ये एक रुळलेला प्रकार आहे. हा माणूस इतका चढेल बनला की, तो चहा आणायलाच तास तास लावायला लागला. कधी तर तो कामाला चक्क नकारच द्यायचा. तरीसुद्धा माझ्या मामांची त्याला हाकलून देण्याची हिंमत झाली नाही. ही ऐतखाऊ वृत्ती, हा कमकुवतपणा सगळ्यांत वरच्या थरात निर्माण झाला आणि तो कंपन्यांच्या तळाच्या स्तरापर्यंत पोचला.

जमिनीची किंवा भांडवलाची खाजगी मालमत्ता किंवा मुक्त बाजारपेठ याबद्दलची सरकारची भूमिका कुणालाही समजत नव्हती. रोज आम्हाला अयातुल्लांची परस्परविरोधी वाक्सुमनं ऐकायला मिळायची. कुराणात सांगितल्याप्रमाणे, खाजगी मालमत्तेच्या हक्काची भलावण व्हायची किंवा देशाला लागलेली कीड म्हणून धिक्कार व्हायचा. माझ्या माहितीप्रमाणे अगदी आजपर्यंत सरकारकडून असे परस्परविरुद्ध संकेत मिळत आहेत. काही कामगारांना अजूनही असं वाटतं आहे की, कारखान्यांची मालकी त्यांच्याकडं येईल; काही शेतमजुरांना अजूनही असं वाटतं आहे की, जमीनदारांच्या जमिनीची मालकी त्यांच्याकडं येईल, पण त्याचवेळी सरकार मागे राहिलेल्या उच्च आणि मध्यम वर्गाकडून अर्थव्यवस्थेचा उरलासुरला गाडा चालवायची खटपट करत आहे.

सलमान मंडळींची क्रांतीनंतरच्या मालकांशी पहिली चकमक झडली ती खोमेनी परतल्यानंतर तीन महिन्यांनी. १९७७ मध्ये माझ्या कामेल मामांचं निधन झाल्यानंतर कुरोश मामा कुलमुखत्यार झाले होते. व्यवसायाच्या मुख्यालयात त्यांची अभियंत्याबरोबर बैठक चालू होती. तेव्हा सशस्त्र कोमितेहचा एक गट दंगा करत आत शिरला आणि मामांसह देशातल्या सहा उत्कृष्ट अभियंत्यांना पकडून

घेऊन गेला.

फायेघ मामांचा फोन आला. तेव्हा मी फरहादबरोबर घरातच होते. ते जरा हळवे होते आणि त्यांना कुटुंबातल्या कुठल्याही संकटाचा फार जास्त त्रास व्हायचा.

''ते तुझ्या कुरोश मामांना घेऊन गेले.'' ते भरभर बोलत होते. ''तो कुठे आहे, त्याला का नेलंय यांपैकी काहीच माहीत नाही, पण आम्हाला कळलं की लगेच तुला कळवू.''

''मी काही मदत करू शकते का?'' मी थरथरत विचारलं.

''सध्या तरी काही नाही. घरचे सगळे त्याच कामात गुंतले आहेत. कुणाला मदतीसाठी फोन केला तर काम होईल असं तुला वाटलं, तर करून टाक.''

दु:खाची गोष्ट अशी होती की, सलमान मंडळींचे या नव्या राजवटीत फारसे लागेबांधे नव्हते आणि त्यांची मुल्लांशी फार ओळखही नव्हती. जेव्हा कोमितेहचा घाला पडला, तेव्हा कुटुंबातला प्रत्येक जण कामाला लागला. त्या दिवशी सकाळी सुमारे शंभर नातेवाईक - सर्व सलमान, तसेच विवाह बंधनानं त्यांच्याशी जोडली गेलेली कुटुंबं, जबरदस्त धार्मिक संबंध असलेले सफारी कुटुंबसुद्धा सगळ्या शहरभर फोन करून पत्ता लावण्याचा प्रयत्न करत होते. मामांना कुठे आणि का पळवून नेलं आहे? कुणाला लाच देऊन त्यांना सोडवता येणार आहे का? तसं असेल तर कुणाला आणि किती? याची चौकशी करत होते. त्या रात्री उशीरा माझे मामा आणि इतर अभियंत्यांची अखेर सुटका होईपर्यंत कितीतरी कारखाने, उपाहारगृहं आणि कित्येक घरांमधले व्यवहार पूर्ण थांबले होते.

त्यानंतर दोन दिवसांनी मी त्यांना एका घरगुती कार्यक्रमात भेटले. त्यांना सावरायला थोडा वेळ मिळाला होता. तरी त्यांना बसलेला धक्का अजून दिसत होता.

''ते अचानकच आले.'' ते हकिगत सांगायला लागले, ''काही कोमितेह मोठमोठ्या रायफली घेऊन आले. त्यांनी आम्हाला त्यांच्याबरोबर चलायचा हुकूम सोडला. त्यांनी आम्हाला कारण सांगितलं नाही आणि आमचं विचारायचं धाडस झालं नाही. त्यांनी आम्हाला ढकलत एका बसकडे नेलं आणि त्यांच्यातला एक म्हणाला, 'तुमच्यातलं कोणी असल्या बसमधून गेलं नसणार, तुमच्याकडे ड्रायव्हर असतात. इराणमधले गरीब लोक रोज कसा प्रवास करतात ते आता तुम्हाला बघायला मिळेल.' सगळे हसले. तुम्हाला माहीत आहे. मला रक्तदाबाचा त्रास आहे. गुडघेही ठीक नाहीत. मला त्या बसची उंच पायरी चढायला इतका त्रास झाला! ते तर माझी खिल्लीच उडवत होते. बाकीच्या अभियंत्यांची अवस्था काही फारशी बरी नव्हती. काहीजण तर माझ्यापेक्षा म्हातारे आणि दुखणेकरी आहेत. असंच एकदा एक कोमितेह माझ्या इथे येऊन, माझ्या कोटाला हात लावून म्हणतो कसा, 'वा वा हे बघा! लोक इथे उपाशी मरत असताना असले महागडे कपडे घ्यायला

पैसे कुठून आणलेस रे? ठीक आहे, जाऊ दे आम्हाला हा शोभून दिसणार नाही.'

"आम्हाला घेऊन ते शहरातल्या एका इमारतीत गेले, ती इमारत कुठली ते मला कळलं नाही. मग त्यांनी आमचे डोळे बांधले. नंतर त्यांनी आम्हाला लांबच लांब ओवऱ्यांमधून चालवलं आणि छत बुटकं आहे म्हणून सारखं वाकून चालायला सांगत होते. आम्हाला खाली वाकून गुडघ्यांवर, हातपायांवर रांगत जावं लागत होतं. ते जिथे कुठे आम्हाला न्यायचे तिथे पोहोचेपर्यंत युगांचा काळ लोटल्यासारखं वाटलं आणि ते तसं वाकूनच आम्ही बरचसं चाललो. शेवटी त्यांनी आमच्या सरकारी कंत्राटांची चौकशी केली ते म्हणाले, "तुम्हाला कंत्राटं मिळाली कारण तुम्ही शाहचे मित्र होता. तुम्ही चोर आहात. सरकारची तिजोरी तुम्ही लुटता."

"आम्ही फारसं बोलतच नव्हतो. काही तासांनी आम्हाला तहान लागली, पण जेव्हा त्यांनी आम्हाला पाणी देऊ केलं तेव्हा म्हणाले, 'अरे देवा, संपलंच आता सगळं! कारण कुराणात मरणाऱ्या माणसाला पाणी द्यायला सांगितलं आहे. तसेच डोळे बांधलेल्या अवस्थेत मी पाणी प्यायलो आणि मग बंदुकीच्या आवाजाची वाट बघायला लागलो. त्याऐवजी त्यांनी आमच्या डोळ्यांवरच्या पट्ट्या सोडल्या आणि आम्हाला इमारतीच्या बाहेर आणलं आणि संतापाची गोष्ट म्हणजे आम्ही येतानाचं बुटकं छत मला कुठंही दिसलं नाही. हरामी साले! त्यांनी पुन्हा आम्हाला बसमध्ये घातलं आणि शहराच्या मध्यभागी आणून सोडून दिलं."

कुरोश मामांना पुढे अशाच संदिग्ध कारणांवरून निदान चार वेळा अटक झाली. एकदा तर ते पाच महिने तुरुंगात होते. त्यांची शेवटची अटक होती १९८६ मध्ये. जेव्हा त्यांनी सरकारच्या 'ज्या कुणाकडे सुरुंग स्फोटकं असतील त्यांनी स्थानिक कोमितेहपुढे हजर व्हावं' या आवाहनाला प्रतिसाद दिला. तेव्हा ते बांधकाम व्यावसायिक असल्यामुळे त्यांच्याकडे, स्फोटांसाठी अधिकृत सुरुंग होते, पण ते जेव्हा हे जाहीर करायला गेले, तेव्हा त्यांना कुठलंही स्पष्टीकरण न देता दोन महिने तुरुंगात टाकलं गेलं.

नव्या इराणमध्ये लोक अदृश्य होणं हे अगदी नेहमीचं झालं होतं. या नव्या राजवटीच्या अडीच वर्षांच्या काळात एका नाट्यमय अपहरणानं मात्र मला स्वत:ला फार दु:ख झालं होतं. माझ्या पतीचे एक भागीदार अब्दुल्ला तस्लिमी हे एक मोठे बहाई होते. बहाई पंथ हा शिया पंथापासून एकोणीसाव्या शतकात फुटून वेगळा निघाला होता. तेव्हापासून शियांकडून त्यांची फक्त अवहेलना आणि छळच झाला होता. इराणमध्ये तीन एक लाख बहाई लोक होते, त्यांची बरीचशी तत्त्वं ही शियांना रुचण्यासारखी नव्हती, उदा. जागतिक शांतता, सर्व लोकांचे व धर्मांचे एकीकरण, स्त्री-पुरुष समानता आणि धार्मिक जगात विज्ञानाचं महत्त्व. कुराणात बहाईसारख्या पाखंड्यांनी जर क्षमा मागितली नाही तर त्यांना दगडांनी ठेचून मारण्याची शिक्षा

सांगितली आहे. खोमेनीनं पहिल्या प्रथम बहाईंना बहिष्कृत करून शिया पंथात परत यावं किंवा शिक्षेसाठी सिद्ध व्हावं असे दोन पर्याय दिले. आणि पुढे त्यांच्याविरुद्ध जे काही रानटी प्रकार केले गेले, ती आंतरराष्ट्रीय कहाणी आहे.

बहाई गटाचा अब्दुल्लावर अतिशय विश्वास होता आणि त्यांना त्याच्याविषयी आदरही होता. सौम्य, सुसंस्कृत अब्दुल्लानं संधी असूनही आणि स्वत:च्या जिवाला धोका असूनही देश सोडून जायला नकार दिला.

एकदा त्याच्या घरी रात्री जेवायला गेले असताना मी त्याला म्हणाले, "ते लोक तुमचा तिरस्कार करतात हे तुम्हाला माहीत आहे. ते तुम्हाला आज नाहीतर उद्या पकडायला येणारच. तुम्ही इथून निघून का नाही जात?"

त्यांनी दु:खानं मान हलवली, "मी गेलो तर इतर बहाईंचं काय होईल? आम्ही त्या सर्वांना देशाबाहेर नेण्याची सोय करू शकत नाही. त्यांना धीर आणि दिलासा देण्यासाठी मला इथेच राहिलं पाहिजे."

खोमेनीनं बहाईंच्या सभा बेकायदेशीर ठरवल्या. एकदा १९८० च्या वसंतात अब्दुल्ला आणि इतर अकरा बहाई नेत्यांची गुप्त बैठक चालू असताना अचानक कोमितेह तिथे घुसले आणि त्या सर्वांना अटक केली. आठवडे लोटले तरी त्यांचा ठावठिकाणा लागला नाही. अब्दुल्लांची पत्नी त्यांच्या सुखरूप परतण्याच्या आशेवर होती, कारण त्यांच्या देहदंडाची अधिकृत बातमी आली नव्हती. महिन्यांची वर्षं झाली. ते अवचित येऊन आपल्याला चकित करतील या आशेवर ती दिवसचे दिवस घरातच थांबलेली असायची. पण त्यांचा किंवा इतर कुणाचा काहीही शोध लागला नाही. पुढे त्यांच्या पत्नीनं दु:खी अंत:करणानं इराण सोडला.

अशा रीतीनं क्रांतीचा निष्ठुर वरवंटा फिरतच होता. आम्ही बहुतेक वेडे झालो होतो, पण आम्ही अजूनही पार्ट्यांना जात होतो, ओठ भडक रंगवत होतो. पायाचे घोटे उघडे टाकत होतो आणि मोठमोठ्यांदा खिदळत होतो. माझा सगळा वेळ कपडे खरेदी क़रण्यात, मॅनिक्युअर करून घेण्यात, नाहीतर हमीदबरोबर आणखी एखाद्या रात्री आणखी एखाद्या धाडसी पार्टीला जाण्यासाठी तयार होण्यात जायचा. दारूवर बंदी होती. इतरही बरीच सुखसाधनं शक्य नव्हती. मग माझ्या काही मित्रमैत्रिणींनी अफू ओढायला सुरुवात केली. शाहच्या काळात ही जुन्या लोकांची जुनी नशा होती किंवा मग झटकन नशा चढण्यासाठी ती वापरली जायची. आता कुठलीही पार्टी कोळशाची शेगडी आणि हुक्क्याची नळी याशिवाय पूर्णच होत नव्हती. जरी हे खर्चिक आणि बेकायदा असलं तरी एकाएकी काळ्या बाजारात हवी तेवढी अफू मिळू लागली. खोमेनीच्या राज्यात आमच्याकडे धर्मही होता आणि अफूही होती.

मी हुक्का ओढत नव्हते, पण माझे काही जवळचे मित्रमैत्रिणी हुक्का ओढायचे.

अफू आणि इतर मादक पदार्थांचा मुख्य पुरवठा व्हायचा तो एका मुल्लाकडून. तो अलीकडेच हमीदचा मित्र झाला होता. त्यांची मैत्री म्हणजे विरोधाभासच होता. सगळे मुल्ला हे कडक अयातुल्लाची सहीसही नक्कल करण्याचा प्रयत्न करायचे आणि त्यांचे अंगरखे अन् पगड्या गर्वाने मिरवायचे. पण आमच्या मुल्लाला पाश्चात्य कपडेच आवडायचे. बऱ्याचदा तो खरेदीच्या बाबतीत हमीदचा सल्ला घ्यायचा. त्याला आमच्या बरोबर कॅस्पियनवर यायला आवडायचं. तो आला की काही तास अदृश्य व्हायचा. परत यायचा तो वाईन, दारू यांचे पेटारे आणि अफू घेऊन. बंदी घातलेला माल तो कुठून मिळवायचा हे मला कधीही समजलं नाही. तो आम्हाला खुष करायला, आमच्यात मिसळायला खूप धडपडायचा आणि बायकांच्या फार पुढे पुढे करायचा. हमीदने एकदा त्याच्यासाठी तेहरानमधल्या अतिशय उच्चभ्रू वारांगनेची व्यवस्था केली होती. काही महिन्यांनी त्यानं तिच्याशी लग्न करून आम्हा सर्वांना आश्चर्याचा धक्का दिला.

क्रांतीनंतरच्या महिन्यांमध्ये हमीद आणि मी खूपच जवळ आलो; तरी कुठल्याही वचनात अडकण्याचा आपला इरादा नसल्याचं त्यानं सुरुवातीलाच सांगून टाकलं होतं. मला त्याच्या बिनधास्तपणाचं, त्याच्या पार्ट्यांचं आकर्षण होतं. जमलेल्या माणसांना तो आपल्या मजेदार किश्शांनी गुंगवून टाकायचा. तो रात्री दाबून प्यायचा आणि दुसऱ्या दिवशी सकाळी टवटवीत असायचा. पुन्हा दुसरी बदमाशी करण्यासाठी तयार. इतर बायका माझ्यासमोरसुद्धा त्याच्याशी उघड लगट करायच्या. पण क्रांतीनं, आमच्या गटामधल्या इतर तरुणांसारखा, त्याच्याही भोवती फास आवळायला सुरुवात केली. क्रांतीमध्ये सगळ्यात जास्त तरुणांनी गमावलं. त्यांच्या वडिलांनी त्यांच्यासाठी तयार करून ठेवलेली संपत्ती आणि स्थान ते घेतील अशा अपेक्षेनं त्यांना वाढवलेलं होतं, पण आता त्यांना घर धुतलं जाण्यापूर्वी एखाद्या अनौरस मुलासारखं स्वत:च्याच वाईन सेलर चोरासारखं जाऊन, एखादा शेवटचा घोट हळूच चोरून प्यावा लागत होता. क्रांतिकारी सरकारला एक वर्ष पूर्ण होईपर्यंतच्या काळात माझ्या बहुतेक मित्रांनी कामावर जाणं थांबवलं होतं, कारण एक तर ठप्प झालेल्या अर्थव्यवस्थेत त्यांच्या कारखान्यातल्या उत्पादनांना कोणी विचारत नव्हतं. नाहीतर ऑफिसमध्ये जाणं अत्यंत धोकादायक बनलं होतं. जेव्हा कायदेशीर मार्गाने बाहेर जाता येत होतं, तेव्हाच बहुतेक वयस्क कारखानदारांनी देश सोडला होता. कुटुंबाची थोडीफार धनदौलत वाचवू शकतील अशा मुलांना मागे ठेवलं होतं. पण हळूहळू उच्चवर्गाच्या हातातील सारेच उद्योगधंदे आपल्या ताब्यात घेण्याचा सरकारचा इरादा होता. कुठल्याही दिवशी अचानक कोमितेह उगवायचे. कारखाना, उद्योगाच्या किंवा दुकानाच्या मालकाला अटक करायचे आणि त्याला अनिश्चित भवितव्यात लोटून द्यायचे.

हमीद अशा धोका असलेल्या व्यक्तींपैकी होता. क्रांतीनंतर सुरुवातीला तो वेगवेगळ्या विचित्र वेळी ऑफिसात जायचा. सल्तनाबादच्या त्याच्या सेक्रेटरीला किंवा हाताखालच्या ऑफिसरला तो कधीही आपल्या येण्याजाण्याच्या वेळा सांगायचा नाही. आपल्याच कर्मचाऱ्यांनी आपल्यावर हेरगिरी करू नये यासाठी हा प्रयत्न होता. खोमेनीच्या पुनरागमनानंतर लगेचच त्याचे आई-वडील दोघंही इराण सोडून गेले होते. हमीदही एकदा बाहेर गेला होता, पण आपल्या कुटुंबाची संपत्ती वाचवावी या हेतूनं तो परत आला होता.

त्याचं पहिलं महत्त्वाचं कार्य म्हणजे त्याच्या खानदानी भव्य प्रासादाचा ताबा स्वत:कडे ठेवणं हे होतं. कारण त्याच्या पाच जुन्या नोकरांनी आत्ताच तो प्रासाद आपलाच आहे, अशा थाटात वागायला सुरुवात केली होती. हमीदला खरं तर त्याचा तेहरानमधल्या उंचच उंच इमारतीतील अत्याधुनिक फ्लॅटच आवडायचा. पण तो परत आपल्या आई-वडिलांच्या घरात राहायला आला, आम्ही अजून इराण पूर्णपणे सोडून दिलेला नाही याची नोकरांना आठवण करून देण्यासाठी तो तिथे राहात होता.

क्रांतीनंतर सुमारे एकोणीस महिन्यांनी हमीदला नव्या राज्याचा पहिला वाईट फटका बसला. पॅरिसमध्ये असलेल्या आपल्या आई-वडिलांना भेटण्यासाठी तो पॅरिसला जाण्यासाठी विमानतळावर गेला, तेव्हा काही कारण वगैरे न देता त्याला पॅरिसला जाण्याची परवानगी नाकारण्यात आली. क्रांतीनंतरच्या सुरुवातीच्या काळात कायदेशीर मार्गानं किंवा बेकायदेशीरही देशाबाहेर जाणं फार सोपं होतं. युरोपीय देश, कॅनडा आणि अमेरिका यांचा व्हिसा मिळवणं अजूनही शक्य होतं. तुमचं नाव कोमितेहच्या 'हव्या असलेल्या' माणसांच्या लांबलचक यादीत असेल तर तुम्ही केव्हाही लाच देऊ शकत होता. एक खूप वरच्या दर्जाचा अयातुल्ला होता. त्याच्या विशिष्ट शैलीमुळे 'महमदरिंगो' असं त्याचं टोपण नाव पडलं होतं. त्याची किंमत द्यायला तयार असणाऱ्या श्रीमंत लोकांना सीमेपार नेण्याचा धंदा करण्यासाठी तो प्रसिद्ध होता. एका कुटुंबासाठी ही किंमत काही लाख डॉलर्स असू शकत होती. त्याची पद्धत फार सोपी होती. त्याने ज्या लोकांना मदत केली होती, त्यांच्याकडून आम्ही ऐकलं होतं की विमानतळावर 'हव्या असणाऱ्या' लोकांना तो स्वत: बरोबर घेऊन सरळ कोमितेहच्या अंगावरून पुढे जायचा. नव्या राजवटीत तो इतक्या उच्चस्थानी होता की, त्याला अडवायची कुणाचीच हिंमत नव्हती. परंतु २८ जून, १९९१ या दिवशी एका राजकीय सभेत झालेल्या बॉंबस्फोटात तो, त्याच्यासह आणखी एक शक्तिशाली क्रांती नेते अयातुल्ला मोहम्मद बेहेश्ती आणि इतर एकाहत्तर जण ठार झाले.

पुढे कोमितेहनं चौकशीसाठी हमीद हवा असल्याची जाहीर सूचनाच काढली;

इतर अनेकांना जे करावं लागलं होतं तेच त्यानंही केलं. तो मित्राकडे भूमिगत झाला, कपडे किंवा इतर आवश्यक सामानासाठी तो अधूनमधून स्वत:च्या घरी गुपचूप धाड घालून यायचा. दरम्यान स्वत:च्या भल्यासाठी इराण सोडावा याचा त्यानं निर्णय घेतला. बाहेर पडण्याचा एकच बेकायदा मार्ग त्याच्यासाठी खुला होता तो म्हणजे अफगणिस्तान किंवा तुर्कस्थानमार्गे बाहेर पडणं.

क्रांतीचा आणखी एक अर्थात अजाणता झालेला परिणाम होता. अनेक कुटुंबांची ताटातूट झाली होती. बायकोमुलांना परदेशात पाठवून मालमत्तेची देखभाल करण्यासाठी मागे नवरे राहिलेले, आमच्यावर असलेली तुरुंगवास किंवा मृत्यूची टांगती तलवार, यांमुळे अनेक लग्नं धोक्यात आली आणि एरवी कधी जुळू शकले नसते असे प्रेमसंबंध जुळले. परिस्थिती वेगळी असती तर हमीदबरोबरचे आहेत नाहीत असे संबंध मी फार काळ चालू ठेवले नसते. ते सगळं फक्त छानछान असण्याच्या काळासाठी होतं, त्यात काही गांभीर्य नव्हतं.

पहिल्या एक-दोन वर्षांत माझ्याबरोबर कुणी ना कुणी स्त्रिया राहात होत्या. बहुतेकींचे प्रियकर होते आणि ते खुलेपणाने येत जात. क्रांतीचा वाराही न लागलेल्या घरात विसावायला त्यांना बरं वाटायचं. त्यातल्या एकीचं, माझ्या चुलत बहिणीचं – श्लोचं – एका 'ताटातूट झालेल्या' माणसाशी सूत जुळलं. हा एक प्रसिद्ध कुटुंबातला मोठा कारखानदार होता, त्याच्या युरोपातील घरी त्याची बायको मुलं सुरक्षित होती. तो नेहमी यायचा, कारण त्याच्या सबंध कुटुंबालाच 'दिसताक्षणी अटक' करण्याचे आदेश दिले होते, त्यामुळे त्याला वेळच वेळ होता. क्रांतीच्या आधी अशा सुखलोलुप जिण्याची आम्ही स्वप्नातसुद्धा कल्पना केली नव्हती. पण आता चांगल्या खानदानी मुलीनं दुसऱ्या स्त्रीचा नवरा कधीच पळवता कामा नये असं सांगणारी जुनी नीतिमूल्यं आम्ही बाजूला सारत होतो.

खरं तर, आमच्या लहानशा गटात, क्रांतीमुळे शरीरसुखाकडे पाहण्याची आमची दृष्टी बरीच मुक्त झालेली होती. जिथे आम जनता बुरखे घालीत होती, स्त्री-पुरुषांमधल्या प्रेमाच्या प्रदर्शनाची निंदा करत होती, तिथे आम्ही आमच्या वासनांचे लाड करत होतो. एक काळ असा होता की, एखाद्या बाईला दोन प्रेमिक आहेत असं माहीत असतं, तर तिच्याशी बोलायचीसुद्धा माझी इच्छा झाली नसती. आता मात्र अनेक प्रेमसंबंध हे मला अगदी स्वाभाविक वाटू लागलं. मी हमीदबरोबर शारीरिक सुखाच्या बाबतीत सक्रिय झाले. मी आमच्या प्रणयाचा पुरेपूर आनंद लुटू लागले. मैत्रिणी विनोदानं म्हणायच्या की, पूर्वी मी संध्याकाळी घातलेल्या कपड्यांच्या रंगाला खुलेल असं कॉकटेल त्यांच्या रंगावरून निवडायचे. आता मी अधिक मुक्तपणे मद्य घ्यायला लागले आणि त्यामुळे माझ्या मनातली वैषयिक सुखाबद्दलची बंधनं गळून पडायला मदत झाली.

१९८० साली एका वसंत ऋतूत एका स्त्रीनं हमीदनं पुढाकारानं तिच्यात रस घेतल्याचं सांगितल्यावर सुमारे सहा महिने मी हमीदला भेटणं बंद केलं. या आमच्यातल्या तणावाच्या काळात माझी दुसऱ्या एका माणसाशी भेट झाली. त्याला त्याचं आकर्षण वाटू लागलं आणि मी तिसऱ्याच एका माणसाच्या प्रेमात पडले. पुन्हा एकदा क्रांतीनं आमचं आयुष्य उलटंपालटं करून टाकलं नसतं, तर हे संबंध कधीच बहरले नसते.

रॉयल क्लबच्या उरल्यासुरल्या एका रेस्टॉरंटमध्ये मी श्लो आणि तिच्या प्रेमिकाबरोबर - दार्विशबरोबर - गेले होते. बराच वेळ एका देखण्या माणसाकडे लांबून माझं लक्ष जातं होतं. एका कन्स्ट्रक्शन कंपनीचा तोच देखणा मालक दार्विशला 'हॅलो' करायला आला. फेरी त्याचं नाव. पाहताक्षणीच आम्ही दोघं एकमेकांना आवडलो होतो. त्या आठवड्याच्या सुट्टीला आम्ही चौघं तेहरानच्या उत्तरेला अल्बोर्झमध्ये असलेल्या एका इटालियन कामाच्या तळावर गेलो. दार्विश आणि फेरी या दोघांचे वडील या इटालियन – इराणी संयुक्त प्रकल्पात भागीदार होते. त्यांचा बराच मोठा बांधकाम प्रकल्प तिथे चालू होता.

फेरी हा इराणी वडील आणि स्विस आईचा मुलगा होता. त्यामुळे त्याचा पासपोर्ट स्विस होता; मला वाटतं त्यामुळे त्याला थोडं अधिक सुरक्षित वाटत असावं, कारण त्याच्या मुत्सद्दी चाव्या फिरवल्या तर त्याला देशाबाहेर पडायला काही अडचण आली नसती, पण त्याचे वडील आधीच्या राजाचे अत्यंत जवळचे मित्र होते. त्यामुळे तो खोमेनीच्या राज्यात एक दिवसही जिवंत राहिले नसते. शाहनं इराण सोडून जाताना जी मोजकी निवडक मंडळी नेली, त्यात त्याचे वडील होते.

ते कुटुंब खूपच प्रसिद्ध होतं आणि आमच्यातल्या सगळ्यांप्रमाणेच मलाही फेरीचं एका छानशा ज्यू मुलीबरोबर साखरपुडा झाल्याचं माहीत होतं. खोमेनीचा आत्यंतिक ज्यूद्वेष माहीत असल्यामुळे, पुढची छळणूक दिसत असल्यामुळं खोमेनी परतल्यावर ती लवकरच देश सोडून गेली होती. तरी फेरीबरोबरच्या सुट्टीची तयारी करताना मी ठरवलं की, या माहितीमुळे मी इतक्या हव्याशा माणसाला हातचा घालवणार नाही. ती पश्चिमेत सुखरूप होती. त्या दिवशी किंवा पुढच्या दिवशी आमचं काय होणार आहे, हे कुणाला माहीत होतं?

ती सुट्टी सुखाची आठवण देणारी ठरली. त्या तळावर, इटालियन कामगार आणि त्यांच्या बायका यांनी त्यांच्या त्या स्वतंत्र लहानशा जगात (कोमितेहचं तिथे अजून लक्ष गेले नव्हतं) आनंदाचं, मौजमजेचं एक बेटच निर्माण केलं होतं. सुरुवातीच्या काळात, साऱ्या देशाला उपयोगी ठरणारे धरणांसारखे अतिप्रचंड प्रकल्प पुढे जावेत, अशी अयातुल्लाची इच्छा होती. बहुधा याच कारणासाठी कंत्राटदाराला काम चालू ठेवण्याची परवानगी मिळाली होती आणि इटालियनांना

त्यांच्या पद्धतीप्रमाणे राहता येत होतं.

भडक टेबलक्लॉथ आणि पर्वतावरून आणलेल्या ताज्या फुलांनी सजवलेल्या टेबलावर एका मोठ्या मेससारख्या खोलीत आम्ही जेवलो. बर्फाच्या मोठाल्या पिंपात बियर थंड करत ठेवली होती. ज्या देशात जिथे कोमितेहनी इंटरकॉन्टिनेन्टल हॉटेलचं बारा कोटी डॉलरचं वाईनचं तळघर नष्ट केलं होतं, तिथे वाईन वहात होती. इटालियन बँड जोरदार होता आणि आम्ही असे नाचलो की, असं आनंदानं नाचणं मी विसरून गेले होते. जेवायला त्याच दिवशी पकडलेले ताजे मासे होते. मी आणि फेरीनं तळ्याकाठी असणाऱ्या एका खाजगी लॉजमध्ये ती रात्र एकत्र घालवली. सारं इतकं अप्रतिम होतं!

पण काही आठवड्यातच कोमितेहनी फेरीच्या अटकेचा फतवा काढला. ‘‘मी काय करू?’’ माझ्याबरोबर राहणाऱ्या एका मैत्रिणीला मी दु:खानं विचारलं. ‘‘तो इथे राहिला तर मी त्याला नक्कीच जिंकून घेईन. मला माहीत आहे, तो प्रेम करतो माझ्यावर. तो जर आत्ता गेला तर पलीकडे त्याची प्रेयसी त्याची वाट बघतेच आहे. तो पुन्हा तिचा होईल. मला तो पुन्हा कधी दिसणारही नाही.’’

एक मैत्रीण वाकून हळूच सांगायला लागली, ‘‘एक गोष्ट आहे जी तुला करता येईल. तुला चांगलं माहीत आहे की, तू जर कोमितेहला फोन केलास अगदी निनावी फोन केलास की त्यांना हवा असणारा माणूस या विशिष्ट विमानानं जाणार आहे, तर ते त्याला नक्की अडवतील. हो, त्याला कदाचित थोडे दिवस तुरुंगात टाकतील, पण पुन्हा सोडून देतील आणि मग तो इथेच अडकून राहील. तुझं काय जातंय? तो राहिला तर तुझ्या अधिकच प्रेमात पडेल आणि तुझा होईल.’’

मी भीतीनं थक्क होऊन ऐकत होते, पण एका बाजूला मला तसं करायचा मोहही होत होता. आजकाल लोक असल्या गोष्टी करत होते. सूडापोटी, जुने हिशोब चुकवण्यासाठी, आपल्या प्रेमिकाला बांधून ठेवण्यासाठी. प्रसंग लहानसाच आहे, पण आम्ही किती खालच्या पातळीला पोचलो होतो, याचं हे विदारक उदाहरण आहे.

शेवटी फेरी इराण सोडून गेलाच, अगदी कायदेशीर मार्गानं आणि विमानतळावर कुठलाही अडथळा न येता. आठवड्यानंतर त्याचा फोन आला. तेव्हा त्याच्या आवाजातला परकेपणा लगेच जाणवला. दोन वर्षांनी त्याचं त्याच्या वाग्दत्त वधूशी लग्न झालं. आता ते अमेरिकेत राहतात.

फेरी गेल्यानंतर लवकरच मी एका नव्या नात्याची सुरुवात केली. क्रांतीनं आमचं आयुष्य आणि नीतिमूल्य अशी चुरगाळून टाकली नसती तर हे नातं जमणं कधीच शक्य नव्हतं. श्लोच्या प्रियकराचा – दार्विशचा – एक धाकटा भाऊ होता सूफी. हा एक कजार युवराज होता. त्यांच्या प्रचंड खानदानातला सगळ्यात प्रसिद्ध

आणि सगळ्यात श्रीमंत. त्यांच्या आजोबांचं देशाच्या सत्तेवरून शाहच्या वडलांशी शत्रुत्व होतं. या आजोबांच्या बऱ्याच बायका होत्या आणि धंद्यापासून कलेपर्यंत प्रत्येक क्षेत्रात अग्रेसर असलेली वीसहून अधिक मुलं होती. सूफीच्या मालकीचे बरेच कारखाने आणि जमिनीचे प्रचंड पट्टे होते, पण इतकी शक्तिशाली व्यक्ती असण्याखेरीज तो एक सहृदय, सुशिक्षित माणूस होता आणि माझा अगदी घनिष्ठ मित्र बनला, अजूनही आहे.

सूफीला बरेच महिन्यांपासून माझ्यात रस होता, पण माझ्या मनात त्याच्याशी नातं जुळवण्याचा विचारही आला नाही. काही झालं तरी तो एक विवाहित पुरुष होता. त्याची पत्नी त्यांच्या स्वित्झर्लंडमधल्या घरात राहात होती आणि त्याची दोन मुलं इंग्लंड आणि स्वित्झर्लंडमधल्या निवासी शाळांमध्ये शिकत होती. पण फेरी गेल्यानंतर आमचं जग अधिकच लहान झालं आणि त्याच्या वशीकरणाला मी बळी पडले. एका रात्री सुरेख जेवण घेताना मी कित्येक महिन्यानंतर नेहमीपेक्षा जरा जास्तच हसत होते आणि शेवटी त्याच्या निश्चयी मिठीत शिरले. ही माझ्या आयुष्यातल्या एक अतिशय उत्कट पण क्लेशदायक कालखंडाची सुरुवात होती. नव्या राजवटीनं सूफीसारख्या लोकांचा किती नाश केला होता, हे या नात्यामुळे माझ्यासमोर आलं.

१९८०च्या सप्टेंबरमध्ये, माझी सूफीशी नुकतीच ओळख होत होती. तेव्हा एका रात्री मला श्लोचा घरी फोन आला. तिच्या ताणलेल्या आवाजातलं भय कळत होतं.

''कृपा करून घरातच थांब. मी तिकडे येतेय.'' फार काही स्पष्टीकरण न देता तिनं आज्ञा सोडली.

पंधरा मिनिटांत ती टॅक्सीतून पोचली आणि आपल्या मागे कुणी येत नाही ना याची खात्री करत पळतच घरात शिरली. आधी ती इतकी घाबरली होती आणि इतकी कापत होती की तिच्या बोलण्याची काही संगती लागत नव्हती. पण हळूहळू तिनं अडखळत सांगितलं, ''कोमितेह दार्विशला पकडायला आले होते. आम्ही त्याच्या घरी नुसते बसलो होतो. त्याच्या एका भावाचा फोन आला की, कोमितेह त्याला अटक करायला येत आहेत. काही विचार करायलाही वेळ नव्हता. आम्ही पळून आलो.

शेमिरानमध्ये त्या अवाढव्य आवारात त्या बऱ्याच भावांचे व्हिला होते. दार्विशच्या नशिबानं कोमितेह चुकीच्या भावाच्या घरी पोचले होते. त्यांची कार रस्त्यावरून सुसाट जाताना त्यांना कोमितेहच्या रेंज रोव्हर कोपऱ्यावरून वळताना दिसल्या.

त्यानं मला मध्ये उतरवलं. तो पकडला गेला तर मी अडचणीत सापडू नये अशी त्याची इच्छा होती. एकटी बाई आणि विवाहित पुरुष! तो कुठल्यातरी मित्राकडे गेला आहे. कुठे ते मलादेखील सांगितलं नाही. देवा! सुज्ञान ते नक्की

आम्हाला शोधून काढणार. मला खात्री आहे.''

दुसऱ्या दिवशी सकाळी दार्विश अधिकाऱ्यांना टुकटुक करावं तसा श्लो आणि माझ्याबरोबर नाश्ता करायला हजर झाला आणि नंतर आम्ही जेवायला रॉयल क्लबमध्ये गेलो. एका परीनं तो शहाणा होता. रस्ते त्याच्यासाठी धोकादायक होते, पण श्रीमंतांचे रस्ते, जुने अड्डे म्हणजे स्वर्गच होता. तिथे त्याच्यावर कुणी पाळत ठेवणार नव्हतं की त्याची खबर देणार नव्हतं. मला आठवतं श्लो आणि त्यानं सगळी सकाळ प्रणयाच्या धुंदीत घालवली. ते प्रौढीनं सांगत होते, जणू या धोक्यानं त्यांना अधिकच चेतवलं होतं.

दोन आठवड्यांनी कोमितेहनं त्याच्या अटकेचा फतवा काढला आणि करोडोच्या यंत्रसामग्रीसह त्याचा सारा बांधकाम व्यवसाय तसंच त्याचा प्रासादही जप्त केला. थोड्याच दिवसात तो तुर्कस्थानमार्गे अवैध मार्गानं निसटला, फक्त श्लो आणि मलाच त्याच्या पलायनाची माहिती होती. त्याला गमावण्याच्या भीतीनं वेडी होऊन श्लोनंही लवकरच तोच रस्ता धरला आणि माझी आणखी एक मैत्रीण कमी झाली.

तोपर्यंत माझ्याबरोबरच्या सगळ्या स्त्रिया निघून गेल्या होत्या. त्या देशाबाहेर पळून गेल्या होत्या किंवा त्यांनी लग्नं केली किंवा आपापल्या कुटुंबात परत गेल्या. कुणीतरी सोबत असावं म्हणून मी गिती मामीच्या माहेरी सेफेरिस मंडळींकडे बरीच वर्षं ड्रायव्हर म्हणून काम केलेल्या एका कुटुंबाला, तळघरात राहायला फुकट जागा दिली. जलाल आगानं त्या कुटुंबात वीस वर्षांहून अधिक काळ चाकरी केली होती. तो, त्याची बायको फराह आणि त्यांची दोन मुलं यांना मी सबंध तळघर वापरायला दिलं. कधी आठवड्याच्या दिवसांमध्ये मी कुठे बाहेर गेले तर फराह फरहादला सांभाळत असे आणि त्याच्याच वयाची दोन मुलं घरात असणं फरहादला आवडत होतं. माझ्याबरोबर राहायला एवढं विश्वासाचं कुटुंब कुठे मिळालं असतं?

पण मधल्या महिन्यांमध्ये मी आणि माझ्या मुलानं एकटंच घरात राहणं हे मला सूफीबरोबरच्या चोरट्या संबंधामुळे फारच सोयीचं होतं. जर का माझ्या कुटुंबाला आणि जुन्या वळणाच्या मैत्रिणींना माझ्या लफड्याचा पत्ता लागला असता, तर असले संबंध आता नित्याचेच झाले असूनही त्यांनी मला वाळीतच टाकलं असतं. प्रत्येक आठवड्याच्या सुट्टीला फरहाद त्याच्या आजीकडे गेला की, गुपचुप सूफी यायचा आणि आम्ही जगाच्या भोचक नजरांपासून दूर राहून घरातच दिवस घालवत असू. पहिल्यांदा मला त्याचं काही वाटायचं नाही. तो काही किरकोळ दुरुस्त्या करून द्यायचा किंवा मला माझ्या हिशोबाच्या कामात मदत करायचा. मी व्यवस्थित स्वयंपाक करायची. आम्ही आमच्या आवडीचं संगीत लावायचो आणि काळ्या बाजारात घेतलेली वाईन प्यायचो. फरहादला तो आठवड्यात मधूनमधून येणारा, त्याला अल्बोर्झवर फिरायला नेणारा एक कौटुंबिक मित्र म्हणून

ओळखीचा झाला.

कधीकधी आम्ही आजूबाजूच्या पर्वतावर एखादं आडवाटेचं रेस्टॉरंट शोधायचो, जिथे आमचे मित्र, नातेवाईक भेटण्याची शक्यता कमी होती.

पण लवकरच कोमितेहचं लक्ष सूफीकडे गेलं आणि सहा महिन्यात एका हसतमुख, गमजी जमती करून हसवणाऱ्या माणसाचं रुपांतर एका भेदरलेल्या, वाघ मागे लागलेल्या शेळीत झालं. सुरुवातीला तो वेगवेगळ्या वेळा बदलून ऑफिसमध्ये जायचा आणि नोकरचाकर असलेल्या प्रासादात ऐषारामात राहायचा. पुढे तो गाडीत दोन बॅगा भरून हिंडायला लागला. मित्र आणि नातेवाइकांकडे दिवस काढायला लागला. कोमितेहच्या एक पाऊल पुढे राहायचा प्रयत्न करायला लागला. पुढे त्याच्या एका मित्रानं मोठा धोका पत्करून एका मध्यमवर्गीय उपनगरात त्याच्यासाठी फ्लॅट भाड्यानं घेतला. तो मर्सिडीज सोडून नोकरदारांची पायकन गाडी वापरायला लागला. त्यानं काळजीपूर्वक वेषांतर केलं. कारण त्याचा चेहरा त्याच्या नावाइतकाच प्रसिद्ध होता. त्यानं दाढी वाढवली आणि कधीही बाहेर पडताना तो एक मोठा डोक्याचा रुमाल आणि एक टोपी घालायचा. त्याच्या नेहमीच्या शिवून घेतलेल्या सुटांऐवजी तो आता रेडिमेड कपडे वापरायचा.

त्या आठवड्यात फरहाद शाळेत गेल्यावर मी त्याला भेटायला गेले, तेव्हा आपण एखाद्या हेरकथेतील पात्र आहोत असं मला वाटायला लागलं. त्यानं बजावून सांगितल्याप्रमाणं मी माझी गाडी त्याच्या घरापासून थोड्या अंतरावर असलेल्या एका शॉपिंग मॉलच्या वाहनतळावर लावली. त्यानंही माझ्या बाजूला गाडी थांबवली. कुणी बघत नाही याची खात्री करून मी त्याच्या गाडीत उडी मारली आणि आम्ही झटकन तिथून निघालो. माझी फायरबर्ड फारच नजरेत भरते म्हणून ती मी चालवू नये, तसेच माझे लांबसडक केस नीट झाकून घ्यावेत म्हणून तो माझ्या हातापाया पडला होता. त्याच्या फ्लॅटच्या इमारतीच्या गॅरेजमध्ये त्यानं गाडी पार्क केली आणि आम्ही लपतछपत मागच्या जिन्यानं वर गेलो.

ज्या माणसाकडे सगळ्या सुखसोयी होत्या, सर्वोत्तम घरांमध्ये, अगदी राजाच्या दरबारातसुद्धा ज्याची उठबस होती त्याचं आयुष्य सामान्य चोरासारखं फारच वाईट झालं होतं. हळूहळू तो मित्रांपासून एकटा पडत गेला. फोन टॅप होतील आणि आपण पकडले जाऊ या भीतीनं तो त्याच्या इराणमधल्या किंवा बाहेरच्या नातेवाइकांना फोन करेनासा झाला. मी म्हणजे त्याचा बाहेरच्या जगाशी असलेला एकमेव दुवा होते.

पण मला असं सगळ्यांपासून लपवून प्रेम करणं आवडेनासं होऊ लागलं आणि दुसऱ्या कुणाच्या नवऱ्यावर प्रेम करणं हे माझ्या मनानं कधीच पुरतेपणी स्वीकारलं नव्हतं. पण तरीही मला अशी शंका होती की, स्वत:च्या जिवाला असलेला वाढता धोका पत्करूनही त्यानं इराणमध्येच अजूनही राहण्याचं एकमेव

कारण माझा सहवास हे होतं.

मी पुन:पुन्हा त्याला सांगत होते, ''तुला जायला हवं. तुला जर काही झालं तर मी स्वत:ला कधीही माफ करू शकणार नाही. ते माझ्या सदसद्विवेकबुद्धीला सदैव खात राहील. कृपया जा इथून.''

पण तरी तो राहिला. एक दिवस कोमितेहनं त्याला दिसताक्षणी गोळ्या घालण्याचा आदेश दिला. मी पुन्हा एकदा त्याला निघून जाण्याची गळ घातली, पण शेवटी जेव्हा मी त्याच्याबरोबरचे संबंध तोडून टाकले, तेव्हाच त्यानं जाण्याची तयारी केली. एका सहज सुरू झालेल्या प्रेमाच्या खेळाचं रूपांतर आम्हा दोघांचीही हृदयं पिळवटून टाकणाऱ्या भावनिक गुंतवणुकीत झालं होतं. त्यानं मला जसं आणि जितकं उत्कट शरीरसुख दिलं, माझं शरीर पुरतं जागवलं तसं दुसऱ्या कुठल्याही पुरुषानं केलं नव्हतं, पण त्याच्यावरच्या प्रेमाच्या जाणिवेनंच मी त्याला सोडण्याचा निर्णय घेतला. आम्हाला काही भविष्य नव्हतं. त्याचं त्याच्या बायकोवर प्रेम होतं आणि हे त्यानं मला आधी सांगितलंही होतं. त्यानं तिला सोडावं असं मीही त्याला कधीच सांगणार नव्हते. माझ्यासाठी काय उरलं? मी त्याला तोडून टाकलं. त्याचे फोन घेणं बंद केलं. मी त्याच्याशी थंड क्रूरपणे वागले, पण मला तरी या साऱ्याचा शेवट करायचा दुसरा मार्ग दिसत नव्हता. त्यानंतर थोड्याच काळात त्यानं आपण इराण सोडून जात असल्याचा निरोप पाठवला. ज्या दिवशी त्यानं इराण सोडला त्या दिवशी माझा एक भागच दूर वाहून जातो आहे असं मला वाटत राहिलं.

सूफीसारख्या आणखी कितीतरी जणांना कोमितेहनी मागे लागून शेवटी इराणमधून पिटाळून लावलं. त्यांच्यावर आरोप असे कधीच काहीच नव्हते. चौकशी कशासाठी करायची आहे हे कोमितेह क्वचितच सांगत. आरोप काय ते रेडिओवरून सांगितले जायचे आणि शासनाच्या मालकीच्या वृत्तपत्रात छापून यायचे. त्यात साधारणपणे अशी ढोबळ विधाने असत की, 'श्रीमंतांनी उद्योगातून नफेखोरी केली आहे किंवा शासनाला फसवलं आहे.' हे आरोप खरे की खोटे मला सांगता येणार नाही. माझे मित्र असलेल्या शक्तिशाली पुरुषांनी त्यांच्या बायकांशी कधीच कामाची चर्चा केली नाही. मी एवढं मात्र सांगू शकते की, माझ्या परिवारानं, माझ्या मामांनी आणि माझ्या पतीनं व्यवसाय केला तो अत्यंत उच्च मूल्ये पाळून केला. ज्यांच्या मागे कोमितेह लागले होते त्यांच्या भ्रष्टाचाराचे ठोस पुरावे कधीच समोर आले नाहीत, पण मला कित्येक इराणी श्रीमंताची हाव माहीत आहे आणि ते जनतेचे गुन्हेगार होते.

मला समजलं होतं ते हे की, आम्हा इराणमध्ये मागे राहिलेल्यांचं सुरक्षिततेचं वर्तुळ मात्र दिवसेंदिवस लहान होत चाललं होतं.

चोरटे व्यापारी आणि इतर उपयुक्त मित्र

कुणी आता प्रेमाबद्दल बोलेना
कुणी आता विजयाबद्दल बोलेना
कुणीच आता
कशाचबद्दल बोलेना

– फारुख फर्रोखझाद

२२ सप्टेंबर १९८०. आकाश निरभ्र होतं आणि हवा उबदार. युद्धाच्या दृष्टीनं सकाळ एकदम छान होती, पण कुणीही त्या लांबलचक रक्तरंजित वैराचं भाकीत वर्तवू शकला नसता. या वैरामुळे झालेली जखम माझ्या देशात अजून भळभळते आहे. सकाळी साधारण सात वाजता जेव्हा फोन वाजला तेव्हा मला एवढंच वाटलं की, कुणीतरी दुपारच्या जेवणाचं आमंत्रण देत असेल. पण माझ्यासोबत राहणाऱ्या एका बाईच्या मित्राचा तो फोन होता. त्यानं जे सांगितलं ते ऐकून सारं घर सुन्न झालं.

"इराकींनी तेहरान विमानतळावर बॉंबहल्ला केला आहे." तो उत्तेजित होऊन ओरडत होता. "रेडिओ लावा लवकर. युद्ध सुरू झालंय."

शत्त अल् अरब नदीवर दोन्ही देश आपला हक्क सांगत होते. त्या नदीजवळच्या सिमारेषेवरून उद्भवलेला तंटा ऐतिहासिक काळापासून चालत आला होता. १९७५ साली शाह आणि इराक यांनी अल्जीअर्स तहावर सह्या केल्या होत्या. शाहनं इराकमध्ये चाललेल्या फुटीर कुर्दीश चळवळीला शस्त्रास्त्रं पुरवणं बंद करण्याचं मान्य केलं आणि त्याबदल्यात इराकनं नदीवरचा पूर्ण हक्क सोडून दिला.

आता सीमारेषा नदीच्या मध्यभागी धरण्यात आली. शाह आणि इराकचे अध्यक्ष सद्दाम हुसेन यांच्यात इतके मित्रत्वाचे संबंध निर्माण झाले की, १९७८ च्या शरद ऋतूत जेव्हा शाहनं त्रासदायक ठरलेल्या खोमेनीला इराकमधील पवित्र नजेफ शहरातून हद्दपार करण्याची सद्दामना विनंती केली, तेव्हा सद्दामनं ती ताबडतोब मान्य केली होती. त्यामुळेच खोमेनी सत्तेवर आल्यावर हुसेनला चिंतेचं सबळ कारण होतं. प्रभावी व्यक्तिमत्त्वाच्या अयातुल्ला आणि त्याच्या फौजेनं हुसेनच्या सत्तेला धोका निर्माण केला होता. सोविएत पाठिंबा असलेलं इराकचं बथिस्ट सरकार हे बव्हंशी सुन्नी मुस्लिमांचं होतं. तर इराकची अर्ध्याहून जास्त लोकसंख्या शिया होती. शिया मुस्लीम खोमेनींच्या हाकेला ओ देऊन एकजूट करतील आणि इस्लामी राज्याचा प्रसार करतील अशी चिन्हं दिसतच होती. पण हुसेनला दुबळ्या झालेल्या इराणकडून, पूर्वी शाहनं घेतलेला आपला भूप्रदेश जिंकून घेण्याची अन् प्रमुख अरबी राज्यकर्ता म्हणून आपलं स्थान बळकट करण्याची संधीही दिसत होती.

त्या सकाळी पहिला बाँब पडल्यावर, हे युद्ध म्हणजे आम्हा सर्वांसाठी एक शोककथा ठरणार आहे हे आम्हाला कळून चुकलं. मेहराबाद विमानतळ आमच्या घरापासून एक तासाच्या अंतरावर होतं आणि आमचं घर साऊंडप्रूफ केलं होतं. त्यामुळे आम्हाला स्फोटांचा आवाज ऐकू आला नव्हता. पण रेडिओ लावला, तेव्हा पसरलेल्या घबराटीचं यथार्थ चित्र आमच्यासमोर उभं राहिलं. रेडिओवरच्या माणसाचा आवाज अतिशय उत्तेजित झाला होता.

"अगदी आणीबाणी नसेल, तर घरातून बाहेर पडू नका. घरातच थांबा. इराक पुन्हा कधीही हल्ला करण्याची शक्यता आहे. शहराभोवती वेढा पडला आहे. आज रात्री गाड्या चालवू नका किंवा घरातले दिवे लावू नका. दिवसभर रेडिओ चालू ठेवा. काय करायचं हे आम्ही तुम्हाला सांगत राहू. इराणवर इराकचा बाँबहल्ला झाला आहे."

रेडिओवरच्या आवाजात अविश्वास होता. तसा तो आमच्याही मनात होता. मध्यपूर्वेतील सर्वांत शस्त्रसज्ज राष्ट्रावर हल्ला करण्याचं धारिष्ट्य इराक खरंच करेल? एक दंतकथा बनून राहिलेल्या आमच्या सैन्यात एक लाख वीस हजार सैनिक होते. (शाहच्या वेळच्या एक लाख चाळीस हजार सैनिकांची संख्या कमी करून), चाळीस हजारची राखीव फौज तयार होती. सोळाशे ब्रिटिश आणि अमेरिकन रणगाडे F१४ आणि ग्रुमन-टॉमकॅट जातीची सत्त्याहत्तर लढाऊ विमानं. इराक आमच्या लढाऊ शक्तीशी टक्कर घेण्याचं धाडस कधीही करणार नाही असं आम्ही नेहमी म्हणायचो. पण आता राजकीय गोंधळामुळे इराण खिळखिळा झाला होता. आता इराक जिंकला असता?

त्या क्षणी रेडिओवर सूचनांचा मारा चाललेला असताना, माझ्या डोळ्यांसमोर फक्त फरहाद होता. गावाच्या दुसऱ्या टोकाला असलेल्या माझ्या मैत्रिणीकडे तो

राहायला गेला होता. आता युद्ध पेटल्यावर हे अंतर अधिकच दूर आणि धोक्याचं वाटायला लागलं. अधिक वाईट बातम्या येऊ लागल्या. इराकींनी त्या दिवशी आणखी नऊ विमानतळांवर हल्ले केले होते. तसतशी या बाँबहल्ल्यामुळे त्याची आणि माझी ताटातूट होईल अशी मला अधिकाधिक भीती वाटू लागली. कोमितेहनं कडक संचारबंदी लागू केली होती, पण मला फरहादला घेऊन यायलाच हवं होतं. मी जात असताना, माझ्यासारखेच बाकीचे लोकही घाईगर्दीनं जाताना दिसत होते. खूप दिवस चालणाऱ्या वेढ्यासाठी सगळे तयार होत होते. दूर क्षितिजावर विमानतळाच्या दिशेला धुराचा लोट येताना दिसत होता. फरहाद पुन्हा माझ्या कवेत आल्यानंतर तो किती घाबरला होता हे पाहून मला रडायला आलं.

"ते आपल्याला मारणार मम्मी?" त्याचा वाटोळा चेहरा निस्तेज झाला होता.

तो आठवडा आम्ही घरात लपून काढला. फरहाद, मी, माझ्या दोन मैत्रिणी आणि त्यावेळी तेहरानमध्ये आलेले माझे वडील. आम्हाला वेगवेगळ्या खोल्यांत झोपायची भीती वाटायची म्हणून आम्ही शेकोटीच्या खोलीत झोपायचो. त्या खोलीत असलेल्या, हिवाळ्यात नेहमी पेटती असलेल्या शेकोटीमुळे त्या खोलीला ते नाव पडलं होतं. आम्ही तिथं अंथरुण आणि पांघरुणं आणून टाकली आणि तिथंच आमची छावणी केली. सुरुवातीला आम्ही इमानदारीत सर्व दिवे मालवून टाकायचो; पण नंतर एखाद दोन मेणबत्त्या लावण्यासाठी माझ्या वडिलांनी आमची मनं वळवली. आम्ही रेडिओ ऐकत, पत्ते खेळत वेळ घालवायला लागलो.

रोजचा दिवस भयंकर घटना घेऊन यायचा. लगेच दुसऱ्या दिवशी इराकींनी आमचा अबादानमधील जगातील सर्वांत मोठ्या तेल शुद्धीकरण प्रकल्प पेटवून दिला. इराणने इराकच्या राजधानीवर,– बगदादवर –बाँबहल्ला करून प्रत्युत्तर दिले. लगेच पुढच्या दिवशी शत्रूने खर्ग बेटावरच्या आमच्या मोठ्या तेल केंद्रावर बाँब टाकले. दोन्ही देशांनी लवकरच आपल्या तेल निर्याती थांबवल्या. अचानक अधिकच मौल्यवान झालेल्या पेट्रोल आणि तेलाचं सारं नियंत्रण राज्याकडं गेलं आणि खाजगी रीतीनं या वस्तूंची विक्री करणं अवैध ठरलं. जगातील दुसऱ्या क्रमाकांच्या तेल निर्यातदार देशात आम्हाला सर्व तऱ्हेनं ऊर्जाबचत करावी लागत होती. घरात एकच दिवा लावणं किंवा आळीपाळीनं गरम पाण्याची अंघोळ करणं या गोष्टी आम्हाला सवयीच्या व्हायला लागल्या.

अन्न आणि इंधन यांची टंचाई वाढतच गेली. कधी कधी कित्येक आठवडे बाजारात जीवनावश्यक वस्तू दिसेनाशा होत. काळ्या बाजारात त्यांची खरेदी करणं हे फक्त श्रीमंतांनाच शक्य असायचं. अचानक स्वयंपाकाचं तेल कुठल्याही दुकानात मिळेनासं व्हायचं आणि एखादीला जर एखाद्या आडबाजूच्या दुकानात जुना स्टॉक सापडला तर लगेच आम्ही ती बातमी एकमेकींना सांगायचो किंवा जी

कॉफी आधी मुबलक मिळायची, तिचा एकाएकी तुटवडा निर्माण व्हायचा. याला उपाय म्हणून बाकीच्यांसारखं आम्हीपण या वस्तू घेऊन साठवून ठेवू लागलो. अर्थात यामुळे टंचाईत भर पडत होती. व्यवसायात उच्चपदस्थ मित्र भांड्याच्या साबणाचा पुडा किंवा चिकनची जोडी मिळविण्यासाठी आपलं वजन खर्ची घालायचे. घरटं उबदार ठेवायला जाळण्यासाठी तेल मिळवण्यासाठी मी तेहरानमध्ये फिरायची. माल पोचवण्यासाठी चाललेला एखादा तेलाचा ट्रक दिसला की, त्याला थांबवून त्याच्या ड्रायव्हरला लाच देऊन मी तो ट्रक माझ्या घराकडे वळवायची. पुष्कळदा ते ड्रायव्हरसुद्धा इतके बनेल असायचे की इतकी मोठी किंमत दिली तरी ते तेलात भेसळ करून आम्हाला फसवायचे. सतत बाँबहल्ले चालू असल्यानं आश्वासन दिल्याप्रमाणे इराणमध्ये नवीन घरबांधणी तर होत नव्हतीच, उलट असलेली घरंच नष्ट होत होती. जसे महिने जाऊ लागले तसतशी एक फार मोठी भरून न येणारी हानी होत होती. आमची तरुण पिढी गमावली जात होती. खोमेनीच्या कार्यासाठी मरायला तयार असलेल्या तरुणांची भरती करणं खोमेनीला मुळीच कठीण गेलं नाही. ते कार्य म्हणजे हुसेन आणि त्याच्या सरकारचा नायनाट आणि इराकमध्ये मूलतत्त्ववादी इस्लामी राज्याची स्थापना. पण मी इराण सोडला तेव्हा युद्ध सुरू होऊन दोन वर्षं लोटली होती आणि काही गटांना तरी खोमेनीच्या जिहादसाठी म्हणजे धर्मयुद्धासाठी आपण फार मोठी किंमत मोजत आहोत याची वाढती जाणीव होऊ लागली होती.

युद्ध सुरू झाल्यावर लगेच काही दिवसांत ज्या सहजतेनं हमीद सहा महिन्यांपूर्वी माझ्या आयुष्यातून गेला होता, त्याच सहजतेनं पुन्हा परतला आणि आमच्या भेटीगाठींना पुन्हा सुरुवात झाली. मला सूफीची फार आठवण होत होती, पण मी हमीदबरोबर नातं जुळवत राहिले. कारण हमीदमध्ये काही दोष असले तरी तो सुयोग्य होता आणि आम्हाला एकमेकांची संगत आवडायची. मी त्याच्याबरोबर चारचौघांत फिरू शकत होते. कुटुंबातल्या वडील मंडळींशी त्याची ओळख करून देऊ शकत होते. फक्त या वेळी हमीदसारख्या खुश मिजाज माणसातही फरक पडला होता. त्याला माझी आणि नव्या राज्यात आमचं कसं होणार याची अधिक काळजी वाटत होती.

आता तो म्हणायचा, "सुझान, आता तुझ्या या पार्ट्या थांबव. धोक्याचं आहे ते. तू कशात तरी अडकावंस यात बऱ्याच लोकांना बराच रस आहे."

तो आता रात्री माझ्या घरी राहायचा नाही किंवा मला भेटायलासुद्धा घरी यायचा नाही. कारण कोमितेह कधीही प्रकट होऊन आम्हाला अवैध नातेसंबंधाबद्दल तिथल्या तिथे अटक करू शकत होते. युद्धाच्या सुरुवातीच्या आठवड्यांत, तो जिथे राहात होता त्या कुटुंबाबरोबर राहायला त्याने फरहादला, मला व माझ्या एका

मैत्रिणीला बोलावलं. ते घर माझ्या घरापासून जवळच होतं. त्या भल्यामोठ्या घराच्या मालकाचा पूर्वी आयात-निर्यातीचा व्यापार होता. क्रांतीनंतरच्या गोंधळात त्यानं हा व्यापार करण्याचा प्रयत्नही सोडून दिला होता. ते गृहस्थ आणि त्यांची पत्नी यांना आम्ही आल्याचा फारच आनंद झाला. आम्हा सगळ्यांच्या हाताशी भरपूर वेळ होता आणि करायला काहीच नव्हतं.

आम्ही त्या कुटुंबासोबत जवळजवळ दोन महिने राहिलो. तेवढ्या काळात मी दुसऱ्या कुठल्याही पुरुषासाठी अगदी माझ्या लग्नाच्या नवऱ्यासाठीसुद्धा केलं नाही इतकं हमीदसाठी केलं. घरातल्या नोकरांवर जादा कामाचा बोजा पडू नये म्हणून मी त्याचे सगळे कपडे हाताने धुतले, त्याच्यासाठी स्वयंपाक केला, मागचं आवरलं. माझ्या आयुष्यात माझे स्वत:चे कपडे मी कधी धुतले नव्हते, दुसऱ्याचे तर दूरच राहिले. पण त्याची ही सेवा करणं हे आपलं कर्तव्य आहे असं मला वाटलं आणि त्यानंही ते त्याचा हक्कच असल्यासारखं स्वीकारलं. आतापर्यंत त्याची काळजी बायकांनीच घेतली होती आणि अगदी तो गरीब असता तरी दुसऱ्या कुठल्याही इराणी पुरुषाप्रमाणे त्यानंही, स्त्रीनं आपली सेवा करावी ही अपेक्षा ठेवलीच असती. क्रांतीनंतरच्या काळात युद्ध चालू असताना आम्ही सगळेच आमचं सामाजिक स्थान आणि सवयी यांना पुन्हा तपासून बघत होतो. तेव्हासुद्धा तो स्त्रीकडे सुखाचे एक साधन किंवा आपली काळजी घेण्यासाठी असलेली व्यक्ती यापलीकडे बघायला तयार नव्हता.

इतर सगळ्या इराणी पुरुषांसारखी हमीदची वृत्तीही दुटप्पी होती; त्यानं मुलींबरोबर कोणत्याही थराची छेडछाड करावी, गंमत करावी, पण मला दुसऱ्या कुणाचा सहवास आवडतो असं नुसतं दर्शवलं तरी तो जळायचा, रुसायचा, चिडायचा.

हळूहळू नवीन इराणमध्ये हे युद्ध अनंतकाळपर्यंत होत राहणार ही कल्पना आम्ही स्वीकारली. बॉंबहल्ल्याची सूचना देणारे भोंगे आणि बॉंबहल्ल्याची आमच्या डोक्यावरून घरघरत जाणारी जेट विमानं यांची आम्हाला सवय झाली. आपण झोपेत असताना आपल्यावर बॉंब पडेल ही भीतीदेखील सवयीची झाली; तरी तेहरानच्या रहिवाशांच्या सुदैवानं, जास्त नुकसान झालं ते खोईम शहर आणि अबादान इथल्या तेल क्षेत्रांचं आणि तिथल्या वसाहतींचं.

युद्धाची सर्वांत जास्त झळ कुणाला बसली असेल तर बहुधा फरहादला. त्याला अधिक सुरक्षित वाटावं म्हणून क्रांतीनंतर त्याचा पलंग मी माझ्या खोलीत हलवला होता. त्या सुरुवातीच्या महिन्यांमध्ये वेळोवेळी होणाऱ्या गोळीबाराच्या आवाजाने तो अगदी घाबरून जायचा. नंतर युद्ध, रात्रीचे भोंगे यामुळे त्याला भीतीची स्वप्नं पडू लागली. कित्येकदा रात्री तो दचकून ओरडत उठायचा. 'ते मारताहेत आपल्याला, ते मारताहेत आपल्याला.' मी त्याला तीन महिने शाळेत पाठवलं नाही

आणि नंतर तो परत शाळेत जाऊ लागल्यानंतरही भोंगा वाजला की, त्याला शाळेतून घ्यायला मी धावत सुटायचं. काही झालंच तर मी त्याच्या जवळ असावं असं मला वाटायचं.

पण दोन प्रसंग असे घडले की, आम्हाला किती धोका होता याची मला अधिक तीव्रतेनं जाणीव झाली. क्रांतीनंतर सुमारे नऊ महिन्यांनी, दारावर टकटक झाली. मी दार उघडलं तर दारात कोमितेहची दोन माणसं उभी होती. बाजूला त्यांच्या रायफल्स. घर कुणाचं, कोण कोण घरात राहातं वगैरे त्यांच्या प्रश्नांना उत्तरं देताना मी वरकरणी एकदम शांत होते. मी त्यांना सांगितलं की, नुकताच माझ्या पतीचा मृत्यू झाला आहे आणि माझ्या लहान मुलाला घेऊन मी एकटीच तिथे राहते. आणखी काही इकडचे तिकडचे प्रश्न विचारून ते निघून गेले. तरी मला पडलेलं कोडं आणि बसलेला धक्का कमी झाला नव्हता. दुसऱ्या दिवशी रस्त्यापलीकडच्या गॅस कंपनीतला कामगार घरी आला तेव्हा सगळं उलगडलं.

"त्या कोमितेहबद्दल सॉरी." तो दिलगिरीच्या स्वरात म्हणाला, "आमच्या इथे काम करणाऱ्या एकानं त्यांना बोलावलं होतं. एवढ्या मोठ्या घरात एक बाई आणि एक लहान मुलगा राहतात म्हणून तो नेहमी कुरकुरायचा. तो म्हणायचा की, खोमेनीनं प्रत्येकाला घर देण्याचं आश्वासन दिलं आहे तर तुम्हाला एकट्याला एवढ्या मोठ्या घरात राहण्याचा काही अधिकार नाही. तो माणूस थोडा चक्रम आहे, पण ते कोमितेह परत आले आणि तुम्हाला उगाचच त्रास द्यायला लावल्याबद्दल त्यांनी त्या माणसाला चांगलं खडसावलं."

माझा नवरा त्या गॅस कामगारांची नेहमी आठवण ठेवायचा. आमच्याकडे पार्टी असली की, घरात बनलेलं चांगलंचुंगलं अन्न आवर्जून स्वत: त्या कामगारांना नेऊन द्यायचा, त्याच्या मृत्यूनंतर ही पद्धत मी तशीच चालू ठेवली होती. तेव्हा कमावलेल्या सदिच्छा आता कामास येत होत्या. एक माणूस रागावला तरी बाकीच्यांवर मी विश्वास टाकू शकते हे मला समजत होतं.

पण त्यानंतरच्या एका विचित्र घटनेनं, मी कोमितेहच्या नजरेच्या टप्प्यात आहे हे मला ठळकपणे जाणवून दिलं. एका रात्री जमलेले पाहुणे जेवायला बसतच होते. प्रत्येकाच्या पुढ्यात दारूचा ग्लास होता. माझा मुलगा बागेतून पळत आला.

"आई दोन सैनिक गेटमधून आत आले आहेत." तो ओरडून सांगत होता.

काही सेकंदातच माझ्या घाबरलेल्या पाहुण्यांनी त्यांचे ग्लास किचन सिंकमध्ये रिकामे केले. पुरुषांनी व्होडका, व्हिस्की आणि वाईनच्या बाटल्या उचलल्या आणि त्या भरात निरनिराळ्या बाथरूममधल्या बेसिनमध्ये आणि टॉयलेटमध्ये ओतून दिल्या. काही हजार डॉलर्सचं मद्य एक मिनिटात किंवा त्याहूनही कमी वेळात नष्ट झालं. एका स्त्रीला भीतीनं मूर्च्छा आली. अनेकजणी पडल्या. भीतीनं आमची ही

पळापळ चालू असताना त्या रात्रीपुरते बोलावलेले नोकर आमच्याकडे टकमक बघत होते. त्यांना ही एक विचित्र गंमत वाटत होती. शेवटी जेव्हा त्या दोघांनी दार वाजवलं (ते ज्या फाटकातून आत आले होते ते घरापासून बऱ्यापैकी लांब होतं.) ते कोमितेह नसून पोलिसच निघाले. नव्या राज्यात पोलिसांचे अधिकार आणि पगारही बरेच कमी केले होते आणि आता त्यांना फक्त पार्किंगचे गुन्हे नोंदवण्याची परवानगी होती. त्यामुळे त्यातल्या बऱ्याच जणांनी खाजगी सुरक्षा रक्षक म्हणून जादा काम करून उत्पन्नाला जोड द्यायला सुरुवात केली होती.

"नमस्कार बाईसाहेब," त्यातला एक अतिशय अदबीनं म्हणाला, "तुमच्या पाहुण्यांपैकी एकाच्या गाडीचं दार उघडं राहिलं आहे."

हुश्श ! त्यानं दिलेल्या माहितीकरता मी त्याला बक्षिसी देऊ केली. त्याला त्याचीच आशा होती. तो अधिकच हलक्या आवाजात म्हणाला, "तुम्हाला माहीत आहे का बाईसाहेब, क्रांतिकारी समितीचं गेले काही दिवस तुमच्या घरावर लक्ष आहे. त्यांच्या मुख्यालयाच्या दृष्टीनं ते या जागेचा विचार करत आहेत."

मी त्यांना धन्यवाद दिले आणि दार लावून घेतलं. सगळे पाहुणे पांढरेफटक पडले होते. त्यांचा धक्का अजून ओसरला नव्हता. त्यानंतर कुणी काही खाऊ शकलं नाही. सगळ्या पार्टीचा विचका झाला. याहीपेक्षा वाईट म्हणजे मी यापुढे फार फार सावधगिरीनं वागलं पाहिजे. हे या भेटीनं माझ्यावर चांगलं ठसवलं. माझ्या छोट्याशा बेटावरचा स्वर्ग काही सुरक्षित राहिला नव्हता. हमीदनं माझ्या घरापासून दूर राहण्यात आणि दिवसा जेव्हा इतर लोक आजूबाजूला असतील तेव्हाच घरी येण्यात शहाणपणा केला होता यात काही शंकाच नाही. त्याच्याइतकी मी सावध राहिले असते तर किती बरं झालं असतं.

१९८१ च्या मध्यापर्यंत मी तेहरानमध्ये राहू शकणार नाही हे मला समजून चुकलं आणि मी माझा प्रिय देश सोडून जाण्याच्या दृष्टीनं पावलं टाकायला सुरुवात केली. गिती मामी अगोदरच गेली होती. खोमेनीनं एक नवीन कायदा केला आणि लगेचच बरखास्तही केला की, ज्यांची अठरा वर्षांखालील मुलं परदेशात शिकत आहेत ते पालक बाहेर जाऊन त्यांना भेटू शकतील, पण आई किंवा वडील यांच्यापैकी एकानंच एका वेळी जायचं व त्या वेळी दुसरा देशातच जणू ओलीस असला पाहिजे. गिती मामीच्या दोन मुली त्यावेळी न्यूयॉर्कमध्ये शिकत होत्या, ती राजरोस विमानानं गेली. अर्देशीर मामा अवैध रीतीनं तुर्कस्थानमार्गे बाहेर पडले. जाण्यापूर्वी त्यांनी 'ला रिझर्व्ह' मधले त्यांचे शेअर्स गिती मामीच्या माहेरच्या मंडळींना विकले होते. गितीचं माहेर म्हणजे बलाढ्य सेफेरिस कुटुंब होतं. ज्यांचे वरपर्यंत धार्मिक हितसंबंध होते आणि क्रांतीच्या लाटेतून तगून जाण्याची ज्यांची शक्ती होती.

त्यांनी मोठ्या अभिमानानं १९७५ साली सुरू केलेलं 'ला रिझर्व्ह' आता तेच राहिलं नव्हतं. सुरुवातीला दारूवर बंदी आली. तरी ते रेस्टॉरंट चांगलं चालत होतं, पण मग कोमितेह वारंवार येऊन वाईन घेणाऱ्या ग्राहकांना आणि देणाऱ्या सेवक वर्गाला फार त्रास देऊ लागले. नंतर अल्कोहोल बेकायदा ठरवल्यावर त्यांनी ग्राहकांना स्वत:ची दारू आणायला परवानगी दिली व रंग कळू नये म्हणून रेस्टॉरंटकडून गडद रंगाचे ग्लास पुरवण्यात येत. काही महिन्यानंतर अचानक कोमितेहनं धाड घालून हजारो डॉलर्स किमतीचे गोठवलेलं डुकराचं मांस व मासे नष्ट केले, कारण कुराणात सांगितलेले खाण्याचे नियम पाळणाऱ्या इस्लामी राज्यात या वस्तूही अवैध होत्या.

मी इराण सोडला तोपर्यंत फारसं कुणी रात्री जेवायला रेस्टॉरंटमध्ये जाईनासं झालं होतं. कारण एकतर पुष्कळदा संचारबंदी असे; आणि दुसरं म्हणजे रात्री गस्त घालताना कुणालाही विनाकारण अडवण्याची कोमितेहची पद्धत होती. 'ला रिझर्व' सुद्धा दुपारच्या जेवणाच्या वेळी होणाऱ्या गर्दीवरच चाललं होतं. मामा मामी निघून गेले होते. आमच्या कुटुंबात फक्त याच दोघांचा क्रांतीला पाठिंबा होता, पण शाहच्या पलायनानंतरही अपेक्षित जागृती आणि गरिबांच्या जीवनमानातली सुधारणा न झाल्यामुळं त्यांचा भ्रमनिरास झाला होता.

ते गेल्याबरोबर मी फरहादच्या 'पालकांकडे' लकडा लावला की, फरहादच्या भांडवलापैकी थोडं तरी त्यांनी आम्हाला परदेशी पाठवून द्यावं. म्हणजे कुठल्याही कारणाने आम्हाला जर देशाबाहेर जावं लागलं तर आम्हाला तो आर्थिक आधार राहील. माझ्या मामांबरोबर झालेल्या अनेक बैठकीनंतर त्यांनी एकदा मला घर विकायची परवानगी दिली. त्याच्याआधी मी अनेकवार केलेल्या विनंतीला त्यांनी नकार दिला होता; पण तुमानच्या तुलनेत अमेरिकन डॉलरची किंमत कितीतरी वाढली होती आणि फरहादच्या संपत्तीची किंमत दिवसेंदिवस कमी होत होती. माझ्या पतीच्या उरलेल्या भागीदारानं – जमशिदनं – काळ्या बाजारातून सत्तर हजार डॉलर्स स्विस खात्यात पाठवायचं मान्य केलं, पण तो पैसा पुन्हा आमच्या दृष्टीस पडला नाही. जमशिदनं नंतर मला सांगितलं की, आम्ही देश सोडल्यानंतर कोमितेहनं फरहादच्या संपत्तीची तपासणी केली आणि देशाबाहेर पाठवलेला पैसा उघडकीस येऊ नये, म्हणून कमी पडणाऱ्या पैशांची त्यानं स्वत:च्या पैशातून भरपाई केली.

जमशिद आणि अमिनींच्या डावपेचांना आम्ही नेहमीच बळी पडत होतो. माझ्या पतीनं त्याच्या मुलासाठी ठेवलेल्या पैशातला बराचसा पैसा हा त्याचा भागीदार व त्याचा भाऊ अली यांनी त्यांच्या बांधकाम व्यवसायात वापरला होता. फरहादजवळ असलेली रोकड त्यांनी इतक्या जोखमीच्या धंद्यात घालू नये म्हणून मी केलेल्या विनवण्यांकडे त्यांनी लक्ष दिलं नव्हतं. पूर्वी जरी बांधकाम कंपन्या जोरात चालत

असल्या तरी आता रोज त्या बुडत होत्या. फरहादचा काहीच फायदा झाला नसता. कारण त्याच्या वडिलांच्या जुन्या फर्ममध्ये त्याचा काहीच हिस्सा नव्हता. तो सगळा अमिनींकडे गेला होता आणि आता त्यांची कंपनी वाचवण्यासाठी ते फरहादचा पैसा वापरत होते आणि मी हे थांबवण्यासाठी काहीही करू शकत नव्हते. कारण माझ्या नवऱ्याला माझ्या मुलाचं भवितव्य कशा प्रकारे घडावं यासाठी एक मत नोंदवण्या एवढीसुद्धा माझी, एका स्त्रीची व त्याच्या पत्नीची लायकी आहे असं वाटलं नव्हतं.

जमशिद आणि अली यांची मी घरातल्या वस्तूंच्या यादीवर सही करावी अशीही इच्छा होती. कायद्याप्रमाणे अज्ञान मुलाच्या पालकांचं हे काम आहे की, तीन वर्षांच्या आत घरातील सर्व वस्तू व प्रत्येकाचं अंदाजे मूल्य अशी एक यादी केलीच पाहिजे. ही यादी करण्याचं कारण म्हणजे जर एखादी वस्तू गहाळ झाली तर कुणाला तरी जबाबदार धरता येतं. सहसा ही जबाबदारी त्या विधवेवर येते. कारण ती पुन्हा लग्न करेपर्यंत ते घर व त्यातील फर्निचर, सामानसुमान वापरू शकते, पण त्यातली एकही गोष्ट विकायचा तिला अधिकार नसतो. यादी वेळेत तयार न होणं हे इतकं गंभीर समजलं जातं की, ज्या व्यक्ती ही यादी वेळेत तयार करण्याची खबरदारी घेत नाहीत त्यांच्याकडून पालकत्वाचे अधिकार आणि त्या पैशांवरचं नियंत्रण काढून घेतलं जातं.

इतक्या काळानंतर त्या यादीवर मी सही करावी यासाठी अमिनी घायकुतीला का येत होते हे मला समजत होतं. अगोदरच त्यांनी घरातल्या कितीतरी मौल्यवान वस्तू लंपास केल्या होत्या. आता जर मी त्या यादीवर सही केली, तर केवळ त्यांचं कायदेशीर कर्तव्य पुरं होऊन फरहादच्या संपत्तीचा ताबा त्यांच्याकडेच राहिला असता. एवढंच नव्हे तर त्यांनी केलेल्या चोरीला माझी मान्यता आहे असा अर्थ त्यातून निघत होता. माझ्या नवऱ्याच्या मृत्यूनंतर लगेचच गिती मामीनं आणि मी अलीला आमच्या दिवाणखान्यातून स्टिरिओ उपकरणं प्लगमधून काढून सरळ घेऊन जाताना पाहिलं होतं. त्याबद्दल त्यानं एका शब्दाचं स्पष्टीकरण दिलं नव्हतं. त्याला तो आपला हक्कच वाटला, असं म्हणायचं. माझी मामी आणि मी इतक्या भयंकर चकित झालो होतो की, आमच्यासमोर चाललंय हे खरं की खोटं हेच आम्हाला समजत नव्हतं. आमच्या तोंडून शब्दही फुटला नाही. पुढे मी तो स्टिरिओ अलीच्या घरी पाहिला, पण त्याची बायको ठासून सांगत राहिली की तो त्यांनी नुकताच खरेदी केला आहे.

बिजानच्या मृत्यूनंतर इतरही मौल्यवान चिजा अदृश्य झाल्या होत्या. सोनं, प्लॅटीनम आणि हिरेजडीत सिगरेट लायटर्सचा त्यांचा सुंदर संग्रह, सहा एक निकॉन कॅमेरे आणि त्यांच्या बरोबरच्या काही हजार डॉलर्स किमतीच्या लेन्सेस, त्याचा रत्नजडीत कफलिंक्सचा संग्रह, माझ्याखेरीज फक्त अमिनीच या गोष्टींपर्यंत पोचू

शकत होते.

या मौल्यवान वस्तू मी विकल्या या माझ्यावरच्या संभाव्य आरोपाचा माझा एकमात्र बचाव आणि त्यांच्याविरुद्ध माझ्या हातात असलेलं एकमात्र कायदेशीर शस्त्र म्हणजे मी त्या यादीच्या कागदपत्रांवर सही न करणं आणि म्हणून ती मी करावी यासाठीच्या त्यांच्या प्रचंड दबावाला मी तोंड देत राहिले.

फरहादला इराणबाहेर नेण्याच्या माझ्या इच्छेला त्यांचा साफ आणि सतत नकार होता. त्यामुळे मी पैसा बाहेर पाठवण्याचा मार्ग स्वत:च शोधायच्या उद्योगात मी लागले. ॲना नावाच्या माझ्या मैत्रिणीनं माझी तिच्या नवऱ्याशी ओळख करून दिली. पॉल, तेहरानमधल्या एका पाश्चिमात्य वकिलातीत काम करत होता. सुरुवातीला माझ्यासाठी फर आणि दागदागिने बाहेर नेण्यासाठी त्यानं त्याचं राजनैतिक स्थान वापरलं. पुढे त्यानं माझी एका व्यावसायिक स्मगलरशी ओळख करून दिली. हा इटालियन माणूस इथले गालिचे देशाबाहेर नेऊन ते युरोपमध्ये पोचवू शकत होता. जिथे त्यांचं रूपांतर पुन्हा रोखीत होऊ शकत होतं.

एका रात्री मी पॉल, ॲना आणि त्या स्मगलरला रात्री जेवायला बोलावलं. मला त्या माणसाला स्वत: जोखायचं होतं, तेही माझ्या स्वत:च्या परिसरात. मी इराण सोडलाच, तर माझ्यावर येणाऱ्या संभाव्य आर्थिक संकटातून सुटण्यासाठी पैशाची तरतूद करण्यासाठी मी गालिच्यांची चोरटी निर्यात करावी का या विषयावर मला सल्ला देण्याची कुटुंबातील कुणाचीही, हमीदचीही इच्छा नव्हती. अयातुल्लाच्या अमलात, कुठल्याही मौल्यवान वस्तूची, रोकड, दागिने, गालिचे, जुनी नाणी, चोरटी निर्यात मृत्युदंडास पात्र होती. परदेशी बँकांबरोबर व्यवहार करायला आम्हाला मनाई होती. पैसे बाहेर पाठवले जात नाहीत ना हे बघण्यासाठी नेहमीच परदेशात जाणारी पत्रं फोडली जात. हे कायदे ताघौतींना समोर ठेवून केले होते. मला वाटलं की, मी त्याच्याशी एकदा नुसतं बोलले तरी माझं आयुष्य त्याच्यावर सोपवण्याइतका विश्वास त्याच्यावर टाकावा की नाही याची मला बऱ्यापैकी कल्पना येईल.

तो गोड बोलणारा, प्रेमळ आणि मोठ्या वयाचा माणूस होता आणि सुंदर मुलींचा चाहता होता. तो स्मगलर मला पाहिल्याबरोबर आवडला आणि माझा त्याच्यावर चटकन विश्वास बसला. त्याच्या अटी त्यानं अगदी मोकळेपणानं सांगितल्या.

''माझ्या ट्रेलर ट्रकमध्ये एक खास जागा आहे तिथं मी चोरटा माल ठेवतो.'' तो अगदी शांतपणे सांगत होता, ''मी आतापर्यंत तेहरान ते इटली आणि परत अशा अनेक खेपा केल्या आहेत, पण अजून एकदाही हा माल कुणाला सापडला नाही. थोडे पैसे चारले म्हणजे तपासणी न होता सीमेपार जाता येतं. तुम्हाला एका गालिचासाठी साडेसातशे स्विस फ्रँक्स द्यावे लागतील.''

मी त्यांना सांगितलं मी मला दुसऱ्या एका पश्चिम युरोपियन देशात गालिचे

पोचवायचे आहेत. तिथे माझा चुलतभाऊ दारा ते ताब्यात घेईल. त्या देशाचं नाव ऐकून त्यानं एक हलकी शीळ घातली.

"हे जरा अवघड आहे. ती सर्वांत कडक सीमा आहे. आम्ही ते करू शकतो, पण त्यात थोडा धोका आहे. आम्ही काय करू की, एका लहानशा गाडीतून माल सीमेपर्यंत नेऊ, माल सीमेच्या अलीकडे उतरवू. रिकामी गाडी पलीकडे जाईल. आम्ही दुसरीकडून माल पलीकडे नेऊ, ड्रायव्हर परत आम्हाला गाडीत घेईल. तुमच्या भावाला आम्ही टेलिफोन करून डिलिव्हरीची जागा आणि वेळ कळवू. मी तुम्हाला आत्ताच सांगतो की, शेवटच्या क्षणी आमच्या सूचनांमध्ये अनेक बदल होऊ शकतात. आम्हाला तिकडची सरकारी स्वागत समिती नको आहे."

तो हसला. तो अगदी निवांत आणि नि:शंक होता, जणू स्मगलिंग हे जगातलं सर्वांत सामान्य काम होतं आणि तो त्याच्या शब्दाला जागलाही.

एकदा मला चांगला स्मगलर मिळाल्यावर मी सर्वोत्तम गालिचे मिळवण्याच्या मागे लागले. इराणचा एक अविभाज्य अंतरंग असलेल्या पण मला सर्वस्वी अपरिचित अशा एका जगात मी प्रवेश केला. गालिचे विणण्याची प्राचीन कला ही आमच्या इतिहासाचा भाग होती. गालिचे हे आमच्या कलाकुसरीची सर्वांत सुंदर अभिव्यक्ती आहे. रंग, रेषा, आकृती यांच्यावरच्या आमच्या प्रेमाचं ते दृश्य प्रतीक आहे. कळतेपणीच्या आयुष्यात प्रथमच मी एक साधी फुलाफुलांची चादोर घेतली आणि टॅक्सीनं (माझ्या गाडीतून गेले असते तर माझ्या हालचालींचा माग ठेवता आला असता.) 'बझार'मध्ये गेले. सहा एक किलोमीटर लांब अरुंद, नागमोडी टिनाच्या छपरांनी आच्छादलेल्या बोळकांड्यांच्या दोन्ही बाजूला दुकानं होती. हा बझार म्हणजे आमच्या शहराचं हृदय होतं आणि जुन्या वळणाचे इराणी लोक इथेच खरेदी किंवा त्यांचा व्यवसाय करायचे.

'बझारचं' इथल्या व्यापाऱ्यांचं राजकीय आणि आर्थिक स्थान इराणमध्ये फार महत्त्वाचं राहिलं आहे. त्या लहान दाटीवाटीच्या दुकानांमागं, गुरं आणि माणसं यांच्या जागेसाठी चाललेल्या झोंबाझोंबीच्या गोंधळाच्या मागच्या बाजूला इराणमधली काही सर्वांत संपन्न घरं होती. सहसा धार्मिक कुटुंबामधून आलेले हे व्यापारी, इराणी लोकांसाठी अनधिकृतपणे सावकारी करत आणि बरेचसे व्यवहार हे कागदपत्रांशिवाय फक्त माणसांच्या शब्दावर चालायचे. चादोर ही फक्त माझी ओळख लपवण्यापुरती उपयुक्त नव्हती; बझार हा रुढीप्रिय इराणचा कप्पा होता आणि आपलं सर्वांग काळजीपूर्वक झाकून घेतल्याखेरीज तिथे बायका यायच्या नाहीत.

गालिच्यांची शेकडो दुकानं धुंडाळण्यात, चांगला सौदा पटवण्यात आणि पर्शियन गालिच्यांच्या विविध प्रकारांची माहिती घेण्यात मी बरेच दिवस घालवले. शिकारीची चित्रं असलेले गालिचे ताब्रिझहून यायचे. मशिदीचे घुमट हे इस्फहानच्या

गालिच्यांचं वैशिष्ट्य होतं. बलुचिस्तानी कलाकारांची पसंती तपकिरी आणि गडद निळ्या रंगांना असे. तर कशानी प्रकारच्या गालिच्यांवर घनाकृती पार्श्वभूमीवर मोठी पदकं विणलेली असायची. उत्कृष्ट दर्जाचे रेशमी गालिचे क्वोमधून यायचे तर इस्फहानचे कारागीर सर्वोत्कृष्ट होते. मी बझारमध्ये यापूर्वी कधीच खरेदी केली नव्हती, पण आता मी जवळजवळ रोज तिथे जात होते. ओझी लादलेली गाढवं आणि गाड्या यांच्यातून वाट काढत होते; आरडाओरडा, हातवारे करणाऱ्या गिऱ्हाइकांमधून दुकानदाराचं लक्ष वेधून घ्यायला शिकत होते.

गालिचे विकत घेण्यासाठी हातात रोकड हवी म्हणून जे जे शक्य होतं ते सगळं मी विकून टाकलं. साठ हजार डॉलर्सला माझी आणि माझ्या आईची लग्नाची अंगठी विकली. उतावळ्या अमेरिकनांकडून विकत घेतलेलं फर्निचर, माझे कपडे, भांडीकुंडी सगळं काही, जे माझ्या नवऱ्याचं नव्हतं व मी 'माझं' असं हक्कानं म्हणू शकत होते ते ते सगळं विकलं. काहीतरी कायदेशीर खुसपट काढून फरहादला माझ्यापासून तोडण्याची संधी मी अमिनींना देणार नव्हते.

अशा रितीनं मी चार लाख डॉलर्स किमतीचे गालिचे चोरून बाहेर पाठवले, दारानं ते नीट ठेवले व विकायचा प्रयत्न केला. स्मगलिंगची माझ्याकडची बाजू फारच धोक्याची होती. प्रत्येक पाठवणीच्या वेळी तीन माणसं घरी यायची. व्यावसायिक सफाईनं प्रत्येक गालिचा भराभर वेगवेगळा करून प्लॅस्टिकमध्ये गुंडाळायची आणि मग झटपट पण गुपचूप बाहेर उभ्या असलेल्या पायकन गाडीत भरायची. डोळ्यांत भरणारी मोठी गाडी आणण्यापेक्षा ते ही नोकरपेशा माणसांची लहानशी मोटार आणायचे. ते एकदा जरी माझ्या घरात किंवा तेहरानमध्ये फिरताना सापडले असते, तर त्यांची रवानगी तुरुंगात झाली असती आणि माझा शिरच्छेद झाला असता.

माझ्या नवऱ्याचा भागीदार जमशिद हासुद्धा त्याच्या काही मौल्यवान वस्तू देशाबाहेर नेण्याचे मार्ग शोधत होता. त्याच्याकडची माझी पत जरा वाढावी म्हणून मी त्याला माझ्या स्मगलिंगवाल्या माणसाची माहिती दिली. माझ्याबरोबर त्याचेही गालिचे पाठवता यावेत म्हणून माझ्या घरी त्याचे गालिचे आणून दिले. त्याला दोन मिलियन डॉलर्सचे गालिचे बाहेर पाठवता यावेत म्हणून मी माझा जीव धोक्यात घातला.

बाहेर पाठवायला गालिचे शोधत होते, तेव्हाच मी घर विकायचाही प्रयत्न करत होते. फरहादची संपत्ती रोकड स्वरुपात असली तर ती हडपणं सोपं होतं. म्हणूनच अमिनींनी मला घर विकायची परवानगी दिली होती, हे मला समजत होतं. एका विधवेकडून घर हिसकावून घेणं हे अगदी स्त्रीद्वेष्ट्या इराणमध्येही फारच डोळ्यांवर आलं असतं, पण त्या वेळी मी गिऱ्हाईक शोधायचा थोडा प्रयत्न केला आणि त्या अनुभवानं मला देशातील नव्या धार्मिक राजेशाहीची खरी झलक दिसली. माझा पती जिवंत असताना, त्याला त्या घर व बागेसाठी सात दशलक्ष

मिलियन डॉलर्सचा प्रस्ताव आला होता. क्रांतीनंतर किमती खूप उतरल्या. तरी आम्ही घर व लगतची थोडी जमीन यांचे दोन दशलक्ष डॉलर्स मागत होतो. बरेच लोक घर बघून गेले; उघडच आहे की घर आवडलं, तर तेवढे पैसे खर्च करायची त्यांची तयारी होती.

पण मी ज्यांच्यामधे वाढले तो इराणचा धनिकवर्ग हा नव्हता. संभाव्य ग्राहक त्यांच्या मोठ्या कुटुंबाच्या घोळक्यानं येत. त्यातल्या बायका चादोर फलकवायच्या, मुलं मोठमोठ्यांदा तक्रारी करायची तर, पुरुष माणसं माझ्याशी मुद्द्याचं बोलायची. ते उघडच नवश्रीमंत होते. ते घरातल्या किमती फर्निचरकडे पाहातच राहायचे. त्या वेळी इराणमध्ये नवीनच असलेल्या, घर गरम-थंड ठेवण्याची एकत्रित यंत्रणा माझ्या घरात पाहून ते अगदी थक्क होऊन जायचे. त्यांच्याकडं इतक्या झटकन एवढा पैसा आला तरी कुठून? हे लोक शेमिरानसारख्या जागी कसे शोभून दिसणार असं मला वाटत राहायचं. यांच्या उत्पन्नाच्या स्रोताचा अंदाज करावा एवढी नव्या राजवटीबद्दल मला माहितीच नव्हती.

मी या नव शक्तिशाली लोकांचं आगतस्वागत करत होते, त्या काळात हमीद देश सोडण्याची तयारी करत होता.

''जा, तू प्लीज जा. माझ्यामुळे इथे थांबू नको.'' मला प्रिय असलेल्या दुसऱ्या व्यक्तीला मी हे सांगत होते, ''तुला शोधायला त्यांना किती वेळ लागेल एवढाच प्रश्न आहे.''

मित्रांकडे रहायचं, मधूनच घरी जाऊन कपडे घेऊन यायचं असं करत हमीदनं काही महिने काढले, पण कोमितेह आता हात धुवून त्याच्या मागे लागले होते. त्यांनी त्याच्या अटकेचं वॉरंट काढलं होतं. त्याची कंपनी त्याच्या हाताखालच्या लोकांच्या हातात गेली होती. कुटुंबाची प्रचंड मालमत्ता सुरक्षित ठेवता येईल अशी काही आशा दिसत नव्हती. माझा स्मगलिंगचा प्रकल्प यशस्वी झालेला बघून त्याचा माझ्याबद्दलचा दृष्टिकोन बदलला हे आठवून मला थोडं बरं वाटतं.

''तू एकटीनं सगळा धोका पत्करलास आणि जमलं की तुला.'' तो म्हणाला त्याची सुझान मोजे धुऊ शकत होती तसाच विचारही करू शकत होती.

हा बदल होऊनसुद्धा सर्वसाधारण इराणी पुरुष त्यांच्या बायकांकडून अपेक्षा करतात तसं दास्यत्व पत्करणं आपल्याला जमणार नाही, हे मला जाणवायला लागलं होतं. माझ्या हृदयात हमीदबद्दल हळव्या भावना होत्या, पण माझा मेंदू मला सांगत होता की, क्रांतीबाहेरच्या खऱ्याखुऱ्या जगात आम्ही एकत्र राहाणं शक्य नाही.

''देवा, मी हे सारं कसं सोडून जाऊ?'' एका रात्री तो म्हणाला, ''इतकं गोड आयुष्य पृथ्वीच्या पाठीवर दुसरीकडे कुठं बरं मिळेल?'' खरंच, दुसरीकडे कुठे मिळणार? पश्चिमेकडच्या श्रीमंत पुरुषांना अशा छोट्याछोट्या सवलती मिळत

नाहीत. तिथे संपत्ती उगाच मिळत नाही. तिथे संपत्ती ही तुम्हाला अधिक विचारी, अधिक धोरणी बनवते. केवळ संपत्तीमुळे तुम्ही आदराचे धनी होऊ शकत नाही.

आम्ही दुःखाने एकमेकांचा निरोप घेतला आणि १९८१च्या डिसेंबरमध्ये एका बर्फाळ दिवशी तो तुर्कस्थानमार्गे इराणच्या बाहेर पडला. ती वाळवंटं आणि तो पर्वत यांना तो कायमचा पारखा झाला. इस्तंबूलहून सुमारे दहा दिवसांनी त्याचा सुखरूप पोचल्याचा फोन आला.

"खडतर प्रवास होता." हे त्यानं सांगितलं पण तपशील काही सांगितला नाही. एका दृष्टीनं ते बरंच झालं, कारण नाहीतर काही महिन्यांनी मी त्याच वाटेनं जायचं धाडस केलं नसतं.

हमीद गेल्यानंतर मी फरहादला आणि स्वत:ला सुखरूप देशाबाहेर काढणं एवढ्या एकाच कामाच्या मागे लागले. मला माझ्या मौल्यवान चीजवस्तू देशाबाहेर पाठवायच्या आहेत असं काही थोड्या लोकांना कळेल अशी व्यवस्था केली. अजून माझ्याकडं विकण्यासारख्या काही वैयक्तिक चिजा होत्या. माझ्या एका मैत्रिणीनं सुचवलं की, एक गट असाच देशाबाहेर जाण्याच्या प्रयत्नात होता. ते लोक संपत्ती विकून तो पैसा जुन्या पर्शियन स्टँप्समध्ये गुंतवत होते. ते वजनानं हलके असतात आणि लपवायला सोपे असतात. त्या गटाला मी भेटावं.

"गालिचे स्मगल करण्यापेक्षा हे कितीतरी सोपं आहे." तिचं म्हणणं मलाही पटलं.

या प्रयत्नात माझी एका कमाल नावाच्या माणसाशी भेट झाली. ह्याच माणसानं मला सुटकेसाठी मदत केली आणि तो माझा दुसरा नवरा बनला. मी कमालला प्रथम भेटले तेव्हा तो एका स्त्रीबरोबर आणि आणखी एका माणसाबरोबर रेस्टॉरंटमध्ये बसला होता. त्याचा लांबट कृश चेहरा आणि गडद स्वप्नाळू डोळे नजरेत भरत होते, पण मला त्यात काही स्वारस्य नव्हतं. माझं सगळं लक्ष फक्त व्यवहाराकडं होतं, माझ्या मैत्रिणीनं मला त्यांच्याशी ओळख करून देण्यासाठी तिथे आणलं होतं. माझ्या सुटकेची किल्ली कदाचित त्यांच्याकडे असणार होती. हमीद देशाबाहेर जाऊन अवघे तीन आठवडे झाले होते आणि सध्या मला कोणातही गुंतणं परवडणारं नव्हतं. पण कमालनं नंतर मला सांगितलं की, मी तिथे उभी राहून अपेक्षेनं त्यांच्याकडे पाहात होते, त्या क्षणीच तो माझ्या प्रेमात पडला. इतर लोक स्टँप्स स्मगल करण्यातले विविध फायदे, देशाबाहेर जाण्यासाठी योग्य माणूस शोधणं अशा विषयांवर चर्चा करत होते, तेव्हा त्याचं सारं लक्ष माझ्या ठायी एकवटलेलं होतं.

बोलताना एकदा त्यानं सुचवलं, 'हे बघ, आम्ही जायच्या वेळी तुझी तयारी झाली नसेल, तर आम्ही थोडं नंतर जाऊ. तुझ्यासाठी थांबू." तो हे मनापासून म्हणत होता. त्याची माझी ओळख होऊन तासभर झाला असेल, आताच तो

माझ्यासाठी त्याचं आयुष्य बदलायला तयार झाला होता.

ठरल्याप्रमाणं मी त्यांना घेऊन घरी गेले. त्यामुळे आम्हाला चर्चा पुढे चालू ठेवता आली असती. कमालचा चुलत भाऊ, पुराण्या वस्तूंचा तज्ज्ञ होता. माझ्या घरात दुसऱ्या मजल्यावर लावलेल्या चित्रांचं तो मूल्यमापन करू शकला असता. ते दोघं तासभर माझ्याबरोबर होते. तेवढा सगळा वेळ तो आम्हाला, तो त्या रात्री ज्या कार्यक्रमाला जाणार होता तिथे येण्याचं आग्रह करकरून निमंत्रण देत राहिला. माझा नकार स्वीकारायला नकार देत राहिला, शेवटी माझ्या मैत्रिणीनं आणि मी त्याच्याकडे दुपारी जेवायला जायचं कबूल केलं.

दुसऱ्या दिवशी आम्ही गाडीनं माझ्या आवडत्या उपनगरात सल्तनताबादला गेलो. तिथे मोठ्या खिडक्या आणि खुल्या फ्रेंच दरवाज्यांच्या एका शुभ्र देखण्या हवेशीर घरात कमाल राहात होता. ते घर सुंदर इटालियन आणि पुराण्या फ्रेंच वस्तूंनी भरलं होतं. बांधकाम व्यावसायिक असलेले त्याचे वडील आणि त्याची आई देश सोडून गेले होते आणि कुटुंबाच्या मालमत्तेच्या रक्षणासाठी कमाल मागे राहिला होता. कमाल स्वत: एक राजनैतिक अधिकारी होता, परराष्ट्र मंत्रालयात काम करत होता. नव्या राजवटीला ताघौती नकोसे झाल्यामुळे कामावर छळणूक करून घेण्यापेक्षा त्याने नोकरी सोडून दिली. त्याचे वडील पॅरिसला सुरक्षित राहून सूचना द्यायचे. त्याप्रमाणे तो वडिलांचा इथला कारभार सांभाळत होता.

मी त्याला भेटण्याअगोदर चारच महिने, एका हॉस्पिटलच्या इमारतीच्या कामावर देखरेख करायला गेला असताना, कमालला शिराझमध्ये अटक झाली होती. बाकी सगळ्या कंपन्यांप्रमाणे त्याच्या फर्मच्या डोक्यावरही बँकांचं प्रचंड कर्ज होतं आणि ते थकलं होतं. सरकारनं प्रकल्पाला पैसे द्यायला नकार दिल्यानंही त्यांना त्रास होत होता. सरकारी अधिकाऱ्यांचं म्हणणं होतं की, देशाला हॉस्पिटल्स परवडत नव्हती आणि कंपनीनं बहुधा बिलंही भरमसाठ लावली होती.

दोन महिने तुरुंगात काढल्यावर, एका स्थानिक अयातुल्लाहनं कमालची सुटका केली, त्याने त्याला लाचखोरी आणि देणी थकवणं या आरोपांमधून मुक्तता करणारं पत्रही दिलं. कमाल कागदाचा तो अमूल्य तुकडा नेहमी स्वत:जवळ बाळगायचा. कारण त्याच आरोपांखाली त्याला पुन्हा कधी अटक होईल हे सांगता येत नव्हतं.

माझी कमालमध्ये गुंतण्याची अजिबात इच्छा नसताना, त्यानं मात्र मला आकर्षित करण्याचा एकही प्रयत्न बाकी ठेवला नाही. मला काही अडचण असेल तर काही मदत हवी का म्हणून दिवसातून दहादा फोन करणं, गुलाबांची भली मोठी करंडी घेऊन अचानक टपकणं, मला सतत पार्ट्यांना बोलावणं वगैरे वगैरे प्रयत्न चालू होते. माझ्या सगळ्या मैत्रिणींना हमीदपेक्षा हा माझ्यासाठी चांगला बदल वाटत होता. हमीद म्हणजे सांगितल्या वेळी तोंड दाखवेल याची काही खात्री

नसायची. कमालला अनेकदा धुडकावून झाल्यावर अखेर एकदा मी त्याला दुपारच्या चहाला बोलावलं. त्यानं या संधीचा पुरेपूर उपयोग केला आणि शेवटी आमच्या भेटींना सुरुवात झाली.

"तुला सांगू का सुझान, आता मला खरोखरी आयुष्यात स्थिरावायचं आहे." तो म्हणायचा, "मला आता लग्न करावंसं वाटतंय." नंतर तो म्हणाला, "तू माझ्या स्वप्नांची राणी आहेस."

आमच्या आयुष्याचा नाश होत होता. आम्ही आमच्या देशाकडे कायमची पाठ फिरवायच्या तयारीत होतो आणि अशा वेळी हा माणूस प्रेमात पडण्याचा विचार कसा काय करू शकतो? पुरुषांनी आतापर्यंत मला इतकं दमवलं होतं, त्यांच्यापासून आपल्याला काय हवं आहे याबद्दल माझ्या मनात इतका गोंधळ होता की तो असं काही बोलायला लागला की मी त्याला हसून उडवून लावायची. त्याच्या विवाहाच्या अनेक प्रस्तावांना मी हो किंवा नाही यांपैकी काहीच म्हणत नव्हते. कदाचित हा माझा विचित्रपणा वाटेल, पण पुरुष हे माझ्यालेखी मला मदत करणारे, मी संकटात असताना माझं संरक्षण करणारे असेच होते. मी कमालवर प्रेम करत नव्हते. मी कधी त्याला तसं दर्शवलंही नाही, पण मला पळून जाण्यासाठी त्याची गरज होतीच.

१९८२च्या फेब्रुवारीपर्यंत आपण लवकरच हा देश सोडायला हवा याबद्दल माझी खात्री पटत चालली होती. माझा मुलगा शाळेच्या विचित्र पद्धतीत अधिकाधिक भयग्रस्त होत होता. तो कुराणाव्यतिरिक्त फारसं काही शिकत नव्हता आणि त्याचे शिक्षक तो एक श्रीमंत बच्चा असल्याबद्दलची नाराजी मुळीच लपवत नव्हते. वर्गात मध्येच बोलल्याबद्दल शिक्षा झाली म्हणून तो कित्येकदा रडत घरी यायचा. खरं तर फरहाद हा अगदी आज्ञाधारक मुलगा होता, हे मला माहीत होतं. तो गरीब वस्तीतल्या मुलांबरोबर मिसळत होता. त्यामुळे त्याच्या तोंडात शिव्या बसल्या. तो इतर मुलांच्यात फार उठून दिसू नये म्हणून मी त्याला शाळेत जाताना जुनेपाने कपडे घालायची, तरी इतर मुलांच्या टोमण्यांपासून त्याची सुटका नव्हती.

त्याचवेळी माझ्या घरावर पहारे वाढले, अमिनींच्या माझ्याभोवतीच्या घिरट्या चालूच होत्या. त्यांना माझा ठावठिकाणा बराच तपशिलवार माहीत असायचा. माझ्या सासूबाई माझ्या सामाजिक आयुष्याबद्दलही कधीमधी टीकाटिप्पणी करायच्या. मी दिवसभर काय करते याची बित्तंबातमी त्यांना कशी कळायची कोण जाणे. बऱ्याच वेळा अमिनींशी मुलाखती झडल्यानंतर मी या निष्कर्षाला आले की, ते काहीतरी करून मला पेचात पकडून, आणि मला नालायक आई ठरवून कायदेशीररित्या फरहादला माझ्यापासून तोडायची संधी शोधत आहेत.

काही आठवड्यांपूर्वीच मी एक शेवटची पार्टी करायची ठरवलं होतं. मला

शेवटचा एक धोका पत्करायचा होता. पण या वेळी मी फक्त बायकांना बोलावणार होते आणि फक्त अशा बायकांना, ज्यांना मनसोक्त हसायचं होतं, क्रांतीबद्दल बोलायचं नव्हतं की बिघडलेल्या भयंकर नवीन इराणबद्दलही बोलायचं नव्हतं. मी काही मैत्रिणींना फोन केले आणि आम्ही नर्तिका, गायिका, संगीतकार, अभिनेत्री यांची एक यादी तयार केली. या सगळ्यांना एक दुपारभर बिनधास्त मजा करायला आवडली असती. मी दिवस नक्की केला आणि फेब्रुवारीतल्या एका दुपारी माझ्या घरी चाळीस बायका जमल्या. आम्ही पाच तास जुनी पर्शियन गाणी गायली, पारंपरिक पर्शियन लोकनृत्यं केली. कविता म्हटल्या, आमच्या देशावरच्या प्रेमानं आम्ही हसलो, रडलो, त्याच्या सध्याच्या दुर्गतीनं कळवळलो.

त्या स्त्रियांच्यात एक प्रख्यात अभिनेत्री होती. शाहच्या काळात तिचे टीव्हीवर बरेच कार्यक्रम व्हायचे, आमच्या थोर लेखकांचे शृंगारिक वेचे ती आपल्या प्रसिद्ध मधाळ आवाजात वाचायची. अयातुल्लाच्या राजवटीत तिचं काम सुटल्यावर ती बहिष्कृत झाली होती. आता पुन्हा एकदा तिच्या मधुर आवाजातून आमच्या काव्याची दाट भावुक रसवंती वाहू लागल्यावर ती घळाघळा रडायला लागली.

आमचा आधुनिक करुण काव्य लिहिणारा कवी फारुख फर्रोखझाद ज्याने १९६० साली इराणच्या सामाजिक आणि लैंगिक बंधनांना आव्हान दिलं होतं, जो त्याच्या बत्तीसाव्या वर्षी मोटार अपघातात मरण पावला. त्याच्या काव्यपंक्ती तिने गायल्या –

आलीस तू किती दूरवरून
प्रकाश आणि सुगंधाच्या गावाहून
हस्तिदंत, मेघ आणि स्फटिकाच्या
गलबतावर मला बसवून
ने ने प्रेमहृदयी आशे मजला
कविता, मोहोर बहरती, त्या गावाला

त्या दिवसासाठी मी काळ्या बाजारातून बरीच दारू आणली होती आणि संध्याकाळपर्यंत आम्हाला थोडी मद्याची आणि बरीचशी भावनांशी धुंदी चढली होती. अचानक मला देश सोडून जाण्याच्या निर्णयाचं वाईट वाटू लागलं, अशी मैत्री मला दुसरीकडे कुठेही मिळाली नसती.

त्या रात्री झोपताना माझ्या मनात विचार होता, "राहावं का मी इथेच, इथली परिस्थिती सुधारेल, माझं घर, माझं कुटुंब - यांना मी का सोडून जावं? बाहेरचं जग कसं असेल, आमचा कसा निभाव लागेल, हे तरी कुणाला माहीत?"

कोमितेह घरी येतो

अस्तित्त्वाची टिकली त्या 'रहस्यासाठी'
उधळून देशील काय? -घाई कर मित्रा
सत्य आणि भास यांत केसाइतकं अंतर
सांग तरी -आयुष्यात भरवसा काय?

– ओमर खय्याम

त्या रात्री लागली तशी गाढ झोप गेल्या कित्येक महिन्यांत मला लागली नव्हती. जाग आल्यावरसुद्धा त्या उबदार वातावरणातून बाहेर यावंसं वाटत नव्हतं. बाहेरच्या जगात तो एक थंड आणि दमट गुरुवार होता, १८ फेब्रुवारी, १९८२ हा दिवस माझ्या चांगलाच लक्षात राहिला आहे. काल नव्यानं सापडलेलं धैर्य माझ्यात अजून ताजं होतं – रातोरात मी इराणमध्येच राहायचं ठरवलं होतं. माझ्या मैत्रिणींचा सहवास आणि त्यांचं प्रेम यांनी माझ्या भीतीवर मात केली होती. ही राजवट मला पळवून लावू शकत नव्हती. मी इराणी होते आणि मला त्याचा अभिमान होता. राजे काय आले आणि गेले होते. मुल्लाही जाईल – कधीतरी.

त्या दिवशी आमच्या कुटुंबाचा पत्ते खेळण्याचा वार होता. आम्ही कुटुंबातल्या जवळच्या नात्यातल्या बायका पंधरा दिवसातून एकदा जमून गप्पा मारायचो आणि अगदी थोडे पैसे लावून खेळायचो. आज आम्ही तूती मावशीकडे जमणार होतो. माझी मावस बहीण फरिबा आणि आणखी काही बायका येणार होत्या. सगळ्या आमच्या कुटुंबातल्या घरंदाज आणि अशा वाईट काळातही व्यवस्थित राहणाऱ्या होत्या. माझी जुनी स्टाईल आणि नवे नियम यांचा मेळ घालून मी बाहेरच्या जगात

वावरण्यासाठी काळजीपूर्वक पोशाख केला. लांडे स्कर्ट नाहीत. लांड्या बाह्यांचे ब्लाऊज नाहीत. स्त्रियांनी सर्व अंग झाकण्याच्या सक्तीबद्दलच्या खोमेनीच्या आज्ञांनी रेडिओ आणि वृत्तपत्रं अजूनही भरली होती आणि कोमितेह केव्हाही कुठलीही गाडी थांबवून 'अयोग्य पोषाख केलेल्या' ड्रायव्हरची किंवा प्रवाशाची चांगली कानउघडणी करायचे. माझ्या वहिनी आणि अनेक मैत्रिणींप्रमाणे मीही काही महिन्यापूर्वीपर्यंत या सगळ्याकडे दुर्लक्ष करत होते, पण एक दिवस फरिबा घाबऱ्या घाबऱ्या घरी आली.

"सुझान, ते आता काय करताहेत पाहिलंस का?" वर्तमानपत्र फडकावत तिनं विचारलं, "काही माथेफिरूंनी दोन बायकांच्या तोंडावर ॲसिड फेकलं. कारण फक्त त्यांनी चादोर घेतली नव्हती. देवा, हे रानटीपणाच्याही पलीकडचं आहे."

त्यानंतर मात्र आम्ही रस्त्यानं जाताना अधिक काळजीपूर्वक पोशाख करायला लागलो आणि आठवणीनं हेजाब घालू लागलो. चादोर नाहीच. त्यांनी माझं काय वाटेल ते करू दे. मी चादोर नाहीच घेणार. त्या दिवशी मी चांगला शिवलेला ग्रे रंगाचा लोकरी सूट घातला. त्याला बाजूनं लाल रंगाची चामड्याची किनार होती. चामड्याचे लाल रंगाचे उंच टाचेचे बूट घातले आणि युरोपियन इंपोर्ट दुकानातून घेतलेलं बंद गळ्याचं आणि लांब बाह्यांचं लाल ब्लाऊज घातलं. घरातून बाहेर पडताना माझे पिंगट केस आणि कपाळाचा बराचसा भाग झाकून टाकेल अशा रितीनं मी हेजाब घेतला. माझ्या फायरबर्ड गाडीतून मिर्दामाद ॲव्हेन्यूवर राहणाऱ्या माझ्या मावशीकडे जायला मला दहा मिनिटं लागली असती.

त्या दुपारी मावशीकडे विशेष काही घडलं नाही, मी मात्र गेल्या कित्येक महिन्यांत नव्हते अशी सैलावले होते. कुटुंबाच्या अलिखित नियमाप्रमाणे आम्ही राजकारणावर चर्चा करणं टाळलं. संध्याकाळी साधारण सहा वाजता आम्ही सगळ्या निघालो. अंधार पडायला नुकती सुरुवात झाली होती. कोमितेहची रस्त्यावर गस्त सुरू होण्यापूर्वी आम्हाला घरी पोचायचं होतं. मी सगळ्यांचा निरोप घेतला. डोकं नीट झाकून घेतलं आणि परत घरी आले. घरी जाऊन गरम पाण्यानं मस्त अंघोळ करावी, फरहादबरोबर लवकरच जेवावं आणि रात्री झोपून जावं एवढेच विचार माझ्या मनात होते. फार तर माझ्या नेहमीच्या दुकानातून टेबलाखालून भाड्यानं आणलेल्या व्हिडिओ फिल्म्सपैकी एखादी फिल्म मी पाहिली असती. कदाचित 'स्क्रुपल्स' किंवा मग 'अदर साइड ऑफ मिडनाईट' पाहिली असती.

मी घरी आले तेव्हा जलाल आगा, त्याची बायको आणि दोन मुलं यांच्याबरोबर फरहाद तळघरात खेळत होता. नोकरांसाठी बांधलेल्या घरात राहण्यासाठी मला इतकं चांगलं कुटुंब मिळालं म्हणून मी पुन्हा एकदा देवाचे आभार मानले. आता माझ्याकडे आठवड्यातील काही दिवस येणारे थोडेसेच नोकर होते. रात्री त्या ड्रायव्हरचं कुटुंब तिथे आहे, एवढ्या जाणिवेनंसुद्धा मला सुरक्षित वाटायचं. फरहाद

आला आणि त्या दिवशी शाळेत काय काय झालं ते सांगत होता. एकीकडे मी साध्याशा जेवणाची तयारी करत होते. अचानक फोन वाजला. तो कमाल होता.

''मी आज रात्री तुझ्याकडे यायचं निमंत्रण लावून घेतो आहे,' तो मजेत म्हणाला.

कमालचं वागणं जरा अतीच होत होतं. रोज येणाऱ्या गुलाबाच्या परड्या सुंदरच होत्या. फरहादसाठी आणलेली खेळणी तर फारच गोड होती, पण तो जरा जास्त वेगानं, जास्तच जोरात गाडी रेटत होता.

''ऐकून घे. कमाल. मी आता अतिशय दमले आहे. उद्या रात्री येशील का?'' मी सुचवलं.

''मी नाहीतरी तुझ्या घरावरून पुढे जाणार आहे. माझा एक मित्र तिकडे पुढे टेकडीवर राहातो. त्याच्याकडे मी जाणार आहे. मी तुझ्याकडे एकच मिनिट थांबेन, खरंच.''

मला त्याला नाही म्हणणं काही शक्य झालं नाही. पाहुण्यांना विशेषत: पुरुषांना धुडकावणं मला शक्य व्हायचं नाही. पण त्याला मद्य न देता फक्त चहा द्यावा आणि त्याला स्वयंपाकघरात बसवून आपली नाराजी व्यक्त करावी असं मी ठरवून टाकलं. मी फोन ठेवला आणि स्वत:ला शिव्या घातल्या. मला त्या माणसाला नाही म्हणायचं होतं आणि मी हो म्हणून बसले होते. दुसऱ्याला खुष करावं असं मला सारखं का वाटतं? पाहुण्यांशी कडकपणे वागू नये, त्यांचं मन दुखवू नये असं शिकवणाऱ्या आमच्या संस्कृतीमुळे करते का मी असं? आम्हा लोकांना आदरातिथ्य 'तारोफ' म्हणजे अगदी पूजेसमान होतं. पण नाही, यात आणखी काहीतरी होतं. हळूहळू माझं आयुष्य चालवायला मी पुरुषांना परवानगी देत आहे, याची जाणीव मला व्हायला लागली होती. हमीद जाऊन फक्त अडीच महिने झाले होते. तो सुटून गेला तेव्हा यापुढे पुरुष प्रकरण बंद अशी मी शपथ घेतली होती. मला त्याच्याशी एकनिष्ठ राहायचं होतं म्हणून नव्हे, तर एकूणात मी पुरुष या प्रकारालाच कंटाळले आहे अशी जाणीव मला अचानक झाली म्हणून. तीन वर्षं मी त्याची काय काय सेवा केली. अगदी माझ्या हातानं त्याचे मोजे धुण्यापर्यंत. मी अशी बाई होते जिनं कधी स्वत:चे कपडे स्वत: धुतले नव्हते आणि आता कमाल माझ्या आयुष्यात घुसू पाहात होता. एकीकडे हमीदचे युरोपहून फोन चालूच होते. कमालला मी उणापुरा एक महिनाभर ओळखत होते. हा हमीदपेक्षा बरा आहे अशी कबुली मी मैत्रिणींजवळ दिली होती, पण मी त्याच्यावर प्रेम करेनच असं हा गृहीतच धरून चालला होता.

मी फरहादला जेवायला घातलं. मला अंघोळ करायला वेळच नव्हता. रात्री आठ वाजता कमाल आला. तेव्हा मी बाहेर जायच्या त्याच पोषाखात होते. तो दरवाजात उभा राहिला. तेव्हा त्याच्या पुरुषी सौंदर्यानं मला पुन्हा एकदा घायाळ

केलं. त्याचे दाट काळेभोर केस, पण अगदी बारीक फिकट चेहरा आणि सौम्य बुद्धिमत्तेची चमक दाखवणारे पिंगट डोळे. त्याच्या मागे त्याची चंदेरी मर्सिडीज उभी केलेली दिसली.

ती गाडी दिसताच माझ्या डोक्यात सणक गेली. पुन्हा यानं असं केलं, मी मनात म्हटलं, हा मला केवढ्या संकटात लोटतोय हे याला कळत नाही का? कमाल दरवेळी त्याची गाडी घराच्या समोर किंवा शेजारच्या बोळात उभी करत असे. जिथे त्याला कुणीही पाहू शकत असे. हमीद तर, शेवटच्या काही महिन्यांमध्ये माझ्यावर काही संकट येऊ नये म्हणून एकटा माझ्या घरीही येत नसे. पण पुन्हा एकदा मी कमालला तशी गाडी लावण्याबद्दल रागावू शकले नाही किंवा पुढच्या वेळी टॅक्सीने ये असंही सांगू शकले नाही.

माझ्याबरोबर कमाल स्वयंपाकघरात आला आणि त्याच्या इराण सोडून जाण्याच्या तयारीबद्दल सांगायला लागला.

''मी जुने स्टँप्स घ्यायचं जवळजवळ नक्की केलंय. मला त्यासाठी साडेचार दशलक्ष तुमान (तेव्हाचे जवळजवळ सात लाख अमेरिकी डॉलर्स) मोजावे लागणार आहेत. पण माझा भाऊ म्हणतो आहे की, तेवढी त्याची किंमत आहे, असायलाच पाहिजे. ते खरेदी करण्यासाठी घर विकतो आहे मी.''

''कुणाकडून खरेदी करणार आहेस तू? अशा वेळी देश सोडताना बरोबर नेता येतील अशा वस्तू विकणार तरी कोण?''

''कुणीतरी जुने श्रद्धाळू मुस्लीम आहेत. त्यांचा देश सोडायचा अजिबात विचार नाही. अजून मी त्या माणसाला भेटलेलो नाही. हे सगळं एजंटामार्फत चाललं आहे.''

आम्ही त्याच्या योजनांबद्दल असंच बोलत होतो, एवढ्यात दारावर हलकीशी थाप पडली. ती इतक्या हलक्या आवाजात होती की, चटकन लक्षातसुद्धा आली नसती. मी किचन टेबलाची कड घट्ट पकडून खुर्चीत ताठ झाले. त्या दिवसांमध्ये इतक्या रात्रीच्या वेळी दुसऱ्याच्या घरी आधी फोन केल्याशिवाय कुणी जात नव्हतं.

''कमाल, आता माझ्याकडं कुणी येणार नव्हतं. तू जावंस हे बरं. बागेत उघडणाऱ्या दरवाज्यानं बाहेर पड. टेकडी उतर, फळझाडांची रांग आहे. तिथली भिंत फारशी उंच नाही. तू त्याच्यावरून बाहेर जाऊ शकशील.''

''मी काही जाणार नाही. पुढे काय होणार आहे हे माहीत नसताना तुला असं सोडून जाऊ? काही संकट असेल, तर मी इथे असलेलं बरं.''

हा खास पुरुषीपणा होता, पण त्याक्षणी मला त्याच्यात शहाणपणा दिसला असता तर अधिक आवडलं असतं. इतर कुणी नसताना आम्ही दोघांनी एकत्र असणं हे बेकायदेशीर आहे हे कमालला माहीत होतं. तिन्ही मुलं तळमजल्यावरच्या बेडरूममध्ये कार्टून फिल्म पाहात होती. ड्रायव्हर आणि त्याची बायको तळघरात होती, पण नवीन नैतिक नियमांनी या कुणालाही मोजलं नसतं. आमच्यापैकी

कुणीही कितीही शूरवीर असलो तरी एखाद्या पुरुषाबरोबर रेस्टॉरंटमध्ये जायचं धाडस कुणीही केलं नसतं. हा काय वर्तमानपत्र वाचत नव्हता का? बिननात्याच्या पुरुष मित्रांबरोबर जेवल्या म्हणून बायकांना अटक होत होती, पण मला वाद घालत बसायला वेळ नव्हता.

सुदैवानं मी माझ्या बाहेर जायच्या कपड्यांत होते. त्यामुळे माझं अंग डोक्यापासून पायाच्या नखापर्यंत झाकलेलं होतं. दार उघडायला जाताना मुख्य दिवाणखान्यात दाराजवळ हाताशी ठेवलेल्या हेजाबनं, मी केसही पूर्ण झाकून घेतले. मला वाटत होतं, दाराबाहेर कोमितेहचे सैनिक असणार. लांब दाढ्या ठेवलेले. सैनिकांचे कपडे घातलेले आणि स्वयंचलित रायफल्स घेतलेले, पण त्याऐवजी बाहेर दोन माणसं उभी होती. त्यांनी नीटनेटका पोशाख केलेला होता. मिशा कोरलेल्या होत्या आणि त्यांच्याकडे सिगरेटच्या पाकिटापेक्षा अधिक धोकादायक असं काहीही नव्हतं. त्यांच्यातला वयानं मोठा असणारा माणूस साधारण तिशीचा असेल, त्यानं गोल गळ्याचा निळ्या रंगाचा सूट घातला होता. त्यांच्यातला वयानं लहान असलेला माणूस जेमतेम विशीचा असेल. त्यानंही तपकिरी रंगाचा सूट घातला होता. एक क्षणभर मला सुटल्यासारखं झालं. हे काही कोमितेह नसणार.

वयानं मोठा असलेला प्रथम बोलला, ''सलोम. खालच्या मजल्यावर राहतात त्या लोकांशी आम्हाला बोलायचं आहे.''

''बरं कोण आलं आहे म्हणून सांगू?''

''नुसतं मित्र आहेत म्हणून सांगा.''

''कशाबद्दल भेटायचं होतं?''

''जरा बोलायचं होतं.''

''तुम्हाला नक्की कुणाला भेटायचं आहे?''

''खाली राहतात त्या लोकांना.''

''तुम्ही मित्र आहात, तर तुम्हाला त्यांची नावंदेखील माहीत नाहीत?''

लहान वयाचा माणूस उसळून म्हणाला, ''त्यांना फक्त वरती बोलवा.''

ते अतिशय नम्र स्वरात सगळं संभाषण करत होते. त्यांना काय पाहिजे असं मी दामटून विचारत राहिले आणि ते माझ्या प्रश्नांकडे दुर्लक्ष करत राहिले. शेवटी त्यांच्यातला वयाने मोठा असणारा माणूस म्हणाला, ''हे पाहा, आमच्याकडे त्यांच्याबद्दल तक्रार आली आहे. कसे आहेत ते लोक?''

अजूनपर्यंत त्यांनी स्वत:ची ओळख करून देण्याची तसदी घेतली नव्हती. मी चटकन विचार केला. हे जर कोमितेह असतील तर हा ड्रायव्हर साम्यवादी आहे का किंवा कुठल्या राजकीय गटात सक्रिय आहे का याची माहिती त्यांना हवी असणार.

''ते लोक खूप चांगले, प्रामाणिक आहेत. अगदी धार्मिक आहेत. त्यांनी संशय

घेण्याजोगं कधीही काहीही केलं नाही.'' मी ठासून सांगितलं, पण ते लोक ऐकेनात. मग मी त्यांना बाहेर तसंच उभं ठेवून पुढचं दार लावून घेतलं. एवढा सगळा वेळ कमाल हॉलच्या पॅसेजमध्ये उभा राहून काय होणार आहे याचा अंदाज घेत होता. जलाल आगाला बोलवायला मी तळघराच्या दाराकडे पळता पळता मी कमालला सांगितलं, ''तुला गेलं पाहिजे. ते कोमितेह आहेत की नाही ते कळत नाहीये. अजून तरी त्यांनी काही मागितलं नाहीये, पण तू जावंस हे बरं. मी तुझ्याबरोबर सापडून चालणार नाही.''

''काहीतरी वेड्यासारखं बोलू नको, सुझान.'' त्यानं उत्तर दिलं, ''तुला त्रास द्यायचा त्यांना काही अधिकार नाही. काही काळजी करू नको.''

जलाल आगाला जेव्हा मी सांगितलं की, त्याच्याकडे कुणीतरी आलं आहे तेव्हा त्याला एकदम शंका आणि काळजी वाटायला लागली. त्याच्या बाजूनं सरळ बाहेर उघडणारं दार होतं, आमच्या गॅरेजकडे जाणाऱ्या दाराजवळ ते उघडत होतं. ते दार उघडून त्यानं दोघांनाही त्याच्याकडं बोलावलं.

मी माझ्या बाजूचं दार उघडून काय संभाषण चाललंय ते ऐकायला बाहेर गेले. मला एकदम हुडहुडी भरली, ती रात्रीच्या गारठ्यानं नक्कीच नव्हती. मी आत्मविश्वासानं त्यांच्याकडे चालत गेले. जणू माझ्याकडे लपवण्यासारखं काहीच नव्हतं.

निळ्या सुटातला माणूस माझ्याकडे वळून म्हणाला, ''आम्हाला या घराची झडती घ्यायची आहे.''

''काय झालं? काही प्रॉब्लेम आहे का? काय चाललंय हे?'' मी आवाजात शक्य तितकी अधीरता आणत म्हटलं. मी जमिनीवर घट्ट उभं राहायचा प्रयत्न करत होते. माझ्या पोटात एकदम ढवळून आलं.

''आम्ही मॉंकेरात मधून आलो आहोत आणि आमच्याकडे त्याच्या घराच्या झडतीचं वॉरंट आहे.'' त्यांच्यातला तरुण मुलगा म्हणाला ''आणि आम्ही इथे आलोच आहोत, तर आम्ही तुमच्याही घराची झडती घेणार आहोत.''

मी त्याच्यावर काही बोलणार त्याच्या आतच, तो तरुण मुलगा ड्रायव्हरबरोबर खाली गेला आणि त्यांच्यातला मोठा, माझ्या घरातल्या उघड्या दारातून सरळ आत शिरला आणि अशा रितीनं माझ्या आणि माझ्या मुलासाठी पुढच्या पाच तासांच्या भयनाट्यांची नांदी झाली.

मी त्या अनोळखी माणसाच्या मागोमाग घरात गेले. माझा मेंदू आता वेगानं काम करायला लागला होता. मॉंकेरात हे एक उपद्रवी नीतिपथक होतं. इस्लामी धर्मातली नीतिमूल्यं आचरणात आणली जातात की नाही हे पाहाणं हे त्यांचं काम होतं. निष्काळजीपणाबद्दल मी स्वत:ला बोल लावला. त्यांना काय बरं सापडेल? त्यांचे कुठले कुठले कायदे मी मोडले होते? आणि माझा श्वास एकदम थांबला.

कुरोश मामांच्या पत्राबद्दल मी साफ विसरूनच गेले होते. दारातून आत शिरल्याशिरल्या उजव्या बाजूला एका लहानशा कपाटावर ते निष्पापपणे बसलं होतं. लिहून पोस्टात पडायच्या प्रतीक्षेत असणाऱ्या कुठल्याही सर्वसामान्य पत्रासारखंच दिसत होतं. दुसरं काहीच नसतं, तरी केवळ त्या पत्रातील मजकूर मला आणि मामांना तुरुंगात धाडायला पुरेसा ठरला असता. मामांनी माझ्या स्मगलर मध्यस्थावर विश्वास ठेवावा म्हणून मी गेले काही महिने प्रयत्न करत होते. माझ्या मामांच्या स्विस बँकेला लिहिलेलं ते पत्र मी दुसऱ्याच दिवशी पॉलच्या हातात देणार होते. तो त्याच्या 'राजनैतिक व्यवहारांच्या' पाकिटातून ते पत्र देशाबाहेर पाठवणार होता.

मी थिजून दारातच उभी राहिले. पाहुणा मात्र त्या कपाटावरून सरळ पुढे निघून गेला होता. त्यानं त्याची गूढ, गहिरी नजर सर्व हॉलमधून फिरवली. एवढ्यात ड्रायव्हरच्या तळघरातल्या घराची तलाशी संपवून तो तरणा माणूसही आत आला.

"हसन" तो त्या निळ्या सुटातल्या माणसाला म्हणाला, "झालंय माझं." मग ते पर्शियनऐवजी तुर्की भाषेत बोलू लागले.

इराणमध्ये 'तुर्क' हा सर्वांत मोठा वांशिक गट आहे, ते स्वत:ची भाषा जपण्याचा प्रयत्न करतात. माझे आई-वडील दोघंही तुर्की वंशातून आलेले असल्यानं मी ही भाषा अस्खलित बोलू शकते. मी ऐकायला नको असं काही माझ्या कानावर पडायला नको. म्हणून त्यांना मध्येच अडवावं असं मला वाटलं. नवीन राजवटीतल्या शिष्टाचारासारखं वागायचा प्रयत्न करीत मी म्हटलं, "अरे! दादांनो!! भाऊसाहेब, तुम्ही तर इराणच्या तुर्की भागातले दिसता! आपल्यात काहीतरी साम्य आहे."

त्यांनी थंडपणे माझ्याकडे पाहिलं. मग स्वयंपाकघराजवळ उभ्या असलेल्या कमालकडे पाहून विचारलं, "हा कोण? याचं तुमच्याशी नातं काय?"

मी काही बोलायच्या आत कमालने उत्तर दिले. केवळ खानदानी ताघौतींनाच जमेल अशा तुष्ट स्वरात तो म्हणाला, "मी मित्र आहे."

मी भडकले. कोमितेहच्या दोन सदस्यांसमोर तो गर्वानं सांगत होता की, तो माझा मित्र आहे. इराणमध्ये हा शब्द प्रियकर या अर्थी वापरला जातो.

"खरं म्हणजे ते आमच्या कुटुंबाचे स्नेही आहेत." मी घाईघाईनं स्पष्टीकरण द्यायला लागले, "माझ्या दिवंगत यजमानांच्या आर्थिक व्यवहारांच्या बाबतीत ते मला मदत करत आहेत. माझे यजमान गेल्यानंतर माझा खूपच गोंधळ झाला होता. हे गृहस्थ मला सगळं समजावून सांगत आहेत."

तरुण माणसानं हातावरच्या घड्याळात पाहिलं.

"इतक्या उशिरा? रात्री नऊ-साडेनऊ वाजता? आणि तुम्ही स्वत:ला चांगली तुर्की स्त्री म्हणवता? फक्त घाणेरड्या बायकांच्या घरातच या वेळी पुरुष असतात. पार्टी कुठे चालू आहे? लोक कुठे आहेत सगळे?"

या प्रश्नाने मी उडालेच. तिथे फक्त कमाल, मी आणि तीन मुलं होतो.

''इथे पार्टी चालू आहे अशी खबर मिळाली आहे आम्हाला.'' तो पुढे सांगायला लागला, ''खरं तर इथे नेहमीच पार्ट्या होतात. बायकांना भेटायला पुरुष येतात. कुठे लपले आहेत ते? की आधीच निसटून गेले?''

तो काय बोलत होता? तो बहुधा चुकीच्या घरात आला असावा. ''इथे आमच्याशिवाय कुणी नाही. पार्टी वगैरे काहीच नाही चालू.''

घरी कोण पाहुणे आले आहेत हे बघायला बालसुलभ उत्सुकतेनं माझा मुलगा आणि त्याचे मित्र व्हिडिओ रूममधून धावत बाहेर आले. हसननं तुच्छतेनं त्यांच्याकडे पाहिलं आणि मग काहीतरी समजल्यासारखी मान हलवली. व्हिडिओच्या खोलीतून सर्वांत तिरस्कृत भाषा ऐकायला येत होती. इंग्रजी. इंग्रजी व्हिडिओ! त्याचे डोळे एकदम चमकले. सापडलं काहीतरी! दोघेजण धावतच आत गेले. मुलं बघत होती तो लहान मुलांचा 'सीसेम स्ट्रीट' चा कार्यक्रम चालू होता. त्यांनी व्हिडिओवर काही वेळ तो पाहिला आणि मग टीव्हीशेजारी पडलेल्या व्हिडिओ कॅसेट्सपैकी एकेक कॅसेट घालून ती फिल्म कुठली आहे ते बघू लागले. शांतपणे माझ्याकडच्या फिल्म्सचे भाग बघू लागले. स्क्रुपल्स, द अदर साईड ऑफ मिडनाईट आणि एअरपोर्ट. पडद्यावर अर्धनग्न दृश्यं आली तसे त्यांचे चेहरे कठोर झाले. मला तोंड झाकून घ्यावंसं वाटू लागलं. त्याचं झाल्यावर ते माझ्याकडे वळले आणि त्यांच्यातल्या अधिक क्रूर दिसणाऱ्या तरुणानं तोफ डागली.

''इंग्रजी, सगळे इंग्रजी ! आणि हा पाहा किती किळसवाणा सेक्स मसाला! असल्या गोष्टी घरात ठेवायला तुम्हाला शरम कशी वाटत नाही?''

त्याच्या तिरस्कारानं मला चपराक बसल्यागत झालं. त्याच्या नजरेनं मी माझ्याकडे बघू लागले. एक बिघडलेली श्रीमंत बाई, जिला पाच पाच परदेशी व्हिडिओ फिल्म्स परवडू शकतात!

''कुठून आणल्या या भाड्यानं?'' हसननं विचारलं. मी नाराजीनंच नाव सांगितलं. नाहीतर त्यानं पाहिलंच असतं, त्याला कॅसेटवर लिहिलेलं नाव दिसलंच असतं.

सुमारे वीसएक मिनिटं व्हिडिओ फिल्म पाहून निदान त्यांच्या दृष्टीनं तरी आणखी अश्लीलता शोधून झाल्यावर एक शब्दही न बोलता ते माझ्या अंगावरून जेवायच्या खोलीकडे निघाले. माझ्या डोक्यात अजून त्या कपाटावर ठेवलेल्या कुणाच्याही सहज नजरेस पडेल अशा पत्राचीच चिंता होती, पण त्यांना 'पार्टी' शोधण्यात अधिक रस होता. अखेर माझं घर म्हणजे रंगमहाल असल्याच्या त्यांच्या संशयाला बळकटी येईल असं त्यांना काहीतरी सापडलं. चोवीस माणसांचं गोल जेवण्याचं टेबल.

''हे जुगाराचं टेबल आहे.'' त्यांच्यातला बुटका तरुण गडद रोझवूडच्या त्या टेबलावर हात आपटत म्हणाला, ''इथेच तुमचे पाहुणे जुगार खेळतात, होय ना?''

"हे साधं जेवण्याचं टेबल आहे." मी जोरात म्हणाले, "किती मोठं आहे बघा ना. एवढ्या मोठ्या टेबलावर जुगार कसा खेळता येईल?"

पण फराळाच्या कपाटात जरा वरखाली करताच त्यांना आणखी घातक पुरावा मिळाला. सुंदरशा लाखेच्या डबीत ठेवलेले बेकायदेशीर पत्त्यांचे जोड. हाताने बनवलेल्या जुगाराच्या चकत्या. आता त्या अधिकच मौल्यवान झाल्या होत्या. कारण क्रातीनंतरच्या इराणमध्ये असल्या चिजा दुर्मिळ होत्या.

"आणि हे काय आहे?" त्यानं विचारलं, "जेवायच्या टेबलावर वाढायचं अन्न? हे पार्टी हाऊस आहे असं दिसतंच आहे. इथे भरपूर पुरावा मिळणार आहे."

पुढचे चार तास, त्यांनी घराचा कोपरान्‌कोपरा तपासला. एरवी ते कशाची माहिती नसलेले, अननुभवी, रासवट रांगडे क्रांतिकारी वाटत होते, पण आता ते एकदम व्यावसायिक सफाईनं काम करू लागले. त्यांना कुणीतरी तज्ज्ञ व्यक्तीनं प्रशिक्षण दिलं असणार. त्यांनी हवेच्या खिडक्यांच्या जाळ्यांचे स्क्रू खोलले. स्वयंपाकघरातले पिठाचे, साखरेचे डबे धुंडाळले. प्रत्येक फोटो, प्रत्येक पुस्तक उलटंपालटं करून पाहिलं. स्टिरिओ आणि कॅसेट प्लेअरच्या मागे शोधलं. माझ्या सर्व पर्सेस उचकल्या, कपड्यांमध्ये उचकपाचक केली. कुठलीही गोष्ट त्यांच्यापासून फार काळ दडवता येणं शक्य नव्हतं. माझ्या ड्रॉवरमध्ये सुंदर भरतकाम केलेल्या रुमालात बांधून ठेवलेला माझा अतिशय खाजगी पत्रव्यवहारसुद्धा हसननं शोधून काढला. मी अमेरिकत असताना मला आलेलं पहिलं प्रेमपत्र. तो पाठवणारा तेव्हा पोरगाच होता. वाचताना त्याच्या चेहऱ्यावरची रेषसुद्धा ढळली नाही. ते पत्र माझ्या नवऱ्यानंसुद्धा कधी पाहिलं नव्हतं. माझा चेहरा राग आणि अपमान यांनी पेटल्यासारखा झाला होता, पण मी काहीही बोलू शकत नव्हते.

ही सगळी झडती चालू असताना कमाल हॉलमध्ये उभा राहून शांतपणे बघत होता. मी जिथे जाईन तिथे फरहाद माझ्या पाठीपाठी येत होता आणि एकच प्रश्न सारखा विचारत होता. "कोण आहेत हे लोक आई? त्यांना काय हवं आहे?"

"काही नाही बाळा. जातीलच हं ते थोड्या वेळात."

"पण त्यांना काय हवंय?"

ते दोघंजण आता घरातल्या माझ्या सर्वांत आवडत्या जागी होते. फायरप्लेसच्या खोलीत. ते पुस्तकांच्या कपाटाकडे जाऊ लागताच, मला एकदम जाणीव झाली की, आता त्यांना आमच्या वाईट्ट पाश्चिमात्य राहणीमानाचे आणखी सज्जड पुरावे मिळणार. माझा नवरा खूप वाचायचा. त्यानं बरीचशी परदेशी मासिकं विकत घेतली होती. त्यातली जास्त करून ती वास्तुकलेवरची होती, पण त्यात एक-दोन प्लेबॉयचे अंकही होते. मी त्याबद्दल साफ विसरूनच गेले होते. फायरप्लेसच्या दोन्ही बाजूंना असलेल्या उंच शेल्फमध्ये रेकॉर्ड प्लेअर आणि टेपरेकॉर्डरजवळ ही

सारी मासिकं नीट रचून ठेवलेली होती. त्या तरण्या माणसानं त्यांच्यावर झडप घातली आणि तो ती चाळू लागला. कुठेही जाहिरातीत लांड्या बाह्यांचा पोशाख घातलेल्या बाईचं चित्र आलं किंवा चित्रात बाई आणि पुरुष एकमेकांना खेटून असले की तो चुकचुकायचा. त्याच्या दाट भुवया आकसायच्या. कपाळाला आठ्या पडायच्या. 'प्लेबॉय' च्या मुखपृष्ठावर एक नजर टाकून त्यानं ते जमिनीवर फेकून दिलं. जणू ते नुसतं हातात धरलं असतं तरी तो बिघडला असता.

माझ्या मूर्खपणाची कीव केल्याप्रमाणे दयेच्या स्वरात त्यानं विचारलं, "हे सगळं कायद्याच्या विरुद्ध आहे. हे माहीत आहे ना? आम्ही गेल्यानंतर कशालाही हात लावू नका. हे सगळं असंच राहू दे. उद्या आम्ही हे सगळं घेऊन जायला येऊ. हा तुमच्या विरुद्धचा पुरावा आहे.

घशातून फुटणाऱ्या किंकाळीला मी आवर घातला आणि विनवायला लागले. "साहेब, मला माफ करा हो. हे असलं इथं आहे हे सुद्धा मला माहीत नव्हतं हो. ती माझ्या यजमानांची मासिकं आहेत. ते गेल्यापासून ती उघडलीसुद्धा नाहीयेत. ती फेकून द्यावी असा विचारही माझ्या मनात आला नव्हता. पण तुम्ही म्हणत असाल, तर आज रात्री मी ती सगळी फेकून देते."

मी हात जोडून त्यांची याचना करत होते. त्यांची समजूत काढण्याचा प्रयत्न करत होते. खरं म्हणजे मी त्यांच्याच बाजूची आहे असं दाखवत होते. त्यांनी मला तुरुंगात नेऊ नये आणि माझी अन् माझ्या मुलाची ताटातूट करू नये म्हणून मी सुचेल ते करत होते.

कोमितेहच्या माणसांनी काही उत्तर दिलं नाही. उलट घराची जास्तीत जास्त झडती घेता येईल, अशा पद्धतीनं ते वेगवेगळे होऊन तलाशी घेऊ लागले. हसननं गुरकावून मला वरच्या मजल्यावर यायला फर्मावलं. तरणा कमालबरोबर खालीच थांबला. त्यांना आमच्यापैकी कुणालाही एक क्षणभरसुद्धा दृष्टिआड होऊ द्यायचं नव्हतं, हे माझ्या लक्षात आलं. हसनला घेऊन वर जात असताना आपल्याविषयी हसनचं मत बरं व्हावं, आपण त्याला आवडावं यासाठी काहीतरी युक्ती काढण्याचा विचार माझ्या मनात चालू होता. त्या दोघांमध्ये तो जरा बरा वाटत होता. जरा कमी खेकसत होता. मी विचार केला, त्याच्याशी जर बरे संबंध प्रस्थापित केले तर हा कदाचित काही शिक्षा न देता आपल्याला सोडून देईल. आतापर्यंत तुरुंगाबद्दल ऐकलेल्या नाना गोष्टी डोक्यात फिरत होत्या. आमच्या दृष्टीनं कोमितेह हे केवळ अशिक्षित, असंस्कृत, रानटी माणसं होती. माझ्या घराकडे, त्यातल्या भव्य देखण्या खोल्यांकडे, रेशमी गालिच्यांकडे आणि जुन्या मौल्यवान वस्तूंकडे पाहताना त्यांच्या नजरेतली माझ्याबद्दलची असूया मी पाहिली होती. त्यांचे विचार मला स्पष्ट वाचता येत होते. आमची निर्भत्सना करण्यात त्यांना मजा यायची. कॅस्पियनवर

माझ्या मित्राच्या पाठीवर उठलेले चाबकाचे वळ आठवून मी शहारले.

मला सगळ्यात जास्त भीती होती ती थोड्या दिवसांसाठी का होईना फरहादपासून दूर जाण्याची. वडिलांच्या मृत्यूनंतर तो मला अधिकच चिकटला होता. कधीकधी रात्री त्याला झोपवताना तो विचारायचा, ''मी झोपलो की तू मला सोडून जाणार नाहीस ना ममा?'' सहा वर्षांच्या मुलाला मी काय काय सांगू? क्रांतीनंतरच्या तेहरानमध्ये माझ्यासारख्या बाईनं आयुष्य भरभरून जगणं, मौजमजा करणं आणि खास करून पुरुष सहवासाला सक्त मनाई होती.

वरच्या मजल्यावर हसन सरळ आमच्या बेडरूममध्ये घुसला. माझ्या कपड्यांचे कपाट धुंडाळायला सुरुवात करतानाच त्यानं सिगारेट काढली आणि काडेपेटी शोधायला लागला. ''थांबा, मी आणते स्वयंपाकघरातून'' मी तत्परतेनं म्हणाले. त्याची माझ्यावर मर्जी बसावी म्हणून मी धडपडत होते. शिवाय हॉलमध्ये ठेवलेला तो पत्ररूपी टाइमबॉंब मला सारखा छळत होता. त्यानं नाही म्हणायच्या आत मी धावत सुटले, ते पत्र घेतलं. सगळा वेळ, तो दुसरा त्रासदायक माणूस मला बघेल याची धास्ती होतीच आणि पळत स्वयंपाकघराला लागून असलेल्या नोकरांच्या खोलीत गेले. तिथे गादी आणि पांघरुणांच्यामध्ये ते पत्र दडवलं.

मी अर्धा जिना चढून वर गेले आणि एकदम मला वाटलं की, पत्राची गैरहजेरी कदाचित त्यांच्या जास्त चटकन लक्षात येईल. ते तिथे नुसतंच पडून राहिलं असतं तर लक्षातही आलं नसतं. मी पुन्हा पायऱ्या उतरून धावत गेले. कमाल आणि तो दुसरा कोमितेह बाहेरच्या खोलीत होते. त्यांना मी दिसले नाही. पुन्हा ते पत्र घेऊन मी परत कपाटावर ठेवून दिलं. मग स्वयंपाकघरातून घेतलेली काडेपेटी घेऊन मी घाईगडबडीनं वरती गेले. माझं हृदय जोरात धडधडत होतं. मी धापा टाकत होते आणि भीतीनं मला भोवळ येत होती. मी एकही चुकीची कृती न करण्यावर माझं भवितव्य अवलंबून होतं.

मी हसनकडे पोचले तेव्हा तो प्रोजेक्शन रूममध्ये होता. त्यानं एका फिल्मची गुंडाळी सोडवली होती आणि उजेडासमोर धरून तो ती पाहात होता. एकदा मान हलवून त्यानं काडेपेटी घेतली आणि फिल्मकडे पाहून तोंड वाकडं केलं. माझ्या पतीला छायाचित्रण आणि चित्रीकरणाचा छंद होता. त्याने या छंदावर पुष्कळ वेळ आणि पैसा खर्च केला होता. जेव्हा जेव्हा आम्ही युरोपला जात असू तेव्हा त्यानं समुद्रकिनाऱ्याचं आणि इतर प्रेक्षणीय स्थळांचं कितीतरी तासांचं चित्रीकरण केलं होतं. त्यानं व्हिलामध्ये आणि आमच्या तेहरानमधल्या घरातल्या आणि बाहेरच्याही पोहण्याच्या तलावात आम्हा सर्वांचं पोहतानाचं, खेळतानाचं चित्रीकरण केलं होतं. आमच्या लग्न समारंभाची चार तासांची व्हिडिओ फिल्म होती. एवढंच नाही तर माझ्या आईच्या लग्नाची, कुरोश मामानं घेतलेली अमूल्य अशी जुनी फिल्म होती.

फरहादच्या बालपणीचं चित्रीकरण होतं. आमच्या आयुष्यातल्या सगळ्या आठवणींचा गोड खजिना तिथे नीट लेबलं लावून रचून ठेवलेला होता.

पण अचानक मला साक्षात्कार झाला की, त्या खोलीत माझ्याविरुद्धचे भक्कम पुरावे होते. मी चांगली मुस्लीम स्त्री नसल्याचे पुरावे. माझं घर हे एका चांगल्या मुस्लिमाचं नसल्याचे पुरावे. फ्रान्समध्ये घेतलेल्या सर्व फिल्म्समध्ये मी टॉपलेस बिकिनीत होते! त्यावेळी तशा बिकिनींची भयंकर चलती होती. ते त्यांनी पाहिलं तर! माझ्या पतीनं आणलेली एक चावट फिल्म एमॅन्युअल अजून तिथेच शेल्फावर पडलेली होती.

''प्रोजेक्टर सुरू करा.'' आज्ञा झाली.

''माफ करा साहेब, पण मला चालवता येत नाही. त्याचा दिवाही नादुरुस्त झाला आहे बहुतेक.'' माझा आवाज खोल गेला होता. मला पोटात भयंकर ढवळून येत होतं.

आम्ही दोघांनीही त्या यंत्राशी थोडी झटापट केली, पण आम्हाला ते सुरू करायला जमलं नाही. त्याने त्याऐवजी एक एक फिल्म उलगडून ती उजेडासमोर धरून, काही आक्षेपार्ह दृश्य नाहीत ना असं तपासायला सुरुवात केली. एक तासभर अवाक्षर न उच्चारता. त्याचा हा शोध चालला होता. शेवटी तो उद्गारला, ''काय आहे काय ही घाण? असले कसले सिनेमे हे? कुठून आणला तुम्ही हा कचरा?''

''साहेब, ही आमची कौटुंबिक फिल्म आहे एवढंच!''

''हा असला कचरा तुम्हाला किती मोठ्या संकटात लोटू शकतो याची कल्पना आहे का तुम्हाला? हे खरोखरच फार वाईट आहे.'' त्यानं मान हलवली. ''कोमितेहमध्ये त्यांनी जर या फिल्म्स पाहिल्या, तर तुमचं काही खरं नाही.''

मी पांढरीफटक पडले असणार कारण त्याला माझी दया आल्यासारखी दिसली. मी धावत बाथरूममध्ये शिरले. मला उलटी झाली. थंड कपड्याने तोंड पुसून मी पुन्हा प्रोजेक्टरच्या खोलीत धावले.

''मी आता काय करू, साहेब? हा... माझ्या यजमानांचा छंद होता. त्यांच्या वस्तू आहेत या सगळ्या. त्याची शिक्षा मला कशाला?''

हसन एक क्षणभर द्रवला असं वाटलं. ''ठीक आहे. तुम्हाला जर स्वतःला वाचवायचं असेल, तर थोडं पेट्रोल घेऊन या म्हणजे हे सगळं जाळून टाकता येतं का बघूया.''

मला एकदम सुटल्यासारखं झालं. हा माणूस दयाळू निघाला ही देवाची कृपा. मला एक संधी मिळाली होती.

''हो हो, धन्यवाद. आणते साहेब. लगेच आणते. आपण आत्ताच ते करून टाकू. मी लगेच पेट्रोल आणते.''

मला भीती होती की, तो दुसरा कोमितेह वरती येऊन हसनचं हृदयपरिवर्तन करेल. होता होईल तेवढ्या झटपट जिना उतरून मी गॅरेजमध्ये गेले. बार्बेक्यूसाठी

आणून ठेवलेलं आग पेटवण्याचं तेल घेतलं आणि धावतच वरती गेले.

"हे कुठे जाळलं तर चालेल तुम्हाला?" त्यानं विचारलं.

"इथेच, बाहेर बाल्कनीत." आमच्या घराच्या दुसऱ्या मजल्यावर, आमची बेडरूम आणि त्या मजल्यावरच्या इतर काही खोल्यांना जोडणारी एक फारच सुरेख बाल्कनी होती.

"या फिल्म्स इथे जाळल्या तर इथल्या फरशांची वाट लागेल." हसन म्हणाला.

या वेळेपर्यंत मला त्या फिल्म्स, त्यांचं वैयक्तिक किंवा अगदी व्यापारी मूल्य यांचं काही वाटेनासं झालं होतं. बाल्कनीच्या फरशांची तर मला मुळीच फिकीर नव्हती. काहीतरी करून हे दोघं एकदाचे घराबाहेर कसे पडतील असं मला झालं होतं. माझ्या बाळाबरोबर मला एकटं राहायचं होतं. एकही पुरुष माझ्या आजूबाजूलासुद्धा नको होता. अनंतकालपर्यंत एकही पुरुष मला नको होता.

"बाल्कनीचं जाऊ दे. हे एकदाचं जाळून टाकूया." मी म्हटलं. माझ्या मदतीनं त्याने शेल्फ रिकामी केली आणि त्या सगळ्या फिल्म्सचा एक ढीग केला. मी इतकी घाबरले होते, कापत होते की, त्यातल्या माझ्या कुटुंबाच्या फिल्म्स काढून वाचवाव्यात एवढंसुद्धा मला सुचलं नाही. त्यात माझ्या कुटुंबाच्या, माझ्या लग्नाच्या, माझ्या मुलाच्या बाललीलांच्या, माझ्या पतीच्या, माझ्या आईच्या लग्नाच्या फिल्म्स् होत्या. माझ्या कुटुंबाचा किती इतिहास भस्मसात झाला याची मी कल्पनाच करू शकत नाही. मला ते जाळण्याचं, घर साफ करण्याचं भूतच लागलं होतं. त्याला त्या फिल्म्सवर रॉकेल शिंपडताना पाहून मला एक प्रकारचा उन्माद चढत होता. काडी पेटवून त्यानं माझ्या हातात दिली. एक क्षणभर माझी नजर त्या ज्योतीवर खिळली. पुढच्या क्षणी मी ती काडी ढिगावर टाकली. बाल्कनीत प्रचंड ज्वाळांनी पेट घेतला. जलाल आगा बघायला आला. माझा मुलगाही धावत आला आणि माझ्या पायांभोवती मिठी घालून स्तब्ध उभा राहिला. जराशानं त्यानं विचारलं, "आई, तू हे घरसुद्धा जाळून टाकणार आहेस?" त्याच्या इवल्याशा मेंदूत कोणते विचार धावत असतील याची मला कल्पनाही करता येत नाही. दोन अपरिचित माणसं त्याच्या घरात येतात, त्याच्या आईची शेळी करून टाकतात आणि मग तिच्यावर हुकूमत गाजवतात.

फिल्म वितळून त्याची एक वेगळ्याच रंगाची ज्वाळा होताना आम्ही बघत होतो. ती ज्वाळा थंड मोकळ्या रात्रीच्या हवेत अधिक उंच लपलपली. तशी मला आपण अगदी आतून ढासळून पडतो आहोत असं जाणवलं. मी वाकून फरहादला घट्ट कवटाळलं, आमची दोघांचीही शरीरं कापत होती. आम्ही जणू एका विचित्र शांततेत अडकलो होतो. जिथून कुणीही जाऊ शकत नाही. कोमितेह त्या ढिगाऱ्याकडे पाहात होता. त्याच्या चेहऱ्यावर हास्य, दुःख, राग यातलं काही नव्हतं. तो फक्त

त्याचं काम करत होता. जाळ बघायला आलेल्या ड्रायव्हरच्या आठ्या घातलेल्या चेहऱ्यावर ज्वाळांचा उजेड पडत होता. फरहाद आणि मी भारल्यासारखे उभे होतो. शेवटी ज्वाळा शांत झाल्या, खाली उरला तो प्लॅस्टिकचा एक लिबलिबीत गोळा. त्यानं तिथल्या मधाळ रंगाच्या फरशांची पूर्ण वाट लावलेली होती हे मला समजत होतं, पण मला त्याचं काहीच वाटत नव्हतं.

आता भस्मसात झालेल्याच्या आठवणी काढण्यात हसननं अजिबात वेळ दडवला नाही. माझ्या अंगावरून तो परत गेला आणि आमच्या बेडरूमकडे चालू लागला. तो तरणा माणूसही तिथे आला – मला वाटलं त्याला खाली ठेवल्याबद्दल हसनला बरंच वाटत असेल – त्यांचा तपास बारकाईनं पुढे चालू झाला. माझ्या बेडरूममध्ये. माझ्या आश्रयस्थानी, माझ्या अत्यंत खाजगी खोलीत. जिथे पडल्या पडल्या मी माझ्या खाजगी टेलिफोनवरून माझं सामाजिक आयुष्य चालवत होते, त्या जागी. त्यांना माझ्या अपराधाच्या पुराव्याचा मटकाच लागला. माझ्या गादीखाली एका पाकिटात ठेवलेली पेट्रोलची कूपन्स त्यांना सापडली. चोरी वगैरेच्या भीतीनं मी ती कूपन्स नेहमीच तिथे ठेवायची. त्यांची किंमतच तशी होती.

कोमितेहच्या लोकांनी नुसती त्याच्यावर नजर टाकली आणि ओळखलं. मला अजूनही कळत नाही ते कसं ओळखायचं. बहुतेक कूपन्सच्या क्रमांकावरून किंवा रंगावरून असावं की, मी ती कूपन्स खाजगी टॅक्सी कंपनीकडून बेकायदेशीररित्या मिळवलेली आहेत.

तरुण माणूस माझ्याकडे वळला. त्याचे डोळे जणू आग ओकत होते. ''मग काय म्हणता ताईसाहेब? कुठून खरेदी केली? हे बेकायदेशीर आहे हे माहीत आहे तुम्हांला, नाही का? कुणी विकली ही कूपन्स तुम्हांला? चला, चला, बोला पटपट, कुणी विकली ही कूपन्स?''

त्यानं तो कूपन्सचा गठ्ठा माझ्या तोंडासमोर जवळ आणून नाचवला. खोटं बोलण्यात काही अर्थ नव्हता. भीतीनं माझ्या तोंडून शब्द फुटत नव्हता. मी नेहमीच्या टॅक्सी कंपनीचं नाव सांगितलं. त्यानंतर जेव्हा माझ्या मनात शंभरदा त्या प्रसंगाची रात्री उजळणी होत होती. तेव्हा मला, त्या टॅक्सी कंपनीवर किती मोठं संकट आलं असेल, हे लक्षात येत होतं. पण मी काहीही करू शकत नव्हते. हा हल्ला माझ्यावर अतिशय अनपेक्षितपणे कोसळलेला होता.

ती दोन्ही माणसं खालच्या मजल्यावर गेली. मी त्यांच्या पाठोपाठ. फरहाद मला इतका घट्ट चिकटलेला होता की, जिन्यावरून खाली उतरताना मी धडपडत होते. जिन्याच्या तळाशी चेहऱ्यावरची नाराजी अजिबात न लपवता आमच्याकडे बघत कमाल उभा होता. कोमितेहची माणसं पुन्हा बैठकीच्या खोलीत गेली. ती खोली त्यांना अजिबातच आवडलेली नव्हती. ते कपाळाला आठ्या घालून सगळ्या

स्टिरिओ सिस्टिमकडे, टेपरेकॉर्डरकडे, डझनावारी रेकॉर्ड्स आणि कॅसेटकडे नजर फिरवत होते.

"या एवढ्या संगीताचं काय काम आहे?" कायमस्वरूपी रागावलेला तरणा माणूस विचारायला लागला, "इतक्या कॅसेट्स कशाला हव्यात? एखाद-दोन ठीक आहेत, पण इतक्या शेकड्यानं?" त्यानं जणू कचरा बाजूला सारल्यासारखा हवेत हात फिरवला. तो पुढे बोलायला लागला. त्याच्या बोलण्यात उपरोधाचा किंवा गमतीचा लवलेशही नव्हता. "तुमच्या इथे फारच जास्त संगीत आहे. संगीत हे कायद्याच्या विरुद्ध आहे. हे इथे सगळं असंच राहू दे. आम्ही उद्या सकाळी येऊन हे सगळं, ती मासिकं आणि वरच्या मजल्यावरच्या उरलेल्या फिल्म्स सगळं घेऊन जाऊ."

आणि मग त्यांना दारू सापडली. माझा नवरा आणि मी उत्कृष्ट वाईनचा सुसज्ज साठा, तसंच उत्तम प्रतीच्या मद्याचा संग्रह नेहमीच घरी ठेवायचो. तो गेल्यानंतरही बराचसा साठा शिल्लक होता. हमीदनं त्या संग्रहात भरच घातली होती. तरी क्रांतीनंतर काळ्या बाजारात व्हिस्कीच्या एका बाटलीची किंमत जवळपास चार हजार तुमानला पोचली होती. (त्या वेळचे सुमारे तीनशे अमेरिकी डॉलर्स) माझा भाऊ कॉमरॉन, वाईनचा मोठा दर्दी होता. त्याचीही माझ्यावर कृपादृष्टी होती. वाईनच्या लिलावात खरेदी करण्यासाठी तो बऱ्याचदा फ्रान्सला जात असे. नुकतंच त्यानं देश सोडून चाललेल्या इराणी धनिकांकडून वाईनचं भांडार खरीदलं होतं. त्यानं खूपदा माझ्यासाठी युरोपमध्येही दुर्मिळ असणाऱ्या फ्रेंच रेड वाइन्स आणल्या होत्या.

घरात दारू ठेवण्यातला धोका आम्हाला माहीत होता, पण आम्ही इतर सगळ्याच धोक्यांकडे दुर्लक्ष करायचो, तसंच या धोक्याकडेही दुर्लक्ष केलं होतं. पण आम्ही बाटल्या लपवण्याचा नक्कीच प्रयत्न केला होता. बागेच्या जमिनीत बऱ्याच फटी, खड्डे वगैरे होते. ते सगळे असल्या निषिद्ध मालानं भरून टाकून त्यावर पालापाचोळा टाकून ते झाकून टाकले होते, सबंध बगीचाभर असे दारूचे भूमिगत साठे होते. बागेच्या आग्नेय कोपऱ्यात एका लहानशा घरात राहणाऱ्या आमच्या जुन्या माळ्यानं - होसेननं - ही लपवालपवी करायला मला मदत केली होती. घरात मी फक्त अगदी थोड्या वाईनच्या बाटल्या आणि दारूच्या अर्धवट संपलेल्या काही बाटल्या ठेवत होते. त्या सुद्धा स्टिरिओच्या मागे कुलपाच्या कपाटात लपवून.

दिवाणखान्यातून एक शेवटची नजर फिरवताना हसनच्या लक्षात आलं की, एक लहानसं कपाट त्यांनी तपासलेलं नाही.

"उघडा ते." त्यानं फर्मावलं.

मी दबकत म्हटलं, "स्वयंपाकघरात एक किल्ल्यांचं खोकं आहे, पण याची किल्ली कुठली ते मला माहीत नाही."

"घेऊन या."

"हो साहेब." मी किल्ल्या आणल्यावर योग्य किल्ली सापडेपर्यंत तो शांतपणे एक-एक किल्ली चालवून पाहात होता. तेवढं झाल्यावर त्याला फक्त कपाट उघडून स्टिरिओच्या मागे बघायचं अवकाश की, सापडल्याच, तिथे ठेवलेल्या दारूच्या सहा बाटल्या आणि एक डझनभर मौल्यवान वाईनच्या बाटल्या.

"ठीक आहे. या मालाबद्दल तुम्ही एक काम करू शकता." जेवायच्या टेबलावर पडलेले पत्त्यांचे जोड, दारू आणि वाईनच्या बाटल्यांकडे निर्देश करत हसन म्हणाला, "हे सगळं आता बागेत घेऊन जा आणि माझ्यासमोर ते फोडून, जाळून टाका. नाही तर सकाळी आम्ही हे घेऊन कोमितेहमध्ये जातो."

त्यानं एवढं म्हटल्याबरोबर मी कामाला लागले. माझ्या उ:शापावर माझा विश्वासच बसत नव्हता. जलाल आगाच्या मदतीनं मी गॅरेजकडे जाणाऱ्या दारातून सगळ्या बाटल्या बाहेर नेल्या. मग पत्ते आणि जुगाराच्या सोंगट्या नेल्या. आमच्या धडपडीकडे उपहासानं बघत, मदतीसाठी हातही पुढे न करता कमाल तिथे स्वस्थ उभा होता. बहुधा या माणसांच्यात एवढं घाबरण्यासारखं काही नाही असं त्याला अजूनही वाटत असावं. त्याला मुळीच काळजी वाटत नव्हती.

आम्ही या महा-होळीची तयारी करत असताना जलाल आगानं माझ्या कानाशी लागून विचारलं, "बाईसाहेब, हे पत्ते किती महागाचे, किती दुर्मिळ आहेत. मी एक जोड घेतला तर चालेल का?"

"जलाल आगा पाहा, प्रयत्न करून. मी त्याचं लक्ष दुसरीकडं वेधण्याचा प्रयत्न करते. पण जर तू पकडला गेलास, तर मी तुला वाचवू शकणार नाही." पण काहीतरी करून त्यानं एक जोड घरी नेलाच, तोपर्यंत मी पत्त्यांची खोकी, जुगाराच्या नियमांची पुस्तकं वगैरे वगैरे रचून ठेवण्याचं मोठं नाटक केलं.

आम्ही हे काम करत असताना दोघं कोमितेह वरच्या बाल्कनीत जाऊन तिथून आमच्याकडे बघत होते. माझ्या हातानं मला माझ्या संपत्तीची होळी करावी लागत होती. त्यांच्या हातचं बाहुलं बनून मला स्वत:लाच पीडा द्यावी लागत होती. माझ्या अंगात खून चढला होता. चुन्याचा गिलावा केलेल्या पांढऱ्या भिंतीवर आपटून मी बाटल्या फोडल्या. एक-एक करून मी प्रत्येक पत्ता, प्रत्येक सुंदर नाजूक शंखशिंपल्यांची सोंगटी आगीत टाकली. रक्ताचा सडा पडावा तसं घराच्या आजूबाजूला वाईनचे लालभडक डाग पडले होते. त्या भीतीच्या अमलाखालीही माझ्याविरुद्धचा पुरावा नष्ट करण्याच्या माझ्या वेड्या धावपळीतसुद्धा, त्या अतिसुंदर सोंगट्या नष्ट करायला लावणाऱ्या माझ्या आक्रमकांबद्दल माझं मन घृणेनं भरून गेलं.

सगळेजण त्या जाळाकडं पाहात असताना दोघा कोमितेहनी मला बाल्कनीत त्यांच्याजवळ वरती बोलावलं. आता पुढे काय, या विचारानं धास्तावूनच मी वरती गेले. आतापर्यंत मला तुरुंगात नेण्याबद्दल ते काहीही बोलले नव्हते. सकाळी ते

माझी मासिकं, माझ्या टेप्स, उरलेल्या माझ्या फिल्म्स नेण्यासाठी परत येतील एवढंच ते म्हणाले होते. हे दोघं लवकरात लवकरच घराबाहेर जावोत आणि दार बंद करून मला माझ्या पिल्लाला जवळ घेऊन बसायला मिळावं एवढीच माझी प्रार्थना होती. त्यांनी आमचं घर आधीच उलटं पालटं केलं होतं. त्यांनी मला दारू, त्या फिल्म्स, पत्रं वगैरे नष्ट करू दिलं म्हणजे ते आपल्याशी दयाळूपणे वागत आहेत अशी माझी कल्पना होती. पण ते किती चूक होतं! मी किती बावळट होते! मी बेडरूमध्ये पाऊल टाकताक्षणीच मला कळून चुकलं की, त्यांनी आत्तापर्यंत दाखवलेली दया हा मांजरानं उंदराला खेळवण्याचा प्रकार होता. ते दोघं रागावलेले आणि क्रूर दिसत होते. हसननं चांगुलपणाचा मुखवटा फेकून दिला होता.

''चला, बोला. हा माणूस कोण, आणि तो तुमचा कोण?''

''मी सांगितलं तुम्हांला. ते कुटुंबाचे स्नेही आहेत. व्यवसायातील सल्लागार.''

''तुम्ही त्याच्याबरोबर झोपता हे माहीत आहे आम्हाला. तो तुमचा यार आहे ना? बोला, बोला. तुमचा मुलगा रोज रात्री कुठे झोपतो? त्यानं तुमच्या वाटेत येऊ नये म्हणून तुम्ही त्याला रोज तळमजल्यावरच्या बेडरूममध्ये झोपवता, हो की नाही? म्हणजे तुमच्या वेगवेगळ्या प्रेमिकांबरोबर तुम्ही झोपू शकाल.''

त्यानं माझ्या व्यवस्थित नीटनेटक्या बिछान्यावर रागानं मूठ आपटली. मी बधीरपणे बिछान्यावरच्या रेशमी पोपटी चादरीकडं पाहिलं. माझं नव्हतंच ते काही. माझी नजर बांबूच्या खुर्च्यांवर सरकली. तिथून काचेच्या कॉफी टेबलाकडं, त्यावर ठेवलेल्या रंगीबेरंगी गुलाबाची फुलं ठेवलेल्या वाडग्याकडं. मी आणली होती ही फुलं सकाळी? की काल? ही खोली तरी कुणाची होती?

''बोला,''

''कोण प्रेमिक? बोला! कुठे? कशाबद्दल बोलताय तुम्ही? माझा मुलगा रोज याच खोलीत माझ्याजवळ झोपतो.'' मी खिडकीजवळ ठेवलेल्या मुलाच्या छोट्या बिछान्याकडं बोट दाखवत म्हटलं.

तो तरणा माणूस रेटून पुढे बोलतच राहिला. ''आम्हाला यादी पाहिजे. तुम्ही कुणाकुणाबरोबर झोपता त्या साऱ्यांची यादी. कोणकोणती लोकं इथे येतात ते हवं आहे आम्हांला. हे पाहा.'' तो बोलतबोलत माझ्या अगदी जवळ येऊन उभा राहिला. त्याचा श्वास मला स्पर्श करत होता. ''या माणसाबरोबर तुम्ही झोपता हे आम्हाला माहीत आहे. गेल्या काही तासांत तुम्ही संभोग केला आहे की नाही हे आम्ही तुम्हांला डॉक्टरांकडून तपासून खात्री करून घेऊ शकतो.''

मला पुन्हा एकदा उलटीची जोरदार भावना झाली, पण मी कसंतरी स्वत:ला आवरलं. त्या दोन माणसांसोबत त्या खोलीत मी किती एकटी होते! मला कोपऱ्यात तोंड लपवून मुटकुळं करून पडावंसं वाटलं. हसननं त्यानं लिहून

आणलेली एक यादी बाहेर काढली. त्यात फराटलेल्या अक्षरात माझ्या सगळ्या पापांचा पाढा वाचलेला होता. माझ्या घरात सापडलेले सगळी अवैध सुखसाधनं लिहून काढलेली होती. पत्रं, दारू, टेप्स, रेकॉर्ड्स, फिल्म्स, मासिकं.

''आता याच्यावर सही करायची.''

''नाही,'' मी जवळजवळ किंचाळलेच. याच्यावर सही करणं म्हणजे देहांत शासनावर शिक्कामोर्तब. हे इराणमधले मोठ्यात मोठे गुन्हे होते. वर्तमानपत्रात छापून आलेलं जर खरं असेल, तर यापेक्षा कमी गुन्ह्यासाठीही लोकांना प्राण गमवावे लागले होते. या राजवटीबद्दलची माझी आत्तापर्यंतची माहिती फक्त सांगोवांगीची किंवा वर्तमानपत्रातून झालेली एवढीच होती. मी खऱ्या वास्तवापासून दूर, आपल्याच कोषात होते. आतापर्यंत नेहमी दुसऱ्या कुणालातरी अटक व्हायची, दुसऱ्या कुणाला तरी पळून जाणं भाग पडलं होतं. दुसऱ्या कुणाचे तरी नातेवाईक तुरुंगातून परतच आलेले नसायचे. आता मात्र खोमेनी राजवटीचं वास्तव मला येऊन भिडलं होतं. मी रडायला लागले. गुडघ्यावर खाली बसून दयेची भीक मागू लागले.

''माझ्याकडे फिल्म्स, मासिकं आणि कॅसेट्स सापडल्या, एवढ्या कागदावर मी सही करते, पण आणखी कशावर नको प्लीज. त्याचा अर्थ काय होतो तुम्हाला माहीत आहे.''

त्याच क्षणी फरहाद आत आला. त्याने मला जमिनीवर गुडघ्यावर बसलेलं पाहिलं. अश्रूंनी ओला झालेला माझा चेहरा पाहिला आणि तोही रडायला लागला. ''अल्लासाठी माझ्या पोराकडे पाहा. त्याला तुम्ही असं वागवू नका प्लीज. प्लीज मला सोडून द्या. प्लीज.'' मी फरहादला छातीशी घट्ट धरून रडू लागले. पण कागदावर मी सही करावी हा त्याचा आग्रह कायम राहिला.

''ताबडतोब सही करा,'' हसननं फर्मावलं.

मी सरकत रांगत त्याच्याजवळ गेले आणि त्याच्या हाताचं चुंबन घेण्याचा प्रयत्न केला. मी विचार केला की, जर संपूर्ण शरणागती पत्करली तर कदाचित हा द्रवेल. कदाचित याला थोडी दया येईल किंवा निदान मला इतक्या लज्जास्पद अवस्थेला नेण्याचं समाधान तरी मिळेल. मी त्याला स्पर्श करणार, तोच त्यानं मला झटकून टाकलं व म्हणाला, ''एक मुस्लीम स्त्री परपुरुषाला स्पर्श करत नाही.''

मी दुसरा एक कागद घेऊन त्यावर माझी स्वत:ची एक यादी केली. कसं जमवलं मी. कुणास ठाऊक! माझे हात इतके कापत होते की, मी काय लिहिलं आहे हे मलाच धड वाचतादेखील येत नव्हतं. मग मी त्याच्यावर सही केली. ''मी एवढ्यावरच सही करेन.'' असं म्हणून मी हसनकडे तो कागद दिला. तो काही बोलला नाही, कागद मात्र घेतला, आणि दोघं जण खालच्या मजल्यावर जायला लागले.

कमाल हॉलच्या दारात होता, त्या दोघांनी पुन्हा त्याला ''तुम्ही कोण'' वगैरे

विचारायला सुरुवात केली. हा सगळा प्रकार चालू असताना तो खाली हॉलमध्ये थांबलेला होता, उघड नापसंतीनं तो सगळी झाडा-झडती बघत होता. विशेष काही न बोलता. कुठल्याही प्रश्नाला तो तुसड्यासारखं उत्तर देत होता आणि मी काहीही म्हटलेलं असलं तरी "मित्र असण्याचं" पालुपद त्यानं चालूच ठेवलं होतं. हे सांगणं ही एखादी सर्वांत सुरक्षित गोष्ट असावी तसं अभिमानानं तो हे सांगत होता, जणू आम्ही शंभर वर्षं काळाच्या मागे गेलेल्या देशात नसून पश्चिमी जगात होतो.

या वेळी त्यांनी त्याच्याशी छेडछाड करू नये, तो कुणीतरी विशेष आहे हे दाखवण्यासाठी कमालनं, शिरासच्या अयातुल्लाहनं दिलेलं पत्र बाहेर काढलं. त्या पत्रात आदेश होता की, कमालला कुणीही अटक करू नये व त्रास देऊ नये. पत्रात हेही स्पष्ट केलं होतं की, त्या दोघांना वाटतो, तसा कमाल नुसता बड्या बापाचा बिघडलेला बेटा नाही तर देशातील एक मोठी बांधकाम कंपनी चालवणारा उद्योजक आहे.

हसननं ते पत्र घेतलं, त्याच्या चेहऱ्यावर स्मिताची एक रेषा तरळून गेली. "ओह! मोठ्या कंपनीचे मालक. छान छान. वडील कुठे आहेत तुमचे?"

"देशाबाहेर."

"असं दिसतंय की तुम्ही तुरुंगात होता. सरकारी पाहुणे होता. का बरं?"

"सगळं लिहिलं आहे त्यात." कमाल उत्तरला.

"होय होय, आहे की सगळं इथे. मला वाटतं आता आपण मोटारींची झडती घेऊ."

कोमितेहना नेहमी मोटारींमध्ये अतिशय रस असायचा. खास करून मर्सिडीज बेंझ आणि रेंज रोव्हर्स. आणि कुठल्याही क्षुल्लकशा कारणावरून ते लगेच त्या गाड्या जप्त करायचे. मालकांना ती क्वचितच परत मिळायची. आम्ही सगळे गॅरेजमध्ये गेलो. सुदैवाने माझ्या पतीनं मृत्यूपूर्वी काही दिवस मर्सिडीज आणि रेंज रोव्हर या दोन्ही गाड्या विकल्या होत्या आणि माझ्या लहानशा फायरबर्डमध्ये त्यांना काही रस नव्हता. त्यांनी सगळी गाडी नीट तपासली, आणि ग्लोव्ह कंपार्टमेंटमध्ये कूपन्सच्या रूपात त्यांना घबाड सापडलं.

"हे पाहा आम्हांला काय सापडलं," हवेत ती कूपन्स उंच धरून तो तरणा माणूस म्हणाला.

कमाल भयंकर चिडला होता. तो शांतपणे उभा होता, तो मला काही मदत करू शकत नव्हता. पण आता मात्र रागावर काबू ठेवणं त्याला अशक्य झालं. "ती अगदी कायदेशीर आहेत. अगदी व्यवस्थित विकत घेतलेली आहेत ती. त्याला हात लावायचा तुम्हाला अधिकार नाही."

"आमचे अधिकार सांगणारे तुम्ही कोण?" हसननं टोला मारला. "आता

आमच्याबरोबर यायचं आणि आम्ही तुमची गाडीसुद्धा नेत आहोत.''

''तुम्हाला माझी गाडी किंवा माझी कूपन्स घ्यायचा काही हक्क नाही, होती तिथे ठेवून द्या.'' कमालचा हट्ट कायम होता.

कमालला जणू भीती ठाऊकच नव्हती पण मला मात्र त्याचा राग आला. ते जवळजवळ परत निघाले होते. तुरुंगाबद्दल काही बोलले नव्हते, आणि आता केवळ त्याच्या मूर्ख उद्धटपणामुळे ते पिसाळले होते. माझी यापूर्वी कधीच कोमितेहशी गाठ पडली नव्हती, पण लोकांच्या सांगण्यावरून मी तरी आता त्यांच्यासमोर रडण्याचा, दयेची भीक मागण्याचा जो तमाशा केला होता तसा त्यांना फार प्रिय होता. कदाचित त्यामुळे त्यांचं समाधान झालं असावं. कदाचित त्यांनी मला पुढच्या शिक्षेतून सूट दिली असती. कमालच्या स्वत:च्या हक्कांबद्दलच्या थंड हट्टानं त्यांचा नूरच बदलला. कमालनं आपली कूपन्स घेण्याचा निषेध चालूच ठेवला, तसं त्या दोघांनी त्याला तिथल्या तिथे अटक केली.

मी गॅरेजच्या दरवाज्यात जलाल आगाच्या शेजारी उभी होते. हसन माझ्याकडे वळून म्हणाला, ''आम्ही आत्ता या माणसाला घेऊन जात आहोत. उद्या सकाळी पहिल्याप्रथम तुम्हाला न्यायला येऊ. तयारी करून ठेवा.''

कमालचं सुरूच होतं, ''माझ्या पत्राचं काय? तुम्ही मला अटक करू शकत नाही.''

''तुमच्या पत्राला आम्ही भीक घालत नाही.'' हसन म्हणाला आणि खरोखर इराणमध्ये प्रत्येकजण हा कायदा होता, आणि कायदा म्हणजे कुणीच नव्हतं. एका अयातुल्लाहनं एक निर्णय दिला, तर दुसरा सहज त्याच्याविरुद्ध जायचा. शहराचा, देशाचा प्रत्येक भाग हा तिथल्या स्थानिक लहान लहान प्रमुखांनी चालवलेला होता. कमालच्या अयातुल्लाहचा इथे काही उपयोग नव्हता.

''मला एक फोन करायचा आहे.'' कमालनं हट्ट धरला.

''आम्ही सांगेपर्यंत तुम्ही काहीही करायचं नाही.'' तरणा म्हणाला, ''आता आमच्याबरोबर चलायचं.''

बरोबर त्याच वेळी, कशासाठी कोण जाणे, पण तो तरणा माणूस पुन्हा दिवाणखान्यात गेला. अचानक त्याची नजर कपाटावर पडलेल्या स्विस बँकेला लिहिलेल्या पत्रावर पडली. माझा श्वासच थांबला. त्या स्फोटक पत्रापुढे आतापर्यंत घरात सापडलेलं काहीच नव्हतं. पूर्वाश्रमीचे सवक आणि शाहची माणसं यांच्या खालोखाल हे राज्यकर्ते कुणाचा तिरस्कार करत असतील तर देशाबाहेर पैसे पाठवणाऱ्या धनिक इराण्यांचा. त्यांच्या दृष्टीनं अशा फितुरांना देहांत म्हणजे फारच सौम्य शिक्षा होती. त्यानं ते पत्र वर उजेडाकडे धरून पाहिलं. त्यात काही पैसे किंवा चेक आहे का असं. सुदैवानं बऱ्याचशा कोमितेहना इंग्लिश तर सोडाच, पण

पर्शियनही चांगलं वाचता यायचं नाही. कारण ठसठशीत काळ्या अक्षरात इंग्रजीत युनियन बँक ऑफ स्वित्झर्लंडचा - जिनिव्हाचा - पत्ता लिहिलेला होता. त्या पत्राकडे बोट दाखवत तिरस्कारानं त्यानं विचारलं,

"ते काय आहे?"

"साधं, मैत्रिणीला लिहिलेलं पत्र आहे ते. उद्या मी ते पोस्टात टाकणार आहे."

त्यानं संशयानं क्षणभर त्या पत्राकडे पाहिलं आणि मग साशंकतेनं पुन्हा परत खाली ठेवलं. मी जमिनीत गाडल्यासारखी उभी होते. आणि मग सावकाश दगड बनलेल्या माझ्या छातीतून एवढा वेळ अजाणता कोंडून ठेवलेला श्वास हळूहळू सुटला. त्यानं ते पत्र परत ठेवलं कारण परदेशी जाणारी सगळीच पत्रं नेहमीच तपासली जायची. काही सापडण्याजोगं असतं, तर सापडलंच असतं. देशांतर्गत पत्रव्यवहारात त्यांना काही रस नव्हता आणि बहुधा हे पत्र मी चोरट्या मार्गानं देशाबाहेर पाठवीन अशी शंका त्यांना आली नसावी. एका क्षणात माझे मामा, आणि मीही बचावलो होतो. तो पुन्हा बाहेर गेला. तिथे अजून कमाल हुसेनशी हुज्जत घालत होता. त्यांनी पुन्हा मला सकाळी तयार राहायला सांगितलं.

माझ्यावर काय स्वार झालं होतं कुणास ठाऊक, पण अचानक मला आठवलं की, सकाळी माझी डॉक्टरची वेळ ठरलेली होती. मी म्हटलं, "तुम्ही सकाळी थोडे उशिरानं येऊ शकाल का? माझी डॉक्टरांकडे दहा वाजताची वेळ ठरली आहे."

"मग तुम्ही घरी केव्हा याल?" हसननं विचारलं.

"अकरा वाजता."

"ठीक आहे. आम्ही साडेअकरा वाजता कुणालातरी पाठवतो."

आता हे सगळंच विचित्र वाटतं. इतक्या भीतिदायक अनुभवातून जात असताना, इतकी बारीकशी गोष्ट उसळी मारून वर आली आणि इतका वेळ माझा छळ केल्यानंतर डॉक्टरची वेळ पाळण्यासाठी मला जाऊ देण्याइतकी त्यांची दयाबुद्धी जागृत झाली.

ते कमालला घेऊन जात असताना, तो एकदम माझ्याकडे वळून ओरडला, "सुझान, माझ्या चुलतभावाला फोन कर. ६४...."

"गप्प बस. फोनबिन काही नाही. आमच्याबरोबर यायचं."

".....३३८७. त्याला फोन कर. मी कुठे आहे ते सांग, लक्षात ठेव, ६४३३८७..." ते त्याला फरफटत घेऊन जात असताना कमाल पुन:पुन्हा तो नंबर सांगत राहिला. मी मनातल्या मनात तो पुन्हा म्हणत राहिले, आपण तो विसरू अशी मला भयंकर भीती वाटत होती. त्यांच्या रेंज रोव्हरमधून त्याला घेऊन जाताना मी बघत होते, तेव्हाही मी तोच नंबर पुटपुटत होते. मी वळून मुलाबरोबर धावत धावत येऊन दार लावून घेतलं तेव्हाही तोच नंबर पुटपुटत होते. पहाटेचे १.३५ झाले होते. हे सगळं दिव्य पाच तास पंधरा मिनिटं चाललं होतं.

खोमेनी तुरुंगाच्या अंधारात

ओह! बंदिवानाचा आवाज
तुझ्या हताशेची फिर्याद
ही काळरात्र खोदून
उजेडापर्यंत पोचणार नाय
ओह! बंदिवानाचा आवाज
सर्वांत शेवटचा......

– फारूघ फर्रोखजाद

फरहादला घट्ट जवळ घेऊन मी हॉलच्या पॅसेजमध्ये क्षणभर तशीच उभी राहिले, दु:खावेग जरा ओसरू दिला. फरहाद थरथर कापत हुंदके देत होता.

"त्या लोकांना काय पाहिजे होतं आई? ते उद्या परत येणार आहेत? ते आपल्याला कुठे नेणार आहेत?" स्वत:ला माझ्यापासून किंचित दूर करत त्यानं छाती फुगवून पहिलवानाचा आव आणला. "मी ब्रूस ली असतो तर सगळ्यांना मारून टाकलं असतं. चॉप् चॉप् - मेला. आणि मग सगळे खाली पडले असते." त्याच्या मोठमोठ्या काळ्या डोळ्यांत अश्रू आणि भयशंका दाटली होती. मला इतकं भावनाविवश झालेलं त्यानं कधी पाहिलं नव्हतं. मला गुडघ्यावर बसून दयेची भीक मागताना त्यानं कधी पाहिलं नव्हतं.

"काही काळजी करू नको लुविजुन, सगळं ठीक आहे. आईला काही झालं नाही, आई ठीक आहे, ते लोक आपलं घर बघायला आले होते. बहुतेक उद्या मला

त्यांच्या ऑफिसमध्ये जाऊन त्यांच्या प्रश्नांची उत्तरं द्यावी लागतील. पण काळजी करण्यासारखं काही झालं नाहीये बेटा.''

त्याची समजूत घालत थांबायला मला फार वेळ नव्हता. पुष्कळ कामं उरकायची होती. ते पत्र कपाटावर तसंच पडलं होतं. मी त्याचे तुकडे तुकडे केले. ते कपटे चावून गिळून टाकावेत अशी एक भन्नाट कल्पना माझ्या डोक्यात आली, पण फरहादनं मला भानावर आणलं.

''आई, हे टॉयलेटमध्ये टाकून देऊ!''

आम्ही दोघंही धावत तळमजल्यावरच्या स्वच्छतागृहात गेलो आणि कागदाचे बारीक कपटे पाण्याच्या भोवऱ्याबरोबर फिरत अदृश्य झालेले पाहिले. मग मी विसरण्यापूर्वी कमालनं दिलेला फोन नंबर चटकन लिहून ठेवला. दोन-चार वेळा तो नंबर फिरवून काहीच उत्तर आलं नाही. तेव्हा मी माझ्या नातेवाइकांना फोन करायला सुरुवात केली. खासकरून त्यांना – जे मला मदत करू शकतील- मी खोमेनीच्या एका तुरुंगात लुप्त होण्याअगोदर. पहिले होते फायेघ मामा. इतक्या अपरात्री फोन म्हटल्यावरच ते धास्तावले. वाईट बातम्या नेहमी अपरात्रीच येतात. ते लगेच काळजीत पडले.

''शांत हो बाळा, आपल्याला काय केलं पाहिजे ते नीट काळजीपूर्वक विचार करून ठरवायला हवं.''

''मी सकाळी पळून गेले तर? ते पकडायला येतील तेव्हा मी इथे नसेनच तर?''

''मग त्यांनी सगळं घर आणि घरातील सगळ्या चीजवस्तू जप्त करायचा धोका पत्करणार का? काय होणार आहे खरोखरच काही कळत नाही. कदाचित ते नुसतंच तुला प्रश्न विचारून सोडून देतील. तू आत्ता जर पळून गेलीस ना तर तुला पुन्हा कधीही तुझ्या घरात राहता येणार नाही. तुझं इराणमधलं उरलेलं आयुष्य या घरून त्या घरी पळापळी करत काढण्यापेक्षा आल्या प्रसंगाला तोंड देणं हाच यातून सुटण्याचा मार्ग आहे.''

ते सांगत होते ते बरोबर होतं हे मला समजत होतं. मीच घट्ट व्हायला हवं होतं. पण त्यांनी खरंच मला फरहादपासून दूर केलं तरी मी का सोडून गेले, हे त्याला कधीच कळलं नसतं. त्यानं मला कधीच माफ केलं नसतं.

''या राजवटीत आपले काहीच लागेबांधे नाहीत हे तुला माहीत आहे. पण ज्यांचे लागेबांधे आहेत असे काही लोक मला माहीत आहेत. मला जे जास्तीत जास्त शक्य आहे, ते मी करतो. सकाळी सर्वांना फोन करायला सुरुवात करतो.''

मी त्यांना कमालच्या अटकेचंही सांगितलं. अजून माझी मावसबहीण फरिबा सोडून माझ्या कुटुंबातील कुणीच त्याला भेटलेलं नव्हतं. संध्याकाळी उशिरा मी

माझ्या घरात एका पुरुषाबरोबर पकडली गेले हे सांगताना मला अत्यंत शरमल्यासारखं वाटत होतं. पण फायेघ मामांनी नेहमीप्रमाणे हेही पोटात घातलं आणि ते मला काही बोलले नाहीत.

''तुझ्या बाळाची काळजी घे, कमालची चिंता सोड.'' ते म्हणाले, ''त्याचं कुटुंब त्याला काहीतरी करून सोडवेलच. सकाळ होईपर्यंत आपल्यातलं कुणीच काही करू शकत नाही.''

मी पुन्हा कमालच्या चुलतभावाचा नंबर फिरवला तेव्हा पहाटे दोनचा सुमार होता, कुणी फोन उचलला नाही. कुरोश मामांच्या बायकोनं माझा फोन लगेचच उचलला. माझी बातमी ऐकून तिला प्रचंड धक्का बसला, पण ती लगेच व्यावहारिक विचार करू लागली.

''आता काय बरं करता येईल? हां, आठवलं. मला एक मोठे आयातदार माहीत आहेत, त्यांची बझारमध्ये बरीच ओळख आहे आणि सगळा बझार मुल्लांनी भरला आहे. सकाळी उठल्याबरोबर मी त्यांना फोन करते.''

शेवटी मी कमालच्या बहिणीला फोन करण्यासाठी धीर एकवटला. मी तिला अगदी औपचारिक वातावरणात, एकदाच भेटले होते. मध्यरात्री फोन करून तिच्या भावाला माझ्या घरी अटक झाली आहे हे सांगताना मला भयंकर लाज वाटली आणि अवघडल्यासारखंही झालं होतं. तिला काय वाटेल माझ्याबद्दल? मीच त्याला आग्रह करून माझ्या घरी बोलावून घेतलं असाच तिचा समज होणार, पण सुदैवानं फोन तिच्या नवऱ्यानं घेतला. प्राप्त परिस्थितीत तो फारच सहानुभूतीनं वागला म्हणायचं.

''कमालची काळजी करू नका.'' तो म्हणाला, ''त्याचं आम्ही बघतो.''

माझा शेवटचा कॉल होता फरिबाला आणि तेव्हा मात्र माझा कमालबद्दलचा सारा कडवटपणा बाहेर पडला.

''शेवटी त्यानं मला संकटात लोटलंच, मी तुला म्हणत होते, तो असं करणार.''

''त्याला नको दोष देऊ. या सगळ्या प्रकरणात तोही बिचारा भरडला गेलाच आहे.''

''देवा! तसंच असू दे.''

माझे सगळे फोन होईपर्यंत जलाल आगा आणि त्याची बायको फराह यांची खोलीत सारखी जा-ये चालली होती. अधूनमधून ते धीराचे शब्द बोलायचे आणि फार काही वाईट झालं नाहीये, असं मला सांगायचे पण ते खूपच अस्वस्थ दिसत होते. फराह माझी नजर चुकवत होती आणि जलाल आगा अस्वस्थपणे येरझारा घालत होता.

मी थरथरत्या हातानं कोमितेह परत यायच्या आत करायच्या कामांची यादी बनवायला लागले. बागेतल्या फटींमध्ये दडवलेल्या दारूची विल्हेवाट लावायची होती, म्हणून मी जलाल आगाला सगळ्या बाटल्या खणून वर काढायला सांगितल्या.

"बाहेर अजून अंधार आहे." तो म्हणाला, "थोडं उजाडू दे. मग बाहेर जाऊन काय करता येईल ते पाहूया."

त्याऐवजी मग आम्ही पुढचे दोन तास फोटो, लायब्ररी आणि दिवाणखान्यात असलेली सगळी मासिकं चाळून त्यातली कोमितेहला आक्षेपार्ह वाटतील अशी पानं टरकावून टाकण्यात घालवले, पण हे मासिकांचं काम चालू असताना फरहाद मला चिकटून असतानासुद्धा मी एका जागी फार वेळ बसू शकत नव्हते. घरातला आणखी काहीतरी गुन्हेगारी मुद्देमाल आठवून मी उडी मारून उठत होते. अनैतिक वाटेल असं एखादं पुस्तक, स्वयंपाकघरातल्या खणात असलेली आणखी पेट्रोल कूपन्स. अगदी कॅस्पियन वर पोहताना आमचे काढलेले कौटुंबिक फोटोसुद्धा. राजदरबारातील सैन्यातील आणि व्यापारी जगातील वजनदार मंडळींबरोबर आमचे काढलेले फोटो मी काही महिन्यांपूर्वीच घरातून नष्ट केले होते. तरीपण मी पुन्हा एकदा पाहून खात्री करून घेतली. मग आम्ही फाडलेल्या कागदांचा एक गठ्ठा करून घरातल्या फायरप्लेसमध्ये त्याला आग लावून दिली.

माझ्या घर शुद्धीकरणाची ही धावपळ चालू असताना, फरहाद माझ्या मागेमागे सगळीकडे येत होता. एक क्षणभरसुद्धा माझ्यापासून दूर जायची त्याची तयारी नव्हती. त्यानं आता झोपावं असं मला फार वाटत होतं, म्हणजे मग सकाळी त्याला शाळेत जाता आलं असतं. अजून मी नेहमीच्या जीवनाची, नेहमीच्या गोष्टी करण्याच्या कल्पना राज्यात होते आणि मग मला एकदम धक्का बसायचा. तो शाळेत कसा जाईल? त्याला कोण सोडेल? त्याच्या आजीला माझ्या अटकेचं कळलं आणि त्यांना लगेचच कळणार, कारण कशी कोण जाणे पण माझ्या घरातली सगळी बित्तंबातमी त्यांना असते. मग लगेच ते येऊन त्याला घेऊन जातील, त्याला परत आणण्यासाठी मला लढाईच करावी लागेल, पण फरहादला भीतीमुळे झोप येत नव्हती. टेलिफोन करताकरता मासिकं टरकावून टाकताना आणि आठवून आठवून एक-एक काम करताना रात्र संपली.

साधारण सहाच्या सुमारास तलम पडद्यातून थंडगार पहाट आत आली आणि मी येणाऱ्या दिवसाला तोंड द्यायला सज्ज झाले. माझ्या संभाव्य अटकेची बातमी पसरली, तसा माझा फोन खणखणू लागला. आपण काय करू शकतो याचा विचार सांगायला किंवा आपण आत्तापर्यंत काय करून झालं आहे हे सांगायला नातेवाइकांचे, मित्रांचे फोन येऊ लागले.

फायेघ मामांचा पहिला फोन होता. मुल्लांना नक्कीच पैसे देता येतील.

सगळेजण तसं म्हणतायत, पण त्यांच्या विश्वासाचा कुणीतरी माणूस गाठायला हवा. नाहीतर त्यांना चुकीचं काम करताना पकडून देण्यासाठी तुम्ही हेरगिरी करत आहात असा त्यांचा समज होतो.

"एवढे पैसे कुठून आणणार मामा?"

"ते मी पाहतो. आत्ता तर हे सुद्धा माहीत नाहीये की, किती दिल्यानं त्यांचं समाधान होईल किंवा तुझ्याविरुद्ध नक्की काय आरोप आहे?"

जरासं उजाडल्याबरोबर जलाल आगा हुसेन माळ्याला उठवायला गेला. त्यांनी दोघांनी मिळून प्रत्येक सांदीसपाटीतल्या पाचोळ्याखाली लपवलेल्या दारू आणि वाईनच्या बाटल्या तपासल्या. जिथे लपवलेली जागा चटकन कळण्यासाठी होती तिथे खड्डा आणखी खोल करून पुन्हा त्यात बाटल्या ठेवून, व माती टाकून सगळं सारखं केलं. सकाळच्या थंड हवेत तासभर ते हे काम करत होते, तोवर तुरुंगात जाण्यासाठी मी स्वत:ची तयारी करायला लागले. मला तुरुंगाबद्दल माहिती कुरोश मामांकडून झाली होती. पण भयकथा मात्र सगळीकडे पसरलेल्या होत्या. तिथे जाऊन आलेल्यांच्या म्हणण्यानुसार तुरुंग म्हणजे थंड अंधाऱ्या खोल्या, अपुरे अन्न आणि बाहेरच्या जगाशी शून्य संपर्क.

मला माहीत असलेल्या एकमेव पद्धतीप्रमाणे मी तयार झाले. प्रथम मी गरम पाण्याने खूप वेळा अंघोळ केली, मी इतक्या वेळा केस धुतले की शेवटी माझ्या बोटांमध्ये त्याचा चक चक आवाज व्हायला लागला. तुरुंगात मला कधी अंघोळ करायला मिळणार होती कोणास ठाऊक! मग मी नखांवरचा रंग स्वच्छ केला आणि नखं बोटांबरोबर कापली. नवीन इराणमध्ये लांब नखं हे सामाजिक अध:पतनाचं लक्षण होतं. माझ्या अंगावर असलेले थोडे बहुत दागिने मी काढून ठेवले. माझ्या अंगठ्या आणि लग्न झालं तेव्हा बिजाननं मला दिलेली एक एक कॅरेटचे चार हिरे असलेली लहान सोनसाखळी. केसांचा अंबाडा बांधला आणि आरशासमोर उभी राहून माझ्या भ्रष्टतेच्या काहीही खुणा शिल्लक राहिल्या नाहीत ना याची खात्री करून घेतली. आरशात दिसणारा चेहरा फिकटलेला होता, त्या चेहऱ्याचे डोळे रडून रडून सुजले होते, ओठ आवळलेले होते, मी मला आत्ताच ओळखेनाशी झाले होते.

मग मी पोशाख केला. प्रथम मी माझी स्कीईंगची सर्व रेशमी अंतर्वस्त्र घातली. त्यावर एक पुलोव्हर, एक कार्डिगन, एक लांब लोकरी स्कर्ट आणि या सर्वांवरून आणखी एक स्वेटर. मी माझे सगळ्यात जुने कपडे निवडले होते. माझ्याकडे उगाचच कुणाचं लक्ष जायला नको होतं. सर्वांत शेवटी मी माझ्याकडचे सगळ्यांत गरम असे उंच गुडघ्यापर्यंत येणारे बूट घातले. कोमितेह मला अटक करायला केव्हा येतील काहीच सांगता येत नव्हतं. त्यामुळे मी सकाळी आठ वाजताच तयार

होऊन बसले.

कोमितेहकडे मी डॉक्टरांकडे जाण्यासाठी वेळ मागितला खरा, पण आता मात्र मला तिकडे जाववेना. शिवाय असलेल्या वेळातला जास्तीत जास्त वेळ मला फरहादबरोबर घालवायचा होता. कोमितेह मला अटक करायला येतील तेव्हा काही मैत्रिणींनी माझ्या सोबतीला येण्याची तयारी दाखवली, पण मी त्यांना नको म्हटलं. कोमितेहचं घरावर लक्ष असणार असा माझा अंदाज होता. माझ्याबरोबर फार लोक असलेले त्यांना आवडलं नसतं.

पण मी सीमिनला फोन केला. सगळ्या नातेवाइकांत, मैत्रिणींच्यात तिचं घर सगळ्यांत जवळ होतं. आम्ही लहानपणापासून खूप चांगल्या मैत्रिणी होतो. कित्येक दुपारी आम्ही आनंदानं गुजगोष्टी करत घालवल्या होत्या. तिच्या धीराची, तिच्या शहाणपणाची मला फार गरज होती. मी फोन केला तेव्हा क्षणभरही विचार न करता तिचा स्वत:चा सहा वर्षांचा लहान मुलगा असून ती लगेच 'येते' म्हणाली, काही मिनिटांतच ती दारात येऊन उभी राहिली. मी किती वेळ त्या दोघांना मिठ्याच मारत सुटले. फरहादही त्याचा लहानसा मित्र भेटल्यामुळे जरा खुलला.

सीमिनच्या बगलेत काहीतरी मोठं गुंडाळून आणलेलं दिसत होतं. जेव्हा तिनं गूढपणे ते खोललं तेव्हा मात्र मला हसू आवरलं नाही. ते खोमेनीच्या सर्वांत उग्र मुद्रेचं पोस्टर होतं.

"हे घे. हे दिवाणखान्यात लाव." तिने सांगितलं, "म्हणजे तू एक चांगली इस्लामी क्रांतिकारी वाटशील. त्यांना असल्या गोष्टी आवडतात."

साधारण नऊ वाजता दार वाजलं, फरहादच्या बुटाची लेस बांधताबांधता माझे हात थांबले, ते इतक्या लवकर आले की काय? मग मला अचानक आठवलं आणि मी गडबडीनं दार उघडलं, मला मसाज करणारी मन्सुरेह होती.

"मन्सुरेह, तुझ्या येण्याचं मी विसरूनच गेले होते."

"काय झालंय तुम्हांला?" तिच्या वृद्ध प्रेमळ चेहऱ्यावर काळजी दाटली. "तुम्ही अगदी भयंकर दिसता आहात. तुम्हाला झालंय तरी काय? कुटुंबात कुणी गेलंय का? असे का कपडे घातले आहेत तुम्ही?"

मी स्वत:वर संयम ठेवण्याचा पक्का निश्चय केला होता.

"कोमितेहमुळे. ते काल रात्री आले होते. ते मला अटक करायला येणार आहेत."

"हं....! विधवांना घाबरवण्यापलीकडे या सरकारला उद्योगच नाहीये, जाऊ दे, तुम्ही काही काळजी करू नका. ते तुम्हाला कुठे नेणार नाहीत."

"मन्सुरेह, तुला जायला हवं. त्यांनी तुला इथं पाहिलं तर माहीत नाही त्यांना

तुझ्याबद्दल काय वाटेल. त्यांच्या मते मी एक वाईट चालीची बाई आहे. जे कोणी माझ्या संपर्कात येतील, त्याच्यावर ते संशय घेतील.''

''मी? तुम्हांला सोडून जाऊ? तुम्हांला काय वाटतं, मी त्या लोकांना घाबरते? मी इथंच थांबणार आहे, आणि त्यांनी तुम्हांला अटक केली, तर मी तुमच्याबरोबर येणार आहे, बघू ते मला कसं थांबवतात ते. आता पहिली गोष्ट म्हणजे काहीतरी खाऊन घ्या. गेल्या कित्येक दिवसांची उपाशी असल्यासारख्या दिसता आहात तुम्ही.'' तिच्या आवाजातच इतका धीर, इतकं आश्वासन होतं!

खरोखरच माझ्या भीतीतून उद्भवलेल्या उलट्या-जुलाबांनी मी कालची बहुतेक रात्र बाथरूममध्येच काढली होती. माझ्या पोटात काही राहिलंही नसतं.

''मला खरंच काही खाववणार नाही.''

''दोन स्क्रॅम्बल्ड एग्जनी व्यवस्थित काम होईल. हलकं आणि पौष्टिक. त्यानं जरा तरतरी येईल. तिथे तुम्हांला धड काही खायला मिळणार नाही. एवढं नक्की.''

तिच्या देखरेखीखाली मी अंडी आणि थोडा ब्रेडसुद्धा खाल्ला. मग आम्ही तिघींनी मिळून त्यांनी मागितलेली मासिकं आणि फिल्म्स एकत्र करून दारापाशी नीट रचून ठेवल्या. एकदम एका क्षणी माझ्या लक्षात आलं की, माझं सोन्याचं रोलेक्स घड्याळ अजून माझ्या मनगटावर आहे.

''हे मी तुरुंगात घालू शकत नाही. हे फारच डोळ्यांवर येईल पण तिथे असताना प्रत्येक सेकंदाला मला वेळ कळली पाहिजे.''

मन्सुरेहनं तत्काळ तिच्या हातावरचं जुनं घड्याळ काढून माझ्या हातावर ठेवलं.

''हं हे घ्या, आणि त्यांनी हे चोरलं तरी फार चिंता करू नका.''

सगळी तयारी झाल्यावर आम्ही स्वयंपाकघरात जाऊन वाट बघत बसलो. मी फेऱ्या घालत होते. काहीतरी असंबद्ध पुटपुटत होते आणि रडत होते. अजूनही मैत्रिणींचे, नातेवाइकांचे फोन येतच होते. सगळे मला धीर देत होते. जर कोमितेह मला डॉक्टरांकडे जाऊ द्यायला तयार झाले, तर कदाचित ते मला न्यायला येणारही नाहीत. कदाचित त्यांचा हेतू फक्त मला घाबरवण्याचाच असेल. 'त्यांनी मला दारू आणि पत्रांची विल्हेवाट लावू दिली, बरोबर? आणि त्यांनी कूपन्स जप्त केली, बरोबर? ते आणखी करूच काय शकतात?' मैत्रिणींनी विचारलं. पण मला आतून कुठेतरी जाणवत होतं की, त्यांचं चूक आहे, कोमितेह येणार हे माहीत होतं आणि दुपारी दोन वाजता दारावर थाप पडली.

आम्ही तिघी एकदमच दाराकडे जायला उठून उभ्या राहिलो, मुलं आमच्या पाठोपाठ होतीच. पुन्हा एकदा दारात दोन अनोळखी माणसं होती, पण आता ती कोमितेह म्हणून स्पष्टच ओळखू येत होती. त्यांनी सैनिकी गणवेष घातले होते.

काळ्याभोर, कुरळ्या दाढ्या राखल्या होत्या, त्या दोन्ही तरुण माणसांच्या शेजारी त्यांच्या स्वयंचलित रायफल्स होत्या. आमच्याकडे पाहून त्यांना काय वाटत असेल असा मी विचार करत होते. तीन बिचाऱ्या बायका, रुमालानं डोकी व्यवस्थित झाकून घेतलेल्या आणि त्यांच्या पायात घोटाळणारी दोन लहान मुलं. अटक करण्यासाठी आम्ही केलं तरी काय असेल?

"सुझान आझादी."

"होय."

"आम्ही तुम्हाला अटक करायला आलो आहोत."

"आत या."

ते घरात आले आणि इकडे तिकडे बघू लागले. ते चकित झाल्यासारखे दिसले, कदाचित त्यांना वेगळ्या दृश्याची अपेक्षा असावी. खोमेनीच्या पोस्टरसमोर किंचित थांबल्यावर ते उगीच इकडे-तिकडे पाहत फिरू लागले.

"या घरात तुमच्याकडे काही बेकायदेशीर आहे का?" त्यांच्यातील एकानं विचारलं.

"छे छे. काही नाही."

"काल रात्री या घराची झडती झाली ना?"

"होय."

"काय काय सापडलं?"

"ओह! फारच किरकोळ, फारच किरकोळ. काही थोडी मासिकं, थोड्या फिल्म्स. मी इथे आणून ठेवलं आहे ते." दाराजवळच्या ढिगाकडे बोट दाखवत मी म्हटलं. माझं काय करावं ते त्यांना कळेना, म्हणून मग मी त्यांना चहा-पाणी, खाणं दिलं. मी अगदी सौजन्यानं वागायचं ठरवलं होतं. ताघौती नेहमी कोमितेहला वाईट वागवण्याची चूक करतात. कोमितेह त्याबद्दल ताघौतींचा तिरस्कार करतात. मग त्यांनी खरंच चहाचा स्वीकार केला, तेव्हा मात्र मीच चकित झाले. मी असं ऐकलं होतं की, चिडलेल्या बळींकडून विषप्रयोगाच्या भीतीनं, कामगिरीवर असताना कोमितेह सहसा अन्न-पाणी घेत नाहीत.

दोन सशस्त्र अनोळखी लोकांचा उत्कृष्ट पाहुणचार करताना मलाच कसंतरी वाटत होतं. त्यांनी उभ्याउभ्याच चहा घेतला आणि माझी परवानगी न घेता घराची झडती सुरू केली. पण या झडतीपेक्षा – काहीतरी शोधून काढण्यापेक्षा – उत्सुकताच जास्त दिसत होती. आम्ही शांतपणे पाहात होतो. आमची ब्र काढायचीही हिंमत नव्हती.

साधारण दोन तासांनंतर त्यांनी मुख्य ठाण्याला फोन करून ज्या माणसानं काल रात्री घराची झडती घेतली, त्याच्याशी बोलायचं ठरवलं. तो बॉन याद

मॉंकेरातमध्ये होता. हा एक प्रचंड शक्तिशाली कोमितेह होता. इतर कोमितेह शहराच्या वेगवेगळ्या भागाची व्यवस्था बघायचे. पण याच्याकडे संपूर्ण तेहरान शहराची जबाबदारी होती. वेश्याव्यवसाय, मादक द्रव्य, दारू आणि जुगार यांचा शोध घेणं, तसंच फालतू पार्ट्यांच्या तक्रारींची दखल घेणं हे त्यांचं काम होतं. इतर कोमितेह संशयित समाजवाद्यांना आणि विध्वंसकांना अटक करून देशाची राजकीय शुद्धता राखण्यावर लक्ष केंद्रित करायचे, पण हे मात्र क्रांतीच्या नीतिमूल्यांसाठी जबाबदार होते. माझ्यावर कुणी पाळत ठेवली असेल? माझी कुणी चुगली केली असेल? फक्त तर्क करणं माझ्या हातात होतं.

"हसन, बरं, आम्ही इथे आलो आहोत. आम्हाला इथे काही आक्षेपार्ह दिसत नाहीये. आम्ही या बाईला अटक नक्की करायची आहे का?"

काही फुटाच्या अंतरावरसुद्धा मला हसनचा रागावलेला आवाज ऐकू येत होता.

"मूर्खांनो, अख्ख्या दुपारभर काय करत होता? तिला ताबडतोब इकडं घेऊन या. आम्ही वाट पहात आहोत. थांब, तिलाच दे फोन लगेच."

आदल्या रात्री माझ्याशी थोडंफार दयाबुद्धीनं वागणाऱ्या माणसाचा गंभीर आवाज मी लगेच ओळखला. फक्त आत्ता तो संतापलेला होता. त्या दोघा माणसांचा खोळंबा केल्याचा दोष त्यानं माझ्याच माथी मारला आणि जर मी ताबडतोब मुख्यालयात पोचले नाही तर परिणाम अधिक वाईट होतील असा इशारा दिला. मी या आशेवर होते की, हे प्रकरण ते तसंच सोडून देतील. कोमितेहमध्ये नुसता सावळा गोंधळ होता आणि ते जे काही करायचे, त्या कशालाच काही अर्थ नव्हता. पण आता ते दोघंजण एकदम भानावर आले. मी जाण्यासाठी तयार व्हावं असं त्यांनी सांगितलं. मन्सुरेहनं मला हातानं वेढून घेतलं.

"हा लहान मुलगा आणि मी हिच्याबरोबर येणार आहोत. मी तिला एकटीला कुठेही सोडणार नाही."

"कुणालाही तिच्याबरोबर येता येणार नाही." कोमितेह म्हणाला, "तसे नियम आहेत, तिला एकटीला आलं पाहिजे."

मला आता घेऊन जाणार हे समजून फरहाद त्याच्या चिमुकल्या हातातली सर्व शक्ती एकवटून माझे कपडे घट्ट धरून ठेवू लागला. "मी पण येतो. आई, मी पण येणार. मला टाकून जाऊ नको ना गं, मला टाकून जाऊ नको ना."

त्याच्या हुंदक्यांचा काहीतरी परिणाम झाला असावा, कारण थोड्या वेळानं त्यांनी एक सवलत दिली.

"ठीक आहे," त्यांच्यातल्या एकानं सांगितलं. "ते फार तर तुरुंगाच्या प्रवेशद्वारापर्यंत / मुख्य दारापर्यंत येऊ शकतील. पुढे नाही."

तेवढ्यावर समाधान मानून मी सीमिनला निरोपाची मिठी मारली आणि एकदा घराकडे शेवटचं पाहून घेतलं. मला कळलं होतं की, मी जरी परत आले, तरी माझं घर माझा सुरक्षित निवारा कधीच राहणार नव्हतं. ती बाहेर पडून पुढच्या दारातून कोमितेहच्या गाडीकडे जात असताना जलाल आगा, त्याची बायको आणि मुलं बाहेर येऊन निरोपाचा हात वगैरे काही न करता गप्पपणे आमच्याकडे पाहात होती. वरती मोठमोठे ध्वनिवर्धक बसवलेल्या आणि ढबोळ्या अक्षरात कोमितेह असं रंगवलेल्या राखी रंगाच्या पायकन गाडीच्या मागच्या सीटवर आम्ही चढून बसलो.

त्यांच्या स्वयंचलित बंदुका मोटारीत मावत नव्हत्या, त्यामुळे पुढे बसलेल्या दोघांच्याही बंदुका दोन्ही बाजूच्या खिडक्यांमधून बाहेर डोकावत होत्या. गाडी सुरू झाल्याबरोबर त्यांनी ध्वनिवर्धक सुरू केला आणि मुल्लाचा आवाज आसमंत चिरून टाकायला लागला. रस्त्याच्या पलीकडच्या गॅस कंपनीतले कामगार बाहेर येऊन काय चाललं आहे ते बघू लागले. मी त्या सर्वांना चांगली ओळखत होते, आता अलीकडेच तर मी त्यांच्याकडे खाऊची थाळी पाठवली होती. आम्ही जाताना ते गुपचूप आमच्याकडे पाहात होते. माझं तोंड शरमेनं काळं ठिक्कर पडलं होतं.

टेकड्या उतरून आमची गाडी दक्षिणेकडे शहराच्या दिशेनं चालली होती, पण अजूनही आम्हांला कुठे नेलं जात होतं याचा काही पत्ता नव्हता. हळूहळू भव्य घरं आणि छानसे बगीचे असलेली शेमिरान आणि सल्तनताबाद ही शांत उपनगरं मागं पडली आणि आम्ही शहराच्या गजबजाटात उतरलो. रस्त्यावरची माणसं थांबून मोटारीत बघत राहायची. त्यांच्या चेहऱ्यावरची प्रश्नचिन्हं आणि नजरेतला अविश्वास मला वाचता येत होता. काय केलं असेल या दोन बायकांनी? वेश्या असतील किंवा असतील समाजवादी. फारच क्वचित मला सहानुभूती किंवा अगदी राजवटीबद्दलच्या संतापाची ठिणगी दिसली.

आम्ही अर्धा तास प्रवास करत होतो आणि तख्तेजामशिद रस्त्यावरच्या एका देखण्या हवेलीसमोर आम्ही पोचलो तेव्हा अंधार पडायला लागला होता. चुन्याचा गिलावा केलेलं हे तीन मजली घर त्यातला पोहण्याचा तलाव, भिंतीआडची मोठी बाग हे सगळं माझ्या ओळखीचं होतं. ही एका संपन्न इराणी कुटुंबाची मालमत्ता होती, खोमेनीनं सूत्रं हातात घेतल्याबरोबर लगेचच ती बळकावण्यात आली होती. मी त्या कुटुंबाला प्रत्यक्ष ओळखत नव्हते आणि सुरक्षितपणे देश सोडणं शक्य असतानाच निघून गेल्याबद्दल मला त्या कुटुंबाचा हेवा वाटायला लागला. बाजूला असलेल्या बागेच्या दरवाजाजवळ ड्रायव्हरनं गाडी उभी केली. एकेकाळची ती शोभिवंत बाग आता अस्ताव्यस्त वाढली होती, पोहण्याचा तलाव कोरडा पडला होता आणि पाचोळ्यानं भरून गेला होता. तरीसुद्धा, त्या मोठमोठ्या गोलाकार,

काचेच्या खिडक्या, पांढऱ्या रंगानं रंगवलेलं नाजूक लाकूडकाम आणि बागेत उघडणारे फ्रेंच दरवाजे यामुळे ती वास्तू अजूनही फार सुंदर दिसत होती.

''आत जायची वेळ झाली,'' ड्रायव्हर म्हणाला.

ते ऐकल्यावर फरहाद पुन्हा मुसमुसायला लागला. मन्सूरेह तयारी करायला लागली.

''आम्ही पण आत येणार.''

आता त्या दोन माणसांनी काही ऐकून घेतलं नसतं हे दिसत होतं. मी तिच्याकडे वळले.

''इथे बाहेर खूप थंडी आहे. इथे थांबू नका. ते रस्त्यापलीकडे किराण्याचं दुकान दिसतंय ना तिथे थांबा. अर्ध्या तासात मी परत आले नाही तर, फरहादला घेऊन घरी जा. एकदा आत गेल्यावर तिथे काय काय होणार आहे याबद्दल काहीच सांगता येणार नाही.''

ती आत्तासुद्धा काही ऐकायला तयार नव्हती.

''फरहादची चिंता करू नका. मी त्याची काळजी घेईन. त्याला सोबत म्हणून मी माझ्या मुलाला आणेन.''

मी फरहादला शेवटचं कुशीत घेतलं आणि मग त्या दोघांनी मला बागेतून पुढे त्या प्रासादाच्या ऐटदार पायऱ्यांवरून पुढे चालवलं.

मॉकेरान्त तुरुंगात प्रवेश केल्यावर आम्हांला एक लांब-रूंद ओवरी लागली. तिथे बंदूकधारी माणसांची गर्दी झाली होती आणि पगडीधारी मौलवी काही ना काही कामाच्या निमित्तानं त्या कार्यालयीन खोल्यांमध्ये जा-ये करत होते. बंदुका, दाढ्या आणि सैनिकी गणवेष वगळले तर बाकी दृश्य कुठल्याही एखाद्या ऑफिससारखं होतं. प्रचंड कागदपत्रांमुळे तिथे अधिकच पसारा वाटत होता. एकंदरीत कुठल्याही सरकारी कचेरीत चहाच्या सुटीआधी जे काही वातावरण असतं तसं होतं. भीतीमुळे बऱ्याच गोष्टींकडे माझं लक्ष गेलं नाही. पण तिथे बायकांचा वावर अजिबात नव्हता हे मात्र माझ्या लगेच लक्षात आलं. ते दोघंजण मला प्रवेशद्वाराच्या उजवीकडे असलेल्या एका लहानशा जिन्याकडे घेऊन गेले. आम्ही तीन मजले चढून वर गेलो आणि पुन्हा एका लांबचलांब ओवरीतून चालू लागलो. या वेळी दोघांनी मला एका दुहेरी दरवाजाकडे नेलं. त्यांनी अदबीनं दार वाजवलं. हे बहुधा कोमितेहच्या प्रमुखाचं कार्यालय दिसत होतं.

कुणीतरी 'आत या' म्हटलं आणि माझ्या बरोबरच्या दूतानं दार उघडल्यावर मी एका प्रशस्त भोजनगृहात प्रवेश केला. त्याच्या बाजूनं मोठ्या, देखण्या खिडक्यांची रांग होती, आता त्याचं रूपांतर एका ऑफिसमध्ये झालं होतं. खोलीत फक्त दोनच टेबलं होती. डावीकडे असलेल्या टेबलावर एक माणूस फायलींच्या

ढिगासमोर शांतपणे काम करत होता. मध्यभागी असलेल्या टेबलावर आणखी एक माणूस आणखी काही फायलींचा अभ्यास करत होता. एक जरा प्रौढ, प्रतिष्ठित माणूस अदबीनं त्याच्याकडे वाकून त्याला काहीतरी समजावून सांगत होता. हा कोमितेहचा नेता होता तर. मी पुढे जाताच बसलेल्या माणसानं वरती पाहिलं. मला धक्काच बसला. तो हसन होता. हाच तो माणूस ज्यानं माझ्या घराची झडती घेतली होती. आणि ज्यानं मला अतिशय कौशल्यानं आलटून पालटून दया आणि शिक्षा यात खेळवलं होतं. एका बाजूनं मला जरा बरं वाटलं. हा या आधी बरं वागला होता आणि पुन्हा बरं वागायची शक्यता होती. तर दुसऱ्या बाजूनं मी विचार करत होते की, कोमितेहच्या प्रमुखानं जातीनं माझ्या घराला भेट द्यावी असं मी काय केलं होतं? संपूर्ण शहराचा व्याप सांभाळत असताना माझ्याकडे लक्ष जावं, अशा कोणत्या तक्रारी असतील माझ्याविरुद्ध?

"पोचलात तर अखेर," हसन म्हणाला, "एवढा उशीर का लागला? सर्व टेप्स आणि फिल्म्स आणल्या?"

"होय, असं वाटतंय." मी म्हटलं आणि संमतीसाठी मागे वळून माझ्या बरोबरच्या दोघा दूतांकडे पाहिलं. मी अजूनही हा आपल्याला नुसते प्रश्न विचारून सोडून देईल या आशेच्या धाग्याला लोंबकळत होते.

"काल रात्री तुम्ही सांगितलं ते सर्व मी नष्ट केलं. मला इथं का आणलं आहे? मी काही गुन्हा केलेला नाही. माझा मुलगा माझी बाहेर वाट पाहातो आहे मला जाऊ द्या."

त्याच्या आत्मप्रतिष्ठेला आवाहन करायचं मी ठरवलं होतं आणि त्याला हवी तशी मी घाबरलेली, शरण आलेली स्त्री बनले. कोणत्याही पुरुषाला - तो म्हणेल तर अगदी काका – मामांनासुद्धा – यापुढे मी घरात घेणार नाही असं मी शपथ घेऊन सांगितलं. मी शपथेवर माझी संपूर्ण शरणागती आणि तिथून सुटण्यासाठी आणि एक रात्रही तिथे काढावी न लागण्यासाठी सगळं काही पत्करलं होतं. आपण घाबरल्याचं नाटक केलं, करत आहोत अशी माझी समजूत होती. पण मध्येच माझ्या लक्षात आलं की, मला भीतीचा अभिनय करण्याची गरज नव्हती, मी खरंच घाबरून त्या सगळ्या गोष्टी करायला तयार होते. अत्यंत नाराजीनं माझं थोडा वेळ ऐकून घेतल्यावर तो त्या दोघांपैकी एकाकडे वळून म्हणाला, "खाली न्या हिला, खाली न्या हिला." माझं रक्त चेहऱ्याकडे वेगानं वाहू लागलं.

माझ्या दोघा रखवालदारांनी मला बाहेर आणलं, दोन जिने उतरून तळमजल्यावरच्या एका ऑफिसमध्ये आणलं. त्या खोलीत दाटीवाटीनं ओळीत टेबलं मांडली होती. प्रत्येक टेबलामागे एक-एक माणूस होता. भिंतींवर लावलेल्या मोठमोठ्या पोस्टर्समधून खोमेनी निष्ठूर दगडी नजरेनं पाहात होता. प्रश्न विचारणाऱ्यांचे

धारदार आणि चिडलेले आवाज ऐकू येत होते, त्यांच्या सावजांचेही आवाज ऐकू येत होते. दबलेले, कधी भेदरलेले. मला एका टेबलासमोर आणून उभं केलं. माझ्यासमोर पन्नाशीतला एक ढोल्या दाढीवाला बसला होता. टेबलापलीकडूनसुद्धा त्याच्या घामाचा दर्प येत होता. वर न पाहताच तो भुंकला, "कोण ही?"

माझ्या सोबतच्या माणसानं 'मी कोण' ते सांगितलं, पण त्याला ते अगोदरच माहीत होतं. फायलींच्या गठ्ठ्यात सगळ्यांत वरती माझं नाव लिहिलेली फाईल होती आणि सरळच आहे की, कुणीतरी त्याला माझ्या गुन्ह्यांची माहिती दिलेली होती. पुन्हा त्यानं माझ्या घरात सापडलेल्या सर्व पुराव्यांची उजळणी केली. पण, दारू आणि पत्ते यांबद्दल सुरुवातीच्या जुजबी ताशेऱ्यांनंतर तो संपूर्णपणे अनपेक्षित असलेल्या विषयावर घसरला – पेट्रोलची कूपन्स.

"ज्या ड्रायव्हरकडून तुम्ही कूपन्स विकत घेत होता, त्याचं नाव सांगायचा तुमचा निर्णय शेवटी झाला की नाही? तुम्हाला ते सांगावं लागणारच आहे. तुम्ही आणि तुमच्यासारख्यांना असं वाटतं की, इतर लोकांना परवडत नसलं तरी तुम्ही काहीही विकत घेऊ शकता. मला त्या ड्रायव्हरचं नाव आणि त्याच्या गाडीचा रंग हवा आहे."

"मी कोमितेहना आधीच सांगितलं आहे की, मला त्या ड्रायव्हरचं नाव माहीत नाही, त्याच्या गाडीचं मॉडेल माहीत नाही. त्याच्या गाडीचा रंग लाल आहे एवढंच मला माहीत आहे."

"ऐक तर मग. ते आठवेपर्यंत तुला इथे तुरुंगात राहायचं आहे. समजलीस?"

मी मला सोडून देण्याची भीक मागायला लागले, पण माझे शब्द ओठाआडच सुकले होते. त्यानं माझ्या मागे उभ्या असलेल्या कुणालातरी इशारा केला. "घेऊन जा हिला. कदाचित विचार बदलून तिला सांगावंसं वाटेल."

जड काळी चादोर घेतलेल्या, त्याहीपुढे जाऊन रुमालानं उरलेलं कपाळ आणि तोंड झाकून घेतलेल्या एका वयस्कर बाईनं माझा दंड पकडला आणि मला खोलीच्या बाहेर काढलं. रस्त्यापलीकडच्या दुकानात माझी वाट पाहात थांबलेल्या मन्सुरेह आणि फरहादचा विचार माझ्या मनात आला. मला आत येऊन पंचेचाळीस मिनिटं झाली होती. ते माझ्यासाठी थांबले असतील का अजून? मी त्या बाईकडे पाहिलं. तिच्या चेहऱ्यावर मैत्रीच्या भावनेच्या खुणा कुठे दिसतात का ते शोधलं.

"माझा छोटा मुलगा. तो रस्त्याच्या पलीकडे थांबला आहे. प्लीज, मला जाऊन त्याला सांगायला हवं की, काय चाललं आहे. माझी खुशाली त्याला कळवायला हवी."

"मी असलं काही करू शकत नाही, इथून कुणी कुणाला काही कळवत नसतं."

"प्लीज मला फक्त त्याला सांगून येऊ दे. मी लगेच परत येते. तुमच्यासाठी आणि तुमच्या कुटुंबासाठी मी दुवा मागेन. एका लहानग्याच्या आईवर एवढी दया करा."

"तिथे उभं राहून काय चाललंय तुमचं?" आम्हाला बोलताना पाहून चौकशी करणाऱ्या माणसानं हटकलं, "मी जायला सांगितलं, जायचं."

त्याचं ओरडणं आमच्या दोघींसाठी होतं. त्या बाईनं चटकन माझ्या दंडाला धरून मला जिन्याकडे चालवलं. मी थरथर कापत रडायला लागले, माझा निरोप माझ्या मुलाला पोचवण्यासाठी तिला विनवायला लागले. जिना उतरून तळघरात जाताना ती माझ्या कानात कुजबुजली, "मी पकडले गेले ना, तर आफत ओढवेल, पण मी धावत पळत जाऊन सांगून येईन की, तुला इथे राहावं लागतंय. आता काही बोलू नको."

मी तिचे आभार मानू लागले, पण तिनं मला गप्प केलं.

आम्ही जिना उतरून तळाशी पोचण्याआधीच त्या थंड दमट हवेतील, माणसांच्या घामाचा दर्प आला. एका लांबलचक ओवरीच्या दारात काही रखवालदार उभ्या होत्या. त्यांच्या सर्वसमावेशक जाड चादोरमधूनसुद्धा त्या तरुण मुलींची धट्टीकट्टी काया लपत नव्हती. कंटाळलेल्या नजरेनं माझी जुजबी तपासणी करून त्या बाजूला झाल्या. तळघराच्या अंधारात आणि गारठ्यात शिरणारी आणखी एक बाई. ओवरीत उजव्या बाजूला तुटकं, लांबलचक काचेचं टेबल होतं. ते खोमेनीच्या भाषणांच्या प्रतींनी आणि त्याच्या सर्वव्यापी चित्रांनी भरलं होतं. एका कोपऱ्यात एक लाल भडक रंगाचा बिछाना होता. तळघरातल्या त्या काळ्या अंधारात तो नजरेला सुखावत होता. प्लॅस्टिकचा स्वच्छ लाल बिछाना. पण त्याच्या दोन्ही बाजूंना लोंबणाऱ्या पट्ट्यांकडे लक्ष जाताच मी हादरले. लोंबकळणाऱ्या हातापायांना धरून ठेवणारे पट्टे, फटके मारायला चौथरा! मी मान फिरवली. पहारेकरणीनं मला पुढे नेलं. दोन्ही बाजूंना खोल्यांची दारं होती, त्यावर सुती पडदे लटकत होते. डावीकडे वळून तिनं दारावरचा पडदा बाजूला केला. माझं अंग आक्रसून गेलं, इकडेतिकडे पाहिलं तर त्या बोळात ओळीनं ठेवलेल्या खुर्च्या दिसल्या.

"मी इथे खुर्च्यांवर बसून राहिले तर चालेल का? मी काही फार वेळ इथे असणार नाही."

लांब तिकडे हॉलमध्ये बसलेल्या एका रखवालदारणीनं वर पाहिलं आणि खेकसली, 'चल आत हो.' मग तिनं एक धक्का देऊन मला पडद्यापलीकडे ढकललं. आतल्या अंधुक प्रकाशाला सरावायला मला क्षणभर वेळ लागला. हळूहळू त्या मोठ्या खोलीची रूपरेषा माझ्या डोळ्यांसमोर साकार होत गेली. साधारण पन्नास फूट लांब आणि तीस फूट रुंद. जमिनीवर उकिडव्या बसलेल्या

बायकांनी ती खोली भरून गेली होती. काही डझन डोळ्यांच्या जोड्या क्षणभर माझ्याकडे वळल्या आणि झुकल्या. बऱ्याचशा बायकांनी चादोर घेतली होती. बाकीच्या नेहमीच्या गरिबांच्या पारंपरिक पोषाखात होत्या, सैलसर सुती पायजमा आणि बहुतेकसा चेहरा झाकला जाईल असे रुमाल तरी बांधले होतेच. आजवर लांब हातापायांच्या काड्या आणि पोटाचे नगारे झालेल्या अशा कुपोषित बायका मी फक्त टीव्हीवर पाहिल्या होत्या. काहीजणी विनोद करून मोठ्यानं हसत होत्या. क्वचित एखादीच्या तोंडातला सोन्याचा दात चमकत होता.

खिडक्या भरपूर असल्या, तरी त्या इतक्या उंचावर होत्या की, त्यातून बाहेरच्या जगाचं दर्शन शक्य नव्हतं. जमिनीवर एक पातळ, मातकट सतरंजी घातली होती, मी त्यावर पाऊल टाकताच त्यातून कचकच आवाज आला. त्या दिवशीच्या जेवणाचा वास हवेत भरून राहिला होता. कित्येक दिवस अंघोळी न केलेल्या बायकांच्या शरीराचा वास त्यातच मिसळला होता. मी नकळत शहारले, थोडी हवेतील दमट गारठ्यामुळे आणि थोडी कोऱ्या चेहऱ्याच्या नाहीतर बेदरकार बेछूट हसणाऱ्या इतक्या बायकांच्या जथ्याचं दृश्य बघून.

माझ्या डावीकडे असलेल्या कोपऱ्यातली एक रिकामी जागा मी हेरली आणि तिथपर्यंत वाट काढत गेले. अचानक माझ्याजवळची एक बाई जोरात ओरडू लागली. ती पर्शियन बोलत होती, पण तिचे उच्चार रांगडे, ग्रामीण होते. असे उच्चार यापूर्वी कधीच ऐकले नव्हते.

"बूट काढ तुझे. जिथे लोक नमाज पढतात तिथे बूट घालून फिरणारी कोण गं लागून गेलीस तू?"

तिनं बोट दाखवलेल्या जागेकडे मी मागं वळून पाहिलं, दारापाशी चपला बुटांचा एक ढीग दिसला, मी चटकन बूट काढून घेतले. तर माझ्या जाड मोजांमधूनही त्या सतरंजीचा ओलसरपणा मला जाणवला. कुणाचं आपल्याकडे लक्ष नसेल अशी आशा करत मी ते बूट बगलेत घट्ट धरून ठेवले आणि लांबचा कोपरा गाठला. तिथे मला सिमेंटचा एक लहानसा भाग दिसला. ज्याच्यावर सतरंजी नव्हती, तिथे मी बूट टेकवले. इतर बायकांसारखीच मीही अंगाची जुडी करून बसले.

बसल्या जागेवरून मी खोलीचं निरीक्षण केलं, कुणाच्याही नजरेला नजर देण्याची माझी इच्छा नव्हती. कुणाचंही माझ्याकडे लक्ष जाणं, मी कोण, कुठली, तिथे का आले या चौकशा – यातलं काहीही मला अगदीच नको होतं. बाकीच्या बंदिवासीनांसुद्धा ताघौतींचा, खोमेनीला वाटतो तेवढाच तिरस्कार वाटत असणं शक्य होतं. प्रत्येकीकडं एक-एक ब्लँकेट दिसत होतं. ते ती झोपण्यासाठी अंथरत होती. अत्यावश्यक पांघरूण म्हणून किंवा उशी म्हणूनही वापरत होती. प्रत्येकी

एक ब्लँकेट, आणि त्याच्या रंगरूपावरून ते अत्यंत कळकट, वास मारणारं दिसत होतं. मी कितीही गारठले, तरी माझ्याच्यानं तसलं ब्लँकेट वापरणं शक्य झालं नसतं. मी कोट काढून पांघरला आणि हळूच जपून बूटही घातले.

पण इतर कैद्यांसाठी ती ब्लँकेट्स फारच मौल्यवान होती. एका ब्लँकेटच्या मालकीवरून दोन बायकांमध्ये लगेचच भांडण पेटलं. खोलीच्या मधोमध एकमेकींसमोर उभं राहून शिवीगाळ, धक्काबुक्की, लाथा, चिमटे इ. सुरू झालं. या हालचालीनं आत आलेल्या पहारेकरणीनं एका धमकीत त्यांना गप्प केलं. चूप बसा, नाहीतर...

खोलीत जरा स्थिरस्थावर होताच, सगळ्याजणी एकाच वेळी बोलत आहेत असं वाटत होतं. जणू प्रत्येक स्त्री आपली कर्मकथा सांगत होती. तुरुंगात सरावलेल्या असल्यासारख्या, काहीजणी हास्यविनोद करत होत्या. इतर काही ओक्साबोक्शी रडत होत्या, अगदी माझ्या डावीकडे बसलेली एक बाई चादोरखाली अवघडून बसली होती, तिच्याकडे कुणाचं लक्ष नव्हतं, पण ती मात्र एखाद्या निराधार लहान मुलासारखी, मागेपुढे झुलत, पुन:पुन्हा आपली व्यथा सांगतच होती.

''त्यांनी मला इथे का आणलं?'' ती विचारत होती, ''का मला पकडून आणलं? कशासाठी?''

माझ्या उजवीकडे एक चौदा-पंधरा वर्षांची लहान मुलगी गरोदरपणाच्या शेवटच्या अवस्थेत होती आणि आपल्याशीच गुपचूप रडत होती. तिनं फिकट सुती कपडे घातले होते आणि अधूनमधून दुखल्यावर किंवा बहुतेक कळ आल्यावर ती आपलं मोठं पोट घट्ट पकडत होती. तिचे गुंता झालेले तपकिरी केस आणि मधाळ मोठे डोळे यांमुळे ती अधिकच केविलवाणी दिसत होती. तीसुद्धा हलकेच शोक करत होती. ''माझा गुन्हा तरी काय? माझा नवरा कुठे आहे? मला इथे का ठेवलंय?''

ती तुर्की भाषेत बोलत होती. नंतर कळलं की, तिला तेवढी एकच भाषा येत होती. उघडच ती तेहरानमधली नव्हती, तर कुठल्याशा खेड्यातून आली होती.

या दोन रडणाऱ्या बायकांकडे बाकीच्या कैदी लक्ष देत नव्हत्या. आम्ही तिघी इथल्या सगळ्यात नव्यानं भरती झालेल्या बायका होतो. खोलीच्या मध्यभागी बसून कुणी कथा सांगत होत्या. स्वत:च्या कहाण्या सांगणाऱ्या बायका कुणाला उद्देशून असं सांगत नव्हत्या. बैठक मारून, छताकडे नजर लावून त्यांची अखंड बडबड सुरू होती. जुन्या जमान्यातल्या कथाकारांसारखं, त्यांचं श्रोत्यांकडे लक्ष नव्हतं, तर त्यांचं लक्ष त्या सांगत असलेल्या गोष्टीवर केंद्रित झालेलं होतं.

एका दातपडक्या मध्यमवयीन बाईचं सुरू झालं.

''मगाशी त्यांनी त्या बुटक्या काळ्या बाईला मारून टाकलं, त्यांनी तिला

बाहेर बोलावलं, तिकडे बागेत, आणि तिथे मारून टाकलं. गोळी घातली, ठोऽऽ आम्ही सगळ्यांनी ऐकला आवाज.''

एक घोळदार सुती सलवार घातलेली बाईपण तिच्यात सामील झाली. ''त्यांनी मारलं त्या बाईला. ती काहीतरी तीन का चार महिन्यांची गरोदर होती. बाळ होईपर्यंत तरी थांबायला हवं होतं त्यांनी. पण त्यांना थांबायचंच नव्हतं. त्यांनी तिला त्या पोहण्याच्या रिकाम्या तलावात नेलं. तिकडे तिला गोळी घातली.''

दुसऱ्या एकीनं माझ्या अगदी जवळ बसलेल्या एका तरुण मुलीकडे बोट दाखवलं. इराणी बायका क्वचितच ठेवतात, तसे बारीक केस ठेवल्यामुळे त्या मुलीचा चेहरा पुरुषी वाटत होता आणि तिनंही गरीब बायका घालतात तसली फुलाफुलांची सलवार घातली होती. ''तिची शिक्षा माहीत आहे का तुला?'' त्या बाईनं विचारलं, ''मरण. तिचं लग्न झालंय आणि ती दुसऱ्या एका माणसाबरोबर सापडली.'' त्या मुलीला त्याची काहीच फिकीर वाटत नव्हती. शेजारच्या बाईबरोबर तिचा काहीतरी हास्यविनोद चालला असावा. जणू या थोडक्या काळाच्या अपकीर्तीची ती मजा लुटत असावी.

कहाण्याच कहाण्या. फटक्यांच्या, माणसं अदृश्य होण्याच्या, महिला पहारेकऱ्यांच्या क्रूरपणाच्या, थोड्या वेळानं मला शंका येऊ लागली की, नवीन आलेल्या कैद्यांना या बळींच्या भयानक गोष्टी सांगण्यात त्या बायकांना भयंकर मजा येत होती. मला तर असं वाटायला लागलं की, मी फटक्यांच्या शिक्षेवर सुटले, तर नशीबच म्हणायचं.

चहूबाजूंच्या भिंतीवर लावलेल्या पोस्टर्सनी, आमची खोमेनीपासून सुटका होणार नाही याची तजवीज केली होती. त्याच्या भाषणांमधले उतारे मोठ्या अक्षरात छापून तेही चिकवटले होते, तसंच नमाज पढण्याच्या वेळी करावयाच्या विविध मुद्रांची चित्रंही लावली होती. कुरोश मामा सांगायचे की, तुम्ही सच्चे मुस्लीम आहात की नाही याची परीक्षा घेण्यासाठी तुरुंगात नमाज पढायला लावतात, त्याची मला आठवण झाली. मी कधी रीतसर नमाज पढायला शिकलेच नव्हते. आपल्याच तंद्रीत असलेल्या माझ्या शेजाऱ्यांच्या कण्हण्याच्या मधेमधे आणि कुणाचं माझ्याकडे लक्ष नाही, हे चोरट्या नजरेनं पाहून घेऊन मी नमाज आणि निरनिराळ्या मुद्रा यांची उजळणी करायला लागले. तुरुंगात कोण हेर आहे हे कसं सांगता येणार? आणि मला करून दाखवायला सांगितलं तर? मी अजून भीतीनं थरथरत होते. त्यामुळे मला धड काहीच जमत नव्हतं. पण, त्यामुळे निदान माझ्या भीतीपेक्षा दुसऱ्या कशावर तरी लक्ष केंद्रित व्हायला मदत झाली.

लवकरच माझी पहारेकऱ्यांशी पहिली सलामी झडली. माझं शरीर अजून नव्या जागेला सरावायचं होतं आणि मला बाथरूमला जाणं निकडीचं होतं. मी हळूच

पॅसेजपर्यंत गेले आणि डोकावून पहारेकऱ्यांचा अंदाज घेतला.

"काय ग ए, कुठे निघालीस?" एक जण ओरडली.

मी तिच्या तोंडाकडे पाहण्याचा प्रयत्न केला. फार तर अठराची असेल.

"ताई, मला बाथरूमला जायचं आहे. कुठे जायचं ते दाखवता का मला कृपा करून?"

"ताई म्हणायचं काम नाही." ती खेकसली आणि मग इतर पहारेकरणींकडे वळून हसली. "अग मुलींनो, इकडे एक सभ्य स्त्री आली आहे बरं का! अशीच सरळ डावीकडे जा. पण लवकर ये नाहीतर मी येऊन तुला बाहेर काढीन."

त्यांना असल्या बायका मिळाल्या तरी कुठे? शाळकरी मुलींपेक्षा काही मोठ्या नसतील आणि आत्ताच इतका दुष्टपणा. मला बाथरूम सापडली, पण तिथल्या घाणीनं आणि दुर्गंधीनं मला जवळजवळ उलटीच झाली. एक लहानसं सिंक तुंबलं होतं आणि गळक्या नळातून ठिबकणाऱ्या घाणेरड्या पाण्यानं भरलं होतं. आधीच ओल्या आणि निसरड्या झालेल्या फरशीवर पाण्याची बारीक धार पडत होती. तिथे इराणी पद्धतीनं उकिडवं बसण्याचं एकच स्वच्छतागृह होतं आणि सगळीकडे मानवी विष्ठा पसरली होती. पॅसेजच्या दुसऱ्या बाजूला असलेल्या खोलीत जर आमच्या खोलीत होत्या तेवढ्याच बायका असतील तर एकशे तीस बायकांसाठी एक स्वच्छतागृह होतं. मी लवकरच बाहेर आले.

थोड्या वेळानं – साधारण साडेसात वाजण्याच्या सुमारास – पहारेकरणींनी संध्याकाळचं जेवण आणलं. एक विचित्र वासाचं सूप भरलेला लहान प्लॅस्टिकचा वाडगा आणि आधीच्या जेवणाचे तसेच खरकटे चमचे त्यांनी प्रत्येकीला वाटले. माझं जेवण माझ्यापर्यंत पोचण्याअगोदरच आपण हे खाऊ शकणार नाही याची माझी खात्री झाली होती. मी वाडग्याकडे पाहून हे काय पदार्थ आहे हे कोडं उलगडण्याचा प्रयत्न केला. रहस्य उलगडलं. तो पदार्थ हे दोन नेहमीचे स्वतंत्र पदार्थ एकत्र करून झाला होता. मांस, बटाटे आणि घेवड्यापासून बनवलेला ओबगोश्त आणि छोट्या मांसगोळ्या आणि हिरव्या भाज्या यांनी बनवलेला ओश. वरच्या मजल्यावरच्या सगळ्यांची जेवणं झाल्यावर उरलेलं सगळं एकत्र करून कैद्यांना दिलं जात होतं.

बाकीच्या कैदी काही एवढे नखरे करत नव्हत्या. त्या अन्नासाठी अगदी भुकेल्या होत्या. काहींनी प्लॅस्टिकचे छोटे कळकट तुकडे उलगडून नीट जमिनीवर अंथरले. काहींनी कापडात गुंडाळलेले शिळे पावाचे तुकडे बाहेर काढले. त्या मोठ्या चवीनं आणि समाधानानं जेवत होत्या. ते बघू नये आणि आपल्यालाही कुणी बघू नये म्हणून मी मान फिरवली.

पण त्या लहानशा तुर्की मुलीच्या तिच्या स्वत:च्या इतक्या वाईट परिस्थितीतसुद्धा

मी काहीच खात नव्हते हे लक्षात आलं. ''ताई,'' ती म्हणाली, ''तुम्ही काही खात का बरं नाही? आपली शक्ती टिकवायची तर खायला हवं.''

''नाही नाही, माझी काळजी करू नको, माझं पोट भरलेलं आहे. इथे यायच्या आधी मी खाऊनपिऊनच निघाले.''

''तुम्ही काही खाल्लं नाही तर मलाही घास जाणार नाही, थोडं घ्या ना.''

''खरंच नको. मला जाणार नाही.''

मग ती हळूच लाजत म्हणाली, ''तुम्ही जर हे अगदी नक्की खाणार नसालच, तर मी घेऊ का?''

''अगदी नक्की. घे ना. मलासुद्धा फार बरं वाटेल.''

ती माझ्या आणखी जवळ सरकून बसली. ते साधं जेवण जेवता जेवता तिनं मला तिची कहाणी सांगितली.

''मी अझरबैजानहून आले. उश्नीहून. दहाच महिन्यांपूर्वी माझं लग्न झालं. माझे दिवस आता भरत आले आहेत. दोन दिवसांपूर्वी माझा दीर मला टेकडीवर जाऊया म्हणाला, मला इतका मोह झाला, एरवी वर्षाकाठी एकदा त्या खेड्यातून बाहेर पडायला मिळतं, मला काहीतरी नवं बघावंसं वाटत होतं. मी जायलाच नको होतं. त्यानं त्याच्याबरोबर एका मित्रालाही घेतलं. पण जेव्हा आम्ही गावाबाहेर पडलो, तेव्हा त्यांनी माझ्यावर जबरदस्ती केली.''

अजूनही तिच्या स्वरात लग्नाच्या नात्यातून निर्माण झालेल्या दिराकडून झालेल्या या फसवणूकीचं आश्चर्य डोकावत होतं.

''मला फक्त टेकडीवर जायचं होतं. त्यांनी मला तिथेच टाकून दिलं. मी चालत परत आले. दहा मैलांचं अंतर असेल. मी नवऱ्याला सांगितलं, लपवून ठेवावं असा विचारदेखील माझ्या मनात आला नाही, तो चिडला, माझ्यावर ओरडला, सगळ्यांच्या खुनाची धमकी दिली. तो तक्रार नोंदवण्यासाठी तिथून मला घेऊन या तेहरानपर्यंत, या जागेपर्यंत आला. कोमितेहनं माझ्या दिराला आणि त्याच्या मित्राला पकडून आणलं. आज सकाळी त्यांना ऐंशी फटक्यांची शिक्षा देऊन सोडून दिलं, मग मला इथे ठेवलं. आता माझं काय करतात कुणास ठाऊक.''

ती पुन्हा रडायला लागली. मी तिचं सांत्वन करण्याचा प्रयत्न केला पण इतक्या मोठ्या अन्यायासमोर मला काहीच बोलणं शक्य नव्हतं. या तुलनेत मला माझे प्रश्न फारच किरकोळ वाटू लागले.

अझरबैजानच्या मुलीची गोष्ट ऐकून, त्याच दिवशी दुपारी तिथे दाखल झालेल्या, पूर्ण चादोर घेतलेल्या बाईला आपल्या त्रासाची कथा सांगण्याचा उमाळा आला.

''मी म्हणते, मी गुन्हा तरी काय केला? मी फक्त टॅक्सीतून चालले होते. घरून बाजारात चालले होते. पुढच्या सीटवर बसले होते. एक माणूस येऊन माझ्या

बाजूला बसला. त्या सीटवर खूपच दाटी होती आणि त्यानं त्याचा हात असा सीटच्या पाठीवर ठेवला.'' त्या माणसाने हात लांब करून सीटच्या पाठीवर ठेवल्यावर तो तिच्या खांद्यापाशी कसा आला, ते तिनं करून दाखवलं. तर कोमितेहनं गाडी अडवली. त्यांना प्रत्येकाची तपासणी करायची होती. त्यांनी मला विचारलं, या माणसाशी तुमचं नातं आहे का?'' मी म्हटलं, ''नाही, तो वाटेत गाडीत चढलेला कुणीतरी माणूस आहे,'' तर ते म्हणाले, ''शक्यच नाही, तो कसा बसला आहे, ते बघ. तो तुमचा प्रियकरच असला पाहिजे.'' त्यांनी मला तिथल्या तिथे अटक केली. त्या माणसालाही अटक केली आणि एकच ठेका चालू– ''तुम्ही प्रेमिक आहात.'' ''माझ्या नवऱ्याला काय वाटत असेल? घरी माझी पाच मुलं आहेत. एक तर तीन महिन्यांचं तान्हुलं आहे. तिला माझ्या दुधाची गरज आहे. माझी छाती अगदी भरून आली आहे आणि मला पान्हा आवरत नाही. ते लोक मला घरी फोनसुद्धा करू देत नाहीत. माझ्या घरचे लोक मला कुठं शोधतील? मला अपघात झाला असेल, असं समजून ते सारी इस्पितळं पालथी घालतील. मी तुरुंगात असेन, अशी शंका तरी त्यांना शिवेल का?''

तीही रडू लागली आणि छाती पिटून घेऊ लागली. मी काहीतरी सांत्वनपर पुटपुटले आणि गप्प झाले.

साधारण रात्री साडेनऊच्या सुमारास एक पहारेकरीण आली आणि तिनं माझं नाव पुकारलं.

''सुझान आझादी, तुला बोलावलं आहे.''

मी पटकन उडी मारून उठले. अखेर मामांना, मला बाहेर काढायचं जमलं तर! त्या भिकारड्या जागेत मला रात्र काढावी लागणार नव्हती. फरहादला माझा निरोप मिळाला की नाही हेदेखील मला अजून माहीत नव्हतं. घरी जाऊन त्याला कुशीत घेतलं असतं.

मी निघणार, तेवढ्यात ती काळी चादोरवाली म्हणाली, ''चादोर घेतल्याशिवाय तू जाऊ शकत नाहीस. तू चादोर घेत नाहीस, तोपर्यंत ते तुझी चौकशी सुरूच करणार नाहीत.''

मोठ्या दयाळूपणे तिनं स्वतःची चादोर काढून मला दिली. तो वस्त्रविशेष सांभाळून गुंडाळून घेताना माझ्या लक्षात आलं की, जन्मात प्रथमच माझ्या इच्छेविरुद्ध मी चादोर घेत होते. क्रांतीनं तिचा गणवेष अंगावर चढवायला मला भाग पाडलं तर!

चादोर पांघरली, तशी एक जडशीळ भावना माझ्यावर उतरून आली. मी लपले होते. मी लुप्त झाले होते. आता सुझान आझादी या नावाचं काहीही दिसत नव्हतं. माझे लांबलचक पिंगट केस! कॅस्पियनकडे वेगाने ड्राइव्ह करताना ते वाऱ्यावर मुक्त उधळायला मला किती आवडायचं! माझा नवरा माझा चेहरा

हलकेच ओंजळीत धरायचा आणि मग त्याची बोटं माझ्या केसांतून फिरायची. पार टोकापर्यंत. माझे टपोरे ओठ जे मी नेहमी गडद गुलाबी रंगात रंगवून ठेवायची, माझा सडपातळ बांधा, माझी मनगटं, घोटे आणि 'पतली कमर' विशेष उठून दिसेल, असा पोशाख करण्यावर माझा कटाक्ष असायचा. माझे डोळे - अजूनही दिसू शकणारा माझा एकमात्र अवयव - तेसुद्धा माझे राहिले नव्हते. रडून रडून ते सुजले होते. त्यांच्याभोवतीची त्वचा झोपेअभावी काळीनिळी झाली होती. स्वच्छ सूर्यप्रकाशात फिरणारं जनावर अंधाऱ्या गुहेत कोंडलं जावं तसं माझं झालं. चादोरच्या आत सगळं जग आक्रसलेली मी आणखी एक मुस्लीम महिला झाले.

दारापर्यंत पोचल्याबरोबर मी चादोरमध्ये लपवून आणलेले माझे बूट पायात चढवले. पहारेकरीण मला तळमजल्यावरच्या चौकशीच्या खोलीत घेऊन गेली. तिथे आता थोडेच लोक होते आणि आता मुलाखत घेणाऱ्या दोघांपैकी एकाशीही माझी आधी बातचीत झाली नव्हती. तळघरातल्या गारठ्याच्या मानानं वरच्या खोल्या छान उबदार होत्या. तिथे गॅसवर चालणारी एक छोटी शेगडीही होती. उबेच्या तेवढ्या काही क्षणांमुळेसुद्धा मला फार छान वाटलं.

चौकशी अधिकाऱ्यांकडून मला अधिक स्पष्ट दुष्टपणाची, अधिक अपमानाची अपेक्षा होती. हे तर प्रश्न विचारताना जवळजवळ गोड बोलत होते. पुन्हा एकदा त्यांनी माझ्या अटकेच्या कारणांची उजळणी केली, कूपन्सचा स्रोत आणि माझे आणि कमालचे नातेसंबंध. पुन्हा एकदा मी त्यांना निक्षून सांगितलं की, तो फक्त व्यावसायिक पातळीवरचा मित्र होता आणि काही सल्लामसलत करण्यासाठी तो आलेला होता.

माझं उत्तर ऐकून, माझ्या केसची बरीच माहिती असलेला एक कोमितेह बुचकळ्यात पडल्यासारखा दिसला.

"पण आम्ही या सद्‌गृहस्थांशी बोललो आहोत. त्यांचा तर तुमच्याशी लग्न करायचा पक्का इरादा आहे. त्यांच्या म्हणण्याप्रमाणे ते प्रियाराधन करीत होते. आणि त्या रात्री ते तुम्हाला मागणी घालण्यासाठीच आले होते. खरं तर त्यांनी असं सुचवलं आहे की, मुल्लांना बोलवून इथे तुरुंगात तुमचं लग्न लावून द्यावं."

मला धक्काच बसला. कमालचं हे काय चाललं होतं? तो त्या माणसांना माझ्याबद्दल काय काय सांगत होता? त्याच्याशी लग्न करायचा माझा मुळीच विचार नव्हता. हा का माझ्यावर जबरदस्ती करतो आहे? तिथल्या तिथे तुरुंगात जबरदस्तीनं लग्नात अडकण्याच्या विचारानंच मला कापरं भरलं. कोमितेहची लहर लागली असती तर 'माझं लग्न' ही त्यांनी माझ्या सुटकेची शर्त ठेवली असती.

"नाही नाही," मी घाईघाईनं ठासून सांगितलं, "लग्नाबद्दल काहीही बोलणं झालं नाही. माझे पती तीनच वर्षांपूर्वी वारले आहेत आणि या गृहस्थाशी माझी

नीटशी ओळखही नाही.''

''आपण हे सगळं संपवून टाकू आणि मग त्यानंतर तुम्हाला इथे थांबवायचं मला काही कारण दिसत नाही, बहुतेक उद्या सकाळी तुमची सुटका होईल.''

मला इतकं सुटल्यासारखं झालं की, मी उठून त्याचा हात हातात घेण्यासाठी उडी मारून मी उभी राहिले, पण तितक्यात हसनला माझ्या स्पर्शाबद्दल किती कमीपणा वाटला होता त्याची मला आठवण झाली.

''मी आत्ता जाऊ शकते का? माझा लहान मुलगा माझी वाट पाहात असेल. माझं काय झालं असेल अशी तो काळजी करत बसला असेल.''

''आत्ता? या वेळी? एक चांगली मुस्लीम स्त्री या वेळी बाहेर पडते का? वेडेपणा! आणि जाणार कशा घरी?''

''टॅक्सीनं''

''टॅक्सीनं? एकट्या बाईनं? नाहीच नाही, तुम्ही सकाळपर्यंत थांबा.''

मी त्यांचं मन वळवायचा प्रयत्न केला. पण त्या दोघांवर काहीही परिणाम झाला नाही. मग त्यांनी मला एक शेवटचा प्रश्न विचारला, ''तुमचे वडील काय करतात?''

''ते अझरबैजानमध्ये राहतात, त्यांची जमीन आहे.''

काय हा गाढवपणा! आत्तापर्यंत सगळं खेळीमेळीच्या वातावरणात चाललं होतं. आता एकदम बदललं. चौकशी अधिकारी कमरेवर हात ठेवून कुजकटपणे उद्गारला, ''अच्छा! म्हणजे तुम्ही दुष्ट आक्रमक जमीनदाराची कन्या आहात, आमच्या देशाला लागलेल्या जळवा नुसत्या. तिला खाली घेऊन जा रे! आता आम्ही सांगू तेव्हाच जायचं.''

मी खाली पोचले तेव्हा पहारेकरणींनी नवीन कैद्यांना पांघरुणं वाटायला सुरुवात केली होती, या वेळी मात्र मी अनमान केलं नाही. कोट आणि बूट घालूनसुद्धा थंडी माझ्या हाडांपर्यंत पोचत होती आणि कशाही रीतीनं बसलं तरी थंडीनं अंग दुखत होतं. पुन्हा एकदा चकमक उडाली. तेव्हाच माझं लक्ष गेलं की, खोलीच्या त्या भागात असलेल्या बऱ्याच बायकांबरोबर मुलं आहेत. एकीजवळ दहा-एक महिन्यांचं दिसणारं मूल होतं आणि तिनं काहीतरी करून स्वत:साठी एक जादा ब्लँकेट मिळवलं होतं, आणि तिथेच ठिणगी पडली होती. पहारेकरणीनं लगेचच सगळ्यांना शांत केलं. मग मला आणखी एक बाई दिसली. तिच्याजवळ एक तीन वर्षांची मुलगी झोपली होती आणि कुशीत आणखी एक तान्हं बाळ होतं.

त्या तसल्या थंडीत मुलं राहात आहेत हे पाहून मला एवढा धक्का बसला की, मी स्वत:शीच, पण मोठ्यानं म्हटलं, ''देवा, असल्या थंडीत इथे मुलं राहात आहेत. कसं करवतं यांना असं?''

त्या थंड अंधाऱ्या रात्री फरहादची मूर्ती माझ्या डोळ्यांसमोर आली आणि मला राग आला. मी नशीबवान होते की, त्याची काळजी घेणारं कुणीतरी होतं, पण या बायका तेवढ्या सुदैवी नव्हत्या.

ब्लँकेटला जेवढा कमी स्पर्श करता येईल तेवढा करत मिळालेलं ब्लँकेट मी घेतलं. ते खाली पसरून मी थंडगार फरशीतून येणारा गारठा थोडा कमी करण्याचा प्रयत्न केला. माझे बूट पुन्हा सुरक्षितपणे चढवल्यावर मी कोटाच्या आत ऊब आणण्याचा प्रयत्न करू लागले. माझ्यापासून जवळच कुणाचं लक्ष नसलेलं घबाड पडलं होतं– एक जादा ब्लँकेट. इकडेतिकडे बघून ते कुणाच्या मालकीचं नाही याची मी खात्री करून घेतली आणि ते हळूच हस्तगत करून कोटाखाली दडवलं. त्याची उशी करून, त्यातल्या त्यात आरामात झोपायचा मी प्रयत्न करायला लागले.

पण फार शांतता किंवा आराम मिळायचा नव्हता. ती तरुण तुर्की बोलणारी मुलगी रात्रभर वेदनांना आवर घालायचा प्रयत्न करत होती. पण प्रसूतीवेदना कशा थांबवणार? आपलं कण्हणं दडवून ठेवण्यासाठी ती ओठ चावत होती, आपले हात चावत होती, दोन्ही हात तोंडावर धरत होती, पण इतकं करून तिच्या वेदनांना आवाज फुटतच होता. प्रत्येक वेळी तिच्या ओठातून किंकाळी निसटली की, कैदी बायका उठून बसायच्या आणि डाफरायच्या, "ए, गप. कोणाला ऐकायचं आहे तुझं? गप्प बसवत नसेल तर बाहेर हॉलमध्ये जा."

"खरंय खरंय. बाहेर जा, जा बाहेर. आम्हाला आमचं झालंय थोडं, तुझं ऐकायचं नाहीये आणखी."

ती मोठ्या कष्टानं उठून उभी राहिली आणि लडखडत बाहेर पॅसेजमध्ये गेली. मी वळून मला चादोर देणाऱ्या त्या बाईला म्हटलं, "आहेत तरी कोण या बायका? कसं इतकं दुष्टपणे वागू शकतात? या नरकात बाळाला जन्म देण्याची कल्पना करून पाहा. तिला सहानुभूतीची गरज आहे. शिव्याशापांची नाही."

त्या बाईनं कोड्यात पडल्यासारखा चेहरा केला. "तुम्हाला माहीत नाही. या बायका कोण आहेत ते? त्या वेश्या आहेत. गुर्दुल्या आहेत. क्रांतीनंतर लगेचच कोमितेहनं यांना इथे डांबून ठेवलंय. गेली दोन वर्षं त्या सलग इथे नाहीयेत, त्या येऊन जाऊन असतात. त्यांच्याविषयी आता काही सहानुभूती शिल्लक राहिलेली नाही."

हॉलच्या बाहेरून त्या मुलीच्या कण्हण्या-रडण्याचा आवाज येत होता. मी एकदा पटकन बाहेर जाऊन तिला पाहून आले. ती हॉलमध्ये फेऱ्या घालत होती, सारखी मधूनमधून वाकत होती, पडू नये म्हणून भिंतीचा आधार घेत होती. तिचा चेहरा वेदनेनं ताणला गेला होता. फारच जोराची कळ आली तर तिच्या तोंडून किंकाळी उमटायची. मुल्ला लोक या दोन मुलांचं - एक जन्म देणारी अन् दुसरी जन्म घेणारी – काय करणार होते? लवकरच पहारेकरणीही तिला शिव्याशाप देऊ लागल्या.

"असली बोंबाबोंब करणार असलीस तर परत खोलीत जा." एकजण म्हणाली, "रात्रभर तुझा दंगा नक्कीच ऐकायचा नाही आम्हाला."

आत झोपलेल्या बायांची शरीरं चुकवत ती मुलगी पुन्हा आत आली. मध्यरात्रीला पंधरा मिनिटं कमी असताना एक पहारेकरीण येऊन सांगून गेली की, पंधरा मिनिटात दिवे बंद होतील, कुणाला बाथरूमला जायचं असेल तर आत्ताच जाऊन यावं. आतापर्यंत दरवाजे नुसते पडद्यानं झाकलेले होते. आता ते कुलूपबंद होतील. ते एकदम पहाटे सहा वाजता उघडतील. मी धावतच त्या पहारेकरणीकडं गेले. मुरमी त्वचा आणि घाणेरडे दात असलेली ती एक तरुण मुलगी होती. मला रात्रभर बाथरूमच्या खेपा कराव्या लागायच्या. एवढा वेळ मी कुलपात कशी राहणार होते?

"तो माझा प्रश्न नाही." ती म्हणाली, "एकदा फारतर तुम्ही विचारून जाऊ शकता, पण तेवढंच. आणि आता मला अजिबात तक्रारी ऐकायच्या नाहीत."

बरोबर मध्यरात्री दिवे बंद झाले. मिळत नसलेला आराम शोधण्यासाठी चाललेली शरीराची चुळबुळ जाणवत होती. ती गरोदर मुलगी माझ्या जवळच झोपली होती. एखाद्या मृदू प्राण्याची जाणवावी तशी तिच्या तरुण शरीराची ऊब मला जाणवत होती. चोवीस तासांत ही बाळंत होणार हे नक्की. माझे विचार फरहादकडे गेले. मी ठीक आहे हे सांगायला ती पहारेकरीण गेली असेल का त्याच्यापर्यंत? आणि मी रात्रभर तिथे राहणार होते हे कळलं असेल का त्याला? मी कितीदा तरी त्या पहारेकरणींना विचारलं होतं, पण त्या आम्हाला काही माहीत नाही एवढंच सांगत होत्या. मी सारख्या विचारत असलेल्या प्रश्नांना त्या लवकरच वैतागल्या. कोट हनुवटीखाली दाबून हातपाय आवळून घेऊन मीच मला कुशीत घेऊन त्या लहानशा कोपऱ्यात पडून राहिले. कोमितेह माझं काय करतील याच्या भयंकर वेगवेगळ्या विचारांनी माझं मन भरून गेलं होतं. माझं नशीब आता बायकांचा दुस्वास करणाऱ्या पुरुषांच्या हाती होतं. न्याय नावाची वस्तू अस्तित्वातच नव्हती; सगळा पहारेकऱ्यांच्या मर्जीचा खेळ होता. खोमेनी राजवटीत अशा प्रकारचे धोके पत्करल्याबद्दल मी स्वत:ला दूषणं देऊ लागले. मी आतल्या आत रडू लागले. कूस बदलणाऱ्या शरीरांची खसफस, माझ्याजवळ झोपलेल्या गरोदर मुलीचं दबक्या आवाजातलं कण्हणं यांनी मी जणू खऱ्या दुनियेपासून दूर जायला लागले. गेल्या चोवीस तासांत मला झोप मिळाली नव्हती किंवा अन्नपाणीही माझ्या पोटात गेलं नव्हतं. आधीचं खाल्लेलं सगळं उलटून पडलं होतं. शांत, क्लांत, खऱ्या-खोट्या धास्तीनं भयग्रस्त अवस्थेत मला माझ्या आश्वस्त जीवनातील कालचा दिवस आठवतसुद्धा नव्हता. हळूहळू खोलीतल्या अंधारातून मी झोपेच्या अंधारात सामावले.

स्वातंत्र्य – अर्थात किंमत मोजून

नशिबाच्या चक्राचा फेरा केवळ अद्‌भुत खेळ
गर्वोन्नत मस्तक येथे क्षणार्धात खाई धूळ

– हाफिज

'अल्लाहु अकबर, अल्ला हु अकबर, इल ला इलाह इल इल्लाह.... अल्ला सर्वश्रेष्ठ आहे. अल्ला सर्वश्रेष्ठ आहे. मी शपथेवर सांगतो की, अल्लाशिवाय दुसरा देव नाही, आणि महंमद हा त्याचा प्रेषित आहे...'

भिंतीला लावलेल्या ध्वनिवर्धकावरून येणाऱ्या मुअज्जिन बांगेनं मला सकाळी सहा वाजता खडबडून जागं केलं. एक क्षणभर मी गोंधळले आणि मोठ्या लांब रडण्याच्या आवाजानं सुन्न झाले. पण लगेचच कालच्या दिवसाच्या आठणींचा पूर माझ्यावर कोसळला. मी उठून बसले आणि इकडेतिकडे पाहिलं. इतर कैदी बायका हळूहळू जाग्या होत होत्या. उंच झरोक्यातून सकाळचा मंद प्रकाश आत झिरपत होता. पहारेकऱ्यांनी दाराचं कुलूप उघडल्याचा आवाज आला आणि त्यांच्यातली एक, मुरमाड चेहऱ्याची मुलगी आत आली आणि खेकसली की नाश्ता येतो आहे, आम्ही पटापटा उठावं. ती परत वळणार तोच तिचं लक्ष दाराजवळच्या जमिनीकडे गेलं आणि मुअज्जिनच्या आवाजाशी स्पर्धा करत ती किंचाळू लागली.

"ही घाण कोणत्या डुकरिणीनं केली?" जमिनीकडे बोट दाखवत ती ओरडली. "कोणी केलं हे? मला जर कळलं नाही ना, तर तुम्हाला सगळ्यांना शिक्षा होणार.

तुमच्या प्रत्येकीच्या शिक्षेत तीन-तीन दिवस वाढवणार. तेव्हा बोला पटापट.''

खोलीत एकदम जोरदार कुजबूज झाली आणि आमच्यापर्यंत गोष्ट आली की, दारातच कुणीतरी लघवी केली होती. दार उघडेपर्यंत त्या बिचारीला धीर धरवला नसणार. ती मी सुद्धा असू शकत होते. आता संकटाला सुरुवात झाली होती.

सगळ्या कैदी बायका एकमेकींकडं टकामका बघू लागल्या, थोडा वेळ काहीच घडलं नाही. मी फारच दूर होते, त्यामुळे पुढे नक्की काय झालं ते कळलं नाही, पण काही मिनिटांतच तिथल्या सगळ्यात अगदी गरीब बिचारी दिसणाऱ्या बाईला पुढे घालून ती पहारेकरीण घेऊन गेली. कुणी तिचं नाव सांगितलं, का इतरांची शिक्षा टळावी म्हणून तिनं स्वतःच कबुली दिली कोण जाणे. ती एक तिशीची उंच लुकडी बाई होती. उघडच कुपोषित होती, पोटाचा नगारा अन् कातडी फोडून बाहेर येतील असं वाटणारी हाडं. ना तिच्या तोंडात दात होते ना डोक्यावर केस. तिनं अंगात एक लांब घोळदार सलवार आणि कुडता घातला होता.

आदल्या रात्रीच तिला माझ्यानंतर काही तासात आणखी एका बाईबरोबर आणलं होतं. कैद्यांना लवकरच पत्ता लागला की, त्या वेश्या होत्या. पुरुषांबरोबर प्रत्यक्ष गुन्हा करत असताना त्या पकडल्या गेल्या होत्या आणि त्यांच्याजवळ हेरॉईन सापडलं होतं. त्या अगदी सहज त्या कोठडीत सामावल्या गेल्या होत्या आणि बाकी कैद्यांच्या गप्पांवरून त्या या आधीही बऱ्याचदा इथे राहून गेल्याचं कळत होतं.

त्या दोघींमधल्या तरुण स्त्रीला आरडाओरडा किंवा धडपड करण्याची कुठलीही संधी न देता बाहेर नेलं होतं. त्या सकाळी त्या मऊ चमकदार, नवीन फटक्यांच्या शिक्षेच्या बिछान्यावर झोपायचा तिचा पहिला क्रमांक लागला.

ती पहारेकरणीच्या पाठीमागून गेली तेव्हा आम्ही चूपचाप बघत राहिलो. सारं इतकं स्तब्ध झालं होतं की, तिला बिछान्याला बांधून ठेवतानाचे त्या पट्ट्याचे सप् - सप् आवाजही ऐकू येत होते आणि मग तो चामड्याचा पट्टा हवेत कडाडल्याचा आवाज झाला. ती बाई किंचाळली. दुसरा फटका, मांस चिरल्याचा आवाज. दुसरी किंकाळी. असं चालतच राहिलं. आठ वेळा पहारेकरणी आळीपाळीने दहा-दहा फटके देत होत्या. त्यांचे फटके मारणारे हात दमले की त्या चाबूक दुसरीच्या हातात देत, जेणेकरून त्या बळीला पूर्ण ताकदीनिशी शिक्षेचा प्रत्येक फटका मिळेल. प्रत्येक पहारेकरणीची फटके मारण्याचीही एक विशिष्ट शैली होती. एक सफाईदार आणि निर्दय, दुसरा अधिक नेमबाज, एक प्रत्येक फटक्यानंतर जरा रेंगाळणारा. मी भुईवर सरपटत होते. प्रत्येक फटका जणू माझ्याच पाठीवर पडतो आहे, अशी मी प्रत्येक वेळी कळवळत होते. काही वेळानं ते ऐकणं मला अशक्य झालं, मी कानांवर हात दाबून धरले.

तिला ऐंशी फटके मिळाले. नेहमीची शिक्षा आणि मग तिला उभं राहाता येत नव्हतं म्हणून तिला त्या चौथऱ्यावरून उचलून खोलीत टाकून देण्यात आलं. तिथे ती एक रक्ताळलेला लोळागोळा होऊन पडली होती. लगेचच तिला बघायला तिच्याभोवती कैद्यांची गर्दी झाली. मी एक क्षणभरच तिला बघू शकले. पण तेवढं पुरेसं होतं, तिची पाठ वळांनी भरून गेली होती. काही ठिकाणची तर पूर्ण कातडी निघून आली होती. कॅस्पियनवर ऐकलेल्या रझा आणि त्याच्या मित्राच्या अनुभवांवरून मला माहीत होतं की, या वळांना बहुधा जंतुसंसर्ग होईल आणि पाठ वेड्यासारखी सुजेल. जर ते बरे झालेच तर ते वळ पूर्ण बरे झाल्यानंतरसुद्धा निदान एक वर्षभर या खुणा राहतील. संसर्ग टाळण्यासाठी प्रतिजैविकं घ्यावीत एवढे पैसे त्या वेश्येजवळ असण्याची शक्यता कमीच होती.

एक कैदी त्या बाईच्या पाठीवर मलम लावू लागली. पण तिनं कितीही हळुवारपणे लावलं तरी ती बाई वेदनेनं ओरडत होती. एवढासाही स्पर्श ती सहनच करू शकत नव्हती. नंतर तिला बहुतेक भोवळ आली असावी. कारण नंतर काहीच ऐकू येत नव्हतं. आणि त्यानंतर त्या फटक्यांच्या चौथऱ्यावरून अधिकाधिक भयानक आवाज ऐकू येऊ लागले.

संपूर्ण तुरुंगातील कैद्यांसाठी बहुधा तो शिक्षेचा बिछाना एकच असावा. कारण पहारेकरी वरच्या मजल्यांवर ठेवलेल्या पुरुष कैद्यांनाही खाली घेऊन येत होते. त्यांच्या आरोळ्या तुरुंगाच्या आमच्या भागात घुमत. सबंध सकाळभर बळींचा अखंड ओघ चालू होता. दोन बळींच्या मध्ये फक्त काही मिनिटांचा अवकाश होता. सगळा वेळ ध्वनिवर्धकावरून मुअज्जिनची प्रार्थना चालूच होती. या सगळ्या गोंधळात पहारेकरणींनी आम्हाला नाश्ता आणला. फुळकवणी चहा, तुकडे पडणारा पाव आणि चीजचा लहानसा तुकडा. मी भुकेनं आणि तहानेनं इतकी व्याकूळ झाले होते की, मी ते अन्न ताबडतोब घशाखाली ढकललं.

सकाळ संपता संपता पहारेकरणींनी फटक्यांची शिक्षा झालेल्या आणखी एका बाईला आणलं. ती तळघरातल्या दुसऱ्या मोठ्या कोठडीतली होती आणि तिनं ही शिक्षा मिळण्यासारखं काय केलं होतं हे आम्हाला कधीही कळलं नाही. पण तिला चौथऱ्यावर नेण्यापूर्वीच तिच्या किंकाळ्या आणि विनवण्या आम्हांला ऐकू येत होत्या.

''मला फटके मारू नका. मी आजारी आहे. तुम्ही मला मारून टाकाल. असं करू नका हो.'' ती ओरडत होती.

पहारेकरणींनी तिला ओढून चौथऱ्यापाशी नेलं आणि पट्ट्यांनी तिथे बांधून टाकलं, तरीही ती हेच शब्द पुन:पुन्हा ओरडत होती. मी छातीशी मुठी गच्च आवळून घेऊन पुन्हा एकदा तेच भयनाट्य सुरू होण्याची वाट पहायला लागले.

पण पहिल्या काही फटक्यांनंतरच्या तिच्या भयानक किंकाळ्यांनंतर तिने एक प्रचंड किंकाळी फोडली आणि नंतर एकदम शांतता. चाबूक उडत होता, चिरत जाणाऱ्या भयानक आवाजानिशी आपटत होता. पण आता कुठलाही जिवंत प्रतिसाद येत नव्हता. ती शांतता अधिकच असह्य होत होती. भयभीत होऊन आम्ही वाट पाहात होतो. चाबूक आपटत होता, पण बाईच्या तोंडून चकार शब्द नव्हता. ही बेशुद्ध झाली की मेली? त्या कसायांनी थांबून त्याचा शोध घेण्याचीही तसदी घेतली नाही. पूर्ण ऐंशी फटके मारून झाले. मग त्या पहारेकरणींनी तिचं निश्चेष्ट शरीर पट्ट्यातून सोडवायला सुरुवात केली. पण त्या बाईनं प्रचंड संताप कोंडून ठेवला असला पाहिजे. कारण आम्हाला अचानक तिचं ओरडणं ऐकू आलं आणि तिचे हाल करणाऱ्यांशी झटापट करताना तिनं त्यांना वाहिलेली शिव्यांची लाखोलीही ऐकू आली. काहीतरी करून तिनं खोमेनीची भाषणं लावलेल्या काचेच्या टेबलावर काहीतरी वस्तू फेकून मारली. आम्हांला खळ्कन काचा फुटल्याचा आवाज आला. ज्यांनी फटके मारले होते त्यांच्या मदतीला लगेच इतर पहारेकरणी धावून आल्या. आणि त्या बाईच्या आरोळ्यांचा आवाज तिला तुडवणाऱ्या लाथा बुक्क्यांच्या आवाजात विरून गेला. ही झटापट पाहायला मिळावी म्हणून सगळ्या कैदी बायकांनी दारापाशी गर्दी केली. पण त्या बाईवर विजय मिळवायला पहारेकरणींना फार वेळ लागला नाही. लवकरच त्यांनी तिला ओढत आणून तिच्या कोठडीत फेकून दिलं.

"पाहिलं का तिला?" झटापट बघून परत माझ्या कोपऱ्यात आलेल्या एका बाईनं विचारलं, "ती डोक्यापासून पायांपर्यंत रक्तानं न्हायली होती. त्या कुत्र्यांशी भांडायचं म्हणजे फारच शूर असली पाहिजे."

सकाळपासून असंख्य वेळा मलासुद्धा त्या पहारेकरणींना शिव्या द्याव्या आणि बडवावं असं वाटलं होतं. पण मला माहीत होतं की, माझ्यात तेवढं धैर्य नव्हतं आणि मी प्रयत्न केला असता तर माझीही तीच गत झाली असती. मला मदत करायला कुणी बोटसुद्धा उचललं नसतं. ती कैदी बाई मार खात असताना आम्हीही दगडासारख्या बसलो होतो.

थोड्या वेळानं पहारेकरणींनी जेवण आणलं. कसलं तरी पांचट सूप आणि इतरांचं जेवून उरलेला भात, याही वेळी मी त्याला हात लावू शकले नाही. मुरमाड, उग्र चेहऱ्याच्या त्या पहारेकरणीनं पुन्हा माझं नाव पुकारून मला पुन्हा आणखी एका मुलाखतीसाठी पहिल्या मजल्यावर नेलं, तेव्हा दुपारी दोनचा सुमार झाला होता. माझी अगदी पहिली चौकशी ज्यानं केली, तोच चेहऱ्यावर सदैव तुच्छतेचे भाव असलेला जाडा माणूस होता. परत एकदा त्याला पेट्रोलची कूपन्स आणि ती मला विकणारा ड्रायव्हर यांची माहिती हवी होती. मी परत सांगितलं की, मला त्या

ड्रायव्हरचं नाव माहीत नव्हतं आणि गाडी आणि ड्रायव्हर यांचं वर्णन मी यापूर्वीच दिलेलं होतं.

त्याच्या घामाचा वास मला यावा इतका तो माझ्या दिशेनं वाकला आणि म्हणाला, ''जोवर आम्हाला तो माणूस मिळत नाही, तोवर तुम्हाला इथून जाता येणार नाही.''

मग तो पहारेकऱ्याकडे वळला आणि जवळ उभ्या असलेल्या तीन माणसांना पुढं आणण्याचा इशारा केला. मी प्रथमच त्यांच्याकडे नीट पाहिलं आणि माझ्या नेहमीच्या कॅब कंपनीच्या ड्रायव्हर्सना ओळखलं. अशा भीतिदायक वातावरणात कुणाला काही वाटणं अगदी विचित्र वाटेल, पण मी जेव्हा त्या तिघांना पाहिलं,तेव्हा त्यांना पाहून मला अगदी मेल्याहून मेल्यासारखं झालं. त्याच ड्रायव्हर्सनी सुंदर सजलेल्या सुझानला पार्ट्यांना पोचवलं होतं, किंवा दुपारच्या वेळी रॉयल क्लबपर्यंत पोचवलं होतं, मी आत्ता अगदी अवतारात होते. चादोरच्या थरांखाली लपलेली, रडून रडून डोळे सुजलेले, उघडणं मुष्कील झालेले डोळे. चेहरासुद्धा रडून सुजलेला.

''यांच्यापैकी कुणाकडूनही मी कूपन्स विकत घेतलेली नाहीत.'' मी चौकशी अधिकाऱ्याला सांगितलं, मग मी त्या माणसांकडे वळले आणि त्यांना तुरुंगात येण्याची तसदी घ्यावी लागली याबद्दल त्यांची माफी मागितली.

ते ड्रायव्हर्सना बाहेर घेऊन जातच होते, तेवढ्यात कमालनं आणखी एका माणसाबरोबर तिथे प्रवेश केला. मला त्या चादोरमध्ये पाहिल्याबरोबर त्यानं कसं ओळखलं हे एक कोडंच होतं– तो हसला, त्यानं हात हलवला आणि जणू त्याच्याकडे येण्यासाठी खुणावलं. पण त्याच्याबरोबरच्या माणसानं एकदम त्याला बाजूला ओढलं आणि त्याला बाहेर घेऊन गेला. एक आकारविहीन गोळा म्हणून लोकांसमोर दिसल्यानं निर्माण झालेली माझी कमीपणाची भावना आणखी वाढली. इकडे कूपन्स विकणाऱ्या माणसाचं नाव सांगावं म्हणून तो चौकशीवाला माझ्या अंगावर ओरडत होता. मी त्याला पुन्हा सांगितलं की, मला नाव माहीत नाही आणि गाडीचा रंग मी पूर्वीच सांगितला आहे. कंपनीनं त्या ड्रायव्हरला कुठेतरी लपवून ठेवलं असणार आणि त्याबद्दल मला बरंच वाटलं.

''तुमची स्मरणशक्ती ठिकाणावर येईपर्यंत तुम्ही इथेच राहाल.'' शेवटी तो थुंकल्यासारखं बोलला. ''खाली जा आणि राहा तिथेच.''

दिवस जसजसा पुढे सरकू लागला, तसं माझ्या सुटकेसाठी कुणी येणार नाही हे स्पष्ट होत गेलं. माझे कुटुंबीय कुठे होते? कुठे होती माझ्या मामा अन् मावश्यांची 'मित्रमंडळी'? ते खरंच आणखी एक रात्र मला इथे काढायला देतील? तळघरात ती गरोदर बाई वेदनांनी विव्हळत होती, आणि चौकशीला जाताना मी जिची चादोर सारखी मागायची, ती आवाज न करता चुपचाप रडत होती. मीही मधूनमधून रडत

होते. फटक्यांच्या चौथऱ्यावर दिवसभर काम चालू होतं आणि स्त्री पुरुषांच्या किंकाळ्यांनी तळघर भरून जात होतं.

दुपारी चारच्या सुमारास एक पहारेकरीण मला शोधत आली. तिनं सांगितलं की, मन्सुरेह – आदल्यादिवशी माझ्याबरोबर आलेली माझी दयाळू मसाजिस्ट – वरती भेटीच्या कक्षात थांबली होती. ती माझ्याशी बोलू शकणार नाही असं पहारेकरणीनं सांगितल्यावर तिनं माझ्यासाठी टूथपेस्ट, टॉवेल आणि साबण पोचवण्याची विनंती केली. पण तिथे असलेलं एकमेव सिंक तुंबलं असल्यामुळे आणि घाण पाण्याने भरलेलं असल्यानं टॉवेल आणि साबण ठेवून घेण्यात काहीच हशील नव्हतं.

"नको, तिला त्या वस्तू परत न्यायला सांगा आणि कृपया माझ्यावतीनं तिचे आभार माना."

मग त्या पहारेकरणीनं मला ती भयंकर बातमी सांगितली, "त्या बाईंनी निरोप दिला आहे की, तुमचा मुलगा त्याच्या आजीजवळ आहे."

वरकरणी अगदी साधा निरोप; पण मला त्यातलं गांभीर्य उमगलं होतं. फरहाद अमिनींकडे होता. तो मला परत मिळू नये म्हणून त्यांनी कुठलंही साधन वापरायला मागेपुढे पाहिलं नसतं. अगदी कोर्टात हे सांगणंसुद्धा की मी चांगली आई नव्हते. कारण मला तुरुंगात टाकलं होतं. माझ्या मुलाला माझ्यापासून तोडणं ही माझ्यापासून सर्व काही हिरावून घेण्याची पहिली पायरी होती. माझ्या घराची वहिवाट, स्थावराच्या देखभालीसाठी मला मिळणारा मासिक भत्ता, गाडी, माझ्यासाठी ठेवलेलं सारं काही.

मी मन्सुरेहला तिच्या भेटीबद्दल आणि धोक्याच्या सूचनेबद्दल मनोमन दुवा दिला. पण राहूनराहून मला माझ्या कुटुंबीयांचं आश्चर्य वाटत होतं. नात्याची ना गोत्याची अशी व्यक्ती इथे तुरुंगापर्यंत येण्याचा धोका पत्करू शकते, तर मग माझ्या रक्ताच्या नातेवाइकांना झालं तरी काय होतं? की त्यांनी कच खाल्ली? कोमितेहनं आम्हांला इतकं घाबरवलं होतं की, आम्ही एकमेकांना मदतसुद्धा करू शकत नव्हतो?

दिवस सरून संध्याछाया पसरू लागल्या. आम्हांला दिलेलं आंबोण मी पुन्हा नाकारलं. या वेळी तर ती गरोदर मुलगी पोट दुखण्यानं इतकी हैराण झाली होती की, तिलाही ते गेलं नाही. मध्यरात्री दिवे बंद झाल्यानंतर आणि दरवाजे बंद झाल्यानंतर वेणा वाढल्या तसं तिच्या वेदनाही वाढल्या. ती माझ्याशेजारी तळमळत होती. मला तिच्याबद्दल इतकं वाईट होतं, पण कुणालाच काही करता येण्यासारखं नव्हतं. तिच्या रडण्या-ओरडण्यामुळं आम्ही सगळ्याच जाग्या होतो, शेवटी पहाटे तीनच्या सुमारास एक पहारेकरीण काय चाललं आहे ते पाहायला आली. खळबळीचं

फालतू कारण समजल्यावर ती तुरुंगाच्याच आवारात राहणाऱ्या डॉक्टरांना बोलवायला गेली, आणि थोड्याच वेळात दोन पहारेकरणी तिला घेऊन डॉक्टरांच्या भेटीला गेल्या.

तशाच भेदरलेल्या अवस्थेत ती तुर्की भाषिक मुलगी पंधराच मिनिटांत परत आली, एका पहारेकरणीनं आम्हाला वार्ता सांगितली की, वेणा सुरू झाल्या होत्या, पण डॉक्टरांच्या अंदाजाप्रमाणे प्रसूती व्हायला एक किंवा दोनसुद्धा दिवस लागतील. प्रसूतीची वेळ येईपर्यंत तिनं तुरुंगातच राहायला हवं होतं.

आजूबाजूला काय चाललंय याचं त्या मुलीचं भान सुटलंच होतं, तिच्या विश्वात आता फक्त त्या न थांबवता येणाऱ्या प्रसूतीच्या कळा होत्या. दिवे बंद झाल्यावर ती पुन्हा फरशीवर आडवी झाली आणि तिचं लयबद्ध कण्हणं सुरू झालं.

तुरुंगातली माझी दुसरी सकाळ पहिल्या सकाळसारखीच सुरू झाली, प्रार्थना अन् फटके खाणाऱ्यांची लाखोली. त्या रात्री मी शपथ घेतली होती की, मी आजच्या दिवसात बाहेर पडणारच. मग त्यासाठी काय वाटेल ते करावं लागलं तरी बेहत्तर. सकाळी साधारण नऊ वाजता, माझं तुरुंगातलं एकमेव पोषण- सकाळचा चहा आणि चीज मिळाल्यानंतर, हॉलमधल्या दूरध्वनीची घंटी वाजलेली मला ऐकू आली.

सकाळी कोठडी शांत झाली. दूरध्वनीमधून येऊ शकत होती – सुटका किंवा भयानक शिक्षा. पहारेकऱ्यांचं बोलणं आम्हांला स्पष्ट ऐकू येत होतं.

"मग तुम्ही तिला हॉस्पिटलमध्ये न्यायला दोघांना पाठवताय का?" पहारेकरणीनं विचारलं, "एकदाची त्या आवाजापासून सुटका तरी होईल... आणि मग, ती बाळंत झाल्यावर?... ओह, तिला परत इकडे आणायचं आणि गोळी घालायची. ठीक ठीक. चालेल. आम्ही तुमची वाट पाहातो."

आम्ही अवाक् होऊन एकमेकींकडे पाहात राहिलो. आमच्यापैकी बहुतेकींना कळलं होतं. पण त्या तरुण मुलीला फक्त तुर्की भाषा समजत होती आणि तिच्यापुढे काय वाढून ठेवलं होतं ते तिला उमगलं नव्हतं. आम्ही काही न बोलता नुसत्या बघत होतो, तेवढ्यात पहारेकरणीनं तुर्की भाषेत त्या मुलीला सांगितलं की, तिला हॉस्पिटलमध्ये नेणार आहेत.

"वा! अल्लाचे आभार." ती अगदी निष्पापपणे म्हणाली, गेल्या कित्येक तासांत प्रथमच तिच्या चेहऱ्यावर हसू उमटलं. "आता मला बाळ होईल आणि मग सगळं ठीक होईल."

एखादं लहान मूल सहलीला निघावं तशा अधीरतेनं तिनं तिच्या होत्या नव्हत्या त्या चीजवस्तू गोळा केल्या. आम्ही काय ऐकलं ते सांगायचं हजारदा माझ्या ओठापर्यंत आलं, पण भोवतीच्या कैद्यांमध्ये नक्कीच कितीतरी हेर होते. त्या

माझी चुगली करतील का? होणाऱ्या शिक्षेबद्दल पहारेकरणींनी तिला काही सांगितलं नव्हतं. मी सांगावं का? इथल्या अनुभवी कैदी काहीच बोलत नव्हत्या. त्या मुलीला सावध करण्याच्या परिणामांची त्यांना कल्पना असेल आणि तरी, सगळ्यांना ऐकू जाईल अशा खणखणीत आवाजात फोनवरचं संभाषण झालं होतं. कुणाला माहीत झालं तरी ते पर्वा करत नव्हते.

मग मी विचार केला मी सांगितलं तर काय होईल? सगळ्या प्रसूतीच्या काळात तिचे सगळे विचार एकदा दृष्टीस पडणाऱ्या तिच्या बाळाबद्दल आणि नंतर येऊ घातलेल्या मृत्यूबद्दल असतील. तिच्या डोक्यावर हे आणखी ओझं देणं योग्य ठरेल का? पहारेकरणी येऊन तिला घेऊन गेल्या आणि मी गप्प राहिले. मी चुकीचं वागले की बरोबर वागले? अजूनही मला कळत नाही. दिराबरोबर बाहेर जायला होकार देणं एवढीच तिची चूक होती आणि तिच्यावर झालेल्या बलात्काराबद्दल सरकारनं तिलाच दोषी ठरवलं होतं. तिचं पुढे काय झालं कळलं नाही. ती खोमेनीच्या तुरुंगातील इतर शेकडो कैद्यांप्रमाणे एक होती. एक बिनचेहऱ्याचा हरवलेला जीव, जो चटकन विस्मृतीत जातो, कारण त्याची काळजी घेणारंही कुणी नसतं. त्यांच्या हरलेपणाबद्दल चार अश्रू ढाळणारंही कुणी नसतं.

दुपारी एक वाजण्याच्या सुमारास कधीतरी मला पुन्हा मुलाखतीसाठी बोलावलं, पण या वेळेपर्यंत मला निराशेनं ग्रासून टाकलं होतं. मी लवकरच इथून बाहेर पडले नाही तर मी सुद्धा त्या गरोदर मुलीसारखी बळी गेले असते. चौकशी करणाऱ्या माणसानं मला पुन्हा तेच प्रश्न विचारले. मी तीच शिळी उत्तरं दिली. माझ्याकडे नवं सांगण्यासारखं नव्हतंच. चौकशी चालू असतानाच त्याला कुणी खोलीच्या बाहेर बोलावलं. त्याची पाठ वळल्याबरोबर मी दुसऱ्या जरा दयाळू दिसणाऱ्या चौकशी अधिकाऱ्याकडे धावले. ‘‘कृपा करा, दया करा, हसन कुठे भेटेल सांगा हो मला. मला त्याच्याशी बोलायचं आहे.’’ मी गयावया करू लागले. शरणागती दाखवण्यासाठी त्याच्या हाताला स्पर्श करण्यासाठी मी हात पुढे केला. माझ्या हाताचा ओझरता स्पर्श झाल्याबरोबर त्यानं चटका बसल्यासारखा हात मागं घेतला. पुन्हा एकदा मी विसरले होते की, मुस्लीम स्त्री परपुरुषाला कधीच-कधीच स्पर्श करत नाही.

‘‘शी शी शी! घाणेरडी!’’ तो थुंकल्यासारखं म्हणाला.

माझा पारा आता चढू लागला. मी घाणेरडी? हे लोक विनाकारण तरुण बायकांचे खून पाडत आहेत आणि मी घाणेरडी? त्याच्या तोंडात एक भडकवावीशी वाटत होती. पण आत्ता मला त्या स्वत:ला शहाणा समजणाऱ्या माणसाची गाठ हवी होती. पुन्हा एकदा मी हसन कुठे भेटेल म्हणून भीक मागितली.

"मी तुला घेऊन जाऊ शकत नाही."

"तो कुठं आहे ते सांगा. एवढी भीक घाला मला. पुढे माझी मी जाईन."

शेवटी, चडफडत, "तो त्याच्या ऑफिसमध्ये आहे, तिसऱ्या मजल्यावर. पोचलात तर ठीक... नाहीतर... तुम्ही धोका पत्करताय."

धोका होता तर खराच. सगळ्या हॉलभर चौकशीच्या खोल्या होत्या. तिथे एकही बाई नव्हती. सगळे पुरुष बंदुका-रायफलींनी सज्ज होते. चादोरमधल्या, वरच्या मजल्यावर धावत जाणाऱ्या आकृतीनं तर नक्कीच संशय पैदा केला असता. कदाचित चादोरच्या घोळात काहीतरी लपवण्याचा प्रयत्न करणारा तो पुरुषही वाटू शकला असता. पण मी क्षणार्धात मनाची तयारी केली. माझा चौकशी अधिकारी आणि नेहमीची पहारेकरीण दोघांचंही लक्ष काही क्षण दुसऱ्या कशात तरी गुंतलं होतं. मला तेवढी एकच संधी होती.

चौकशीच्या खोलीतून बाहेर पडून मी जिन्याकडे धावत सुटले. एका वेळी दोन दोन पायऱ्या चढत मी तिसऱ्या मजल्यापाशी पोहोचेपर्यंत मला धाप लागली होती. अचानक खालून एक धारदार आवाज आला, भिंतीवर आपटून गोल गोल फिरत तो कर्कश आवाज पार छतापर्यंत पोचला.

"ए, थांब, आपण कुठं चाललोय असं वाटतंय तुला?"

एक क्षणभर त्याच्याकडे दुर्लक्ष करून पुढे धावावं असा वेडा विचार माझ्या मनात तरळून गेला. फक्त तीन पायऱ्या शिल्लक होत्या. पण मग म्हणजे मृत्यू निश्चितच होता. मी जिन्यावरून खाली पाहिलं. माझा चौकशी अधिकारी रायफल ताणून उभा होता.

"मला हसनशी बोलायचं आहे. मला फक्त तिसऱ्या मजल्यावर जायचं आहे बस्. एवढंच."

"तुला आता फक्त तुरुंगात जायचं आहे. बाकी कुठं नाही. कळलं? चल! खाली ये आता!"

पुन्हा मी गयावया करायला सुरुवात केली. मला हसनकडं जाऊ दिलं तर मी अल्लाकडे त्याच्या कुटुंबासाठी दुवा मागेन असं आश्वासन दिलं, मी टकळी सुरूच ठेवली. त्याला मध्ये एक शब्दही बोलायची उसंत दिली नाही. बडबड बडबड करत मी हळूच पहिल्या पायरीवर सरकले. मग पुढच्या. मग पुढच्या. आणि तरीही तो काहीच बोलला नाही. मी फक्त त्याचे आभार मानले आणि तिसऱ्या मजल्यावरच्या व्हरांड्याकडे तीरासारखी धावत सुटले.

हसनच्या खोलीचे मोठमोठे दरवाजे जिन्याच्या बरोबर समोर होते. अजून माझा श्वास जोरात चालला होता. नुकत्याच झालेल्या सुटकेनं मी अजून कापत होते. हसनच्या दाराबाहेर लागलेली भली मोठी रांग, त्यात खूप वेळ ताटकळत राहिल्यासारखे

दिसणारे, सगळे पुरुष पाहून माझा धीरच खचला. तिथं तीन तास थांबले असते तरी कदाचित मला तुरुंगाधिकाऱ्यांचं दर्शन घडलं नसतं. तीन तास जाऊ दे. माझ्याकडे या स्वातंत्र्याची पाच मिनिटंदेखील नव्हती. पुन्हा मी धीर एकवटला, दरवाज्याकडे चाल करून गेले. दारावर पहाऱ्याला उभ्या असणाऱ्या दोन कोमितेहना काही करायची संधीच न देता, मी सरळ दार उघडून बेधडक आत घुसले.

हसन एका भल्या मोठ्या टेबलामागे बसला होता, टेबलावर फायलींचे उंच ढिगारे होते. खोलीत बरीच वर्दळ होती. पण मी बाकी सगळ्यांकडे दुर्लक्ष केलं. अखेर एकदा हसनसमोर बाजू मांडायला मिळते आहे म्हणून मला हुश्श झालं. मी माझी कैफियत मांडायला सुरुवात केली.

"हसन आगा, मी चांगलाच धडा शिकले आहे." मी सुरुवात केली, "मला पुरेशी शिक्षा झालेली आहे. माझ्या बिचाऱ्या मुलाला तर काय घडतंय हेही ठाऊक नाही. मला घरी गेलंच पाहिजे. मी कायद्याविरुद्ध कुठलंही कृत्य करणार नाही. मी तुम्हाला वचन देते. कायदा जर सांगत असेल तर मी माझ्या वडिलांना किंवा भावालासुद्धा घरात घेणार नाही. पण कृपा करून मला घरी जाऊ द्या." त्याच क्षणी माझा चौकशी अधिकारी माझ्यामागे येऊन उभा राहिला. बहुधा मी त्याच्याविरुद्ध तक्रार करत नाही याची खात्री करण्यासाठी. जर हसन भडकला असता, तर अर्थातच त्यानं माझ्यावर खापर फोडलं असतं. पण जेव्हा हसन तुर्की भाषेत म्हणाला, "बरं बरं, आत्ता जरा शांत बस. मी या फायलींवर काम करतो आहे." आणि बाजूच्या एका खुर्चीकडे हात केला, तेव्हा तोही काही न बोलता खाली बसला आणि सावधपणे पुढची घटना पाहू लागला.

हसनची एका वृद्ध माणसाशी सल्लामसलत चालू होती. तोपर्यंत मला खोलीत इकडेतिकडे नजर टाकायची संधी मिळाली. मी जिथे बसले होते तिथून जवळच रस्त्यावर उघडणारी एक मोठी खिडकी होती. दोन दिवसांनंतर प्रथमच मी तुरुंगाच्या बंदिस्त जागेशिवाय वेगळं काहीतरी बघत होते. बाहेर जीवन वाहात होतं. रहदारीचा गोंगाट, निवांत पायी चाललेली माणसं, शहरातले आवाज आमच्यापर्यंत पोचत होते. बाहेर रस्त्यावर जावं किंवा वेगानं गाडीतून जावं, माणसांना कोंडून ठेवणाऱ्या प्रासादाकडे बघूसुद्धा नये असं मला अतिशय तीव्रतेनं वाटू लागलं. देवा, साधं रस्त्यानं निर्भयपणं चालता येणं ही किती अद्भुत गोष्ट आहे! आयुष्यात कदाचित प्रथमच मला स्वातंत्र्याचा अर्थ उमगला आणि ती किती नाजूक वस्तू आहे हेही. कारण हसनकडे पाहता अजून काही काळ तरी स्वातंत्र्य उपभोगण्याची संधी मिळण्याची शक्यता तशी कमीच दिसत होती.

रस्त्यावरच्या जीवनप्रवाहात बुडालेली असताना मला जाणवलं की, खोलीतले सगळेजण आदरानं उठून उभे राहिले आहेत. मी वर पाहिलं. एक मुल्ला खोलीत

प्रवेश करत होते. ते एक सावळ्या रंगाचं देखणं व्यक्तिमत्त्व होतं. त्यांनी दाढी राखली होती आणि पांढरी पगडी बांधली होती. हसननंसुद्धा उभं राहून, मान झुकवून त्या नवागताला अभिवादन केलं. मुल्लासमोर कसं वागावं हे मला माहीतच नव्हतं. बाईनंही पुरुषांसारखं उभं राहायचं असतं का? मी त्यांच्याशी अभिवादनपर काही बोलायचं असतं की नाही? माझ्या सासूनं मला पूर्वी एकदा सांगितलं होतं की, बाईचा आवाजसुद्धा पुरुषाच्या कानावर पडता कामा नये. कारण त्यामुळे पुरुषाची कामभावना जागृत होते. इतक्या मोठ्या नेत्याकडे आपण दुर्लक्षच केलं असंही व्हायला नको होतं. मी अर्धवट उठले आणि तोंडातल्या तोंडात त्याला ऐकू जाईल न जाईल एवढ्याच आवाजात अभिवादनाचे शब्द पुटपुटले. पुन्हा मी स्वत:ला चादोरमध्ये दडवून, जमिनीकडे दृष्टी लावून बसून राहिले.

हसननं त्या मुल्लाला काही विशिष्ट कैद्यांबद्दलची अद्ययावत माहिती सांगायला सुरुवात केली आणि अवलोकनार्थ काही फाईल्सही त्याच्या पुढ्यात ठेवल्या. पण मुल्लाची नजर वारंवार माझ्याकडे जात होती. त्यानं माझी फाईलही मागितली. हसन इतर कैद्यांबद्दलच सांगत राहिला पण मुल्लानं विषय माझ्याकडेच वळवला. मी कोण होते? तुरुंगात का होते? शेवटी त्यानं माझी फाईल मागवली आणि मग, माझ्याकडे वळून, त्याच्यामागे यायला फर्मावलं. हसनच्या ऑफिसमध्ये आपण सुरक्षित आहोत असं मला वाटेपर्यंत त्या शक्तिशाली मुल्लानं मला त्याच्यामागून चालवलं होतं. मला मुल्लांचा तिटकारा वाटायचा. मला मुल्लांबद्दल काही माहिती नव्हती. त्यांच्या अस्तित्वाची मी कधी फिकीरही केली नव्हती; पण आता माझं जीवनमरण या मुल्लाच्या हातात होतं. मला नुसतेच फटके मारायचे की मारूनच टाकायचं हे तो ठरवू शकत होता.

दोन दरवाजे पलीकडे असलेल्या आणखी एका ऑफिसमध्ये तो मला घेऊन गेला. आम्ही जात असताना प्रत्येकजण हातातलं काम थांबवून मान झुकवत होता. कुणीतरी त्याला होजात अल् इस्लाम तबातबाई असं म्हणताना ऐकलं. हे फार मोठ्या सन्मानाचं पद होतं, अयातुल्लाच्या खालोखाल. मी आता तेहरानच्या नीतिपथकाच्या धार्मिक प्रमुखाच्या हातात होते. तो एका बलाढ्य इराणी कुटुंबाचा सदस्य असलेला मुल्ला होता.

आम्ही एका कार्यालयात पोचलो. पूर्वी तो सुंदर दिवाणखाना असणार. खोलीत असलेल्या दोन टेबलांपैकी एकापाशी असलेल्या लाकडी खुर्च्यांवर बसण्यासाठी त्यानं मला हातानं इशारा केला. मी इतकी भयंकर घाबरले होते की, मला प्रचंड हुडहुडी भरली आणि माझे हातपाय वेड्यासारखे लटपटू लागले. माझ्या तोंडाला कोरड पडली होती. ना धड तोंडही उघडता येत नव्हतं. त्याला माझी ही वाईट अवस्था जाणवली असावी. कारण त्यानं मला चहा देऊ केला. मी एवढ्या तीव्र

धक्क्यात होते की, मी ताबडतोब नाही म्हटलं, मी तहान-भुकेनं व्याकूळ होतेच, पण माझ्या 'योग्य' वागण्याबोलण्यावर जीवनमरण टांगलेलं असताना मला चहा-बिहा सुचणं शक्य नव्हतं. तरीपण तबातबाईने तिथे खोलीत उभ्या असलेल्या एका माणसाला चहा आणण्यासाठी पाठवलं.

मुल्ला टेबलामागे बसला होता. टेबलभर फायलींचा पसारा होता. या सगळ्या माझ्यासारख्याच 'केसेस' असणार. संपूर्ण दुर्लक्षित! खोली ओकीबोकी होती. फक्त दोन साधी लाकडी टेबलं आणि काही लाकडी खुर्च्या. जी काही चित्रं, गालिचे, फर्निचर त्या घरात होतं, ते कधीच जप्त करून केंद्रीय लिलाव गोदामात जमा केलं असणार. त्याच्या विक्रीतून येणारं उत्पन्न ही नव्या राजवटीला दिलेली 'वर्गणी' होती.

तबातबाईला माझ्या अवस्थेची फारच काळजी दिसत होती.

'काय झालं?' माझ्याशी कुणी युगायुगात बोललं नसेल एवढ्या हळुवारपणे त्यानं विचारलं, "एवढी काळजी कसली करतेस? आपण सगळं ठीक करू. सगळं माझ्यावर सोपव बरं."

त्याचा आवाज खानदानी, उबदार आणि धीर देणारा होता, तरीसुद्धा माझ्या तोंडून शब्द फुटत नव्हता. चहा आणल्यावर मी चहाचे काही घोट घेऊन जीभ आणि घसा ओला केला आणि जबडा जरा मोकळा केला. त्यानं मला प्रश्न विचारायला सुरुवात केली. मी तुरुंगात कधी आले? मला तिथे कुणी आणलं? माझ्यावर कसले आरोप होते? हे सगळं त्या फाईलमध्ये असणार, याची मला खात्री होती. पण त्याची समोरच्या कागदपत्रांकडे लक्ष देण्याची विशेष इच्छा दिसत नव्हती. मी दोन रात्री तुरुंगात काढल्या आहेत, हे ऐकून तो संतापला.

"मी जरा कुठे थोडे दिवस बाहेर गेलो ना की, हे असं होतं. तुला इथे आणायलाच नको होतं. हे लोक इतका गोंधळ घालून ठेवतात! चार-आठ दिवस कुठे बाहेर जाऊन चालत नाही."

तो हे बोलत असताना माझा जरा धीर चेपला आणि मी हळूच त्याच्याकडे पाहून घेतलं. तो एक रेखीव चेहऱ्याचा माणूस होता यात काही संशय नाही. त्याचे हात नाजूक छान निगा राखलेले होते. त्याच्या तपकिरी डोळ्यांत तारुण्याची चमक होती.

माझा मुलगा गमावण्याची भीती मी त्याला सांगितली, "तुरुंगातून सुटले तरी मला आता माझ्या सासरच्या मंडळींना तोंड द्यायचं आहे. मी तुरुंगात आहे हे ऐकल्याबरोबर ते फरहादला घेऊन गेले. आता मला वकील नेमावा लागेल. माझे पती गेले, तेव्हापासून त्यांचा माझ्यापासून त्याला तोडण्याचा प्रयत्न चालू आहे."

त्यानं माझ्या पतीच्या मृत्यूचा सारा तपशील विचारून घेतला. त्यानं माझ्यासाठी,

त्याच्यामागे किती संपत्ती सोडली होती, सासरी कोण कोण होतं असं सगळं. तुरुंगात असताना माझ्या मनात उत्पन्न झालेला संशयही मी त्याला बोलून दाखवला की, कदाचित माझ्या सासरच्या मंडळींनी केलेल्या तक्रारींमुळेच कोमितेह माझ्या दारात आले असणार. पण कमाल माझ्याबरोबर होता हे कुणी सांगितलं असावं हे मात्र मला कळत नव्हतं. माझ्या मते माझ्या घरातल्या त्याच्या अस्तित्वानं कोमितेहनं माझ्या अब्रूला बट्टा लागेल अशी वेळ प्रयत्नपूर्वक साधली होती.

मग त्यानं माझ्या घरात अल्कोहोल आणि पत्ते सापडण्याची कारणं विचारली. त्याच्या प्रश्नांवरून हे समजत होतं की, हसनच्या कार्यालयात मी सापडण्याच्या आधीपासून त्याला माझी सगळी माहिती होती. हसननं त्यातला काही भाग वगळण्याचं कबूल केलं असलं तरी त्याला झडतीचा संपूर्ण तपशील माहीत होता. पण तो माझ्याशी इतरांसारखा वागला नाही. त्याच्या प्रश्नांत मानहानीपेक्षा कुतूहलच जास्त होतं.

मीही त्याला मोकळेपणानं उत्तरं दिली. माझे पती मागे काय काय सोडून गेले होते याबद्दलचं माझं अज्ञान आणि अल्कोहोल नष्ट करावं हे न सुचणं आणि माझं निर्दोषत्व यावर मी जोर दिला. त्याचा माझ्यावर कितपत विश्वास बसला कोण जाणे, मी सांगत होते, ते पटल्यासारखी तो मान हलवत होता. त्याच्या वागण्याचा अर्थ लावण्यासाठी मी थांबले नाही. तो मला घालूनपाडून बोलत नव्हता आणि मला धमक्या देत नव्हता, याचंच मला समाधान होतं.

त्यानं रूळ बदलले. ‘‘आता मला या कमालबद्दल सांग, ज्याला तुझ्याशी लग्न करायचं आहे.’’

मी पुन्हा सावध झाले. ‘‘तो माझा कुणी नाही. माझ्या पतीचे व्यवहार मला समजावून सांगायला आलेला तो एक स्नेही आहे. मला त्याच्याशी काय, कुणाशीही लग्न करण्यात काडीचा रस नाही.’’

‘‘पण त्यानं तर सांगितलं आहे की, तो त्या दिवशी तुला मागणी घालण्यासाठी तुझ्या घरी आला होता आणि त्याला तुझ्याशी लग्न करण्याची फार इच्छा आहे.’’

एक क्षणभर मला वाटलं की, हा मुल्ला कदाचित मला जबरदस्तीनं, तुरुंगात कमालशी लग्न करायला भाग पाडेल. मी कमालला नीट ओळखत नव्हते. त्या क्षणी मला उमगलं की माझ्या हृदयातली हमीदची जागा अबाधित आहे.

‘‘मी एक विधवा आहे.’’ मी शक्य तेवढं ठासून सांगितलं, ‘‘माझ्या मुलाला मोठं करणं, त्याला उत्तम शिक्षण देणं एवढंच मला आता डोळ्यांपुढं दिसतंय. मला लग्न करायचं नाही.’’

मुल्ला फारच समजूतदार दिसला. ‘‘खरं तर, तुझ्या परिस्थितीत, मी सुद्धा तुला पुन्हा लग्न करण्याचा सल्ला देणार नाही. एक विधवा म्हणून तू तुझ्या

पतीच्या घरात राहू शकतेस आणि तुला मासिक पोटगीही मिळत राहील. तू लग्न केलंस तर हे सारं तुला गमवावं लागेल. हा, आता तुला अंगवस्त्र म्हणून राहायचं असेल, तर तुझ्याकडे घर, गाडी राहीलच, आणि तुला... अं... शरीरसुद्धा मिळेल.''

नीतीच्या संरक्षणासाठी असलेल्या तुरुंगाच्या भिंतीमध्ये मुल्लाच्या तोंडून उच्चारल्या गेलेल्या त्या शब्दानं माझ्या मनात धोक्याच्या हजार घंटा वाजवू लागल्या.

तो पुढे बोलत होता, ''तू तरुण आहेस, तुला शरीरसुख मिळालंच पाहिजे. एखाद्या तरुण स्त्रीनं जर शरीरसंबंध ठेवले नाहीत तर तिच्या प्रोस्टेटग्रंथी निकामी होतात म्हणून उत्तम मार्ग म्हणजे 'सिकेह'. कुणाचं तरी अंगवस्त्र म्हणून राहणं. सिकेह हा मुस्लीम धर्माचा महत्त्वाचा भाग आहे. तू मुस्लीम धर्मावरची काही पुस्तकं वाचली पाहिजेस. तुला ती फार आवडतील.''

हा मुल्ला– त्याच्याकडे सत्ता आणि दरारा होता, तो एका धनाढ्य कुटुंबातला होता, पण अजून त्याला बायकांना प्रोस्टेट ग्रंथी नसतात हे माहीत नव्हतं. हा कुठे चालला होता हे माझ्या हळूहळू लक्षात येऊ लागलं. मात्र मृत्युदंड दिला म्हणून त्याला दोष देता आला नसता, कारण त्याला माझ्या कल्याणाची चिंता होती, पण इकडे तर तो उघडउघड काही सुचवत होता. माझ्या स्वातंत्र्याची किंमत. त्याचं अंगवस्त्र म्हणून राहण्यात होती का? तो मला त्याची रखेल बनवू इच्छित होता? रखेलीला जरी संपत्तीचा अधिकार नसला तरी तिच्या मुलांना मात्र औरस मुलांप्रमाणे सर्व वारसा हक्क मिळतात. कुराणाच्या व्याभिचाराबंदीतून पळवाट काढण्याची पुरुषांची पूर्वीपासून चालत आलेली ही सिकेहची रीत होती. सहसा एखादा पुरुष घरातील मोलकरीण किंवा खालच्या दर्जाची स्त्री अंगवस्त्र म्हणून बाळगत असे. जिच्याशी राजरोस लग्न करता येऊ शकेल, अशा बरोबरीच्या वर्गातल्या स्त्रीशी तो असे संबंध ठेवायचा नाही. अलीकडच्या दशकांत ही सिकेहची प्रथा कमी होत होती आणि शाहच्या राजवटीत तर त्यावर बंदीच होती.

मुल्लानं आडमार्गानं हा प्रस्ताव मांडला होता. मी पण इथून सुटण्याच्या आणि मुलगा परत मिळवण्याच्या विवंचनेत होते. मुल्लाच्या डोक्यात सध्या शरीरसुखाचा विचार सर्वांत वरती होता, तर माझ्या डोक्यात तो अजिबातच नव्हता. पण मी त्याला आता हे सांगणार नव्हते. प्रथम माझी इथून सुटका करून घ्यायची होती.

डोळे फिरवत तो म्हणाला, ''असं पाहा, या राजवटीत तुम्हाला प्रियकर किंवा प्रेयसी असून चालत नाही. म्हणून कुणाशी तरी सिकेह करणं चांगलं. आणि या राजवटीत... तुला माहीत आहे... कधी कधी मला, हे काय करत आहेत हेच समजत नाही.'' आम्ही दोघं एकाच बाजूचे असल्यासारखं तो बोलला.

त्याचवेळी दोन शिपाई एका मध्यमवयीन दिसणाऱ्या, गोंधळून इकडेतिकडे

पाहणाऱ्या एका माणसाला घेऊन आले. एक शिपाई म्हणाला, ''हा माणूस याच्या बायकोला घेऊन जायला आला आहे.''

''बरं, मग तिला देऊन टाका याला.'' मुल्ला अधीरतेनं म्हणाला. शिपायांनी एकमेकांकडे पाहिलं, पुन्हा तोच शिपाई म्हणाला, ''पण मुल्लासाहेब, ती आता इथं नाहीये.''

''का बरं?''

''अं, तिला दहा दिवसांपूर्वीच मृत्युदंड दिला,'' तो चाचरत म्हणाला, ''चुकून.''

मुल्ला माझ्याकडे वळला. ''पाहिलंस? असं आहे. मी थोडे दिवस इथे नसलो की, सगळं कोलमडतं.'' पुन्हा शिपायाकडे वळून त्यानं विचारलं, ''बरं. काय झालं?''

त्या त्रासलेल्या नवऱ्यानं प्रथमच तोंड उघडलं. त्याचं आणि त्याच्या बायकोचं दोन आठवड्यांपूर्वी कडाक्याचं भांडण झालं होतं. तिनं उलट उत्तर दिल्यामुळं चिडून त्यानं कोमितेहकडे तक्रार केली. त्यांनी ताबडतोब तिला पकडून तुरुंगात टाकलं. ''पण आता मला ती परत हवी आहे. घरी चार कच्चीबच्ची आहेत. सगळ्यांत धाकटी तर तीनच महिन्यांची आहे. मला बायको पाहिजे.''

बायकोच्या मृत्युदंडाचं त्या नवऱ्याला काही विशेष वाटत नव्हतं. त्याला एकट्याला त्या चार मुलींकडे पाहावं लागत होतं. हे त्याचं खरं दुःख होतं.

मुल्ला रुंद हसला. माझ्याकडे एक कटाक्ष टाकून त्याने एक उदार प्रस्ताव मांडला.

''अरे, साधी गोष्ट आहे.'' तो शिपायांना म्हणाला, ''याला खाली बायकांच्या तुरुंगात घेऊन जा. बायकोच्या बदली हवी ती बाई याला निवडू दे.''

मी गोठून गेले. आतासुद्धा मी विचार करते, तेव्हा वाटतं की, मी जर तेव्हा खाली तुरुंगात असते. तर मला या ढेरपोट्या, दाढीचे खुंट वाढलेल्या इसमासाठी रांगेत उभं राहावं लागलं असतं.

शिपायांनी मुल्लाला आठवण करून दिली की, बायकोशी वाईट वागल्याबद्दल यालासुद्धा ऐंशी फटक्यांची शिक्षा झाली आहे. आता मुल्लाला उदारपणाचा झटकाच आला होता. ''जाऊ दे, चल. मी फटके पण सोडून देतो. याला त्याची नवी बायको घेऊन घरी जाऊ द्या.'' तो माणूसही खुष होऊन नवी बायको निवडायला निघून गेला. पुढं काय झालं मला कळू शकलं नाही. ''पाहिलंस?'' मुल्ला म्हणाला. ''एक क्षणही कामापासून सुटका मिळत नाही.''

मी तत्परतेनं त्याची स्तुती केली. ''किती दयाळू आणि उदार आहात तुम्ही! अल्ला तुमचं भलं करो.''

पण खोलीत आणखी दोन माणसं होती, मला वाटतं मी जरा जास्तच

मायाळूपणा केला असावा, कारण तो एकदम माझ्यावर डाफरला, ''तू चूप बस.''

ती माणसं खोलीबाहेर गेल्याबरोबर तो पुन्हा लाडात आला. ''तू आता खाली जा. मी तुझ्या सुटकेची कागदपत्रं तयार करून लागलीच खाली पाठवून देतो. म्हणजे तू सुटून जाऊ शकशील.''

प्रथम माझा त्याच्यावर विश्वास बसला नाही. तो खरंच मला सोडून देणार होता? सोडून दिलं तरी फटक्यांची शिक्षा तरी नक्कीच झाली असती, पण मला फटक्यांची शिक्षा देऊ नका असं म्हणायचीसुद्धा मला भीती वाटली. हे म्हणजे त्याला शिक्षा देण्याची आठवण करून देण्यासारखं झालं असतं.

सुटकेचं पत्र लिहित असताना त्यानं मला सांगितलं, ''तू खाली पोचशील तेव्हाच हे पत्रही पोचेल आणि मग ते तुला सोडून देतील.'' तुरुंगाच्या कार्यक्षमतेवर माझा बिलकूल विश्वास नव्हता. आदल्या दिवशी एका तरुण मुलीला सांगितलं होतं की, सुटकेचे कागद खाली पाठवले आहेत. पण दुपारी चारच्या ठोक्याला तुरुंगातलं कामकाज बंद झालं. पुढे काहीही काम झालं नाही आणि त्या मुलीला आणखी एक रात्र तुरुंगात काढावी लागली. मीच ते पत्र घेऊन जाऊ का असं विचारल्यावर त्यानं स्पष्ट नकार दिला. नियमाप्रमाणं शिपाई ते पत्र घेऊन माझ्या रखवालदारांकडे देणार होते.

''मी इथे असतो, तर यातलं काहीच झालं नसतं. मी तुला माझा दूरध्वनी क्रमांक देऊन ठेवतो. कधीही काही मदत लागली – विशेषत: सासरच्या मंडळींबरोबर वागताना – तर मला फोन कर.''

नव्या राजवटीतील एक महत्त्वाची मैत्री. माझ्या मामांवर संकट आलं, तर मध्यस्थी करायला आमच्याकडे एक शक्तिशाली माणूस होता आणि आता जर सासरच्या मंडळींनी फरहादचा ताबा सोडला नाही, तर त्यांना पश्चात्ताप होणार होता. शेवटी नव्या इराणमध्ये अशा मैत्री-मध्यस्थीशिवाय तुम्ही किती काळ तग धरणार?

कोमितेहकडे माझी चुगली कुणी केली, हे विचारण्याएवढा आता माझा धीर चेपला होता.

''तू आणखी थोडे तास थांबलीस तर मी त्याचीही माहिती काढतो आणि तुझ्या फिल्म्स आणि फोटोही मिळतात का पाहातो.''

पण कुठल्याही किमतीवर त्या जागी आणखी काही तास राहाणं अशक्य होतं. तेवढ्या वेळात अचानक नियम बदलले असते. नाहीतर या मुल्लाच्या जागी दुसरा कुठलातरी मुल्ला आला असता. मला कसलाही धोका पत्करण्याची इच्छा नव्हती. त्यामुळं मी त्यांचे आभार मानले आणि मला लगेच जायचे आहे असे सांगितले.

पहारेकरी मला खाली घेऊन जात असताना माझ्या मनात सुटकेचे विचार होते. मी सुटणार आहे हे मला खालच्या पहारेकरणींना कळू द्यायचं नव्हतं. आधीच्या

कैद्यांनी मला सांगितलं होतं की, कुणी सुटणार असलं तर त्या पहारेकरणी काहीतरी खुसपट, तक्रारी काढायच्या की, त्या मुलीला आणखी दोन-तीन दिवस तिथे राहावं लागायचं. मी चेहरा दु:खी केला. पहारेकरणींनी आणि इतर काही कैद्यांनी मला चौकशी कशी झाली? वरती एवढा वेळ का लागला? वगैरे विचारलं, पण मी काही फारसं सांगितलं नाही. मी पुन्हा कोपऱ्यातली, त्या टॅक्सीत पकडलेल्या बाईजवळची जागा पकडली. तिला चादोर परत दिली आणि या उसनवारीबद्दल पुन्हा तिचे आभार मानले. काही तास लोटले असं मला वाटलं. पण फक्त पंधराच मिनिटं झाली होती. माझ्या नावाचा पुकारा झाला.

"सुझान आझादी. तुमची सुटका झाली आहे."

मी धडपडत माझ्या वस्तू गोळा करू लागले, तशी माझ्या जवळच्या बाईनं लगेच रडायला सुरुवात केली.

"आता मी काय करू?" ती रडत होती. "कृपा करा, आणि माझ्या नवऱ्याला फोन करा हो. मी कुठे आहे ते त्याला सांगा. मी निर्दोष आहे याच्यावर त्याचा विश्वास बसणार नाहीच. मी बाहेर गेल्यावर तो माझं काय करील हो?"

त्या बाईला तिथे राहायचीही भीती वाटत होती आणि सुटून नवऱ्याच्या तावडीत जायचीही भीती वाटत होती.

"शू--! ओरडू नको. इथून दूरध्वनी क्रमांक बाहेर नेता येत नाहीत. पण तू मला क्रमांक सांग. मी तो या चिठोऱ्यावर लिहिते." पकडलं जाण्याच्या भीतीनं मी कुजबुजले. पहारेकऱ्यांनी आम्हाला वेळोवेळी आठवण करून दिली होती की, इथल्या कैद्यांना फोन करणं, यांच्यासाठी काही वस्तू पाठवणं याला सक्त मनाई होती. पण मी तिला नाही तरी कसं म्हणणार?

ती बिचारी बाई भीतीनं इतकी गोंधळून गेली होती की, प्रयत्न करकरून तिला स्वत:च्या घरचा दूरध्वनी क्रमांक धड आठवेना. शेवटी तिला एका मैत्रिणीचा क्रमांक आठवला. तोच लिहून मी सुरक्षित राहावा म्हणून अंतर्वस्त्राच्या आत दडवला. एक-दोघींनी दही आणि बिस्किटं पाठवायला सांगितली. मी कोट गुंडाळून घेतला आणि निघाले. मला सोडायला कुणी नव्हतं आणि मी मागे वळूनही पाहिलं नाही.

मी धावतच जिना चढून वर आले आणि बाजूच्या ज्या दारानं मी दोन दिवसांपूर्वी आत आले होते, त्याच दारातून बाहेर पडले. मी सरळ रस्त्यापलीकडच्या दुकानात गेले. त्याच दुकानात माझ्याबरोबर आलेले मन्सुरेह आणि फरहाद थांबले होते. मी दह्याचे दहा डबे, फळांचा रस आणि बिस्किटं विकत घेतली. घरून निघताना मी थोडे पैसे अंतर्वस्त्रात लपवून आणले होते. मी परत त्या बाजूच्या दाराशी गेले. तिथल्या पहारेकऱ्याला ते सगळं दिलं आणि सांगितलं की ते त्या

कैद्यांच्या कुटुंबांकडून आलं आहे. (आधीच्या कैद्यांना नसली, तरी घरच्या माणसांना कैद्यांसाठी अन्न पाठवायची परवानगी होती.) त्याने खाली हाक मारून खालच्या पहारेकऱ्यांकरवी कैद्यांना तसं सांगितल्याची मी थांबून खात्री करून घेतली.

परत रस्त्यावर येऊन एका सार्वजनिक टॅक्सीला मी हात दाखवून थांबवलं. पाठीमागच्या सीटवर बसलेल्या एका माणसाशेजारी मी चढून बसले. माझा उत्साह उतू जात होता. शेवटी तो ड्रायव्हर मागे वळून म्हणाला, ''काय, तुम्ही फारच खुष दिसता.''

खिडकीतून बाहेर स्वच्छ सूर्यप्रकाश चकमत होता, तेहरानमधला स्वच्छ हिवाळी दिवस होता. जग याआधी मला इतकं सुंदर आणि टवटवीत भासलंच नव्हतं.

''मी कुठे होते यावर तुमचा विश्वास बसणार नाही.'' मी ड्रायव्हरला म्हटलं, ''मी खुष आहे कारण मी तुरुंगातून सुटून आले आहे. बसतोय विश्वास? आणि मी तुरुंगात का होते माहीत आहे? माझ्या घरात खूप जास्त संगीत होतं म्हणून. कल्पना करा. घरात अती झालेलं संगीत. माझ्याकडं खूप साऱ्या कॅसेट्स आणि बेकायदा कूपन्स होती. आणि यासाठी मी तीन दिवस तुरुंगात होते. असली ही राजवट. जिवानिशी बाहेर आले हेच खूप आहे.''

तो प्रवासी आणि ड्रायव्हर एकमेकांकडं टकमक बघत राहिले. पण एक शब्दही बोलले नाहीत. मला जाणवलं की, मी तुरुंगातून बाहेर पडले होते. पण मी अजून स्वातंत्र्यात प्रवेश केला नव्हता. त्या टॅक्सीतली दोन्ही माणसंही कैदेतच होती. जोपर्यंत मी इराणमध्ये होते, तोपर्यंत मी कधीच स्वतंत्र होऊ शकणार नव्हते.

क्रांतीच्या पंज्यात

झेप घेता आगीत पतंग संपून गेला
'मीच आहे आग' मरता मरता म्हणाला,
पण ते शब्द आले होते ज्वाळेच्या जिभेवरून

– जोवेद

मी चिडले होते. चिडले होते राजवटीवर. कारण आपल्या एका मित्राचा आपल्या घरात पाहुणचार केल्याबद्दल त्यांनी एका बाईला शिक्षा दिली होती. चिडले होते स्वत:वरच, असले धोके पत्करायचा मूर्खपणा केल्याबद्दल. चिडले होते कारण पुन्हा एकदा मी एका घुसखोर माणसाला मला संकटात लोटू दिलं होतं. आणि भयानक चिडले होते मी माझ्या कुटुंबावर. तीन रात्री मी तुरुंगात रडत काढल्या तेव्हा कुठं होते हे लोक? पैसे मोजून त्यांना माझ्या सुटकेचा मार्ग मोकळा करता येत नव्हता?

मी तूती मावशीकडे गेले. तेव्हा तिनं काही स्पष्टीकरण देण्याअगोदरच मी माझ्या सगळ्या संतापाला वाट करून दिली.

"होता कुठे तुम्ही सगळे?" मी ओरडले, "तुम्ही माझ्या मदतीला धावून का आला नाहीत?"

तिनं मला शांत करण्याचा पुष्कळ प्रयत्न केला. पण मी ऐकून घ्यायला तयार नव्हते. "आम्हाला जे सगळ्यात चांगलं वाटलं ते आम्ही केलं," तिनं चुचकारलं, "तू इतक्या शक्तिशाली घरातली मुलगी आहेस हे त्यांना माहीत नव्हतं. आम्ही

कोमितेहवर दबाव टाकला असता, तर ते उलट आपल्याच अंगावर आलं असतं. त्यांनी तुला आणखी बराच काळ डांबून ठेवलं असतं आणि सुटकेसाठी प्रचंड रक्कम मागितली असती. त्यांच्या दृष्टीनं तू स्वत:वर संकटं ओढवून घेतलेली आणखी एक बाई होतीस.''

अजून संतापानं खदखदत मी फरहादच्या शाळेत पोहोचले. अमिनींनी त्याला घरी नेण्याअगोदर आपणच त्याला घेऊन जावं असा माझा विचार होता. पण पाहते तो फरहादचा पत्ताच नाही. मुख्याध्यापकांना विचारलं तर ते भुंकल्यागत म्हणाले, ''तुमचा मुलगा गेले तीन दिवस शाळेत येत नाहीये. तुमच्या मुलाला साधं शाळेत पाठवता येऊ नये, असला कसला तुमचा ढिसाळपणा?''

आता माझ्या संतापाचं सारं लक्ष अमिनींवर केंद्रित झालं. स्कीईंग किंवा इतर कुठल्या कार्यक्रमामुळे फरहादची शाळा बुडली, तर हेच लोक केवढा तमाशा करायचे. आता केवळ त्यांच्या घरापासून शाळा दूर आहे म्हणून त्यांच्याच्यानं फरहादला शाळेत नेणं-आणणं सुद्धा झाले नाही.

घरी आल्या आल्या मी त्यांचा फोन फिरवला तो फरहादनंच उचलला, आणि माझा आवाज ऐकल्यावर त्याला रडूच कोसळलं.

''आई, तू मला घ्यायला कधी येशील? मला इकडे का ठेवलं आहे? तू कुठे आहेस हे पण मला माहीत नव्हतं. लवकर ये ना गं.''

मला त्याला लगेच येण्याचं वचन देणं काही जमलं नाही. कारण अमिनींबरोबर भांडण होणार हे मला दिसत होतं. मी त्याला आजीकडे फोन द्यायला सांगितलं.

सासूबाई एकदम शांत होत्या.

''मी फरहादला घ्यायला येते आहे,'' मी शूरपणे म्हटलं.

''नाही. तू येणार नाहीस.'' त्याही तितक्याच जोरात म्हणाल्या.

''तुरुंगात राहून तू थकली असशील. स्वत:ची काळजी घे आणि आम्ही फरहादची काळजी घेऊ. तू ज्या प्रकारचं जीवन जगतेस ते अशा लहान मुलासाठी योग्य नाही. आता तो आमच्याकडेच राहील.'' त्यांनी फोन बंद केला.

माझ्या सासरची मंडळी फरहादचा ताबा त्यांच्याकडे ठेवण्यासाठी प्रयत्न करणार हे उघड होतं. आणि खोमेनींच्या राज्यात, मला काही बाजूच नव्हती. तुरुंगात जाऊन मी अमिनींच्या हातात कोलीत दिलं होतं. क्षणाचाही विचार न करता मी फोन उचलला आणि तबातबाईने दिलेला खाजगी क्रमांक फिरवला. मी त्याच्या पुरुष सहाय्यकाजवळ निरोप दिला आणि त्याच्या फोनची एक-दोन दिवस वाट पाहण्याची मनाची तयारी केली. पण काही मिनिटांतच तो फोनवर आला आणि लवकरच माझा मुलगा माझ्याकडे असेल असं अगदी सहज आश्वासन दिलं.

पंधरा मिनिटांनी फरहादनं मला फोन केला आणि सासूबाई फोनवर बोलल्या.

त्यांनी तुटकपणे सांगितलं की, मी फरहादला घेऊन जावं. पण या अचानक झालेल्या हृदयपरिवर्तनाचं स्पष्टीकरण त्यांनी दिलं नाही. मी लगेच धावले. फरहादला घट्ट कुशीत घ्यावं आणि पुन्हा कध्धी कध्धी त्याच्यापासून दूर जाऊ नये एवढीच माझी इच्छा होती. अमिनींच्या घराच्या दाराबाहेर फरहादची इवलीशी केविलवाणी मूर्ती सगळीकडे भिरभिर माझी वाट पाहत होती. शेवटी गाडी दिसल्यावर त्याच्या तोंडावर केवढंतरी हसू फुटलं. त्याची आजी मागे घुटमळत होती. पण मी गाडीतून उतरताना ती अदृश्य झाली. मी फरहादला घट्ट कवेत घेतलं. पुन्हा कध्धी म्हणून मी माझ्या बाळाची ताटातूट होऊ देणार नाही, अशी मी शपथ घेतली.

मी तुरुंगात असताना माझ्यासाठी हमीद आणि सुफी दोघांचेही युरोपमधून फोन येऊन गेले. आदल्या रात्री कमाल त्याची मर्सिडीज नेण्याकरता येऊन गेला होता. आता मी फरहादबरोबर घरी पोहोचल्यावर फराह तळघरातल्या खोलीतून अस्वस्थपणे हात चोळीत आली.

''बाईसाहेब,'' तिच्या आवाजात भीती होती. ''कमालसाहेबांचा पुन्हा फोन आला होता. त्यांचा असा समज झाला आहे की, तुमच्या त्रासाला आम्ही जबाबदार आहोत. त्यांनी आम्हाला धमकी दिली. ते म्हणाले की, जर का त्यांना कळलं की कुणी तुमच्यावर पाळत ठेवून कोमितेहला बोलावलं, तर त्याला ते जिवंत ठेवणार नाहीत. पण मी शपथेवर सांगते बाईसाहेब, याच्याशी आमचा काही संबंध नाही.''

त्याक्षणी मला कमालचा इतका राग आला की त्याच्या दुखावलेल्या प्रतिष्ठेचं मला काही वाटेनासं झालं. मी त्या स्त्रीला धीर दिला. मी आणि फरहाद जरा घरात स्थिरस्थावर होत नाही तोच पुन्हा कमालचा फोन आला.

''तू अजूनही तुरुंगात आहेस हे माहीत असतं तर मी कदापि बाहेर आलो नसतो.'' तो संतापून बोलत होता, ''त्यांनी मला खात्रीपूर्वक सांगितलं की तुझी अगोदरच सुटका झाली आहे.''

कमाललाही एक रात्र साधारण माझ्यासारख्याच कोठडीत ठेवलं होतं, पण चौकशीच्या खोलीत मी त्याला पाहिलं, त्यानंतर थोड्याच वेळात त्याला सोडून दिलं होतं. त्याचा चुलतभाऊ मोठा होता, त्याच्या मध्यस्थीची कृपा! माझ्याशी लग्न करायची त्याची योजना असल्याचं कोमितेहला सांगितल्याचंही त्यानं कबूल केलं. अविवाहित स्त्रीच्या घरी पुन्हा न जाण्याबद्दल उपदेश करून कोमितेहनं त्याला सोडून दिलं. त्याची कूपन्स गेली. हीच काय ती त्याची शिक्षा, जप्त केलेली कूपन्स परत द्यायला कोमितेहनं नकार दिला. त्याचं सांत्वन वगैरे करण्याचा मला अतिशय कंटाळा आला होता, मी थोडक्यातच फोन आटोपता घेतला. तो पुन्हा वाजला. यावेळी मुल्ला होता.

''मी तुझा प्रश्न सोडवला आहे. मी तुझ्या सासरच्या मंडळींशी बोललो आहे, आता तुला मुलाला घरी आणण्यात काही अडचण येऊ नये.'' स्वत:वर खुष होऊन

तो बोलत होता; आवाजात आदर आणून तो पुढे म्हणाला, ''अमिनी एवढं उत्तम खानदान असेल याची मला कल्पना नव्हती. तुझ्या सासूबाई एका प्रसिद्ध मुल्लाच्या कन्या आहेत.''

उत्तम खानदानाच्या त्याच्या कल्पनेबद्दल मी काही बोलले नाही. पण त्याचं म्हणणं बरोबर होतं, ते लोक त्याच्या कळपातील होते, माझ्या नव्हे.

''तर आता. मला तुला भेटलं पाहिजे.'' तो पुढे बोलत होता, ''कुराण आणि मुस्लीम रीतीरिवाजांची तुला माहिती देणं आवश्यक आहे.''

मी 'हो' म्हटल्यावर, मग कुठे भेटता येईल अशा विविध जागांबद्दल आम्ही चर्चा केली. त्याचं घर त्यानं निकालात काढलं. कारण ते शहराच्या गरीब वस्तीत होतं आणि 'माझ्यासारख्या बाईनं यावं' असं नव्हतं. माझ्या घरामुळे आधीच बरेच प्रश्न निर्माण झाले होते.

शेवटी त्याला एक शक्कल सुचली. ''तुझ्या जवळच्याच भागात माझे काही मित्र राहतात. तिथे तुला भेटता येईल अशी मी व्यवस्था करतो.''

त्यावेळच्या माझ्या बावळटपणाचं आता हसू येतं, पण तेव्हा मला प्रामाणिकपणे असं वाटत होतं की आपण याच्याशी मैत्री करू, याच्या मैत्रीचा केवळ आपल्यालाच नव्हे तर साऱ्या कुटुंबाला फायदा होईल. संकटाच्या वेळी कामी येईल असा, नव्या राजवटीतला मित्र जोडणारी मी आमच्या कुटुंबातील एकमेव सदस्य ठरले असते आणि याचा मला केवढा अभिमान वाटला असता! तो मला त्याची रखेल बनवण्याचा प्रयत्न करणार हे मला माहीत होतं, पण मी तर त्याला बोलून घोळात घेऊन व्यावसायिक भागीदार बनवण्याचे मनसुबे करीत होते. पण थोड्या वेळानं जेव्हा कमालचा फोन आला आणि मी त्याला माझे बेत सांगितले, तेव्हा त्यानं कडाडून विरोध केला.

''त्या घाणेरड्या माणसाला भेटायचा विचार क्षणभरसुद्धा मनात आणू नकोस.'' त्यानं फर्मावलं, ''त्याचा फक्त तुझ्यावर डोळा आहे.''

कमालचा उद्रेक मी मत्सर या सदरात निकाली काढला; पण मी जेव्हा फायेघ मामांना फोन करून हे सांगितलं, तेव्हा ते जाम वैतागले.

''तू कुठल्या संकटात स्वत:हून शिरते आहेस याची तुला कल्पना तरी आहे का? तो माणूस तुला जाळ्यात ओढतो आहे, एवढं मात्र खात्रीनं सांगू शकतो मी.'' ते म्हणाले.

''पण मी त्यालाच मित्र नाही का बनवू शकणार? आपल्या सगळ्या कुटुंबालाच त्याचा उपयोग होईल.''

''तू कुटुंबाचा विचार करते आहेस ही फार चांगली गोष्ट आहे, सुझान, पण तो माणूस ज्या ठिकाणी आहे, तिथली माणसं स्वत:चा फायदा करून घेतल्याशिवाय

उगाच दुसऱ्याला मदत करीत नाहीत. त्याला तुला रखेल म्हणून ठेवायचं आहे, आणि जेव्हा तो तुला विचारेल तेव्हा तू 'नाही' म्हणू शकणार नाहीस. कारण तुझं आयुष्य धुळीला मिळवण्याचं सामर्थ्य त्याच्यात आहे. तू 'नाही' म्हणालीस, तर केवळ तूच नाही, तर आम्ही बाकीचे सगळेच अडचणीत येऊ. तो माणूस तिथल्या तिथे तुझा उपभोग घ्यायला मागेपुढे पाहणार नाही आणि तेव्हा आम्ही कुणीही तुझ्यासाठी काहीही करू शकणार नाही.''

''त्याला मी शहाणपणा नक्की शिकवू शकेन. आणि त्याच्यासमोर व्यावसायिक प्रस्तावही मांडेन. आपल्याला तो पैसे चारायचा एक मार्ग उपलब्ध असेल — कधी गरज पडली तर.'' मी माझं म्हणणं पुढे रेटलं.

''सुझान, तुला अजून इराणी व्यवहार समजत नाहीत.'' मामांनी एक खोल निःश्वास सोडला. ''कुठल्याही मुल्लाला एखाद्या स्त्रीमध्ये रस असण्याचं एकच कारण असतं — शरीरसंबंध. मुल्ला कारण नसताना बाईबरोबर धंदापाण्याच्या गोष्टी करीत नाहीत.''

त्याचा फोन पुन्हा अजिबात न घेण्याबद्दल आणि त्याच्याशी अजिबात संपर्क तोडण्याबद्दल माझं मन वळवून झाल्यावर त्यांनी आणखी एक वाईट बातमी सांगितली, की अमिनींनी त्याच दिवशी दुपारी चार वाजता आमच्याबरोबर भेट मागितली होती.

अमिनींच्या घरी झालेल्या बैठकीमध्ये दोन 'पालक' – जामशिद आणि अली होते, आणि मानसोपचारतज्ज्ञ परविझही होता. तो बहुधा तसलिमींचा प्रतिनिधी म्हणून बसला होता – तसलिमींचं पुढं काहीच कळत नव्हतं. मी अतिशय क्षुद्र, अदखलपात्र असल्यासारखी ते मुद्दाम माझ्याकडे बघायचं टाळत होते. त्याऐवजी ते मामांशीच बोलत होते.

''सुझानला तिच्या आयुष्यात काय वाटेल ते करू दे.'' अलीनं सुरुवात केली. ''पण फरहादची गोष्ट वेगळी आहे. त्या अटकेमुळे त्याला जबरदस्त धक्का बसला आहे, आणि आम्ही पुन्हा असं घडू देणार नाही. त्यानं त्याच्या आजीजवळ राहावं अशी आमची इच्छा आहे. तिथे त्याची जास्त चांगली काळजी घेतली जाईल.''

मी जोरदार विरोध केला, तेव्हा त्यांनी माझ्यापुढे दोन पर्याय ठेवले. अमिनींच्या घरातल्या तळघरातल्या फ्लॅटमध्ये राहायला यावं, किंवा त्यांच्या घरापासून जवळच मध्यमवर्गीय वस्तीत एखाद्या फ्लॅटमध्ये राहायला यावं. माझं घर त्यांच्या फार डोळ्यावर येत होतं, आणि ते म्हणाले की, मी एकटीनं एवढ्या मोठ्या घरात राहायचं काहीच कारण नव्हतं. मी न घाबरता त्यांना जाणीव करून दिली की, ते माझ्या नवऱ्याचं घर आहे. माझ्या मुलाला ते मिळालेलं आहे आणि मुस्लीम कायद्याप्रमाणं तिथे राहायचा माझा हक्क अबाधित आहे. अडचण अशी होती की,

फरहादचे पालक या नात्यानं पैशाचं सारं नियंत्रण त्यांच्या हातात होतं, जो आम्हाला घर चालवायला लागणार होता. शेवटी मी घराबाहेर पडायचं मान्य केलं, फरहाद माझ्याजवळ राहणार होता. फक्त काही काळ. मी मनानं ठरवलं, लवकरच मी इराणबाहेर पडायचा मार्ग शोधून काढीन.

माझ्या कुटुंबाच्या आग्रहास्तव, मी लगेच त्याच दिवशी, फरहादची आणि माझी मिळून एक सूटकेस घेऊन, घर सोडलं. कारण त्यांना तबातबाईची धास्ती वाटत होती. इतर अनेक इराणी लोकांसारखे आम्ही राहू लागलो. रात्रभर वेगवेगळ्या नातेवाइकांकडे, मित्रांकडे राहायचं. सकाळी जलाल आगा किंवा त्याच्या बायकोला फोन करून खात्री करायची की, तबातबाईचा दूत माझ्यासाठी थांबलेला नाही. मग घरी परतायचं. रोज जलाल आगा सांगायचा की तबातबाईंचे अनेक फोन येऊन गेले. आठवड्याभराने मी परत फोन का करत नाही हे पाहायला त्यानं कोमितेहना पाठवायला सुरुवात केली. पुढे तर त्यानं माझ्या अटकेची आज्ञाच काढली. जरी तुरुंगातून माझी पूर्ण सुटका झाली असली आणि माझ्यावर कोणतेही आरोप बाकी नसले, तरीही फरहादला शाळेत पोहोचवण्याइतकी साधी गोष्टसुद्धा फार धोकादायक ठरली होती. कारण त्यावरून माझ्या हालचालींचा माग ठेवता येऊ शकत होता. माझ्या मैत्रिणी आळीपाळीनं त्याला सोडायच्या आणि आणायच्या.

कमालही तेवढाच हट्टी होता. रोज तो जलाल आगाला काहीतरी बोलायचा आणि माझा माग काढायचा प्रयत्न करायचा. शेवटी जेव्हा त्यानं मला शोधून काढलं आणि तबातबाई माझ्या मागे लागला आहे हे त्याला कळलं. तेव्हा त्याचा स्फोट झाला आणि त्यानं सर्व सूत्रं स्वत:कडे घ्यायची ठरवलं.

खूप मोठा धोका पत्करत तो स्वत: सरळ तुरुंगात गेला आणि त्यानं मुल्लाची भेट मागितली. त्याचा चुलतभाऊ असलेला मुल्लाही त्याच्याबरोबर होता. माझ्या मागे लागण्याबद्दल त्यानं मुल्लाकडे जाब विचारला. तो माझ्याशी लग्न करत असल्याचं स्पष्ट सांगितलं आणिा तबातबाईला माझ्यापासून दूर राहायला सांगितलं.

"मला या विषयावर तुझ्याशी काहीच बोलायचं नाहीये." तबातबाई उत्तरला. "माझा संबंध सुझानशी आहे. तू इथे येण्याचं काहीच प्रयोजन नाही."

कमाल लग्नाबाबत इतका प्रचंड आग्रही होता की, केवळ मुल्लाला दूर ठेवण्यासाठी मी त्याची कायदेशीर रखेल होण्याचा विचार करायला लागले. माझा कुठलाही नातेसंबंध अधिकृत करण्याचा किंवा भावनिकरित्या गुंतण्याचा मुळीच हेतू नव्हता, पण माझा विचार माझ्या कुटुंबीयांनी पूर्ण खोडून काढला. अगदी आम्ही राहात होतो, तशा तुकडे पडलेल्या जगातसुद्धा रखेल म्हणून रहाणं हे योग्य नाहीच असं त्यांचं म्हणणं पडलं त्यापेक्षा मी झटपट लग्न करावं आणि त्यातूनही झटपट काडीमोड घ्यावा असं त्यांचं मत होतं.

कुणाशीही लग्न म्हटल्यावर मला शिसारीच येत होती. पण माझ्यापुढं फारसे पर्याय नव्हते. तुर्कस्थानमार्गे अवैध मार्गानं देशाबाहेर पडायला काही आठवडे लागले असते. तेवढ्या वेळात तबातबाईनं मला हजारदा शोधून काढलं असतं. कमालशी लग्न करणं हा त्याला टाळण्याचा एकमेव मार्ग होता.

पण आणखी एक मार्ग होताच आणि कमालला शरण जाण्याअगोदर मी तो मार्ग पडताळून पाहायचं ठरवलं. खोमेनीच्या कायद्याप्रमाणे परदेशी नागरिकाशी लग्न केलेली इराणी स्त्री तिच्या पतीसोबत देशाबाहेर जाऊ शकत होती. जर का मला परदेशी पासपोर्ट असणारा एखादा विश्वासू इसम सापडला असता, तर फरहाद आणि मी कायदेशीररित्या उजळ माथ्याने देशाबाहेर जाऊ शकलो असतो, मग तुर्कस्थानमार्गे जाण्याची खर्चिक आणि धोकादायक यातायात करावी लागली नसती.

स्वित्झर्लंडमधल्या माझ्या चुलतभावाच्या – दाराच्या – मध्यस्थीनं मला एका इराणी माणसाचं नाव कळलं, त्याचं एका स्वीस स्त्रीशी लग्न झालं होतं. त्याच्याकडं स्वीस पासपोर्ट होता आणि तूर्तास तो इराणमध्ये होता. दारानं त्या माणसाच्या पत्नीला फोन करून या विचित्र विनंतीचा तपशील नीट समजावून सांगितला आणि मग तिच्या नवऱ्याकडे बोलण्याची परवानगी मागितली. खोमेनीच्या कचाट्यात सापडलेल्या इराणी लोकांच्या सहानुभूतीमुळे नवऱ्यानं दुसरं लग्न करायला तिनं लगेच परवानगी दिली. नव्या इराणमध्ये, कुराणात सांगितल्याप्रमाणे, चार बायका करणं पुन्हा एकदा पूर्णपणे कायदेशीर होतं.

"पण मी तर त्या माणसाला इराणमध्ये भेटू शकत नाही." दारा म्हणाला. "सॉरी, पण त्याला फोन करणं आणि हे सगळं त्याच्यापर्यंत पोहोचणं हे काम तुलाच करावं लागणार आहे."

शेवटी एकदा, माझ्या अवघडलेपणावर मात करून मी त्या माणसाला फोन केला. तेव्हा तो त्याच्या भावाच्या घरी राहत होता. अगदी ढोबळ माहिती सांगून, त्यानं माझ्या घरी भेटायला यावं असं मी त्याला सुचवलं.

"कृपया साधीशीच गाडी घेऊन या आणि घराजवळ कुठेही गाडी पार्क करू नका." मी त्या माणसात अचानक दाखवलेला रस आणि माझ्या या विचित्र सूचना यांमुळे तो बिचारा चक्रावून गेला असणार.

तो येणार होता, त्यादिवशी मी एका मैत्रिणीला माझ्या घरी थांबायला सांगितलं, न जाणो कोमितेहने अचानक धाड घातली आणि मला आणखी एका पुरुषाबरोबर पाहिलं तर! आतापर्यंत माझी खात्री पटली होती की, माझी प्रत्येक हालचाल कोमितेहना समजते. ते माझ्या ध्यानीमनी होतं. मी कुठेही गेले तरी ते मला दिसायचे, आणि मी जिथे असेन तिथे येऊन ते घेऊन जातील अशी एक भीतियुक्त अपेक्षाही होती.

ती एक चढती दुपार होती. तो पाहुणा माझ्याकडे येऊन पंधराच मिनिटं झाली होती. त्याच्यापुढं हा विचित्र प्रस्ताव मांडण्यासाठी मी धीर गोळा करतच होते. मी दिवाणखान्यात त्याला चहाच देत होते. तोच माझा माळी पांढऱ्याफटक चेहऱ्यानं, धापा टाकत घाबऱ्या घाबऱ्या आत आला.

"कोमितेह!" त्याला धाप लागत होती. "माझ्या घराजवळच्या गेटवर मी अडथळे लावले आहेत. पटकन पळा, पळून जा."

मी त्या अभागी पाहुण्याच्या बखोट्याला धरलं. त्याला दाराबाहेर काढलं, आणि बरोबर विरुद्ध दिशेच्या लांबच्या गेटकडे इशारा केला. तो कशापासून, कुणापासून पळतो आहे हे समजावून द्यायला वेळ नव्हता. शक्य तितक्या ताबडतोब त्यानं तिथून निघून जाणं आवश्यक होतं.

कोमितेह दिसत आहेत का ते पाहायला माझी मैत्रीण आणि मी बाल्कनीत धावलो. ते आमच्या नजरेच्या टप्प्यात नव्हते. पण आमच्या पाहुण्याची घराच्या पश्चिमेकडच्या रस्त्यावर उभी केलेली नारिंगी रंगाची पायकन गाडी आम्हाला दिसत होती. तिची दारं सताड उघडी होती आणि बरेच क्रांतिकारी शिपाई तिच्याभोवती घिरट्या घालत होते.

"तो नक्की सटकला असणार." नीट न्याहाळून झाल्यावर ती म्हणाली. "चल, आपणही सटकूया. माझी गाडी दारासमोरच उभी आहे. मी बाहेर जाते, गाडी स्टार्ट करते, तू पटकन आत उडी मार."

"आणि फरहादचं काय?" मला अचानक आठवण झाली. "शाळेची बस कुठल्याही क्षणी त्याला इथे सोडेल."

"आपण त्याला मध्येच गाठू." क्षणाचाही विचार न करता तिनं मार्ग सांगितला. दिवसाढवळ्या, आमच्याच घरामधून पळून, सुटून जाणं आता आम्हा साऱ्यांच्याच अंगवळणी पडलं होतं.

तिनं सुचवल्याप्रमाणं आम्ही केलं. नशिबानं, मी गाडीत बसता बसता फरहादची बसही मला दिसली. तो बसमधून उतरतो न उतरतो तोच त्याला पकडून मी गाडीच्या मागच्या सीटमध्ये कोंबलं. आम्ही सुसाट सुटलो, कित्येक मैल दूर जाईपर्यंत आम्ही मागे वळून, मागे कुणी पाठलाग करत नाही ना, याची खात्री करत होतो. शिपाई पायकन गाडीभोवती घिरट्या घालत होते, तो रस्ता आम्ही मोठ्या कौशल्यानं टाळला.

जो माझा दुसरा नवरा होऊ शकला असता, त्या माणसाचं पुढे काय झालं? मैत्रिणीच्या घरी पोहोचल्याबरोबर मी त्या माणसाच्या तिथल्या घरी तो ठीक आहे ना हे विचारायला फोन केला. त्याच्या भावाला काहीच माहीत नव्हतं. अर्ध्या तासानंतर मला आमच्या पाहुण्यावर काय गुदरलं ते समजलं. तो माझ्या घराच्या

गेटबाहेर पडला, तोच मुळी कोमितेहच्या मिठीत. त्याला अटक होणं हे अक्षरश: दुर्दैव होतं. कोमितेह मला शोधत होते, म्हणून बहुधा त्यांनी त्याला हात लावला नाही. त्या दिवशी सकाळी एका महत्त्वपूर्ण मुल्लाची हत्या करून दोघं मारेकरी नारिंगी रंगाच्या पायकन गाडीतून पळाले होते. त्यांच्या शोधमोहिमेत सहजच त्यांनी या माणसाच्या गाडीची तपासणी केली आणि त्याला काही प्रश्न विचारले. आणि मग गाडीची कागदपत्रं गाडीत नसताना गाडी चालवल्याबद्दल त्याला अटक झाली, ती गाडी त्याच्या भावाच्या कार्यालयाची होती आणि गाडीची कागदपत्रं कार्यालयामध्ये होती, आणि कार्यालय बंद झालं होतं. रात्री खूप उशिरा त्या माणसाची सुटका झाली. पण अर्थातच 'गरज पडल्यास मी पुन्हा तुरुंगात येईन.' अशा कागदावर त्याची सही घेतल्यानंतरच त्याला सोडण्यात आलं होतं.

त्या रात्री मी त्याच्याशी बोलले, आणि त्यानं जे सांगितलं, त्यामुळे मी अधिकच घाबरले.

"ते मला सारखं तुमच्याबद्दल विचारत होते," तो अजूनही भेदरलेला होता. "की तुम्ही कुंटणखाना चालवता का म्हणून. मी तुम्हाला किती पैसे दिले असंही ते विचारत होते. मी त्यांना सांगितलं की, मी तुमच्या वडिलांचा मित्र होतो आणि ते भेटतील म्हणून तुमच्या घरी आलो होतो. हे नक्की चाललंय काय? पण नको, मला तुम्ही काही सांगूच नका."

माझी योजना काय होती हे त्याला सांगण्यात काही अर्थ नव्हता. तो लगेच काही दिवसांतच इराण सोडून गेला, ठरलेल्या वेळेपेक्षा कितीतरी लवकर आणि सारी कामं अर्धवट टाकून.

पण आता मी कुणावरच विश्वास ठेवू शकत नव्हते. कोमितेहला कुणी फोन केला? पाहुणा पोहोचल्यावर काही मिनिटांत ते तिथे कसे पोहोचले? त्या रात्री मी माझ्या एका खास मैत्रिणीकडे राहिले, तिला माझ्या घरचेसुद्धा ओळखत नव्हते. मी कुठे राहते आहे हे मी कुणालाच सांगितलं नाही. म्हणजे मैत्रीण किंवा नातेवाईक, दबावाला बळी पडूनसुद्धा मला दगा देऊ शकत नव्हते. आणखी खबरदारी म्हणून फरहादला एका वेगळ्याच मैत्रिणीनं तिच्या घरी नेलं. असं वाटत होतं की, प्रत्येक जण आपल्या कुठल्या ना कुठल्या मित्राला, नातेवाइकाला संरक्षण देत होता. अज्ञातवासात असलेल्या सुहृदांना प्रचंड धोका पत्करून आसरा देत होता. माझ्या काही मैत्रिणी तर नवऱ्याच्या इच्छेविरुद्ध, संमतीविरुद्ध एवढा मोठा धोका पत्करत होत्या आणि तेही अतिशय प्रेमानं. मला कधीही, कुणीही 'नाही' म्हटलं नाही.

कोमितेहच्या अशा अचानक प्रकट होण्यावर विचार करत मी त्या रात्री कित्येक तास घालवले. कोमितेह मला पकडून पुन्हा तुरुंगात डांबणार याची मला खात्रीच होती. आणि मग तर सारंच मुल्लाच्या मर्जीवर होतं. सगळे पुरुष आणि

त्यांना घडवणारा असा समाज की, जिथे स्त्री ही केवळ पुरुषाच्या छत्रछायेत असेल तरच सुरक्षित राहू शकते आणि बदल्यात तिला किंमत द्यावी लागते ती शरीरसुखाची – या साऱ्याचा मला विलक्षण तिटकारा आला. माझ्या जवळपाससुद्धा कुणी पुरुष मला नको होता. मैत्रिणीनं मला दिलेल्या खोलीत येरझाऱ्या घालताना भीतीनं मला वेड लागायची पाळी आली. हुडहुडी भरल्याप्रमाणं माझं अंग कापत होतं. दात वाजत होते आणि किती प्रयत्न केला तरी रडू थांबत नव्हतं.

माझ्या मैत्रिणीनं जेव्हा माझी ही अवस्था पाहिली, तेव्हा तिनं मला खांद्याला धरून गदागदा हलवलं. ती ओरडली, ''बस कर सुझान आता हे. काय अवस्था करून घेतली आहेस तू स्वत:ची? शांत हो.''

तीही माझ्याबरोबर रडायला लागली. काही केल्या माझ्या मनावरचा भीतीचा पगडा दूर होत नव्हता.

झोपेच्या गोळ्यांच्या मदतीनं मी गाढ झोपले. दुसऱ्या दिवशी फराहला फोन केल्यावर तिनं सांगितलं की, कोमितेह माझ्या अटकेचं वॉरंट घेऊन आले होते. कुठल्याही परिस्थितीत मी आता माझ्या घरात परत जाऊ शकत नाही हे मला कळून चुकलं. कमालला फोन करून मी जेव्हा या नवीन धमकावणीबद्दल सांगितलं, तेव्हा त्यानं पुन्हा तबातबाईलाच जाब विचारायचं ठरवलं.

''नको जाऊ.'' मी त्याला विनवलं, ''ते तुला तिथेच अटक करतील.'' तो त्याचा हट्ट सोडेना, तेव्हा मी त्याच्याकडून वचन घेतलं की, तो त्याच्या मुल्ला असलेल्या चुलतभावाला बरोबर घेऊनच जाईल कारण मी आधीच पुष्कळ लोकांना संकटात टाकलं आहे.'

त्यानं वचन दिलं, पण त्याच्या नेहमीच्या हट्टीपणाला जाणून एकटाच तख्तेजामशिद ॲव्हेन्यूवर गेला — तुरुंगातून सुटल्यावर आठ-पंधरा दिवसांतच. नंतर पुढे त्यानं मला या भेटीचा वृत्तांत सांगितला.

'त्या माणसाची कमाल आहे. मी त्याला सांगायला गेलो की, मला तुझ्याशी लग्न करायचं आहे. त्याला आनंद व्हायला पाहिजे. कुराणात म्हटलं आहे की माझ्या तुझ्याशी विवाहाच्या इच्छेनंच तुझी आधीची सारी पापं धुतली जातात. असं म्हणतात की, एखाद्या पुरुषानं एखाद्या वेश्येशी जरी लग्न केलं, तरी ती शुद्ध होते, कारण ती तिचा पूर्वीचा धंदा सोडून देते. आणि हा मला सांगतो आहे, ''तू हिच्याशी लग्न करू नयेस. ती कशा प्रकारची बाई आहे याची तुला कल्पना नाही, तिच्याकडे सगळ्या प्रकारच्या पार्ट्या होतात. ती कुंटणखाना चालवते. याची मला खात्री आहे.'' ह्या धर्मगुरूनं तुझ्या मुक्तीसाठी प्रार्थना करायची तर हा ते सोडून तुझी निंदाच करत होता. त्याचं कारणही मला माहीत आहे. त्या माणसाच्या डोक्यातून तुझा विचार जात नाहीये. मला स्वच्छ दिसत होतं ते. त्याला तुला रखेल बनवायचं

आहे. पण मी असेपर्यंत ते शक्य नाही.'

तबातबाईचा दबाव वाढत होता, अमिनी मंडळी कधीही फरहादला माझ्यापासून तोडतील ही भीती होती. आम्हाला देशाबाहेर घेऊन जाणारा स्मगलर मिळण्यात अडचणी येत होत्या — त्या साऱ्यात मी कमालच्या बाहूत ढकलली जात होते — मला पुरुषांचा कितीही तिटकारा वाटत असला तरीही.

"बघ, तू सरळ लग्न का करीत नाहीस?" कमालनं विचारलं.

"रोज तुला पाहिल्याशिवाय मला चैन पडत नाही. मला तू हवी आहेस. माझं प्रेम आहे तुझ्यावर आणि तुझेही बरेचसे प्रश्न सुटतील. अमिनी तुला सोडतील. मुल्ला तुझा पिच्छा सोडेल आणि आपण बरोबरच पळून जाऊ – मी वचन देतो तुला. क्रांती आपल्याला जवळ ढकलते आहे. कदाचित हे चांगल्यासाठी असेल. कदाचित असंच घडायचं असेल."

याच्यावर थोडे दिवस विचार केल्यावर मी शेवटी राजी झाले. मी त्याच्याशी लग्नाला तयार झाले पण काही अटींवर, फरहादला बरोबर घेऊनच मी इराणबाहेर पडणार होते.

"मला इराणबाहेर नेणारं कुणी सापडलं की मी लगेच जाणार. मग तुझी तयारी झालेली असो किंवा नसो. तू हे समजून घ्यावंस हे बरं." मी सांगितलं.

त्यानं आनंदानं सगळ्याला मान्यता दिली. ज्या माणसाला मी धड ओळखत नव्हते, ज्याच्याशी माझी अवघ्या दोन महिन्यांपूर्वी ओळख झाली होती, त्या माणसाला, काहीही करून मी हवीच होते, असं दिसत होतं. त्याचे छंद कोणते, त्याला खायला काय आवडतं हेही मला माहीत नव्हतं. आमच्या चर्चा व्हायच्या त्या सुटकेसाठी मध्यस्थ स्मगलर कसा मिळवायचा याबद्दल. तो अबोल होता, खरं तर घुमाच. पण त्याच्या मित्रांच्या म्हणण्यानुसार, मी जवळ असले, की तो बराच खुलायचा. तो वक्तशीर, सभ्य होता. बेधडक गमत्या. हमीदच्या बरोबर उलट.

दोन आठवड्यांनी, जवळच्या मोजक्या मित्र आणि नातेवाइकांच्या उपस्थितीत, तूती मावशीच्या घरी एका लहानशा, साध्या समारंभात आम्ही विवाहबद्ध झालो. अमिनींपासून या लग्नाची बातमी गुप्त ठेवायचा मी प्रयत्न करत होते, कारण मला सुटकेची बरीच तयारी करायची होती.

लग्नाच्या दिवशी सकाळी मला रडू आलं. कुठे तो बिजानबरोबरचा परीकथेतला विवाहसोहळा, जाणतेपणाच्या उंबरठ्यावर उभी असलेली मी! त्या दिवशी सकाळी मी उठले होते तीच उल्हसित मनानं. मग मला मसाज काय केला, न्हाऊ-माखू घातलं, उत्तम पोशाख चढवला, नटवलं, सजवलं, साजशृंगार केला. मला अनोळखी असणाऱ्या पण कुठल्याही मुलीच्या स्वप्नातला राजकुमार शोभेल, अशा माणसाची वधू म्हणून मला परिपूर्ण तयार केलं होतं, आणि आज न

खळणाऱ्या अश्रूंमुळे मी प्रसाधनही नीट करू शकले नव्हते. संपूर्ण दिवस माझे डोळे सुजलेले दिसत होते. मी एक साधा बदामी रंगाचा रेशमी पोशाख घातला. लग्नाच्या कुठल्याही तपशिलाकडे मी लक्ष दिलं नव्हतं. ज्याच्यावर माझं अजिबात प्रेम नव्हतं अशा माणसाशी मी लग्न करत होते. इराणमध्ये मला जिवंत राहण्याचा तोच एक मार्ग दिसत होता.

काहीच आठवडे आधी, मी एका वकिलाकडे जाऊन, एक विधवा आणि एक आई म्हणून असलेल्या माझ्या मर्यादित हक्कांकरता लढण्याची त्याला विनंती केली होती. अमिनींबरोबरच्या भांडणात सुरुवातीलाच वकिलाकडे जाण्याची माझी इच्छा होती. पण माझ्या मामा-मावशांनी मोडता घातला होता. कारण अमिनींबरोबरचा दीर्घ आणि कठीण लढा म्हणजे आमच्या घराण्याला नवीन असा चारचौघातला तमाशा झाला असता. पण आता माझ्याकडे गमावण्यासारखं काहीच नव्हतं.

माझा वकील हा एक सुप्रतिष्ठित, अनुभवी व्यावसायिक होता. मी त्याला सांगितलं की, माझा मुलगा माझ्याकडेच रहावा म्हणून काय वाटेल ते करायची माझी तयारी आहे. त्यानं सांगितलेले एकेक मार्ग ऐकून मी चाटच पडले.

''माझी काही अधिकाऱ्यांशी जान-पहचान आहे.'' तो सहजपणे म्हणाला. ''आपण पैसे दिले की, काही लोक जाऊन डॉ. अलीला चांगलं ठोकून काढतील आणि पुन्हा तुम्हाला त्रास न देण्याबद्दल तंबी देतील.''

मी उत्तरले, ''मला असल्या लोकांचा तिटकारा आहे. मी कुणाच्याही बाबतीत असं करू शकणार नाही.''

''बरं, मग आपण एका मुल्लाला पैसे चारून त्याच्यामार्फत अमिनींच्या मागे कोमितेहचा ससेमिरा लावू – पाहिजे तर त्यांना काही दिवसांसाठी तुरुंगातदेखील टाकायला लावू – त्यांनी तुम्हाला जे केलं त्याचा मासला त्यांनाही मिळावा म्हणून.'' पण ही शिक्षाही मी देऊ धजले नाही.

माझ्या मुलाच्या आर्थिक व्यवहारांमध्ये गैरवर्तणूक केल्याच्या आरोपावरून न्यायालयात दावा लावायला मात्र मी संमती दिली. घरातील वस्तूंची यादी करण्यात त्यांनी केलेला ढिसाळपणा आणि बांधकाम कंपनीने केलेला त्याच्या संपत्तीचा दुरुपयोग – अशी ही गैरवर्तणूक होती.

लग्नानंतर दोन आठवड्यांनी मी हळूहळू आणि गुप्तपणे कमालच्या घरी राहायला गेले. आम्ही एक बैठक घेऊन अमिनींना माझ्या लग्नाबद्दल सांगितलं. त्यांना आनंद झाल्याचं नाटक करायचं काही कारण नव्हतं; पण इतक्या प्रतिष्ठित माणसाला माझ्याशी लग्न करावंसं वाटलं याचा त्यांना प्रचंड धक्का बसला होता. आता मी बिजानच्या संपत्तीतून पोटगी मिळण्यासाठी पात्र नव्हते, त्याच्या घरात राहण्यासाठी किंवा त्याच्यावर हक्क सांगण्यासाठी पात्र नव्हते. आणि फरहादची

सारी संपत्ती त्यांच्या हातात होती आणि तो अठरा वर्षांचा होईपर्यंत त्यांना ती हवी तशी वापरता येणार होती.

एवढंच काय, पण मी माझी मेहेर आतापर्यंत मागितली नव्हती. आता मी पुनर्विवाह केल्यानंतर ते ती देणं लागत नव्हते. माझ्या पतीच्या जमिनींपैकी ज्या काही लहानशा तुकड्यावर माझी कायदेशीर मालकी होती, तीही याच रीतीनं संपुष्टात आली. आधीच ते जागा विकणं, त्याचे पैसे वाटणं यात अतिशय दिरंगाई करीत होते. आता मला विक्रीच्या किंमतीतील काहीही हिस्सा देण्याचं त्यांच्यावर बंधन नव्हतं.

''आता फरहाद आमच्याकडे राहील,'' अली म्हणाला.

''मुळीच नाही.'' मी उत्तर दिलं, ''फरहाद माझ्याकडे राहावा यासाठी मी लग्न केलं. इतक्या प्रतिष्ठेनं पुनर्विवाह केल्यानंतर, मी एक वाईट आई आहे, हे तुम्ही सिद्धच करून दाखवा.''

अमिनी मंडळी काही बोलली नाहीत. अर्थात यावरून ते हरले असा मी समज करून घेणं चुकीचं होतं.

त्यानंतर काही दिवसांतच, फरहादच्या ताब्यासाठी माझ्याविरुद्ध लढायला अतिशय उपयुक्त असं हत्यार मीच त्यांच्या हातात दिलं.

क्रांती झाल्यापासून, परागंदा व्हावं लागलेल्या आप्तेष्टांच्या मौल्यवान वस्तू मी माझ्या घरात ठेवून घेतल्या होत्या, त्या दोन अमेरिकनांकडून घेतलेलं फर्निचरही होतं. हळूहळू मी वस्तू विकून देश सोडण्याच्या तयारीत असलेल्या मित्रांसाठी आणि माझ्यासाठी, त्याचे पैसे करत होते. माझा दूतावासातील मित्र पॉलची पत्नी ॲना, हिनं काही फर्निचर विकत घ्यायचं ठरवलं. ते काही फार किमती नव्हतं. कारण परदेशी बनावटीच्या वस्तू विकल्या जाणं अशक्यप्राय होतं. एक दिवस, दुपारी चार वाजता तिला काय पाहिजे ते घेऊन जाण्याची व्यवस्था मी जलाल आगाबरोबर केली.

ती तिथे पोहोचण्याच्या वेळी मी घरी फोन केला. तो फराहने उचलला. तिच्या बोलण्यात काहीतरी विचित्र होतं, कुणी फोनवरचं बोलणं ऐकत असावं, अशी ती जपून जपून बोलत होती. ॲना आधीच गेली होती असं तिनं सांगितलं. काहीतरी घोटाळा झाला असणार या काळजीनं पाच मिनिटांनी मी पुन्हा फोन केला. यावेळी तिनं सांगितलं की, मी पहिल्यांदा फोन केला तेव्हा ॲना तिथेच होती, पण आता ती खरंच गेली होती. मी पुढे काही विचारण्याच्या आतच तिनं फोन बंद केला.

''कमाल, काहीतरी विचित्र घडतंय.''

''पुन्हा फोन करून बघ.'' त्यानं सुचवलं. ''जर तुला अजूनही शंका आली, तर मी जाऊन काय करता येईल ते पाहून येईन.''

फोन उचलल्याबरोबर कळत होतं की फराह प्रचंड ताणाखाली होती, ''माफ करा. मी तुमच्याशी बोलू शकले नाही. सगळे अमिनी इथे आले होते आणि चोरीच्या

आरोपावरून त्यांनी तुमच्या मैत्रिणीला अटक करवली. पोलिसांनी तुमच्या खोलीचीही झडती घेतली.''

हे ऐकल्यावर, पुढे ठाकलेल्या भयंकर संकटाची मला जाणीव झाली. बिछान्याशेजारी असलेल्या ड्रॉवरमध्ये एका छोट्या वहीत सांकेतिक शब्दात देशाबाहेर पाठवलेल्या गालिच्यांच्या तारखा आणि रकमांची तपशीलवार नोंद होती. घर सोडण्याच्या गडबडीत मूर्खासारखी मी ती तिथेच विसरून आले होते आणि नंतर जाऊन ती घेऊन येणं काही मला जमलं नव्हतं. त्यांना ती वही मिळाली असेल का? त्यांना पॉलविषयी अगोदरच माहिती असेल का? म्हणूनच त्यांनी बिचाऱ्या ॲनाला अटक करायला पोलिसांना पाठवलं असेल का? त्यांना काय काय माहिती असेल?

कमालनं मला हात धरून ओढलं आणि आम्ही घराबाहेर धावलो, तेव्हा फक्त घरातच घालायचा जुना जॉगिंग सूट माझ्या अंगावर होता, याचंदेखील आम्हाला भान नव्हतं. आम्ही वेड्यासारखे या घरून त्या घरी भटकत होतो. कमालच्या मित्रांच्या घरी मी प्रथमच जात होते. ओळख वगैरे करून द्यायची वाट न पाहता कमाल सरळ सांगायचा की ही माझी बायको, स्मगलिंगच्या आरोपावरून हिला अटक व्हायची शक्यता आहे आणि आम्हाला मदत हवी आहे. ही बातमी ऐकून कुणाच्या डोळ्यांची पापणीदेखील लवली नाही हे आमच्या समाजाच्या छिन्नपणाचंच लक्षण होतं; ते बसून चटकन पुढे काय करता येईल याच्या योजनेमागे लागले. त्या दिवशी दुपारी आम्ही ज्यांच्याकडे गेलो होतो, त्यांचे पोलिसांशी चांगले लागेबांधे होते. कोमितेहनं नव्हे तर सरकारच्या या खात्यानं ॲनाला अटक केली होती. आपल्या मित्रांना फोन करून नक्की काय चाललं आहे आणि ॲनाला कुठे ठेवलं आहे याची माहिती काढण्याचं त्या सगळ्यांनी वचन दिलं.

सगळी दुपार, दारोदार भटकताना ॲनाची खुशाली कळावी या आशेनं मी सतत पॉलचा नंबर फिरवत होते, पण कुणी फोन उचलत नव्हतं, ॲनानं तोंड उघडलं असतं, तर गोत्यात येईल अशा आणखी एका माणसाची मला आठवण झाली, जामशिद – माझ्या नवऱ्याचा भागीदार. त्यानंही माझ्याबरोबर गालिचे निर्यात केले होते. आम्ही त्याच्या घरी गेलो.

''तुम्हाला रातोरात इराणमधून पळून गेलं पाहिजे,'' तो घाबरून ओरडायला लागला, तो नीट विचारही करू शकत नव्हता, ''मी तुमच्याबरोबर येतो. माझी बायको मागाहून येईल.''

''एक मिनिट,'' कमालनं त्याला अडवलं, ''तुम्ही जिच्याशी बोलत आहात ती माझी पत्नी आहे. आम्ही नुकतंच लग्न केलं आहे. तिनं असं एकदम जावं असं मला वाटत नाही. तुमचं अमिनींवरचं वजन वापरा आणि त्यांना पाऊल मागे घ्यायला सांगा. तुमचंही यात खूप नुकसान होणार आहे हे विसरू नका.''

"त्यांना थांबवण्याचा एकच उपाय आहे." माझ्याकडे वळून तो म्हणाला, "तुझा मुलगा त्यांना देऊन टाक. त्यांना खरा तो हवा आहे. मी सांगतो, तू जोपर्यंत मुलाला देत नाहीस, तोपर्यंत ते तुझ्या मैत्रिणीला तुरुंगातून सोडणार नाहीत."

कमालला त्याच्या सूचनेत तथ्य आहेसं वाटलं. "खरंच, काही दिवसांपुरतं तू त्याला देऊन का टाकत नाहीस? थोड्या दिवसांनी त्यानं खूप रडून भेकून गोंधळ घातला की, ते आपणहूनच त्याला परत पाठवतील."

जमशिदनं पुन्हा आश्वासन दिलं, "डॉ. अली फरहादला शिक्षणासाठी स्वित्झर्लंडला पाठवायच्या विचारात आहेत. तो एकदा तिथे पोहोचला की, तुला त्याचा ताबा मिळवणं फारसं कठीण जाणार नाही. तो देशाबाहेर पडल्यानंतर तू तुला हवं ते करू शकतेस."

सगळ्या संकटांच्या मुक्तीची किल्ली माझ्या हातात असल्याप्रमाणे ते दोघं माझ्याकडे बघत होते. मी या कल्पनेवर विचार करेन असं मी त्यांना सांगितलं. मला थोडा वेळ हवा होता. फरहादला अमिनींकडे सोडायचं. अगदी काही दिवसांसाठी सुद्धा – हे ठरवायला. प्रचंड दबावाखालचा एक क्षण पुरेसा नव्हता.

शेवटी रात्री साडेदहा वाजता फोन केला. तेव्हा पॉल आणि ॲना घरी सापडले. मी ॲनाला पुष्कळ वर्षं ओळखत होते, कित्येकदा ती माझ्या घरी पार्ट्यांना आली होती. अगदी सगळं चांगलं होतं, तेव्हाही तिशीतली ही बाई रडक्या लहान मुलासारखी सदैव किरकिरत असायची. हुंदके देत, वेड्यासारखं किंचाळत, काय घडलं ते ॲनाने कसंबसं सांगितलं. माझ्या घरी पोहोचल्यावर तिनं आणलेल्या व्हॅनमध्ये फर्निचर चढवायला जलाल आगा आणि फराहनं मदत करायला सुरुवात केली. पण काही मिनिटांतच डॉ. अली, माझी सासू आणि बिजानच्या दोन थोरल्या बहिणी अवतरल्या आणि त्यांनी तिच्यावर चोरीचा आरोप केला. त्यांनी लगेच पोलिसांना बोलावलं.

मी त्यांना सांगितलं, "तू मला ओळखतेस. मी सुझानची मैत्रीण आहे. मी कुणी चोर नाही." त्यावर ती माऊली म्हणाली, "त्या कुत्रीशी मैत्री करावी एवढी तिची लायकी नाही. माझ्या मुलानं आयुष्यभर घाम गाळून वाळवंटात हे घर बांधलं, आणि त्यात ही बया फक्त पार्ट्या झोडत राहिली. माझ्या मुलानं मरेपर्यंत कष्ट करून हे वैभव मिळवलं आणि आता तिला त्याचा उपभोग घ्यायचा अधिकारच काय?"

"त्यांनी पोलिसांना बोलवू नये म्हणून मी त्यांच्यासमोर गुडघे टेकले, त्यांच्या हातापाया पडले. पण त्यांनी पोलिसांना बोलावलंच, मग पोलिसांनी मला ठाण्यात नेलं. मी एका परदेशी नागरिकाशी लग्न केलं आहे हे सांगायची मला इतकी भीती वाटली! मला वाटलं की, त्यामुळे अधिक त्रास होईल. म्हणून मी माझं लग्नच झालं नाही असं सांगितलं. पॉल मला जामिनावर सोडवायला आला आहे हे मला माहीतच नव्हतं. त्यानं सांगितलं की मी त्याची बायको आहे. देवा! मला वाटलं की मी आता कधीच इथून बाहेर पडत नाही. आणि सुझान, तुझी एक छोटी वही

त्यांना मिळाली आहे. माझी खात्री आहे. ती बाई आहे ना, फराह, तिनंच ती वही त्यांना दाखवली. मग ते पोलिस आणि तुझ्या सासरची मंडळी स्मगलिंगबद्दल काहीतरी बोलत होती. ते तुझा तिरस्कार करतात, सुझान. ते मला सोडणार नाहीत.''

फराह, जलाल आगा. न कळणाऱ्या सगळ्या गोष्टींचा एकदम अर्थ लागला. अमिनींना माझी बित्तंबातमी कशी असायची! मी एखाद्या पुरुषाबरोबर असतानाच बरोबर कोमितेह कसे यायचे. घराची झडती झाली, त्या रात्री हा ड्रायव्हर आणि त्याची बायको इतके अस्वस्थ का होते, आपण पकडले जाऊ अशी त्यांना भीती वाटली? बहुधा अमिनींनी पाळलेले हेर अगदी माझ्या घरात होते. मी तुरुंगात थांबले असते आणि माझी फाईल बघितली असती, तर माझी तक्रार नोंदवणारे म्हणून त्यांची नावं मला वाचायला मिळाली असती.

पोलिसांनी ॲनाला सोडलं खरं, पण एक अट घालून की, दुसऱ्या दिवशी सकाळी सकाळी तिनं तुरुंगातल्या अधिकाऱ्यांना भेटायचं होतं. आणि हे रिपोर्टिंग आणि चौकशी तोपर्यंत चालणार होती, जोपर्यंत ठाण्यावर हजर होऊन मी त्या वस्तूंची मालकी स्वीकारत नाही व गालिच्यांच्या स्मगलिंगच्या कारनाम्यांबद्दलच्या चौकशीला सामोरी जात नाही; किंवा अमिनी माझ्याविरुद्धचे आरोप मागे घेत नाहीत. माझ्या दृष्टीनं पोलिसांकडे जाणं म्हणजे कोमितेहच्या स्वाधीन होणं. अमिनी जर हे सिद्ध करू शकले की, मी गालिच्यांच्या स्मगलिंगमध्ये गुंतले होते. आणि मी व्यवस्थित हिशोब लिहून ठेवलेल्या वहीमुळे ते सिद्ध करणं फारसं अवघड नव्हतं – तर मृत्युदंड माझ्यासमोर उभाच होता. माझ्या मुलाला जर मी थोड्या दिवसांसाठी त्यांच्या हवाली केलं, तर ते ॲनाला सोडून देणार होते आणि मलाही.

''मी पुन्हा तिथे जाऊ शकत नाही,'' ॲना किंचाळत होती. माझं हृदय पिळवटून गेलं. माझा मुलगा किंवा माझी मैत्रीण. माझ्या स्वातंत्र्यासाठी यांपैकी एकाचा बळी देणं आवश्यक होतं.

कित्येक दिवस मी घरात फेऱ्या मारत काढले. नकळत मी स्वत:शी मोठ्या आवाजात बडबडत असायची.

एकदा फायेघ मामांशी या भयंकर पर्यायांबद्दल बोलताना मला फरहादनं ऐकलं, तो नंतर माझ्याजवळ आला. तेव्हा त्याचे डोळे अश्रूंनी भरले होते.

''ममी, तुला ॲना मावशी माझ्यापेक्षा जास्त जवळची वाटते का? माझ्यापेक्षा ॲना मावशीवर तुझं जास्त प्रेम आहे का?''

''नाही रे माझ्या चिमण्या बाळा,'' माझ्या काळजाचे जणू तुकडे पडत होते, ''असं का वाटलं तुला? कदाचित तुला थोडे दिवस आजीकडे राहायला लागेल, म्हणजे ॲना मावशी तुरुंगात जाणार नाही.''

तो माझ्यापासून दूर झाला. ''तुला माझ्यापेक्षा तीच जास्त आवडत असावी,

नाहीतर तू मला दूर पाठवलं नसतंस.''

आमची आयुष्यं आता इतकी सरळ राहिली नव्हती. हे त्या सहा वर्षांच्या चिमुरड्याला कसं समजावून सांगणार? त्याला माझ्यापाशी ठेवण्यासाठी मी जिवाचं रान करत होते, हे त्याला कसं सांगणार? आणि हे की, मी हा लढा हरलेही असते?

घरातल्या प्रत्येक माणसानं मला फरहादला देऊन टाकण्याचा सल्ला दिला.

कुरोश मामा म्हणाले, ''थोडे दिवस पाठव त्याला. अमिनी मंडळी त्याची चांगली काळजी घेतील. त्याला उत्तम शाळेत घालतील.''

''खरं आहे,'' मैत्रीण म्हणाली, ''तू तरुण आहेस. तुला एक छानसा नवीन नवरा आहे. आणि कदाचित लवकरच, फरहादची इथे चांगली काळजी घेतली जात आहे हे पाहून तुला बरंच वाटेल.''

मला त्यांना चांगलं सडकून काढावंसं वाटत होतं. त्यांना कळत का नव्हतं? ते माझ्या एकुलत्या एक मुलाबद्दल – माझ्या बाळाबद्दल – बोलत होते. त्याला मागे ठेवून जाण्यापेक्षा मी लवकर मरण पत्करलं असतं. मी जरी त्याला तात्पुरतं तिकडे ठेवलं, तरी ते फक्त काही थोड्या काळासाठी असेल, मी आमच्या सुटकेची सोय करेपर्यंत.

ॲनाला अटक झाल्यावर आठ दिवसांनी, मी निर्णय घेतला. मी फरहादला त्यांच्याकडे दिलं आणि त्यांनी ॲनावरचे सगळे आरोप मागे घ्यायचं कबूल केलं. अजून मला पोलीस ठाण्यावर जाऊन माझे आरोप नाकारायची औपचारिकता पूर्ण करायची होती. त्यांनी माझ्या नकाराचा स्वीकार केला नाही तर मला मृत्युदंडाला सामोरं जावं लागलं असतं. तुर्की सीमेनजीक सापडलेल्या स्मगलर्सच्या देहदंडाचे अनेक किस्से मी ऐकले होते. पण आता, लग्नामुळे झालेल्या एका नातेवाइकाचे, पोलिस प्रमुख ओळखीचे होते. त्यांनी माझ्या खानदानीपणाची आणि प्रामाणिकपणाची खात्री दिली आणि सर्व सुरळीत करून दिलं. मी मुख्यालयात पोहोचले. इकडेतिकडे पाहिलं, कुठूनही कोमितेह उगवतील आणि पुन्हा अटक करतील, अशी अर्धवट भीती मनात होती. त्यांच्याकडे अजूनही माझ्या अटकेचं वॉरंट होतं. स्वतंत्ररित्या कारभार करणाऱ्या पोलिसांनी माझा ठावठिकाणा त्यांच्या प्रमुखांना सांगितला होता. का कोण जाणे, मला पोलीस प्रमुखांच्या कार्यालयात नेण्यात आलं. तीन तास तो, माझ्या नवऱ्याची संपत्ती विकण्याचा प्रयत्न केल्याबद्दल, घालून पाडून बोलत होता. माझ्या छोट्या वहीबद्दल उभे आडवे प्रश्न विचारत होता, मी माझं सारं कौशल्य पणाला लावून त्याला पटवत होते की, माझा कुठलाही वाईट हेतू नव्हता. मी जे फर्निचर विकत होते, ते माझं स्वत:चं होतं, आणि स्मगलिंगचा विचारही माझ्या डोक्यात नव्हता. तो दगडी चेहऱ्याने बसून होता, त्याच्या अंतिम निर्णयाचा थांगपत्ता लागत नव्हता. शेवटी आता हे मला गजाआड करणार असं मला वाटू

लागल्यावर तो अचानक उठून उभा राहिला आणि त्यानं मला सोडून दिलं.

फरहादचा निरोप घेणं हा सगळ्यात वाईट भाग होता. शेवटच्या क्षणापर्यंत तो मला घट्ट बिलगून होता आणि मुसमुसून रडत होता.

''आता, मी काय सांगितलं आहे ते नीट लक्षात ठेव.'' मी त्याला आठवण करून दिली, ''सारखी कुरकूर करायची. रात्री गादी ओली करायची. घरी पाठवा म्हणून हट्ट करायचा. त्यांना अगदी वैताग आण. आपला दूरध्वनी क्रमांक पक्का पाठ करून ठेव. पण आपण कुठे राहतो, आपला दूरध्वनी क्रमांक त्यांना अजिबात सांगायचा नाही.''

लग्नानंतर कमालनं आणि मी आमचा ठावठिकाणा अमिनींना कळू नये याची खबरदारी घेतली होती. न जाणो, काहीतरी खुसपट काढून ते कोमितेहना आमच्यावर सोडायचे. फरहादनं नंतर मला सांगितलं की, मी एका चिठोऱ्यावर लिहिलेला नंबर त्यानं पाठ करून ठेवला, पण कितीतरी दिवस त्या चिठोऱ्याची विल्हेवाट लावायला त्याला जमलं नव्हतं. कारण कुणीतरी आत्या नाहीतर आजी सतत त्याच्याबरोबर असायची. पण एक दिवस सकाळी त्याला आजीच्या घराजवळची नव्या शाळेत घेऊन जाणारी स्कूलबस यायची होती, तेव्हा त्यानं त्या चिठोऱ्याचे अगदी बारीक तुकडे केले आणि आत्याचं लक्ष नसताना गटारात फेकून दिले. ''पाण्याबरोबर पटकन ते तुकडे वाहून गेले आणि आत्याला काहीसुद्धा दिसलं नाही.''

गुप्ततेचं एवढं ओझं त्या चिमण्या जिवावर टाकल्याबद्दल मला फार अपराधी वाटायला लागलं.

सुरुवातीला फरहाद आपल्याकडे आल्यामुळे अमिनी इतके खुष झाले होते की, त्यांनी फरहादला भेटण्यासाठी केव्हाही यायची मला परवानगी दिली, आणि आठवड्याच्या शेवटी, तसंच सार्वजनिक सुटीच्या दिवशी त्याला माझ्याकडे पाठवायची तयारी दाखवली. फोन तर मी केव्हाही करू शकेन, असं ते म्हणाले. त्यांचा खरा हेतू लवकरच बाहेर आला. माझ्या भेटीची वेळ शुक्रवारी सकाळी दहा ते दुपारी चार अशी मर्यादित केली आणि माझे फोन दिवसाला एक पर्यंत खाली आणले. जर मी बाहेर गेले असले किंवा तो काही करत असला आणि आमची फोनवर चुकामूक झाली, तर अमिनी त्यादिवशी दुसऱ्यांदा फोन करायला परवानगी द्यायचे नाहीत. आठवड्याच्या शेवटीही, काहीतरी कारण काढून त्याला मला भेटू देत नसत. त्याला सर्दीच झाली आहे, नाहीतर तो दमलाच आहे किंवा त्यांना त्याला घेऊन गावाकडे जायचं आहे इत्यादी कारणं असायची.

सुरुवातीच्या दोन आठवड्यांमध्ये, फरहाद फोनवर 'घरी यायचंय' म्हणून रडायचा. आजी ओढून बाजूला नेईपर्यंत फोनला चिकटून असायचा. हळूहळू तो फोनवरही नीट मोकळेपणानं बोलेनासा झाला. जणू त्याला कशाची तरी भीती होती.

माझ्या प्रश्नांना तो एकाक्षरी उत्तरं पुटपुटायचा. त्याचा आवाज सपाट झाला. जवळजवळ निराशच. काही मोजक्या वेळा, जेव्हा मी त्याला अमिनींपासून ओढून आणलं, तेव्हाही तो गप्प गप्प वाटला, त्याला तिथल्या आयुष्याबद्दल काही बोलायची इच्छा नसायची.

शेवटी एक दिवस मी त्याला विचारलं, ''लुविजुन, तुला कसली भीती वाटते का? काय झालं आहे?''

अश्रूंच्या लोंढ्यातून हे बाहेर आलं की अमिनींनी, त्यांच्या गैरहजेरीत काहीही न बोलण्याची त्याला दहशत घातली होती.

''मला तुला सांगायची भीती वाटते. त्यांनी सगळीकडे कॅमेरे लावले आहेत. मी काय करतो ते सगळं त्यांना दिसतं. मी तुझ्याशी काय बोलतो हेही त्यांना ऐकू येतं; आज गेल्यावर ते त्याबद्दल मला चांगलेच रागावणार आहेत. त्यांना समजणार आहेच.''

अमिनींची त्याच्यावर नजर आहे हे त्याच्या मनावर इतकं पक्क बिंबलं होतं की, त्याला शांत करण्यात आणि त्याच्यावर अशी पाळत कुणीही ठेवू शकत नाही हा विश्वास त्याच्या मनात रुजवण्यात माझे कित्येक तास खर्ची पडले. जरा आश्वस्त झाल्यावर, अश्रुपूर्ण हुंदक्यांच्या मध्ये मध्ये त्यानं सांगितलं की, त्याला रोज एक तास मानसोपचारतज्ज्ञ परविझबरोबर घालवावा लागतो. अमिनी गंभीरपणे माझ्या मुलाला माझ्यापासून तोडण्याचा प्रयत्न करत होते.

''त्यांनी सांगितलं की, तू वाईट आई आहेस कारण तू मला भरवत नाहीस आणि मला गृहपाठात मदत करत नाहीस.'' तो म्हणाला.

गुप्तता पाळण्यासाठी केवळ अमिनीच फरहादवर दबाव आणत होते असं नव्हे. कमालबरोबरच्या माझ्या आयुष्याचा तपशील त्यांना सांगायचा नाही अशी सूचना मीही फरहादला दिली होती. त्या दुपारी फरहाद गेल्यावर मी तासन्‌तास रडले आणि कमालला सांगितलं, ''बिच्चारं माझं बाळ. त्याचे अक्षरशः तुकडे होतायत. रोज मी त्याला अधिकाधिक गमावते आहे. मला इराण सोडून गेलंच पाहिजे. तयारी कर. कारण तुझ्याबरोबर किंवा तुझ्याशिवाय, मी इराण बाहेर जाणार आहे.''

आमच्यातले कितीतरी जण इराण सोडून चालले होते. काही थोडक्या वर्षांत झालेल्या प्रचंड स्थित्यंतरांचा अंदाज घेण्यासाठी निरीक्षकांनी वेगवेगळ्या आकडेवारीचा आधार घेतलेला आहे. एक नेहमीचा आकडा म्हणजे दहा लाखापेक्षा जास्त मध्यम आणि उच्चवर्गीय लोकांनी स्थलांतर केलं. क्रांतीच्या ध्वजाखाली दहा हजारपेक्षा जास्त लोकांना मृत्युदंड दिला गेला. इराकबरोबरच्या युद्धात एक लाखाहून जास्त लोक मारले गेले आणि निर्वासितांची संख्या कित्येक लाखांच्या घरात पोहोचली.

मला जो इराण सोडायचा होता, त्यात प्रत्येक पातळीवर अराजक होतं. खोमेनी आणि त्याच्या मुल्लांनी त्यांच्या राज्याला असलेले धोके मोडून काढले

होते. मग ते सौम्य मध्यमवर्गाकडून, साम्यवाद्यांकडून, उद्योजकांकडून किंवा अगदी विचारवंत धार्मिक नेत्यांकडून असोत. सैन्यदलाचं आणि नोकरशाहीचं शुद्धीकरण प्रचंड आणि रक्तरंजित होतं. खोमेनीनं इराणचं रूपांतर इस्लामी प्रजासत्ताकात केलं होतं, जिथे जुन्या अवशेषांच्या पद्धतीच्या बरोबरीनं क्रांतिकारी इस्लामी संघटना कार्यरत होत्या. सीमेवर नेहमीच्या जवानांच्या बरोबरीनं शस्त्रसज्ज क्रांतिकारी शिपाई लढत होता. पोलिस दलाचे बरेचसे अधिकार कोमितेहनं नाममात्रच ठेवले होते. क्रांतिकारी न्यायासनं, खंडपीठं आणि इस्लामी न्यायाधीश आमच्या न्यायसंस्थेवर इस्लामी कायदा थोपत होते. कुणी विरोध केलाच, कुणी विरोध करण्याचा प्रयत्न जरी केला, तरी एकमेव अधिकृत पक्ष असलेल्या इस्लामी प्रजासत्ताक पक्षाच्या गुंडांकरवी त्यांचा आवाज ताबडतोब बंद करण्यात येत असे.

माजी अध्यक्ष अबोल-हसन, बनी-सद्र यांच्यासारखे एकेकाळचे खोमेनी समर्थकही चूपचाप देश सोडून गेले होते. त्यांच्यावर संसदेत क्रांतीशी बेईमानी केल्याचा ठपका ठेवला गेल्यानंतर ते बाहेर निसटले. काही नागरी हक्क पुनर्प्रस्थापित करण्याची इच्छा व्यक्त करण्यात त्यांची मोठी चूक झाली होती. जुलै १९८१ मध्ये बनी-सद्र यांनी पॅरिसमध्ये परागंदा सरकार स्थापन केलं. आपल्या पाठिंब्यानं झालेली क्रांती कुठेतरीच वाहावत गेली म्हणून ते धुमसत होते. खोमेनीचे माजी परराष्ट्र मंत्री, सादेक कुतबजादेह हे एवढेही नशिबवान नव्हते. एप्रिल १९८२ मध्ये, जेव्हा मी बाहेर पडायची योजना आखत होते, तेव्हा सरकार उलथून टाकण्याचा कट करण्याच्या आरोपाखाली त्यांना अटक झाली – तो आरोप त्यांनी अंशत: नाकारला – आणि त्यांना गोळी घालण्यात आली.

विद्यापीठं बंद होऊन दोन वर्षं झाली होती. खोमेनींच्या आज्ञेबरहुकूम अभ्यासक्रमाचं इस्लामीकरण करण्यासाठी शिक्षणतज्ज्ञ झुंजत होते. खरोखरच. समाजाची सगळी अंगं इस्लामी समजुतींप्रमाणंच चालावीत, यासाठी सरकार आटोकाट प्रयत्न करत होतं. दंडविधानाची पुनर्रचना करून इस्लामी हद्द शिक्षा पद्धती राबवण्याचं काम चालू होतं. चोरीबद्दल हात तोडणं, व्यभिचाराबद्दल दगडाने ठेचणं इ. पण कित्येक गोष्टींमध्ये नक्की काय करावं ते समजत नव्हतं.

बँक व्यवहारांमध्ये – दीर्घ प्रतीक्षेच्या इस्लामीकरणानं खळबळ माजवली. कारण लोक वाट पाहत होते की, इस्लाममध्ये निषिद्ध असलेली व्याज आकारणी बंद होते की नाही, मी जाईपर्यंत काही निर्णय लागला नव्हता; आत्तासुद्धा कर्जावर व्याज आकारायचं की नाही या प्रश्नाचा निकाल लागलेला नाही. समाजाच्या सर्व थरांत, कर्मचाऱ्यांची इस्लामी वैधता तपासून पाहण्याचे प्रयत्न होत होते. डावीकडे झुकलेले विद्यार्थी किंवा ज्यांच्या 'मुस्लिमते'बद्दल शंका आहे अशा विद्यार्थ्यांना उच्च शिक्षणाची परवानगी नाकारली जात होती. शिक्षकांना इमामशी एकनिष्ठतेची शपथ

घ्यावी लागत होती; तर धर्मश्रद्धा आणि राहणीमान यांना धरून मुलकी अधिकाऱ्यांच्या चौकशा होत होत्या. क्रांतीच्या आधारित संस्थांच्या माध्यमातून झोपडपट्टीतून एकदम एक नवीन उच्चवर्ग उदयाला आला होता आणि सत्तेमध्ये आपले स्थान बळकट करू पाहत होता; तर देशाचे नेतृत्व खोमेनीनं निवडलेल्या मोजक्या, उच्च धार्मिक शिक्षण घेतलेल्या मुल्लांच्या हाती होतं.

१९८२ सालच्या वसंत ऋतूत, देशाच्या ईशान्य भागात वसलेल्या कुर्द लोकांच्या विरोधात सरकारनं एक मोहीम जारी केली. केंद्र सरकारमधल्या गोंधळाच्या विरोधात सरकारनं एक मोहीम जारी केली. केंद्र सरकारमधल्या गोंधळाचा फायदा घेऊन या वांशिक गटानं आपली स्वायत्त राज्याची मागणी पुढे रेटली होती.

सरकारी हिंसाचाराचा वरवंटा चालूच होता. मी तिथून बाहेर पडल्यानंतर, सरसकट अटक आणि मृत्युदंड, घरांच्या बेकायदा झडत्या आणि संपत्तीची जप्ती यांना अंकुश लावण्याचा थोडाफार प्रयत्न व्हायला लागला. सरकारला पश्चात्ताप झाला म्हणून नव्हे; तर ही दडपशाही अधिक सुसंगत करावी म्हणून.

देशातून बाहेर पडण्याच्या पहिल्या प्रयत्नाचा अंत हृदयद्रावक झाला. हमीदच्या सुटकेशी संबंधित असलेला एक माणूस मला एका पार्टीत भेटला. तो स्वत: खोमेनीच्या विरोधातील एक वादळी राजकीय व्यक्तिमत्त्व होता आणि स्वत:सारख्या कोमितेहचे लक्ष्य असलेल्या राजकीय चळवळ्यांना देशाबाहेर काढण्यासाठी एक यंत्रणा चालवत होता. तो स्वत: तुर्कस्थानमार्गे अनेक वेळा सीमेपलीकडे आला-गेला होता आणि हमीदच्या मैत्रिणीला मदत करायला आनंदानं तयार होता. पण त्याला भेटल्यानंतर तीन महिन्यांनी म्हणजे माझ्या दुसऱ्या लग्नानंतर लगेचच, मी वर्तमानपत्रात वाचलं की शहरात लपलेला असताना कोमितेहनं त्याला पकडलं. एका शेजाऱ्यानं अधिकाऱ्यांना त्याची खबर दिली, त्यानं कोमितेहला येताना पाहून सटकण्याचा धाडसी प्रयत्न केला, पण तो जखमी झाला आणि पकडला गेला. अनन्वित छळानंतर आणि जाहीर कबुलीला दिलेल्या नकारानंतर, त्याला गोळ्या घालण्यात आल्या.

मे १९८२ मध्ये मी मदतीसाठी वडिलांकडे गेले. आम्ही जर तुर्कस्थानमार्गे बाहेर पडणार असलो, तर आम्हाला सीमेलगतच्या खडतर हिमाच्छादित झाग्रोस पर्वतरांगांमधून पलीकडं जावं लागणार होतं; तिथल्या खिंडी आणि उंच पर्वतात वसलेल्या शेकडो लहान लहान खेड्यांचं नियंत्रण बंडखोर कुर्दांच्या हाती होतं. तिथं माझ्या वडिलांच्या कुटुंबाचा मोठा प्रभाव होता, ती अझरबैजानची विस्तीर्ण पठारं पुढे याच सीमावर्ती पर्वतीय प्रदेशात चढत जात होती. या डोंगराळ प्रदेशातील कुर्दांशी संधान असलेला कुणीतरी माझ्या वडिलांना नक्कीच माहीत असणार.

दूरध्वनीवर असल्या गोष्टी बोलणं धोक्याचंच होतं. मी साबालोनमध्ये वडिलांना फोन केला, तेव्हा सांकेतिक शब्दांत बोलले.

“मला काही कौटुंबिक गोष्टींबाबत तुमच्याशी बोलायचंय.” मी त्यांना म्हणाले. त्यांनी पुढच्या आठवड्यात माझ्या शहरी येण्याचं मान्य केलं.

आमच्या आधीच्या बोलण्यावरून मला काय हवं होतं, ते त्यांनी ताडलं आणि ते एका चांगल्या मध्यस्थाचं नाव बरोबर घेऊनच दाखल झाले. माझ्या वडिलांसारखाच जमीनदार असलेला, शाहच्या सरकारातील एक विधायक आता उत्पन्नाचे अन्य मार्ग शोधत होता. त्यानं अगदी बरोबर धंदा शोधून काढला होता. माणसांची तस्करी, चोरटी निर्यात आणि आता तो अधिकाधिक गब्बर होत होता. त्याच्या शेतावर पूर्वी काम करणाऱ्या कुर्दांचे संबंध असे उपयोगी पडत होते. खतरनाक डोंगराळ वाटेनं तुर्कस्थानात सुरक्षित पोहोचवायला तयार असलेल्या कुर्दांशी ओळख करून देण्यासाठी तो गलेलठ्ठ फी आकारायचा.

कुर्दांना ऐषोआरामासाठी पैसे नको होते. बकऱ्या पाळणं, दही, चीज बनवणं अशी त्यांची साधी सोपी आयुष्यं होती. पण स्वातंत्र्यासाठी चाललेल्या त्यांच्या प्रदीर्घ आणि आतापर्यंत तरी निष्फळ ठरलेल्या लढ्यासाठी आर्थिक पाठबळ गरजेचं होतं.

माझ्या वडिलांना बरोबर घेऊन मी मरजानी या जमीनदाराला त्याच्या तेहरानमधल्या प्रशस्त घरी भेटले. आमच्यासारखंच काम घेऊन आलेल्या एका गटाबरोबर त्याचं बोलणं होईपर्यंत आम्ही बाहेरच्या खोलीत बसलो. स्मगलिंगचा धंदा दंतवैद्याच्या धंद्याइतकाच साचेबद्ध झाला होता. शेवटी जेव्हा आम्हाला मरजानी भेटला, तेव्हा मला तो मनमिळावू, जगमित्र प्रकारचा माणूस वाटला. टकलू, गोलमटोल आणि आनंदी. कपड्यांची उच्च अभिरुची असलेला.

“तुम्हाला इराणबाहेर न्यायचं आहे?” त्यानं आनंदानं विचारलं. चहा घेऊन येणाऱ्या जुन्या नोकराच्या विश्वासघातकी कानांबद्दल त्याला फारशी फिकीर दिसली नाही. “काही वांधा नाही. माझ्या ओळखीच्या एका कुर्दाला सांगून मी सगळी व्यवस्था करून देतो. तुम्हाला सगळी व्हीआयपी वागणूक मिळेल. एका दिवसात तुम्ही तुर्कस्थानला पोहोचाल आणि दुसऱ्या दिवशी सकाळी इस्तंबूलमध्ये. तिथून त्याच दिवशी तुम्ही पुढे पॅरिसला जाऊ शकता. तुम्हाला कोणी अडवणार नाही.”

त्याच्या बोलण्यावरून सगळं खूप सोपं वाटत होतं. किंमत प्रत्येक प्रौढ व्यक्तींसाठी सहा हजार डॉलर्स आणि फरहादसाठी तीन हजार डॉलर्स. (“खरं म्हणजे आम्ही पूर्ण आकार घेतो, पण तुमच्या वडिलांमुळे....”) कमालनं खुशीनं पैसे चुकते केले. माझ्याजवळची रोकड जवळजवळ संपलीच होती आणि पुनर्विवाह केल्यामुळे, विकायला काही संपत्तीही शिल्लक नव्हती. फरहादच्या मालकीची संपत्ती विकून पैसा उभा करण्याचा विचारही मी करू शकत नव्हते. मी आतापर्यंत चोरून बाहेर पाठवलेल्या वस्तूंवरच भिस्त ठेवणं आम्हाला भाग होतं.

“एक अडचण आहे.” मी त्याच्या आत्मविश्वासपूर्ण सुटका पाठांतराला छेद

दिला. "मी स्मगलर्सच्या वेळापत्रकाप्रमाणे जाऊ शकत नाही. मला माहीत आहे. ते अगदी शेवटच्या क्षणी सांगतात आणि तुम्ही तय्यार असलं पाहिजे अशी त्यांची अपेक्षा असते. पण माझा मुलगा माझ्याकडे असेल अशा आठवड्याच्या सुटीपर्यंत मला वाट बघायला लागेल. सध्या त्याला साधं भेटायला आणणंसुद्धा माझ्यासाठी कठीण आहे. आधी मला काहीतरी करून माझ्या सासरच्या मंडळींकडून त्याला माझ्याकडे घेऊन यावं लागेल. मी त्याला सोडून जाणार नाही.

"चालेल की." तो उदारपणे म्हणाला, "तुमच्यासाठी आम्ही अपवाद करू. तुम्ही कधी तयार आहात ते कळवा, त्यादिवशी आपण जाऊ. आम्ही तयार राहू, काही कारणानं तुम्हाला बेत रहित करावा लागला, तर आपण दुसऱ्या आठवड्याची वाट बघू. तुमच्या वडिलांखातर मी हा अपवाद करीन."

आम्ही त्या दिवसापासून दोन आठवड्यांनंतरची तारीख ठरवली आणि कमाल आणि मी वेड्यासारखे वेळेत तयारी पूर्ण करण्याच्या मागे लागलो. आमच्या कुटुंबाची जुनी स्नेही – शेरी – हीसुद्धा आमच्याच ताफ्यात सामील होणार होती. मी जर तुर्कस्थानला निसटून जाणार असेन तर ती सुद्धा माझ्याबरोबर येईल असं काही काळापूर्वी तिनं मला सांगितलं होतं. नव्या सरकारच्या मते, शेरीचं पाप हे होतं की, अपंगांसाठी चालवलेल्या तिच्या शाळांना शाहच्या पत्नीकडून – शाहबानो फराह दिबा – यांच्याकडून भरघोस धर्मादाय मदत होत होती. खोमेनी सत्तेवर आल्यावर, सरकारनं शेरीच्या शाळांवर बंदी घातली, कारण काय, तर पहलवी फाऊंडेशनकडून मदत मिळते. म्हणजे ती भ्रष्टाचारीच असली पाहिजे. धर्मादाय हेतूंसाठी स्थापन करण्यात आलेल्या या निधीवर, त्याचा उपयोग शाह, त्याचे कुटुंब व मित्रमंडळी यांना श्रीमंत करण्यासाठी होतो, अशी टीका व्हायची. शेरी तिच्या बहिणीबरोबर तेहरानमध्ये लपून राहत होती. तिच्या जुन्या घरी कोमितेहची तिच्याबद्दल वारंवार चौकशी चालू असायची. कमाल आणि शेरीला पंधरा दिवसात त्यांची घरं विकून आलेल्या पैशाचं रूपांतर बरोबर घेऊन जाता येण्याजोग्या संपत्तीत करायचं होतं. कमालच्या बाबतीत, त्याचा चुलतभाऊ काही जुने स्टँप्स विकत घ्यायची व्यवस्था करत होता. मी माझ्या उरल्यासुरल्या मौल्यवान चिजा गोळा केल्या. मी अजून विकले नव्हते, किंवा पॉलच्या राजनैतिक पाकिटातून बाहेर पाठवले नव्हते, असे काही दागदागिने शिल्लक होते. माझ्या पळापळीच्या सुरुवातीच्या दिवसांत माझ्या घरी दिलेल्या धावत्या भेटीत मी हुशारी करून या उरलेल्या दागिन्यांची पुरचुंडी बरोबर आणली होती. माझे गालिचे बाहेर नेणाऱ्या इटालियन स्मगलरनं माझे तीन फरचे कोट आणि आणखी काही विशेष वस्त्रं बाहेर नेली होती. दाराच्या कृपेमुळे मी खुल्या जगात पाठवलेल्या सर्व मौल्यवान चिजा पश्चिम युरोपातील सेफ डिपॉझिट व्हॉल्वमध्ये सुरक्षित होत्या.

दोन आठवडे कापरासारखे उडून गेले. डझनावारी नवश्रीमंत इराणी कमालचे घर पाहून गेले. उरलेला वेळ काळ्या बाजारातून परकीय चलन विकत घेण्यात जात होता (शेवटी मरजानीलाच आमच्यासाठी जमेल तेवढं परकीय चलन विकत घ्यायला सांगितलं.) हा आमचा अखेरचा निरोप हे कळू न देता शांतपणे नातेवाइकांचा निरोप घेणं आणि तुर्कस्थाननंतर आम्हाला आत घेऊ इच्छिणाऱ्या कोणत्याही देशाचा व्हिसा मिळवण्यासाठी जिवापाड धडपड करणं यात जात होता.

नव-इराणमध्ये व्हिसा मिळणं ही अशक्यप्राय गोष्ट होती. तुर्कस्थान आणि स्पेन सोडले, तर बहुतेक सर्व देश इराणी लोकांकडे प्रवेशाच्या वेळी व्हिसा मागायचे. नव्या सरकारनं नियम जारी केला होता की, इराणी लोकांकडे बाहेर जाण्याची, कोमितेहनं दिलेली योग्य कागदपत्रं नसतील, तर दूतावासांनी त्यांना व्हिसा देऊ नये. याचाच अर्थ, सरकारबरोबर कुरबुर असणाऱ्या कुणालाही व्हिसा मिळण्याची काही शक्यता नव्हती. परिणामी, दुसऱ्या कुठल्यातरी देशानं कायम वास्तव्यासाठी परवानगी देईपर्यंत हजारोंच्या संख्येनं इराणी लोक तुर्कस्थानमध्ये ताटकळत होते. पॅरिस सर्व दृष्टीनं राहण्यासाठी उत्तम ठरेल असं आम्ही ठरवलं होतं. तिथे फरहादचा फ्लॅट होता आणि तिथे कमालचे आई-वडील राहत होते. तुर्कस्थानमध्ये तरंगत राहायचं नसेल, तर काहीतरी करून आम्ही व्हिसा मिळवायला हवा होता.

खरी अडचण 'मी' हीच होते. पोलिसांनी मला सोडून दिलं असलं, मुल्लांनी माझा शोध घेणं थांबवलं असलं, तरी कोमितेहकडे अजूनही माझ्या अटकेचं वॉरंट होतं. ॲनाने तिची सुटका होण्याच्या रात्री ऐकलं होतं की, फरहादचा आणि माझा फोटो कोमितेहच्या मुख्यालयात लावला होता. इराणच्या न्यायव्यवस्थेतील गोंधळामुळेच मी आतापर्यंत मोकळी राहू शकले होते. पण तिथे जाऊन पासपोर्ट मागणं खतरनाक होतं.

नेमकं तेव्हाच कमालच्या पालकांचे मित्र असलेले एक फ्रेंच उद्योगपती तेहरानमध्ये आले होते. ते कमालला त्याच्या बांधकाम कंपनीबद्दल वडिलांचा काही निरोप देणार होते. त्यांच्या भेटीच्या वेळी, मी त्यांना व्हिसाबद्दल मदतीची गळ घालण्याचं कमालच्या डोक्यात भरवलं. माझ्या कागदपत्रांविषयी चौकशी न करता हळूच मला व्हिसा देणं, यासाठी एका जबरदस्त पश्चिम युरोपीय मध्यस्थाचीच गरज होती.

"तुमचं मला विचारणं हा केवढा योगायोग आहे!" तो उद्‌गारले. "आत्ता इथे येताना विमानात मी राजदूताच्या शेजारी बसलो होतो आणि ते म्हणत होते की, बाहेर पडणाऱ्या इराणी लोकांना मदत करण्यात त्यांना मोठा आनंद वाटतो. ते तुम्हाला नक्की व्हिसा देतील असं मला वाटतं. माझी त्यांच्याशी चांगली मैत्री झाली आहे. मी त्यांना फोन करून तुम्हाला भेटायला सांगतो."

त्यांच्याकडून पुढे काही ऐकायला मिळेल याची आम्ही वाट पाहत होतो. तोपर्यंत मला शेवटचा आणि सर्वांत कळीचा मुद्दा निकालात काढायचा होता.

माझ्या सुटकेपूर्वी मला आठवड्याच्या सुटीसाठी फरहादला घरी आणायचं होतं. अमिनींनी परवानगी दिलेले नेहमीचे शुक्रवारचे तास तो माझ्याजवळ राहणं पुरेसं नव्हतं; तर आधीची गुरुवारची रात्रही त्यांनी फरहादला माझ्याकडं सोडावं म्हणून त्यांची संमती मिळवायला हवी होती. शुक्रवारी सकाळी सहा वाजता स्मगलर्स आम्हाला घ्यायला येणार होते. एका खास मित्राच्या वाढदिवसाच्या पार्टीसाठी नेण्यासाठी मी अमिनींकडे गुरुवार रात्रीची परवानगी मागून बघितली. पण माझी सासू म्हणाली, ''तुला त्याला कुठल्यातरी पार्टीला न्यायचं आहे, म्हणून त्याचं सगळं रुटीन गडबडायला नको.''

हताश होऊन मी वकिलाकडं धाव घेतली. माझ्या पलायनाच्या बेताची ज्या काही मोजक्या लोकांना माहिती होती, त्यात तो होता. त्यानं तोडगा सुचवला.

''आपण त्यांच्यावर एक नोटीस बजावणार आहोत की, आपण फरहादच्या पैशाचे आणि संपत्तीचे विश्वस्त म्हणून त्यांच्याविरुद्ध कायदेशीर कारवाई करणार आहोत. त्यामुळे ते जरा हलतील. या मार्गानं तुमचा मुलगा त्यांच्या तावडीतून सोडवून तुमच्याकडे आणता येतो का ते पाहूया.''

त्याचं म्हणणं बरोबर होतं. कागदपत्रं पोहोचल्याबरोबर, आम्ही निघायच्या तीन दिवस आधी जमशिदचा मला फोन आला.

''सुझान हा काय वेडेपणा चालवला आहेस?'' त्यानं विचारलं. ''कोर्टकचेऱ्या, वकिलाची फी यापेक्षा आपण आपले प्रश्न आपापसात सोडवू शकतो. आपल्याला कोमितेहच्या डोळ्यांवर येईल असं काही करायचं नाही. नाही का? हे बघ, तुला त्याला मित्राच्या वाढदिवसाच्या पार्टीला घेऊन जायचं आहे, एवढंच ना? मी सांगतो त्यांना, त्याला तुझ्याकडे सुटीसाठी सोडायला. तू फक्त एका कागदावर सही करायची की, विश्वस्तांविरुद्धचे सगळे आरोप तू मागे घेत आहेस.''

''ठीक आहे, मी सही शनिवारी करेन. आधी मला माझा मुलगा हवा आहे.''

ईश्वरकृपेनं मी शनिवारपर्यंत गेलेली असणार होते. आता एकदा पाळल्यावर, मी कशाला माझी कोर्टाची नोटीस मागे घेते? अगदी मी देशाबाहेर असले तरी.

''तुझा मुलगा तुला मिळेल. मी तुला फोन करतो.'' त्यानं आश्वासन दिलं. मी वाट बघू लागले.

एव्हाना बुधवार उजाडला होता. आम्हाला निघायला अवघे दोन दिवस उरले होते. अजून फरहाद मला मिळाला नव्हता. कमाल आणि शेरीची घरं विकून झाली नव्हती आणि आम्हाला व्हिसा मिळाला नव्हता. ताण उघडपणे जाणवत होता. मला भूक-तहान-झोप काही सुचत नव्हतं. दहा दिवसांत माझं वजन दहा पौंडांनी कमी झालं. आपण ही मुदत कधीच पाळू शकणार नाही असं वाटायला लागलं होतं. शांतपणे मी माझ्या मनाची तयारी केली की, अमिनींची फरहादवरची पकड

या आठवड्याच्या सुटीला ढिली झालीच, तर व्हिसा नसला तरी, कमाल शेरीला घरं विकता आली नाहीत तरी, आपण बाहेर पडायचं. यावेळी फरहाद माझ्याकडे असेल, मला दुसरी संधी मिळणार नाही.

त्यदिवशी सकाळी त्या फ्रेंच माणसाचा फोन आला की, सगळी तयारी झाली आहे. आता आम्ही फक्त दूतावासात जायचं – त्यानं त्या मदत करणाऱ्या दूतावासाचं राष्ट्रीयत्व सांगितलं – आणि आमचा व्हिसा घेऊन यायचा. मी तिथे पोहोचले. तेव्हा नेहमीसारखी, सर्व दूतावासांबाहेर अलीकडं असायची तशी, लोकांची लांबच लांब रांग लागली होती, मी जर त्या रांगेत थांबले असते, तर दूतावास दुपारी बंद व्हायच्या वेळेपर्यंतसुद्धा आत पोहोचले नसते, धीर एकवटून मी दारावरच्या पहारेकऱ्याला सांगितलं की, मला राजदूतांना भेटायचं आहे. मला आत स्वागतकक्षामध्ये नेण्यात आलं, तिथे आणखी एक रांग होती.

पुन्हा मी एका सचिवाला असं विचारलं, मला राजदूतांना भेटता यईल का? तिनं मला रांगेत शेवटी जाऊन उभं राहायला सांगितलं. अर्धा तास वाट बघितल्यावर एका बाईनं माझं नाव पुकारलं. त्या घोषणेनं मला उघडं पडल्यासारखं वाटलं, मी एकदम आक्रसले. इथे खोमेनीचा एखादा हेर असला तर? देश सोडून कोण कोण बाहेर जाऊ इच्छितात यावर पाळत ठेवण्यासाठी प्रत्येक दूतावासात हेर ठेवल्याची वदंता होती.

सुरक्षित काउंटरपलीकडे बसलेल्या त्या बाईकडे मी घाईघाईनं गेले. तिनं मोठ्या आवाजात आज्ञा केली: "बाई तुमची कागदपत्रं द्या."

मी सुन्न झाले. माझ्याकडं काहीही कागदपत्रं नाहीत, हे या दूतावासाला माहीत असणं अपेक्षित होतं. मी पर्समध्ये शोधाशोध करण्याचा बहाणा केला. "इथेच आहेत कागद कुठेतरी, मला माहीत आहे." कुणी ऐकत असेलच, तर त्याला ऐकायला जावं म्हणून मी मोठ्यानं म्हटलं.

केस करडे होत चाललेल्या त्या मध्यमवयीन इराणी बाईला एकदम घाई झाली. "अहो, आहेत का तुमच्याकडे खरंच? कागद नसतील तर मला व्हिसा देता येणार नाही."

"मी घरी विसरले असेन बहुतेक." मी मलूलपणं म्हटलं.

"मग तुम्हाला पुन्हा यावं लागेल. चला, पुढे कोण आहे?"

मी क्षणभर निश्चल उभी राहिले; देशाबाहेर पडण्यापूर्वी व्हिसा मिळण्याची शेवटची संधी हातातून गेली होती. दुसऱ्या दिवशी, गुरुवारी दूतावास अवघे दोन तास उघडा राहणार होता, आणि शुक्रवारी आम्ही जाणार. मला आत्ताच व्हिसा मिळवायला हवा होता, नाहीतर मग कुठला तरी देश कृपावंत होऊन आम्हाला प्रवेश देईपर्यंत तुर्कस्थानमध्ये महिनोन्‌महिने वाट पाहत काढावे लागणार होते. आणखी एक सचिव बाई रिसेप्शन विभागातून 'प्रवेश निषिद्ध' असलेल्या दाराच्या

दिशेनं जाताना माझ्या नजरेनं टिपलं. मी पत्करत असलेल्या धोक्यांची जाणीव असूनही मी तिला थांबवलं आणि हलक्या आवाजात माझ्या येण्याचं प्रयोजन सांगितलं.

मला थांबायला सांगून ती दारामागे अदृश्य झाली. पुन्हा आणखी वीस मिनिटं वाट पाहत थांबले. मला कोमितेह येण्याची सतत भीती वाटत होती. मग आणखी एक सेक्रेटरी आली आणि तिनं पुन्हा सगळा इतिहास विचारला. जितक्या वेळा मी माझी विनंती — कागदपत्रांशिवाय तीन व्यक्तींना व्हिसा देण्याची विनंती – उच्चारत होते, तितक्या वेळा त्या गजबजलेल्या खोलीत मला वस्त्रहरण झाल्यासारखं वाटत होतं. तो फ्रेंच व्यापारी राजदूताशी बोललाच नसेल, असा मला संशय येऊ लागला – नाहीतर व्हिसा तयार नसण्याचं कारणच काय?

कार्यालय बंद व्हायची वेळ होत आली, तसं मी पुन्हा सुरक्षारक्षकाचं दार ठोठावलं. जिनं मला परत पाठवलं होतं. तीच बाई हळूच बाहेर डोकावली, मला बघून ती अधिकच सावध झाली.

"कोण आहात तुम्ही? अजून इथे काय करता आहात? मी तुम्हाला परत जायला सांगितलं होतं."

मी पटकन तिला शांत केलं. तिला काय वाटत होतं ते मला समजत होतं की,मी तिथे काहीतरी गडबड करण्यासाठी आलेली, खोमेनीच्या हस्तकांपैकी एक दहशतवादी होते.

"मी काही त्रास देत नाहीये." मी कुजबुजले. "राजदूतांनी मला व्हिसा देण्याचं कबूल केलं होतं म्हणून मी आले. शुक्रवारी सकाळी मी माझ्या छोट्या मुलाला घेऊन देशातून पळून जाणार आहे. मला मदत करा हो, मी पदर पसरते तुमच्यासमोर."

एका क्षणात तिच्या चेहऱ्यावरची भीती, राग जाऊन त्याची जागा सहानुभूतीनं घेतली, तिनं दार आणखी थोडं किलकिलं केलं आणि माझा हात धरून म्हणाली, "अगं माझे बाई, आत ये आणि इथे बस. आम्ही बघतो आता काय करायचं ते."

ताबडतोब तिनं माझ्या सह्यांसाठी कागदपत्रं आणली, आणि मग दुसऱ्या दिवशी सकाळी यायला सांगितलं, व्हिसा तोपर्यंत तयार असणार होता.

त्या रात्री माझे वडील माझा अखेरचा निरोप घेण्यासाठी अझरबैजानहून आले. मी काही दिवसांपूर्वी त्यांना फोन करून सांकेतिक शब्दात निरोप दिला होता.

"तुमची मुलगी आजारी आहे."

"काही गंभीर आहे का? मी पुढच्या महिन्यात यायचं म्हणतोय."

"या साप्ताहिक सुट्टीलाच बहुधा शस्त्रक्रिया करावी लागेल."

"बरं, मग मी येतो तर."

त्या रात्री कमालच्या घरी आम्ही सगळे भेटलो. माझे वडील, कमाल आणि माझी मावसबहीण फरिबा. मी दूतावासात फार जास्त धोका पत्करला आहे, असं

सर्वांचं मत पडलं.

"हा सापळासुद्धा असू शकतो." कमाल म्हणाला, "उद्या सकाळी कदाचित कोमितेह तुझी वाट पाहत थांबलेले असतील. जाऊ नकोस."

मला जाणं भागच होतं. कोणत्या देशाला आता आपलं घर म्हणावं असा विचार करत काही महिने फरहादबरोबर तुर्कस्थानात काढणं मला नको होतं. गुरुवारी सकाळी– जायच्या आदल्या दिवशी– दुपारी फरहाद आपल्याकडं येणार आहे की नाही याची गंधवार्ता मला नव्हती. कमाल आणि शेरीची अजून घरं विकून झाली नव्हती – काही लोकांनी रस जरूर दाखवला होता. मी दूतावासात गेले, तेव्हा मला अपेक्षा होती ती संपूर्ण सैनिकी गणवेष घातलेले, हातात स्वयंचलित रायफली घेतलेले जवान माझ्या अंगावर धावून येणार आणि मला अटक करणार.

पण मला पाहताच त्या कालच्या बाईनं घाईघाईनं मला आतल्या कार्यालयात नेलं आणि तीन अमूल्य व्हिसा माझ्या हातात ठेवले. पुन्हा मिठी मारून तिनं शुभेच्छा दिल्या. "देव तुमचे भलं करो. तुमचा प्रवास सुखरूप होऊ दे."

मागे वळून न बघता मी चटकन तिथून बाहेर पडले. पण माझ्यावर विश्वास टाकण्यात त्या स्त्रीनं दाखवलेलं धैर्य माझ्या कायम स्मरणात राहील. कुणाचीही नोकर, मुलं, नातेवाईक किंवा मित्र खात्री देता येत नव्हती, अशा देशात, असा विश्वास फार जोखमीचा आणि विरळा होता.

मी कमालच्या घरी आले, तेव्हा दुपार झाली होती. तो अतिशय उत्तेजित पण नाराज झाला होता. त्याला घरासाठी गिऱ्हाईक मिळालं होतं, पण किमतीची घासाघीस चालू होती. त्या दिवशी उशिरा या व्यवहाराचं नक्की भविष्य त्याला कळणार होतं. घरातल्या बहुतेक मौल्यवान जुन्या वस्तू आम्ही विकल्या होत्या. त्याच्या चुलतभावानं जुन्या पर्शियन स्टँपचा संग्रह पाहून नक्की करून ठेवला होता; आता घराचे पैसे आले की, ते देऊन स्टँप्स हातात यायचे होते. थोड्या वेळात शेरीचा फोन आला – तिथे तिचीही तीच परिस्थिती होती – ग्राहक होता, त्याला रस होता, पण निश्चित काहीच होत नव्हतं.

आमचं उरलेलं सामान दोन लहान बॅगांमध्ये भरून झालं. फरहाद, कमाल आणि मला तेवढंच सामान न्यायची परवानगी होती. ते काम झाल्यावर मी माझे उरलेसुरले लपवलेले दागदागिने तपासून पाहिले. माझ्या सोन्याच्या साखळ्या, बांगड्या आणि डूल, माझी हिऱ्याची पदकं आणि कर्णभूषणं, माझे मोत्यांचे सर हे सगळं मी बरोबर घेतलेल्या प्रत्येक कपड्यात शिवून टाकलेलं होतं. माझ्या कमरबंद, माझ्या शर्टाची कॉलर, स्कर्टची दुमड, माझ्या पातळ कोटाची खांद्यावरची पॅड्स. सगळ्यात दागिने लपवून घेतले होते. विशेषत: माझ्या आजीकडून रोघियेहकडून माझ्यापर्यंत चालत आलेली नीलमण्याची अंगठी मी घेतली होती.

तिनं मला यश द्यावं म्हणून मी प्रार्थना केली.

सबंध दुपार गेली तरी जमशिदकडून शांतता होती. कदाचित, जायचं माझ्या नशिबात नव्हतं. अखेर चार वाजण्याच्या सुमारास फोनची घंटी वाजली. स्वत:वर खुष झाल्यासारखा जमशिद सांगत होता, ''अमिनींनी मान्य केलं आहे. तू पाच वाजता त्याला घेऊन येऊ शकतेस. बघ, त्यांनासुद्धा डोकं आहे.''

मी आनंदाची आरोळी कशीबशी आवरली. नम्रपणे त्याला धन्यवाद देऊन मी फोन बंद केला.

आम्ही तेहरानमधील शेवटची रात्र, माझी मावसबहीण फरिबा हिच्या घरी घालवायची असं ठरवलं होतं, कारण कमालचं घर कुठल्याही क्षणी विकलं गेलं असतं. आता मी या घराकडे, जे गेले काही आठवडे माझं घरकुल बनलं होतं, त्याच्याकडे नीट फुरसतीनं पाहून घेतलं, तिथलं ओतकाम आणि फरसबंदी अंगणांनी नटलेला शुभ्र नाजूक दागिनाच जणू असा हा महाल! मला पक्कं ठाऊक होतं की, काय वाटेल ते झालं तरी मी पुन्हा इथे परतू शकत नव्हते, की इथलं सुंदर निवांत आयुष्य पुन्हा उपभोगू शकत नव्हते. पावणेपाच वाजता मी रस्त्यावर जाऊन सार्वजनिक टॅक्सी केली – कुणाला नंतर माझ्या हालचालींचा माग ठेवता येऊ नये, म्हणून खाजगी टॅक्सी करणं मी सहसा टाळत असे. अमिनींच्या घरापाशी मी पोहोचले, तर फरहाद मुख्य दाराबाहेर वाट पाहत थांबला होता. त्याची आत्या त्याच्याशेजारी उभी होती. मी तिचा निरोप घेतला, फरहादला उचललं, गाडीत ठेवलं आणि निघून आले. मागे वळूनसुद्धा पाहिलं नाही.

मी वारंवार फरहादचे मुके घेत होते.

त्याने गोंधळून विचारलं, ''काय झालंय गं, आई?''

आम्ही पुष्कळ दूर येईपर्यंत माझ्या पलायनाचा बेत त्याला सांगण्याची माझी हिंमत झाली नाही. न जाणो, अमिनींनी आम्हाला शोधून काढलं, आणि जबरदस्तीनं त्याला आमच्याबद्दल सांगायला लावलं तर! फरिबाच्या घरापासून काही चौक अलीकडेच आम्ही टॅक्सीतून उतरलो. नंतर तिला त्रास व्हायला नको होता. उरलेलं अंतर आम्ही मजेत हात झुलवत, चालत पार केलं.

माझ्या वडिलांखेरीज, फरिबा आणि तिचा नवरा वगळता कुणालाही आमचा त्या रात्रीचा ठिकाणा माहीत नव्हता. मामा-मावशांनी आम्हाला भेटायला येणं फारच धोक्याचं होतं. फोनवरूनच, मोघम बोलत. आम्ही एकमेकांचे निरोप घेतले. कमालनंही चांगली बातमी आणली. घर विकलं गेलं होतं. पंधराच मिनिटांत शेरीचाही फोन आला, ''रोगी बरा झाला,'' तिचंही घर विकलं गेलं होतं. नंतर त्यांनी मला सांगितलं की, सांगितल्या किंमतीपेक्षा खूपच कमी रक्कम त्यांनी स्वीकारली होती. केवळ त्या मालमत्तेचा व्यवहार पूर्ण व्हावा म्हणून. कसा का होईना, शेवटचा अडथळाही दूर झाला होता.

घोड्यावरून पलायन

हे प्रवाशा, झटक नि गुंडाळ तंबू पहाटेचा
या पथनिवासातून पथिक पुढेच जायचा.

– मनुचेरी

तेहरानमधील ती शेवटची रात्र दीर्घ, दुःखी निरोपांची होती. दुसऱ्या सकाळी आम्ही लवकर उठलो, आवरलं. दारावर हलकी टकटक करून आपलं आगमन सूचित करत, ठरल्याप्रमाणे मरजानी व कुर्द आले. ती एक विचित्र जोडी होती. एक साधासा, मोतिया राखी रंगाचा सूट घातलेला बुटका गब्दुल माजी राजकारणी कुर्द होता. उंच, सडपातळ, उत्तरेकडं पर्वतात घोड्याच्या पाठीवर आयुष्य घालवणारा. रापल्या अंगाचा तिथला टोळीप्रमुख. आम्हाला त्या कुर्दाचं नाव कधीही सांगितलं गेलं नाही आणि आम्ही बरोबर असलेला सर्व वेळ तो फारसं बोललाच नाही. चार जुलैला सकाळी सहापर्यंत आम्ही फरिबाचं घर सोडलं होतं – त्याआधी तिनं, आमचं जाणं बघायला कुणी प्रेक्षक नाहीत ना याची खात्री करून घेतली होती. मरजानी गाडी चालवत होता, त्यानं आम्हाला जवळजवळ ओस पडलेल्या बाजूबाजूच्या गल्ल्यांमधून नेलं. आम्हाला कोणे एके काळी माहीत होती, ती ही पहाटेची शांतता नव्हती, तर या निःशब्दतेत तणाव होता. दूरवर तुरळक कोमितेहच्या गस्तीच्या गाड्या दिसत होत्या. रस्त्यात क्वचित दिसणारे पादचारी आमच्याकडे घाबरून पाहायचे आणि आम्ही जाऊ लागलो की, चटकन मान

वळवायचे. पण शहर सोडण्यापूर्वी, मरजानीने चुकून घरी विसरलेले जर्मन मार्क्स घेण्यासाठी आम्हाला लांबलचक आणि धोकादायक वळसा घालावा लागणार होता. आम्ही शहराच्या बोळबोळातून जात होतो. पण हायवेला लागेपर्यंत ही सुटकेची यात्रा समाप्त होणार की काय याची मला धास्ती वाटत होती.

पण आमच्या पहाटेच्या या हालचालींची कुणी दखल घेतली नाही आणि आम्ही सुखरूप शेरीच्या घरी पोहोचलो. सात वाजेपर्यंत आम्ही शहराच्या बाहेर पडून, वायव्येकडं अझरबैजानला जाणाऱ्या हायवेला लागलो होतो. आमच्या सुटकेच्या योजनेची आम्हाला तर काहीच माहिती नव्हती. आमची आयुष्यं आता त्या दोन अपरिचित इसमांच्या हातात होती.

मंगोल आणि कजार साम्राज्याची जुनी राजधानी ताब्रिझपर्यंतच्या सातशे किलोमीटरच्या टप्प्यात विशेष काही घडलं नाही, वाटेत काही नाकी होती. पण गावाकडं नातेवाइकांना भेटायला निघाल्याची सबब पचण्यासारखी होती. हा हायवे बऱ्याच ठिकाणांना जोडणारा होता, यावर रहदारीही भरपूर होती. त्यामुळे शिपाई वरवर आमच्या गाडीकडं नजर टाकायचे आणि पुढं जाण्यासाठी हात हलवायचे. ताब्रिझच्या पुढे परिस्थिती जरा कठीण असणार असा आमचा अंदाज होता. चारशे किलोमीटर रुंदीचा झाग्रोस खिंडीतला, अझरबैजानमधला रस्ता हा पळून जाणाऱ्याचा सर्वांत आवडता मार्ग होता, हे अगदी कोमितेहसकट सर्वांना माहीत होतं. ताब्रिझमधून बाहेर पडून सीमेकडे जाणारा एकच रस्ता होता. ताब्रिझ हे महत्त्वाचं धार्मिक शहर होतं. चादोरमध्ये डुलत डुलत जाणाऱ्या स्त्रियांनी तिथले रस्ते गजबजलेले होते. शहरापासून एक तासाच्या अंतरावर शेरीनं पुन्हा चादोर घेतली. मीही अशा प्रसंगांसाठी बरोबर घेतलेली चादोर बाहेर काढली.

मरजानीनं आश्वासन दिलं होतं, तसा हा प्रवास काही साधा सरळ नाही, याची पहिली चुणूक आम्हाला शहराबाहेर पोहोचल्याबरोबर मिळाली.

''आता इथं आम्ही तुम्हाला सोडणार व तुम्ही गाड्या बदलणार.'' मरजानीनं घोषणा केली, ''इथून पुढं येणं आमच्यासाठी फारच धोक्याचं आहे.'' मग गाडीत खाली वाकून त्यानं एक मोठं खोकं ओढून बाहेर काढलं, ''हे तुमचे पासपोर्टस् आणि परदेशी चलन.''

''म्हणजे काय?'' कमालनं विचारलं. ''या वस्तू तर आम्हाला तुर्की सीमेपलीकडं मिळणार होत्या. या वस्तू घेऊन आम्ही प्रवास करू नये असं तुम्हीच तर म्हणाला होता.''

पण वाद घालत बसायला आम्हाला वेळ नव्हता. बरीच धक्काबुक्की करत मरजानी आम्हाला तिथं थांबलेल्या पायकन गाडीकडं ढकलत नेऊ लागला. तसं करीत असताना, खोकं खाली पडलं, आणि पैसे इतस्ततः उधळले.

“बापरे!” तो ओरडला. “भरभर पैसे गोळा करा आणि निघा इथून.”

आम्ही नोटा गोळा करायला धावलो. तेरा हजार डॉलर्स किमतीचे ते तुर्की लिरा आणि जर्मन मार्कस् होते. निषेध नोंदवतच आम्ही गाडीत कोंबून बसलो, आणि काय घडत आहे हे कळण्याच्या आत आमचा नवीन ड्रायव्हर सुसाट सुटला. ते शहर म्हणजे सुरुंगाचं कोठार होतं आणि प्रत्येक वळणावर तपासणी नाकी होती. सुदैवानं ड्रायव्हर तिथला स्थानिक होता आणि नाकी चुकवत जाण्याचे रस्ते त्याला ठाऊक होते.

“आपण असं जाता कामा नये.” कमालचा पट्टा चालू होता. “आपण परत जायला पाहिजे. ते आपल्याला सीमेपर्यंत सोडणार होते आणि आता अचानक ते गाड्या काय बदलतात, पासपोर्ट काय देऊन टाकतात.”

ड्रायव्हरलाही तेवढीच काळजी होती. “हे असलं चालू राहणार असेल तर मी यापुढं त्यांचं काम करणार नाही, हे मी या लोकांना सांगितलं होतं. या पासपोर्ट आणि पैशांमुळं माझ्या जिवावर बेतू शकतं. माझ्या घरी बायकोपोरं आहेत.”

सुमारे वीस मिनिटं, त्या धूळभरल्या, गर्दीच्या शहरातील गल्लीबोळांतून आम्ही वाट काढीत होतो.

ड्रायव्हरचा आरडाओरडा चालू होता, “ते पैसे तुमच्या कपड्यात दडवा. ते काही तुमच्या चादोरखाली पाहणार नाहीत.”

आम्ही कसून प्रयत्न करत होतो, पण ते पैसे इतके होते की, शेवटी माझ्या पँटची झिप लागेनाशी झाली, मग आम्ही तो नाद सोडून दिला. सुदैवाने, आम्ही शहराच्या बाहेर सुखरूप पडलो, पण पुढं काय करायचं हा प्रश्न होताच. माझ्या दृष्टीनं, आता परत जाणं म्हणजे फरहादला कायमचं अंतरणं होतं. पण तरी, त्यांनी माझ्यासाठी त्यांचे जीव धोक्यात घालावे असा आग्रह मी धरू शकत नव्हते. मी गप्प राहिले. त्यांनी पुढं जायचं ठरवावं अशी प्रार्थना करणं एवढंच माझ्या हाती होतं.

शहरातून बाहेर पडण्याच्या हमरस्त्यावर, अचानक आमच्या ड्रायव्हरला आमच्या मागून वेगानं येणारी मर्सिडीज गाडी दिसली, तिच्या दोन्ही बाजूंच्या खिडक्यांमधून बंदुका डोकावत होत्या,

“हे भगवान, ते आपल्यामागं येत आहेत.” तो म्हणाला, चाकावरच त्याला झीट आल्यासारखं झालं, त्यानं झटकन वेग कमी केला.

“गाडी हळू करू नका. अशानं आपण आणखी नजरेत भरू.” मी किंचाळले, पण त्याचा वेग वाढवणं माझ्या हाती नव्हतं. त्यानं गाडी कडेला घेतली, त्याला श्वास लागला होता. अत्याधुनिक अशी ती मर्सिडीज गाडी शेजारून निघून गेली. दाढीवाल्या दोघांनी आमच्याकडं कंटाळल्या नजरेनं पाहिलं. ते कोमितेहच असावेत

असा आम्ही अंदाज केला.

धोका टळल्यावर ड्रायव्हरनं बाजूच्या एका रस्त्यावर गाडी घेतली, तिथं एका फळबागेचं प्रवेशद्वार होतं. तिथं बसून मग आम्ही 'पुढे काय' चा खल चालू केला. पहिल्यांदा कमाल परत जायलाच निघाला होता, शहरातल्या सफरीने त्याला हादरवून टाकलं होतं आणि मरजानी वचन दिल्याप्रमाणे वागला नाही; म्हणून तो अधिकाधिक चिडत होता. मी अजून नवी नवरीच होते त्याची, आणि सरकारी नोकर असल्यामुळं त्याच्या अंगात काटेकोरपणा किती मुरला होता, हे मी बघत होते. ठरलेल्या बेतात झालेला बदल त्याला आवडत नव्हता. शेरी अधिक शांत होती. काळजी घेण्याचा सल्ला देत होती. पण तरी आणखी धोका पत्करून, प्रसंगी तडजोडी पत्करून, पुढं जायला ती तयार होती. तिच्या धीरोदात्त स्वभावासाठी मी देवाचे आभार मानले.

पैसे आणि पासपोर्ट सुरक्षित राहतील असे कुठे बरं दडवून ठेवावेत? गाडीच्या इंजिनाचा प्रत्येक भाग जागेच्या दृष्टीनं तपासून झाला. कमालला एकदम मागच्या सीटचं कव्हर फाडून तिथे पैसे ठेवण्याची कल्पना सुचली. सध्या ते पैसे आम्ही बरोबर आणलेल्या खांद्यावरच्या पिशवीत कोंबून भरले होते, ते आता आम्ही सीटच्या स्प्रिंगच्या मध्येमध्ये खुपसून ठेवले. सगळ्या नोटा नीट लपवून झाल्यावर सीटचं कव्हर होतं तसं पुन्हा लावून टाकलं. आम्हाला तपासणी नाक्यांवर अडवलंच, तर आमचा घात करणारा पुरावा लपवायला ती अगदी योग्य जागा होती. सगळ्या गटानं पुढं जायचं ठरवल्यानं मला हुश्श झालं. अमिनी दुपारपासून फरहाद परत येण्याची वाट पाहतील. आत्ताच दुपारचे दोन वाजले होते. सीमेपर्यंत पोहोचायला अजून कितीतरी तास होते.

मरजानीनं आम्हाला सांगितलं होतं की, गाडीनं तुम्हाला सीमेच्या अगदी जवळ सोडण्यात येईल. तिथून घोड्याच्या पाठीवरून पर्वतातील तीन तास प्रवास की तुम्ही सीमेपलीकडं पोहोचाल. तिथं तुम्हाला इस्तंबूलला घेऊन जाण्यासाठी गाडी थांबलेली असेल. तेव्हा सगळं सोपं वाटलं होतं. पण मरजानीनं सगळं खरं सांगितलं नव्हतं असं मला आत्ताच जाणवू लागलं होतं, तो इतका यशस्वी स्मगलर होता आणि माझ्या माहितीप्रमाणे अजूनही आहे. यात काहीच आश्चर्य नाही. सगळा धोका त्याचे ग्राहक पत्करतील याची त्यानं पूर्ण खबरदारी घेतली होती. आमच्यापुढं आणखी काय आश्चर्याचे धक्के वाढून ठेवले होते, कुणास ठाऊक!

आम्ही त्याच्या गाडीमध्ये सापडू म्हणून अजूनही घाबरलेल्या ड्रायव्हरनं आम्हाला शाहपूरच्या बाहेरच उतरून पुढच्या वाटाड्याला भेटायला सांगितलं. शाहपूर हे रेझायेहच्या वायव्येला साधारण पन्नास किलोमीटरवरचं एक लहानसं शहर होतं. सीमेअलीकडं मनुष्यवस्ती असलेलं हे शेवटचं मोठं ठिकाण होतं. आम्ही जर

कायदेशीररित्या जात असतो, तर त्यानं आम्हाला अगदी सीमेलगत, शाहपूरपासून आणखी अठरा किलोमीटर पुढे पोहोचवलं असतं. पण आम्ही, कोमितेहची कडक गस्त असलेला हायवे सोडून एका लहान रस्त्यावरून जाणार होतो. त्या फाट्यावर आम्ही संध्याकाळी ठीक सात वाजता पोहोचणं अपेक्षित होतं. आम्ही हायवेवरून इतक्या चांगल्या वेगात आलो होतो की, केवळ थोडा वेळ काढण्यासाठी आम्हाला चहासाठी एके ठिकाणी थांबावं लागलं. ड्रायव्हरच्या कौशल्यामुळं फक्त एका ठिकाणी आमची विचारपूस झाली. तपासणी नाक्यावर पोहोचताना तो अशी वेळ निवडायचा की, ज्यावेळी सगळे शिपाई, दिवसभरातील पाचपैकी एका नमाजासाठी, हजार मैल दूरवरच्या सौदी अरेबियातील पवित्र मक्का शहराकडे तोंड करून बसले असतील किंवा नाक्यावर गाड्यांची भली लांबलचक रांग लागली असेल, आणि ते नुसते घाईनं गाड्यांना पुढे काढत असतील. एकदा तो एका मोठ्या मालट्रकमागे लपला. शिपाई त्या ट्रकमध्ये गुंतलेला असताना, हा झटकन बाजूनं पुढे निघाला, आणि जणू आमची तपासणी झालीच आहे, अशी आविर्भावात त्याने शिपायांकडं पाहून हात हलवला.

कॅफेमध्ये आम्ही शांतपणं चहा घेत असताना, एक पोलीस तिथे येऊन थांबला, आणि आमच्याच टेबलावर आला. आम्हाला शांत राहणं अशक्य होत होतं, पण ड्रायव्हर मात्र त्याच्याशी सहजपणे गप्पा मारत होता. तो पोलीस मधूनमधून हसत आमच्याकडे पाहून मान डोलवत होता. मी माझ्या चादोरमध्ये आणखी खोल खोल दडत होते. पोस्टर वरून तो मला ओळखेल अशी मला भीती होती. पण काहीच न घडता तो पोलीस निघून गेला. आम्ही चहाचे पैसे द्यायला गेलो. तो त्यानं आमचे पैसे आधीच दिलेले होते.

गाडीमध्ये परत सुरक्षित पोहोचल्यावर आम्ही ड्रायव्हरला त्या माणसाबद्दल विचारलं.

''तो माझा मित्र आहे.'' त्यानं हसत सांगितलं, ''मी तुम्हाला चोरून बाहेर नेतो आहे हे त्याला माहीत आहे, त्याला फक्त तुम्हाला शुभेच्छा द्यायच्या होत्या.'' इराणमधल्या शेवटच्या तासांमधल्या अशा हृद्य आठवणीच मला स्मरणात ठेवायच्या आहेत.

सबंध दिवसात फरहादनं एकही प्रश्न विचारला नव्हता. आपण खरंच आजोबांच्या शेतावर सहलीला निघालेलो नाही, हे तर त्याला कळलंच होतं. पण आमच्या एकूण लपवाछपवीकडं पाहून काही न विचारलेलं बरं, असं त्यानं ठरवलं असावं. त्यावेळी तणावाच्या प्रसंगांमध्ये तो जास्तच गप्प आणि अंतर्मुख व्हायचा आणि जे जे घडेल ते निमूटपणे स्वीकारणं हा त्याचा स्वभावच बनून गेला होता. तासन्तास तो खिडकीबाहेर, मागे पळणाऱ्या फळबागा, गव्हाची शेतं आणि लाल विटांची

खेडी पाहत बसला होता.

पुढे जाण्यात काही धोका असला, तर शाहपूरनंतरच्या पहिल्या फाट्यावर एक माणूस येऊन थांबणार होता. फाटा जवळ आल्यावर, गर्द झाडांच्या छायेत कुणी मनुष्याकृती दिसते का, ते आम्ही डोळे ताणूनताणून पाहत होतो. कुणी नव्हतं. आम्ही बाजूच्या लहान रस्त्याला लागलो, आणि शेवटी भिंतींनी बंदिस्त केलेल्या एका फळबागेपाशी येऊन थांबलो. थेट समोर एक उथळ पण वेगानं वाहणारी नदी होती. तिथे रस्ता संपत होता,

''आपण पोहोचलो आहोत.''

ड्रायव्हर म्हणाला.

पण आमचा पुढचा वाटाड्या कुठे होता? आम्हाला सीमेपलीकडं घेऊन जाणारे पाच तगडे सशस्त्र कुर्द आणि त्यांचे घोडे दिसतील अशी माझी अपेक्षा होती. ड्रायव्हर अस्वस्थ झाला होता. हा सापळा असल्याची आम्हाला शंका येऊ लागली होती. रस्त्याच्या शेवटाइतकी दुसरी चांगली जागा कुठली? काही मिनिटांनी आम्हाला 'कनात' मध्ये काम करणारी दोन माणसं दिसली. शेताला पाणी वळवत असावेत बहुतेक. ते साध्या वेशातले कोमितेह होते का? की डाकू होते?

''तुम्ही सर्वांनी नदीकडे चालायला सुरुवात करा.'' कमालनं सुचवलं. ''तुम्ही बॅगा घ्या. मी पैसे बाहेर काढतो,'' तशी वेळ आलीच तर आम्ही पाण्यातून पळत पलीकडे जायचं होतं.

शेरीनं आणि मी चादोर काढून टाकली. आता तिची अडचणच झाली असती, वाट पाहून उतावळा झालेला ड्रायव्हर कुर्दांना शोधायला गेला, आणि थोड्याच वेळात दोन माणसांसह परत येताना दिसला. आम्ही बॅगा उचलून, उत्कंठेनं पण पळायच्या तयारीत तयार राहिलो. 'कनात' मधले कामगार आमच्याकडे बघू लागले. पण ही नवीन माणसंच आमचे वाटाडे होते. आम्हाला सीमेपार सुरक्षित घेऊन जाणारे कुर्द पथक म्हणजे दोन बच्चे होते – त्यांच्याकडे पाहून तरी ते सोळा-सतरा वयाचे वाटत होते. त्यांनी काळ्या पँट्स आणि स्वेटर घातले होते. वयाच्या मानानं चटकन त्यांनी आमचा ताबा घेतला आणि आम्हाला नदीतीरापर्यंत आणलं. आम्ही भिजू नये म्हणून त्यांनी आळीपाळीनं प्रत्येकाला उचलून नदीपार आणलं. पलीकडे पोहोचल्यावर त्यातला एक कुर्द म्हणाला, ''तुम्हाला तुमच्या बॅगा आणि पिशव्या घेऊन चालता येणार नाही, म्हणून त्या माझ्याकडे द्या.'' एक शब्दही अधिक न बोलता, त्यानं त्या हिसकावून घेतल्या आणि तो धावत जवळच्या गव्हाच्या शेतात शिरला.

''माझं सगळं त्या पिशवीत आहे, जपून.'' तो पळताना मी ओरडले. मला सर्व तऱ्हेच्या कुशंकांनी ग्रासलं होतं. कमाल अजून नदी ओलांडून आला नव्हता. शेरी,

फरहाद आणि मी नदी किनाऱ्यावर एकटे होतो. शेवटी एकदाचा कमालला नदीतून इकडे आणताना पाहून माझा जीव भांड्यात पडला, आम्ही सगळ्यांनी एकमेकांचे हात धरले. पहिल्या भिडूला गाठलं आणि गव्हाच्या त्या विस्तीर्ण शेतातून धावायला सुरुवात केली. रात्रीचे आठ वाजून गेले असले, तरी उन्हाळ्यामुळे चांगला उजेड होता. शेताच्या तीनही बाजूंना टेकाडे असल्याने आम्ही सहज दिसू शकत होतो. गव्हाच्या धांडांमधून आमची डोकी दिसू नयेत म्हणून आमचे वाटाडे सारखे आम्हाला वाकून पळायची सूचना करत होते. मरजानीच्या सांगण्यावरून आम्ही शहरी पादत्राणं घातली होती. त्याच्या म्हणण्याप्रमाणे, थांबवून चौकशी झाली असती, तर चालण्याच्या, धावण्याच्या बुटांमुळे संशय वाढला असता. परिणामी, प्राण्यांची बिळं, काटे-खडे यांनी भरलेल्या शेतातून पळण्यासारखी आमची मुळीच तयारी नव्हती. आम्ही सारखे ठेचकाळत, पडत, धडपडत होतो, पण ते दोघं थांबण्याचं नाव घेत नव्हते.

"अजून किती दूर आहे?" मी सारखी विचारत होते.

"घोड्यांपर्यंत पोहोचायला अजून काही मिनिटं, अजून थोडी पावलं," ते उत्तरं देत होते. सबंध प्रवासात बोलण्याचं काम शेरीला आणि मलाच करावं लागत होतं, कारण कुर्दांशी आम्ही फक्त तुर्की भाषेत बोलू शकत होतो, आणि कमाल आणि फरहादला ती येत नव्हती. त्या काही मिनिटांचे, खाली वाकून पळतापळता काही तास झाले, मागून आपल्यावर गोळी झाडली जाईल ही सारखी भीती होतीच. मी जेव्हा कमालच्या जवळ आले, तेव्हा हळूच त्याला, माझी पिशवी घेऊन पळालेल्या त्या कुर्दाचं विचित्र वागणं सांगितलं, "आपण थांबलो की आधी पिशवी तपासून काही गेलं नाही ना ते पाहते."

आम्ही शेताच्या कडेला पोहोचेपर्यंत अंधार पडला होता, तिथूनच डोंगरांचा चढ सुरू होत होता.

"आलो आपण," एक वाटाड्या बोलला. पुन्हा, कुणीही दृष्टिपथात नव्हतं. रात्र समोर असताना, त्या निर्जन ठिकाणी, एका दणकट चेस्टनटच्या झाडाखाली जमिनीवर बसलेल्या आमच्यावर हल्ला करणं फार सोपं होतं. त्या दोन कुर्दांनी आमच्याकडं काही खायला आहे का हे विचारलं. आमच्याकडं असलेल्या थोड्याशा अन्नापैकी त्यांना काही देणं माझ्या अगदी जिवावर आलं होतं, पण आमच्यातली काही अमूल्य सँडविचेस त्यांना देण्यावाचून माझ्याकडे काही पर्यायच नव्हता.

साधारण अर्ध्या तासानं आम्हाला घोड्यांची खसफस आणि टापांचा आवाज ऐकू येऊ लागला. त्या अंधारात, घोड्यावर बसलेल्या माणसांच्या तीन आकृत्या दिसल्या. लांब ढगळ सदरे, घोळदार सलवारी आणि कमरबंद आणि त्यावर मोठी रंगीबेरंगी जाकिटं अशा पारंपरिक पोशाखातले ते कुर्द माझ्या मनातील, आम्हाला

स्वातंत्र्याप्रत नेणाऱ्या शक्तिशाली पुरुषांच्या प्रतिमेच्या जवळपास जाणारे होते. सुरुवातीला ओळखपाळख करून घेण्याच्या भानगडीत न पडता, एकानं फरहादला आणि मला त्याच्या घोड्यावर घेतलं, दुसऱ्यानं शेरीला घेतलं. तिसऱ्यानं कमालला वर चढवलं. नि:शब्दपणे आमचे घोडे वेगाने दौडत निघाले. ती दोन पोरं आमच्या बाजूबाजूनं धावत होती. शाहपूर शहराच्या पश्चिम किनाऱ्याचा समांतर रस्ता त्यांनी घेतला होता. खाली दूरवर तिथले दिवे चमचमत होते. थोड्या वेळानं, ते कुर्द त्यांच्या भाषेत एकमेकांशी ओरडून काहीतरी बोलले, आणि त्यांनी दिशा बदलली. कुठल्यातरी धोक्यापासून दूर जात असल्यासारखं, त्यांनी एकदम गती वाढवली.

"काय चाललंय? काय झालं?" माझा भाकड प्रश्न आमच्या स्वाराच्या पाठीला ऐकू गेला.

मी इकडेतिकडे पाहिलं. कमाल कुठेच नव्हता. तो आणि त्याचा स्वार अंधारात जणू अदृश्य झाले होते. "माझा नवरा कुठे आहे? तो येईपर्यंत थांबा."

"काळजी करू नका, ते येतील." माझा स्वार कोरडेपणानं बोलला. त्याच्यावर मी विश्वास ठेवायचं काही कारणच नव्हतं. आमच्याबरोबर असलेल्या एकमेव पुरुषापासून ताटातूट करून मग आम्हाला लुटण्याचा त्यांचा डाव होता का? साधारण अर्ध्या तासानं कमाल आणि त्याचा स्वार आमच्यामागून आले आणि मला हायसं वाटलं. पण आमची गाडी कुठे आहे म्हणून मी त्यांचा पिच्छा पुरवला होता. "आहे, आहे, थोडीच दूर आहे," असं उत्तर होतं. खोगिराशिवाय, चंद्र प्रकाशात जेमतेम दिसणाऱ्या, उंचच उंच चढत जाणाऱ्या रस्त्यावर आम्ही साडेचार तास वेगानं दौडत होतो. माझ्या शरीरातील हाडांची मला काही जाणीवच होत नव्हती. स्नायू मात्र भयंकर दुखत होते.

"आज रात्रीच आम्हाला इराणच्या बाहेर पडता आलं पाहिजे," मी जोर केला. "इथे आणखी एक रात्र काढणं शक्य नाही आम्हाला."

उंच पर्वतातील कुर्दिश खेड्यापर्यंत पोहोचेपर्यंत ते काहीच बोलले नाहीत. त्यांनी आम्हाला घोड्यावरून उतरायला सांगितलं.

"घोडी आणखी पुढे नेता येणार नाहीत," एक कुर्द म्हणाला, "गावकऱ्यांना आपला आवाज जायला नको."

पुन्हा त्यांनी आमचे हात धरले आणि अंधाऱ्या शेतांतून गावातल्या अरुंद गल्लीबोळांतून आमच्याबरोबर धावत सुटले. आम्ही एका लहान, मातीच्या झोपडीच्या बुटक्या दरवाजाशी येऊन थांबलो. त्यांनी हलकेच दार वाजवलं आणि शब्दही न उच्चारता आम्हाला आत ढकललं. आतल्या धुरकट अंधाराला डोळे सरावायला आम्हाला काही क्षण लागले. एका मोठ्या खोलीत स्वयंपाकघर आणि बेडरूम असं दोन्ही होतं. सहा पुरुष सिगरेटी ओढत बसले होते. एका लहानशा चुलीवर

चहासाठी आधण ठेवणारी बाई आमच्याकडे पाहून हसली. त्यांनी आम्हाला खाली बसण्यासाठी जागा करून दिली आणि त्यांच्याबरोबर गरम चहा घ्यायला सांगितलं. त्या राखाडी अंधारातील बारकावे हळूहळू ध्यानी येऊ लागले आणि मग मला तिथली पंधरापेक्षा जास्त माणसं दिसली - सारी गर्दी करून उबेला बसली होती.

मी परिस्थितीचा आढावा घ्यायला सुरुवात केली. कुर्द रूपानं देखणे असतात. - सहसा उंच, सडपातळ, गालांची उंच हाडं आणि दाट केस. त्यांचे हिरवे डोळे त्यांच्या सौंदर्यात भर घालतात. बायका कुटुंबाच्या मालकीच्या सोन्याच्या दागिन्यांनी मढलेल्या असतात. खरंतर पशुधनाव्यतिरिक्त सुवर्णालंकार हीच कुटुंबाची मौल्यवान ठेव असते. कुर्दांना जंगम संपत्ती अधिक आवडते. बायका एकावर एक अनेक कपडे घालतात. त्यांचे फुलाफुलांचे स्कर्ट कमरेशी घट्ट बांधून टाकतात. त्यामुळे त्यांचा सडपातळ कमनीय बांधा अधिकच फुलून दिसतो. ते लोक बरेच मनमोकळे वाटले आणि आमच्यापेक्षा ते पुष्कळ निवांत होते. आम्ही आनंदानं चहा घेतला आणि त्यांच्याशी गप्पागोष्टी करायला लागलो.

एका वयस्कर कुर्दाने आम्हाला परिस्थिती सांगितली, ‘‘आजची उरलेली रात्र तुम्हाला या खेड्यात राहायला लागेल, पण फक्त दोन-एक तासच झोप मिळेल. नंतर आम्ही तुम्हाला गावाबाहेर हलवू. आजकाल कुणावर भरवसा ठेवता येत नाही. या भागाची गस्त घालण्यासाठी कोमितेहने खास सशस्त्र पथकं तैनात केली आहेत. ते गावात येतात आणि एकमेकांवर पाळत ठेवण्यासाठी कुर्दांना चक्क पैसे देतात.’’

या हलवाहलवीच्या बातमीनं मला घाबरवून टाकलं. अझरबैजानच्या टेकड्या आणि तिथले अनेकविध प्रकारचे विषारी साप यांची मला माहिती होती.

‘‘तुम्ही आम्हाला असं उघड्यावर सोडून देऊ शकत नाही,’’ मी विरोध नोंदवला, ‘‘इथे वरती किती थंडी असते आणि आम्हाला सारखा सापांचा धोका राहील.’’

या लोकांनी या प्रश्नावर थोडा विचार केला. थोडी सल्लामसलत केल्यावर दुसरा एक माणूस म्हणाला, ‘‘तुम्हाला सांगायला मला संकोच वाटतोय, पण आमच्याकडे फक्त तबेला आहे. तिथे तुम्ही सुरक्षित राहाल.’’

मी धन्यवादपूर्वक प्रस्ताव स्वीकारला. त्यांच्याबरोबर जेवणाचे निमंत्रण नाकारल्यावर त्या कुर्दिश स्त्रीनं आम्हाला झोपायला एक घोंगडी अंथरून दिली. मी माझी पिशवी तपासली, पुष्कळसे तुर्की लिरा गायब होते. कमालला सांगितल्यावर तो उठून, ज्याच्यावर चोरण्याचा संशय होता, त्या कुर्दाला जाब विचारायला निघाला, पण मी त्याला विनवलं, ‘‘असा वेडेपणा करू नको. फक्त पैसेच गेले आहेत. इथून जिवानिशी सुटलो तर नशीब आपलं.’’

आम्ही इतकं दमलो होतो की, कमाल, शेरी आणि फरहाद गाढ झोपून गेले, पण मी मात्र झोपायच्या तयारीत असलेल्या कुर्दांवर एक डोळा ठेवून होते. भीतीपेक्षा दमणूक अखेर श्रेष्ठ ठरली आणि मीही अस्वस्थ झोपेच्या अधीन झाले.

दोनच तासांनी त्यांनी आम्हा चौघांना जागं केलं आणि बाहेर गुडूप अंधारात नेलं. अर्धवट झोपेत दमल्याच्या गुंगीत आम्ही दोनेक मैलांवरच्या गावाबाहेरच्या तबेल्यापर्यंत चालत गेलो. आम्ही तिथे पोहोचलो, तेव्हा पूर्वक्षितिज किंचित उजळू लागलं होतं; आणि आमचा तात्पुरता निवारा किती प्राथमिक अवस्थेतील होता ते आम्हाला दिसलं. तबेला म्हणजे गोवऱ्यांची गच्च भरलेली एक खोली होती. स्वच्छतागृह म्हणून जमिनीत एक खड्डा केलेला होता. आणखी थोडी जागा मोकळी करून तिथे एक खरखरीत घाणेरडी गोधडी टाकून आमचा बिछाना केला होता. आम्ही सकाळी आठ वाजेपर्यंत झोपलो, तोवर दोन कुर्दांनी आमच्यावर पहारा ठेवला. आदल्या रात्रीच्या कुर्द स्त्रीनं व तिच्याच तोंडवळ्याच्या तिच्या दोन तरुण मुलींनी आम्हाला उठवलं. त्यांनी नुसतीच हसून मान डोलवली, त्यांना आमची भाषा तर येत नव्हती. त्यांनी आम्हाला गरम चहा, योगर्ट, एकदम ताजं चीज व ब्रेड देऊ केला, तसंच मी मागवलेला पाण्याचा बुधलाही दिला. पण सबंध दिवस आम्हाला तिथेच काढावा लागेल हे ऐकून मात्र आमचा पार विरस झाला.

''तुम्ही एकदाही इथून बाहेर पडायचं नाही. अगदी बाहेर डोकवायचंही नाही.'' एका माणसानं बजावलं, ''कमीत कमी बोलायचं. फक्त कुजबुजायचं. या पोराला आवाज करू देऊ नका. गावातील कुणी सहसा इकडे येत नाही, पण इथे संशयास्पद काही वाटलं तर ते नक्की बघायला येतील.''

''पण गाडीचं काय झालं? आम्हाला गाडी मिळणार होती.'' जणू काही गाडी मागितल्यावर गाडी मिळणारच आहे, अशा तऱ्हेनं मी पुन्हा एकदा विचारलं. ''आम्ही इराण सोडला नाही, तर ते आम्हाला शोधत येतील.''

आतापर्यंत अमिनींनी त्यांच्या मित्रांना, हितसंबंधियांना फरहादच्या शोधाच्या कामाला लावलं असणार. त्यांना बहुतेक जमशिदकडूनच कमालचा पत्ता मिळेल. मग ते घर विकलं गेल्याचंही कळेल. हे कळल्यावर ते कोमितेहकडे जाणार, कोमितेह फरहाद आणि माझ्यासाठी सगळ्या तपासणी नाक्यांवर पत्रकं लावणार. आणि हे सगळं घडेल, तेव्हा आम्ही देशाबाहेर पडलेलो असायला हवं होतं.

''काही काळजी करू नका.'' कुर्द म्हणाला, ''तुम्हाला इथे कुणीही शोधून काढू शकणार नाही, गाडीही सीमेपासून फार दूर नाही. अंधार पडण्यापूर्वी आपण बाहेर पडू शकत नाही.''

त्याच्याकडून अधिक माहिती काढण्याचा अयशस्वी प्रयत्न करून झाल्यावर आम्ही वेळ घालवायच्या उद्योगाला लागलो. शेरीनं त्या बायकांचे चक्क फोटो

काढले, कारण याआधी कधीच त्यांचे फोटो काढले गेले नव्हते. अधूनमधून आम्ही लाकडाच्या फटींमधून बाहेर डोकावत होतो. बाहेर विशाल निळंशार आकाश होतं. हिरव्यागार मऊ कुरणांवर नाजूक गवतफुलांची नक्षी काढली होती. आमच्या त्या कोंडवाड्यातूनसुद्धा आम्हाला डोंगर-दऱ्यांचे विलक्षण दृश्य दिसत होतं. आमच्या अंधाऱ्या आसऱ्याच्या विरोधाभासात दिवसाचा प्रकाश अधिक उठून दिसत होता. सुदुस्तर, असाध्य अशा सौंदर्याच्या दर्शनानं मला अधिकच कैद्यासारखं वाटू लागलं.

दिवसभरात काही कुर्द स्मगलर्सशी विचारविनिमय करण्यासाठी येऊन गेले, त्यात आमच्याशी तुर्की भाषेत तासन्‌तास गप्पा मारणारा एक तरुण बडबड्या कुर्दही होता. कमालला ती भाषा काही कळत नव्हती, इतका उशीर होत असल्याबद्दल कुरकुर करत, एकामागून एक सिगारेटी ओढत तो अस्वस्थपणे येरझारा घालत राहिला. फरहादला गोष्टी ऐकण्यातली गंमत फारच भावली होती. त्याला त्याचा सगळा अर्थ जरी समजत नव्हता, तरी तो भारून जाऊन तिथे बसला होता, आणि त्या कुर्दाची अदाकारी पाहत होता. तो कुर्द जमिनीवर उकिडवा बसून खोमेनीच्या सैन्याबरोबर झालेल्या चकमकींची हकिकत सांगत होता, तेवढ्यात एक बाई धाडकन दार उघडून आत आली आणि तिनं त्याच्या बखोट्याला धरलं.

"कोमितेह आले आहेत गावात. ते तुझ्याबद्दल विचारत आहेत,"

कुर्द तरुणानं आम्हाला नीट समजावून सांगितलं. अन्नाच्या कूपन्ससाठी गावाला सरकारवर अवलंबून राहावं लागत होतं, पण अन्नाची कूपन्स मिळवण्यासाठी त्यांना स्थानिक कोमितेहला, आपले जन्माचे दाखले द्यावे लागत होते. "आमच्यावर पाळत ठेवण्यासाठी ते या कूपन्सचा उपयोग करतात. आम्हाला अन्नाची गरज होती; म्हणूनी माझ्या कुटुंबियांनी माझं कार्ड त्यांना देऊ दिलं. पण आता त्यांना समजलं आहे की, मी युध्दावर जाण्याएवढा मोठा झालो आहे, आणि मी आता इराकी आघाडीवर का नाहीये याचं उत्तर त्यांना हवं आहे."

कोमितेहला हुलकावणी देण्याची त्याला सवय असावी. त्यानं क्रांतिकारी समितीचे लोक निघून जाईपर्यंत उरलेला दिवस आमच्याबरोबर त्या झोपडीतच घालवायचं ठरवलं. दुसराच कुणी माणूस पळतो आहे, त्याच्याबरोबर पकडले जाण्यासाठी का आम्ही इतक्या दूर आलो होतो? वाट पाहणं एवढंच आमच्या हातात होतं. चार प्रदीर्घ तासांनंतर, कोमितेहनी डझनभर घरं शोधली, एका लहानशा तबेल्याकडं त्यांचं लक्ष गेलं नाही, त्यानंतर तीच बाई पुन्हा 'कोमितेह गेले एकदाचे' असं सांगून गेली.

अंधार पडल्याबरोबर, शब्दाला जागत, आम्हाला खेड्यात भेटलेला कुर्द, आम्हाला घोड्यांपर्यंत पोहोचवायला आला. रात्रीची हवा एकदम गार होती. तशात

आम्हाला उन्हाळ्यातल्या पातळ कपड्यांमध्ये पाहून वयस्कर कुर्दांनी आपली प्रचंड जाकिटं काढून आमच्याकडे फेकली. आम्ही एकमेकांना आलिंगन दिलं, मुके घेतले. त्यांनी आमच्या सुरक्षित प्रवासासाठी शुभेच्छा दिल्या. आम्ही निघाल्यावर थोड्याच वेळात पाऊस जोरात कोसळायला सुरुवात झाली आणि आम्ही चिंब भिजून गेलो. अर्धा तास आम्ही धावत होतो, बहुतेक रस्ता चढाचा होता. आमच्याबरोबर चालताना शेरीची दमछाक होत होती. कुर्दांनी दिलेली भेट आता खरोखर वरदान ठरली होती. आम्ही स्वारांबरोबर जाकिटं परत पाठवण्याचं वचन दिलं. भेटीच्या ठरलेल्या ठिकाणी तीन माणसं, तीन घोडे घेऊन उभी होती, पुन्हा फरहाद, मी आणि आमचा स्वार असे एका घोड्यावर होतो. फरहाद घोड्याच्या मानेवर, मी पाठीवर - घोड्यावरच्या दोन अति विचित्र जागा. आमच्या घोड्यावर आमचं सामानही लादलेलं होतं, त्यामुळं माझे पाय त्याच्यावर टाकून विचित्र तऱ्हेनं बसावं लागत होतं. आमचा हा प्रवास म्हणजे चार तासांची वेगवान दौडच ठरली. त्या गडद अंधारात कुर्दांना कशी वाट सापडत होती कोण जाणे. मला वाटतं, त्यांना पुढचा रस्ता दिसत नव्हता, जाणवत होता. तो प्रवास म्हणजे आमच्यासाठी दु:स्वप्न होतं. फरहादला त्या दणक्यांचा, धक्क्यांचा इतका त्रास होत होता की, तो मला सारखा घोड्यावरून खाली उतरवायला सांगत होता.

माझ्या स्वारानं तंबी दिली, "त्याला चूप कर. पर्वतात आवाज खूप दूरवर पोहोचतो. तू त्याला गप्प कर, नाहीतर मी करीन."

मी फरहादला शांत करायचा प्रयत्न केला. पण माझं अंग पुरतं खिळखिळं झालं होतं.

अधूनमधून अंधारात कमालची कुरकूर, तक्रार ऐकू येत होती, "आपल्याला थांबायला हवं, माझा अल्सर. माझं पोट. मला उलटी होणार आहे. माझे पाय बधीर झाले आहेत."

शेरीचा काही आवाज नव्हता, पण तिलाही त्रास होत असणार हे मला कळत होतं. पण साठ वर्षांची ही बाई आधीच दुखणेकरी होती.

"आपण थांबू शकत नाही. चला पुढे." एवढंच ते कुर्द म्हणायचे. मला गप्प करायला, एखादा कुर्द मधूनच म्हणायचा, "गाडी आता जवळच आहे. काही मिनिटांवर." एकदा, घोड्यानं त्याचं डोकं मागे फेकलं आणि फरहादच्या नाकावर चांगलंच आपटलं. तो वेदनेने ओरडू लागला. आमच्या स्वारानं त्याच्या तोंडावर पंजा धरला आणि म्हणाला, "तुला गप्प बसायला सांगितलेलं समजत नाही का?"

"फरहाद बाळा, " मी म्हटलं. "आपण पोहोचतोच आहोत हं लवकर." फरहाद इतका भयंकर घाबरला की, नंतर त्याच्या तोंडून आवाज फुटला नाही. मधूनच मला हुंदका ऐकू यायचा. सगळे तास तो गुपचूप रडत होता हे मला कळत होतं.

रात्री साधारण दीड वाजता आम्ही एका ठिकाणी पोहोचलो. तिथे आणखी पाच माणसं, सहा घोडे घेऊन उभी होती. अंधारात आम्हाला घोड्यांच्या आकृती पुसट दिसत होत्या. आम्ही आणखी जवळ गेल्यावर लक्षात आलं की, त्यांनी त्यांच्या पागोट्याचा शेव तोंडावरून गुंडाळून घेतला होता, त्यामुळं फक्त त्यांचे डोळे तेवढे दिसत होते.

"तुम्ही त्यांच्याबरोबर जायचं आहे," माझा स्वार म्हणाला.

"काय झालं? गाडी कुठे आहे?" मी सवाल केला.

"ती थोडी पुढे आहे." त्यानं सांगितलं. आणि मला सरळ एका घोड्यावरून उतरवून दुसऱ्या घोड्यावर बसवलं. इतके घोडे असल्यामुळे प्रत्येक स्वारानं एकेकाला घेतलं. कमालला एक स्वतंत्र घोडा दिला, कारण तो पुरुष होता आणि त्याला घोड्यावर बसता येणं अपेक्षितच होतं. पण कमालनं कधीच फारशी घोडेस्वारी केली नव्हती. थंडीनं तो चांगलाच काकडत होता आणि पाय बधीर झाले म्हणून तक्रार करत होता.

शेरी माझ्या कानात कुजबुजली, "त्याच्यावर लक्ष ठेवायला हवं. त्याला हृदयविकाराचा झटका येईल कदाचित."

हे ऐकून माझ्या काळजाचं पाणी झालं. मी हा मध्यस्थ शोधला होता आणि या प्रवासाची सिद्धता केली होती, तेव्हा सगळं फार सोपं वाटत होतं. पण मी आमचे सगळ्यांचे जीव धोक्यात घातले होते.

शेरी आणि मी आमच्या घोड्यांवरून उतरलो आणि कमालचं रक्ताभिसरण सुरू होण्यासाठी त्याला डोक्यापासून पायापर्यंत मसाज करायला सुरुवात केली. कमालची काळजी सर्व लक्ष व्यापून राहिली होती. त्यामुळं फरहादकडे पाहायला, त्याच्या नाकाचं हाड मोडलं का ते तपासायला आम्हाला वेळच मिळाला नाही. कुर्दांना निघायची घाई होती आणि त्यांनी आम्हाला पुन्हा घोड्यावर बसायचा हुकूम सोडला.

पुन्हा एकदा घोड्यावरची रपेट करणं - तेही स्वतंत्रपणे - कमालला अशक्य होतं. तो चक्क जमिनीवर बसूनच राहिला, "मी काही येत नाही. तुम्ही जा माझ्याशिवाय. मी इथेच थांबतो. मला हे आणखी झेपणार नाही."

काही पण विचार न करता कुर्दांनी कमालचं मुटकुळं उचलून घोड्यावर टाकलं आणि निघाले.

"त्याचा घोडा सर्वांत उत्तम आहे." माझ्या स्वारानं सांगितलं. "त्या घोड्यावर आणखी एक माणूस बसवून त्याच्या तंगड्या मोडायचा धोका आपल्याला पत्करायचा नाही." कमालच्या घोड्यावर आणखी एक माणूस बसवण्यासाठी मी वाटेल तितके पैसे देण्याची तयारी दर्शवली, पण कुर्दांनी अजिबात लक्ष दिलं नाही.

कातीव कड्यांच्या शेजारून आणि वेगानं खळाळणाऱ्या झऱ्यांना ओलांडून जाणाऱ्या अरुंद निमुळत्या वाटेनं आम्ही वरती वरती चढत चाललो होतो. आम्ही भिजलो होतो, गारठलो होतो, दमलो होतो.

ते खोल तासलेले कडे पाहून मी फरहादला आमच्या घोड्यावर घेण्याचा आग्रह धरला. यदाकदाचित आम्ही गडगडत खाली गेलोच, तर मी त्याला घट्ट धरून त्याला लागणारा मार कमी केला असता. तासभर रडारड केल्यावर माझ्या स्वारानं शेजारून जाणाऱ्या फरहादलाच, उचलून पुन्हा माझ्या घोड्याच्या मानेवर बसवलं.

डोंगरातले चढउतार, हाडापर्यंत पोहोचून गोठवणारी थंडी यामुळे तो प्रवास फारच भयप्रद होता. एकदोनदा, ढग बाजूला होऊन तारे चमकायला लागले, तेव्हा ढेपाळलेला कमाल मला दिसला. दमल्यामुळे त्याला झोप लागली होती, पडला तर मृत्यूच्या खाईतच, हे निश्चित होतं. मी त्याला हाक मारली. पण त्यानं वर अंधुक नजरेनं माझ्याकडं पाहिलं आणि पुन्हा त्याचे डोळे मिटले. सुदैवानं त्याच्या घोड्याला रस्ता माहीत होता, असं वाटत होतं आणि तो बरोबर समोरच्या घोड्याच्या मागे जात होता. स्वातंत्र्याच्या क्षणी, शेरीनं आणि मी आमच्या चादोर त्या कुर्दीश स्त्रियांकडे सोडून दिल्या होत्या. पुन्हा कधीही त्यांची गरज पडणार नाही, अशी आम्हाला आशा होती. त्यांच्यातील एका बाईनं शेरीला ऊब येण्यासाठी तिच्या पँटवरून घालण्यासाठी एक कुर्दिश पोशाख दिला होता. आत्ता त्या चादोर कामी आल्या असत्या. पण आम्ही काहीही अंगावर चढवलं असतं तरी झाग्रोसच्या उंच पर्वतराजींमध्ये थंड, भिजलेल्या रात्री आमचं संरक्षण होऊ शकलं नसतं.

पुढेमागे नागमोडी वळणं घेत रस्ता वरवरच चढत होता. खाली पाहण्याचं मी प्रयासानं टाळत होते. शेकडो फूट खाली लपलेल्या दऱ्या आणि अंधाऱ्या गल्ल्यांमध्ये खालची जमीन खोल खोल जात होती. दगडधोंड्यांच्या रस्त्यावरून घोडे घसरत होते. मी माझ्या स्वाराला घट्ट पकडून ठेवलं होतं, मी पडले तर याला घेऊनच पडेन या निश्चयानं. त्या तसल्या धोक्याच्या रस्त्यावर, जेव्हा तुमची सगळी ज्ञानेंद्रियं तल्लख असायला हवीत, तेव्हा माझा स्वार माझ्या पायांवर वर-खाली हात फिरवू लागला. त्याला एक थप्पड ठेवून द्यावीशी वाटत होती, पण काहीही करण्याची माझी हिंमत झाली नाही, कारण त्याला राग आलाच, तर तो मला आणि माझ्या मुलाला काहीही करू शकला असता. त्याऐवजी, प्रत्येक वेळी मी शांतपणं त्याचा हात लगामावर, जिथे तो असायला पाहिजे तिथे, ठेवत होते. मला काहीच करता येत नव्हतं, म्हणून मला अधिकच संताप येत होता.

प्रवासात एका ठिकाणी, तीन स्वार खाली उतारावर असलेल्या एका गावाकडे निघून गेले. आता आमच्याबरोबर दोन स्वार आणि तीन घोडे राहिले. अनेक तास

सतत दौड मारल्यानंतर, अचानक कुठून तरी घोड्यावर बसलेले पाच कुर्द आमच्याशेजारी उगवले, त्यांची तोंडं व्यवस्थित झाकलेली होती आणि अंधारामुळे ते अधिकच धूसर दिसत होते. काही मिनिटं आमच्याबरोबर दौडल्यावर ते अचानक गुप्त झाले. त्यांचा असं अचानक गुप्त होऊन आणि प्रगट होऊन आम्हाला घाबरवून, भांबावून टाकण्याचा उद्देश असेल, तर तो शंभर टक्के साध्य झाला होता, कारण आता आमचा कुणावरच विश्वास नव्हता. आमचे वाटाडे कोण होते याची आम्हाला सुतराम कल्पना नव्हती. आम्ही बिनचेहऱ्यांच्या माणसांच्या ताब्यात होतो, पुन्हा ते दिसले असते, तरी आम्ही त्यांना ओळखलंच नसतं.

काही वेळानं, माझ्या स्वारानं, ती माणसं कोण होती, अशी अचानक का आली आणि गेली, ते सांगितलं. ''त्यांनी आत्ताच दोघा इराण्यांना सीमेपार पोहोचवलं. आपण सगळे बरोबर जाणार होतो, पण आपल्याला दोन तास उशीर झाला, म्हणून ते पुढे गेले.''

पुढे जाता जाता आणखी फारच खडबडीत, ओबडधोबड प्रदेश लागला. आम्हाला खाली उतरून घोडे चालवत न्यावे लागले. थंडगार झऱ्यांच्या पलीकडे त्याच्या चिखलमय काठापर्यंत आम्ही घोडे हाताला धरून नेले. आमच्या जीन्स चिखलानं कडक झाल्या होत्या. थोड्या थोड्या वेळानं मी ''फरहाद, ठीक आहेस ना? कमाल? शेरी?'' अशा हलकेच हाका मारीत होते. अंधारातून त्यांचा पुसटसा हुंकारही मला दिलासा देत होता. त्यापेक्षा जास्त बोलायला परवानगी नव्हती.

आम्ही रात्रभर दौडत होतो. सकाळी साडेसहाच्या सुमारास फटफटू लागल्यावर आम्ही इकडे तिकडे पाहिलं तर आम्ही बर्फाळ प्रदेशात होतो. जमीन पांढरी होती. अचानक स्वार थांबले आणि त्यातला एक म्हणाला, ''हेच ते ठिकाण. ही तुर्कस्थानची सिमा.''

मी इकडेतिकडे पाहिलं, तर माझ्या लक्षात आलं की, निघताना मी ज्या घोड्यावर आणि ज्या स्वाराबरोबर होते, त्याच्यापेक्षा आत्ता वेगळ्याच घोड्यावर आणि वेगळ्याच स्वाराबरोबर होते. कमाल तर घोड्यावरदेखील नव्हता, गेला अर्धा तास तो पायी चालत होता. ही बदलाबदली कधी झाली ते मला कळलंच नाही. मला काही आठवतच नव्हतं. दमणूक, संभ्रम, अंधारातून सरकणाऱ्या सावल्या - या सगळ्यांनी माझ्या मेंदूवर परिणाम केला होता.

स्वार काय सांगत होता, ते अखेर माझ्यापर्यंत पोहोचलं. मी उडी मारून घोड्यावरून उतरले. मी फरहादला अगदी घट्ट घट्ट, तो गुदमरेपर्यंत घट्ट कवटाळलं.

''आपण स्वतंत्र आहोत, फरहाद, आपण जिंकलो. आपण इराणमधून बाहेर पडलो. आता तुला परत कध्धी अमिनींकडे जावं लागणार नाही. आपण आता एका मुक्त देशात जाणार आहोत आणि राहणार आहोत. आता कुणी येऊन मला अटक

करू शकत नाही.''

दोन दिवस आणि दोन रात्री, फरहादनं एकदाही, आपण कुठे चाललो आहोत असं विचारलं नव्हतं. त्याला काही चांगलं घडेल अशी आशा करण्याचीही कदाचित भीती वाटत असेल. आत्ता कुठे त्यानं विचारलं, ''म्हणजे आई आता मी तुझ्याबरोबर राहू शकतो? आता मला आत्या आणि काकांच्या घरी राहायला लागणार नाही?''

''नाही लुविजुन,'' मी सांगितलं, ''कध्धीच नाही, आता आपण युरोप-अमेरिकेत जाऊ. तुला आठवतं मी काय काय सांगितलं होतं? डिस्नीलँडला जायचं, कॅनडा, यू. एस्. मधल्या आपल्या नातेवाइकांकडे जायचं? ते सगळं सगळं आपण आता करू.''

पश्चिम आशियातील एका बर्फाच्छादित निर्जन डोंगरमाथ्यावर उभं राहून डिस्नीलँडबद्दल बोलणं म्हणजे किती विचित्र होतं! पण त्या क्षणाच्या विलक्षणपणाचा विचार करायला सवड नव्हती. आता आम्ही दोन तुर्की कुर्दांबरोबर होतो. धिप्पाड, बलदंड पुरुष, दाढ्यांचे खुंट आणि गडद आठ्या. आमच्या पलायनाचा तितकाच खडतर असा दुसरा टप्पा सुरू होत होता. आम्हाला दिलेल्या सगळ्या आश्वासनांच्या विरुद्ध, आम्ही सीमेवर थकलेले, भुकेले आणि अतिशय तहानेले अशा अवस्थेत होतो, पण अजून गाडीचा पत्ता नव्हता. तिथे रस्ताच नव्हता. घोडागाडीच्या रस्त्यापासूनसुद्धा आम्ही कित्येक मैल दूर होतो. आम्ही चढून आलो, तो पर्वत आता दुसऱ्या बाजूनं सावकाश उतरायचा होता.

लगेचच अडचण समोर दत्त म्हणून ठाकली. खाली उतरणारा चिखलाचा रस्ता घोड्यावर बसून जाण्यासाठी घसरडा होता. त्यामुळे घोडी हातात धरूनच न्यावी लागणार होती. त्यांच्यातला म्होरक्या, वयानं मोठा असलेला कुर्द पुढे झाला आणि घसरून पडला, इतकी जमीन ओली घसरडी होती. पडून मृत्यू येण्याचा धोका पत्करायला नको, म्हणून आम्ही सगळे बूड टेकून बसलो आणि एकापाठोपाठ एक सरकत-घसरत सुमारे अर्धा तास गेलो असू, अचानक मला शेरीची किंकाळी ऐकू आली.

मी वळून पाहिलं तर शेरी डोकं पायांवर आपटत होती, मुठी डोक्यावर मारून घेत होती, केस उपटत होती आणि मोठ्यानं रडत होती.

''माझं सगळं गेलं, सगळं गेलं हो. मी नाही येत आता. मी हलणारच नाही इथून. सोडा मला इथेच. जाऊ दे. मरू दे.''

कशीबशी चढून मी वर तिच्यापर्यंत पोहोचले. तिच्या अंगावर चिखल उडला होता. चेहरा अश्रूंनी मलीन झाला होता. काय झालं ते हळूहळू मी तिच्याकडून काढून घेतलं. माझे तुर्की लिरा चोरीस गेल्यानंतर तिनं सगळ्या मौल्यवान वस्तू

असलेली पिशवी सतत जवळ असणाऱ्या एका काळ्या बॅगेत ठेवली होती. त्या बॅगची चेन नीट लागत नव्हती. त्यामुळे रस्त्यात कुठेतरी तिचं पाकीट पडून गेलं होतं. त्यात रोकड परकी चलनातले पंचवीस हजार डॉलर्स होते. तिच्याजवळची सर्व मिळून असलेली रक्कम होती, तिचा पासपोर्ट आणि जगभर फिरण्याचं विमानतिकीट होतं. तिच्या स्कर्टच्या शिवणीत असलेल्या काही दागिन्यांव्यतिरिक्त ती इराणबाहेर येताना आणलेलं सारं काही हरवलं होतं.

"पासपोर्ट नसेल तर मी कुठे जाऊ?" तिनं विचारलं. "जाऊ दे. मला इथेच सोडून द्या."

"वेडेपणा करू नका." तरुण तुर्कीनं ताकीद दिली. "आपण सीमेच्या अगदी जवळ आहोत. लवकर हलायला हवं. इथे जवळपास कुठे आपण दिसलो, तर सरळ आपल्याला गोळी घालतील."

मी बरोबर चलण्याचा शेरीला आग्रह केला, आपण एकदा तुर्कस्थानात पोहोचलो की, सगळे प्रश्न सोडवू शकू असं आश्वासन दिलं. पण ती हलायलाच तयार नव्हती. शेवटी त्यांच्यातल्या एकानं परत जाऊन पाकीट शोधून आणायची तयारी दाखवली.

"डोंगरावर पुढे खाली एक ताज्या दमाचा घोडा आपल्यासाठी थांबला आहे, तो सीमेपासून दूर आहे. मी जाऊन तुमचं पाकिट शोधून आणतो. ते काळं आहे. बर्फात उठून दिसेल. चला, आता जाऊ या."

हे ऐकल्यावर शेरीने उतारावर पुढे सरकायला पुन्हा सुरुवात केली. आम्ही असेच आणखी तासभर घसरत होतो. कबूल केल्याप्रमाणं तिथे दोन घोडे जमिनीवरच्या एका धोंड्याला बांधून ठेवले होते. तो तुर्क दौडत वरती परत गेला आणि आम्ही पुढे निघालो. कमाल गुंगीत होता. तो काही बोलत नव्हता. फरहाद दमला होता. पण आजूबाजूच्या सृष्टिसौंदर्यात रंगला होता. मी इतकी दमले होते की, प्रत्येक पाऊल शेवटचंच असं वाटत होतं – आणि शेरी – पायपीट करता करता मी मागे वळून पाहिले. तिची एकेकाळची ताठ, उन्नत आकृती आता वाकली होती. एका तुर्कानं दिलेली घाणेरडी घोड्याची घोंगडी तिच्या अंगावर होती. तिच्या बुटांच्या टाचा तुटून वेड्यावाकड्या कोनात फिरल्या होत्या, तिनं घातलेला कुर्दिश पोशाख कमरेपर्यंत चिखलानं बरबटला होता. खोमेनी आणि त्यानं माझ्या देशाचं जे काही केलं होतं, त्याचा मला त्याक्षणी सर्वांत जास्त तिटकारा आला. अपंगांसाठी तिनं केलेल्या कामाबद्दल शेरीची जगात कीर्ती होती. राष्ट्राध्यक्ष आणि पंतप्रधान यांच्याबरोबर जेवण्याचा बहुमान तिला मिळाला होता. दीनदुबळ्यांसाठी झिजण्यात तिचा जन्म गेला. आणि याची परतफेड काय तर खोमेनींच्या गुंडांकडून होणारी सततची छळवणूक आणि हे सक्तीचं पलायन.

आम्ही चुपचाप दोन तास चालत होतो. मग मला शेरीचं हळुवार आवाजातलं गाणं ऐकू आलं. इराणमधल्या शाळकरी मुलांचं आवडतं गाणं होतं ते, "कुठून आलास तू, कुठे जाशील तू आणि कसा जाशील तू?" ती तेच तेच आळवून म्हणत होती.

मी मनात तिच्या हिमतीची दाद दिली. सर्वस्व गमावलं आहे, यापुढचं आयुष्य निर्वासित म्हणून काढावं लागणार आहे, अशा अवस्थेत गाण्याची केवढी ही दुर्दम्य उमेद! पण नंतर माझ्या लक्षात आलं की, ती तेवढंच ध्रुवपद यांत्रिकपणे पुन्हा पुन्हा म्हणते आहे. जणू ती तिथेच अडली होती, पुढं जाऊच शकत नव्हती. शेरी अजूनही चालत होती, पण तिच्यातलं काहीतरी मागे त्या चिखलाच्या घसरणीपाशी रुतून बसलं होतं.

कधीतरी, शेरीच्या पिशवीच्या शोधार्थ गेलेला तुर्क जोरात दौडत आला आणि पुढे गेला, जाताना ओरडून सांगून गेला, "मला ते मिळालं नाही. पुढे चालत राहा. मी पुढे जाऊन तुमच्यासाठी गाडी तयार ठेवायला सांगतो."

शेरीनं आणि मी एकमेकींकडं रिकाम्या नजरेनं पाहिलं, "त्याला सापडली आहे ती. मला माहीत आहे. आणि आता तो मला लुटणार आहे." ती अजिबात न रागावता बोलत होती. तिनं हे दारुण सत्य मनोमन स्वीकारलं होतं.

मी काही बोलूच शकले नाही. तिचं म्हणणं बरोबर होतं हे मलाही समजत होतं, तरी आम्ही काय करणार होतो? तुर्की कुर्दांनी आम्हाला सोडून दिलं असतं, तर वाट चुकून आम्ही त्या पर्वतात कित्येक दिवस भटकत राहिलो असतो.

इतक्या दमलेल्या अवस्थेतही, सभोवतालच्या सृष्टिसौंदर्यानं आमचं लक्ष वेधून घेतलं. सगळे डोंगर पिवळ्या-जांभळ्या फुलांनी झाकून गेले होते आणि मन धुंद करणारा त्यांचा सुगंध सर्वत्र घमघमला होता.

थोड्या वेळानं आम्ही एका लहानशा पठारावर पोहोचलो, तिथून खाली एक गाव दिसत होतं. "आपण इथे थांबू." तुर्कानं सांगितलं. "गाडी याच जागी येणार आहे. दोन इराणी माणसंही इथे येणार आहेत."

"गाडी इथे येणार आहे म्हणजे?" मी संतापून विचारलं.

"इथे धड रस्तासुद्धा नाही. आपण एका डोंगराच्या माथ्यावर आहोत. ती गाडी इथे येणार कशी?"

त्यानं जोरजोरात मान हलवली. "गाडी येणार. तुमच्या सगळ्या बॅगा माझ्याजवळ द्या. मी त्या गवताच्या गंजीत लपवून ठेवतो. तुम्ही आडवे पडा म्हणजे गावकऱ्यांना तुम्ही दिसणार नाही."

एव्हाना सकाळचे नऊ वाजले होते. दूरवर खाली हालचाल जाणवायला लागली होती. शेतावर चाललेले शेतकरी, गुरांच्या कळपाबरोबर फिरणारे धनगर,

इवल्याशा दिसणाऱ्या मातीच्या खोपटांमधून सावकाश चढत जाणारी धुराची वलयं. पहाटेचं धुकं भेदून सूर्य बाहेर डोकावू लागला असला तरी हवा अजून ओली, थंड होती. आम्ही उबेसाठी एकमेकांच्या घट्ट जवळ मुटकुळी करून बसलो. थंड जमिनीवर घातलेली घोड्याची घोंगडी हेच काय ते आमचं थंडीचं निवारण होतं.

आमचा वाटाड्या आम्हाला लुबाडणार असा मला संशय आला. त्यामुळे काहीतरी बहाणा करत मी आमच्या सर्वांच्या बॅगा एकत्र केल्या, आणि जरा दूर पहाऱ्यावर बसलेल्या तुर्की कुर्दांच्या जवळ न ठेवता, त्या आमच्या अगदी शेजारी ठेवल्या. थोड्या वेळानं त्यानं आम्हाला जागा बदलायला सांगितलं. आता आम्ही चालत एका कड्यापाशी गेलो, तिथून आम्हाला दुसरी एक दरी दिसत होती. तिथे स्मगलर्सनी आडोसा म्हणून एक तात्पुरती दगडाची बुटकी भिंत उभी केली होती, जेणेकरून त्यांचा 'माल' खालच्या गावकऱ्यांच्या नजरांपासून अबाधित राहिला असता. दोनदा त्या डोंगरातील मुसळधार सरींनी आम्हाला झोडपून काढलं. जमिनीवरची घोंगडी उचलून ती आम्ही डोक्यावर घेतली. अशा भिजलेल्या कुडकुडल्या अवस्थेत चार तास प्रतीक्षा केल्यावर माझा संयम संपला.

"हे पाहा, आम्ही अतिशय दमलो आहोत, गारठलो आहोत. तहान-भुकेने कासावीस झालो आहोत. तीन दिवसांत आम्हाला धड झोप मिळालेली नाही. गेल्या अठरा तासात आम्ही काही खाल्लेलं नाही. आता आम्हाला खाली गावात जायचं आहे. आम्ही गाडीची वाट तिथे पाहू."

"नाही." तो चिडून ओरडला. "आम्ही स्मगलर्स आहोत. खाली जाणं आमच्यासाठी धोक्याचं आहे. थांबा जरा. येईलच गाडी." थोड्या दिलगिरीनं तो पुढे म्हणाला, "दुसरा माणूस आला की, मी त्याला पाणी आणायला पाठवेन."

वाट पाहण्यात तास गेले असं वाटत होतं. शेवटी एकदाचा तो कुर्द परत आला, आमच्याजवळून नुसतंच दौडत जाण्याचं स्पष्टीकरण देणं किंवा गाडीची माहिती देणं असल्या गोष्टींच्या भानगडीत तो पडला नाही. पण त्यानं पाणी मात्र आणलं. घाणेरड्या, चिंबलेल्या धातूच्या पेल्यातून आधी कुर्द पाणी प्याले. तोच पेला त्यांनी आमच्यापुढे धरला. मी इतकी तहानलेली होते की, नखरे करणं शक्यच नव्हतं. माझे ओठ तडकले होते. जीभ कोरडी पडून सुजली होती. मी पाण्याचा घोट तोंडात घोळवला, त्या थंड पर्वतीय झऱ्याच्या पाण्याची चव आणि स्पर्श अनुभवला, मी कितीही पाणी प्याले असते, तरी माझी तहान शमली नसती.

गाडी अस्तित्वातच नाही अशी मला शंका यायला लागली, म्हणजे खरं तर ती कधीच अस्तित्वात नव्हती. सूर्याची मंद का होईना, पण उष्णता होती. मी फरहादचे बूट, मोजे आणि पँट काढून वाळत घातले. शेरी आणि कमाललाही तसं करायला भाग पाडलं. ते दोघेही एक प्रकारच्या गुंगीत होते, आपले आपण काही

करायच्या अवस्थेत नव्हते. थोड्या वेळात फरहाद आणि कमाल झोपून गेले, शेरीनं आणि मी कसाबसा पहारा केला. मी फरहादकडे पाहत होते. थंडीनं की भीतीनं माहीत नाही. पण त्याचं इवलेसं शरीर आखडलं, त्याच्या चेहऱ्यावर घाम जमला आणि वेदनेनं कळवळत असल्यासारखा तो गडाबडा लोळायला लागला. झटका बसल्यासारखा तो उठून बसला. त्याचे डोळे उघडे होते, पण त्यात दृष्टी नव्हती. त्यानं भोकाड पसरलं. "मला घोड्यावर नाही बसायचं. मला घोड्यावर बसवू नका. मी नाही जा. माझे पाय दुखतात. सोडा मला. सोडा मला." डोंगरातून त्याच्या रडण्याचे प्रतिध्वनी येत होते. ते दोन्ही तुर्क अस्वस्थपणे इकडेतिकडे बघू लागले. पण एकदम त्याला जागं करायचीही मला भीती वाटली. मी एक कपडा पाण्यानं ओला केला. त्याच्या कपाळावर ठेवला आणि हळुवारपणे म्हटलं,

"फरहाद, लुविजुन, तू आता घोड्यावर नाहीयेस बेटा. तुला वाईट स्वप्न पडतंय. तू जागा झालास की पाहशील की घोडाच नाहीये. तू इथे आहेस माझ्याजवळ."

शेरीनं माझ्या बाजूला वाकून सल्ला दिला, "त्याला उठवूच नको. ते सगळं एकदा बाहेर पडू दे. त्याला अतिश्रम झाले आहेत." आम्ही दोघींनी मिळून त्याचा चेहरा पुसून काढला. थोडा वेळ अनिवार रडल्यानंतर तो पुन्हा गाढ झोपी गेला.

सगळी सकाळ आणि आता दुपारही सरत आली, तेव्हा मला जास्त भीती वाटायला लागली. हे लोक एवढा वेळ का काढत आहेत? की ते रात्र पडण्याची वाट पाहत आहेत आणि मग आम्हाला मारून टाकून लुटणार आहेत? दूरवर खाली एक रस्ता दिसत होता. ते आम्हाला तिथे का नेत नव्हते? लवकरच अंधार पडेल, आणि शून्याखाली जाणाऱ्या तापमानात, पुरेसे संरक्षक कपडे-पांघरुणं नसताना, अन्नपाण्याशिवाय आणखी एक रात्र काढणं आमच्या आवाक्यातील गोष्ट नव्हती. रात्र पडण्यापूर्वी खालच्या रस्त्यावर पोहोचणं एवढाच आशेचा शेवटचा तंतू होता.

आपसांत शांतपणे चर्चा केल्यावर मी त्या दोघा पुरुषांना सांगून टाकलं, "आम्हाला खाली नेण्याचा तुमचा विचार नसेल, तर आम्ही आमचे जातो. आता काही आम्ही तुमच्यासाठी थांबणार नाही."

आमचा पक्का निश्चय पाहिल्यानंतर ते तुर्क पुन्हा त्रासले — कमालही आता थोडा सावरला होता — "बरं बरं, ठीक आहे, थांबा जरा क्षणभर." त्यांचा म्होरक्या खेकसला. दुसऱ्यानं आमचं सामान एकत्र करून पट्ट्यांनी घोड्यावर बांधून टाकलं. आम्ही उतरायला सुरुवात केली, तोच ढग दाटून आले आणि त्यांनी पुन्हा एकदा डोंगराला स्नान घातलं. या नवीन सरींमुळे शेतात काम करणारे शेतकरी गावाकडे परतायला लागले. आमचे वाटाडे पुन्हा अस्वस्थ झाले.

''आपण या रस्त्यानं खाली जाऊन चालणार नाही.'' म्होरक्या म्हणाला. ''आपल्याला पुन्हा थोडं वरती जावं लागेल, तिकडे एक गुहा आहे. गावकरी घरी जाईपर्यंत थोडा वेळ आपण तिथे थांबू शकू. मग पुढे जाऊ.''

त्या लहानशा गुहेत आम्ही कसेबसे मावलो. शेरीच्या लक्षात आलं की, कमालला कापरं भरलंय. पुन्हा आम्ही जोरजोरात त्याचं अंग चोळलं. कमालला धड बोलवतही नव्हतं. पण त्यानं आग पेटवायचा पुष्कळ प्रयत्न केला. दुर्दैवानं जळाऊ लाकूड म्हणून जे जे काही होतं, ते सारं ओलं होतं. त्या दोघा तुर्की कुर्दांनी स्वत:साठी, आमच्यापासून दूर अशी एक लहानशी जागा शोधली होती. पण कमालची अवस्था सुधारत नाही आणि फरहाद अजूनही चिंब भिजलेलाच होता हे पाहिलं तेव्हा मी पळत पावसात बाहेर आले. माझा चेहरा निथळत होता, अंगाला जंगलाचा वास येत होता, मी एक रानटी पशूच झाले होते. त्यांना काय वाटेल याची पर्वा न करता मी त्या दोघा कुर्दांना जोरात हाका मारायला सुरुवात केली. काहीतरी करून रस्त्यापर्यंत पोहोचायलाच हवं होतं. तिथेच थांबणं म्हणजे मृत्यूच.

माझा आवाज दरीत घुमू लागला, तसे दोघे तुर्क धावत आले. ''काय चाललंय? वेड लागलंय का? तुझा आवाज पार गावात ऐकू जात असेल.'' म्होरक्या दातओठ खात म्हणाला.

''मरू दे. आम्ही गोठलो आहोत. आम्ही निघतो आहोत.''

''ठीक आहे. आम्ही तुम्हाला खालपर्यंत घेऊन जातो.''

यावेळी त्यांच्या बोलण्यात खरेपणा होता. साधारण दोन तास मळलेल्या वाटेनं चालल्यावर आम्हाला एक कच्चा रस्ता लागला, त्यावरून गाड्या जाऊ-येऊ शकल्या असत्या. अंधार पडत चालला होता पण वाहनाचं काही चिन्ह नव्हतं.

''जी गाडी इथे येणार होती ती काही इथे पोहोचू शकलेली नाही.'' प्रौढ तुर्कानं शेवटी सांगून टाकलं, ''पण तुम्ही आणखी दोन हजार डॉलर्स देत असलात, तर मी गाडीची व्यवस्था करतो.''

ही सरळ अडवणूक होती. मी फैर झाडली. ''म्हणजे? आम्ही या सगळ्याचे पैसे दिलेत. इस्तंबूलपर्यंत आम्हाला गाडीनं सोडायलाच पाहिजे. काय बोलताय काय तुम्ही?''

''आहे हे असं आहे. गाडी पाहिजे असेल, तर दोन हजार डॉलर्स पडतील.''

खाली जाताजाता तुर्कांनी सांगितलं की, शहर गाडीनं फक्त अर्ध्या तासाच्या अंतरावर आहे. पण अतिश्रमामुळे फरहाद रडायला लागला होता, कमाल ग्लानी येऊन जमिनीवर पडला होता. आम्ही पायी चालत तिथपर्यंत पोहोचणं शक्य नव्हतं हे दिसत होतं. त्यांना शरण जाणं भाग होतं. मी किंमतीची घासाघीस सुरू केली. पण ते बधेनात. दीर्घ वाटाघाटी झाल्यानंतर त्यांनी आम्हाला सांगितलं की,

आम्हाला लवकरच दोन इराणी भेटतील, त्यांनाही नुकतंच असंच स्मगल करून आणलं होतं. या प्रवासाचे पैसे कदाचित त्यांच्याबरोबर वाटून घेता येतील.

परत घोड्यावर बसून, कातीव कड्यांनी वेढलेल्या दरीकडे आमचा प्रवास सुरू झाला. दरीच्या तळाशी पोहोचल्यावर शेरी आणि तिच्याबरोबरचा स्वार कुठे दिसेनात. मी पुन:पुन्हा तिला हाका मारल्या. तिचा काहीही प्रतिसाद येईना. मी धास्तावले. वाटलं, सर्वांत वाईट गोष्ट घडलीय. एकतर ती घोड्यावरून पडली; किंवा तुर्कांनी आम्हाला वेगळं वेगळं करायला सुरुवात केलीय. प्रत्येक वेळेस मी तिच्या नावानं हाक मारली की, माझ्याबरोबरचा स्वार शुक् करून मला गप्प करायचा. जवळजवळ तासाभरानं ती पुन्हा आमच्यात परतली. त्यावेळी आम्ही एका ढासळलेल्या जीर्ण धान्य कोठाराकडं चाललो होतो. तिच्याबरोबरचा स्वार मागे का रेंगाळला याचं काही स्पष्टीकरण आम्हाला देण्यात आलं नाही.

कोठाराबाहेर अनेक दमलेली घोडी बांधलेली होती. आळशीपणानं माना उंचावून ती आमच्याकडे बघत होती. उघड्या दारातून संथपणे धूर वर चढत होता. आतल्या किमान उबेची ग्वाही देत होता. मी चटकन उतरून धावतच आत गेले. त्या हवेशीर खोलीच्या मध्यभागी दोन तरुण इराणी माणसं आणि आठ तुर्की कुर्द शेकोटीभोवती निवांत शेकत बसले होते.

''जवळच्या शहरात जाण्यासाठी गाडीचं भाडं वाटून घ्यायला तयार आहात का?'' ओळख, नमस्कार-चमत्काराला फाटा देऊन मी घाईघाईनं त्या इराण्यांना विचारलं. ''ते गाडीचे दोन हजार डॉलर्स सांगतायत. चालत पुढे जाणं आम्हाला तरी शक्य नाही.''

त्या दोघा इराण्यांनी किंचित विस्मयानं माझ्याकडे पाहिलं. ते माझ्यापेक्षा पुष्कळच शांत आणि शहाणे दिसत होते. मी किती विचित्र दिसत असेन याची मला कल्पना होती. माझे ओले केस कपाळावर चप्प बसले होते. जीन्स चिखलानं माखून कडक झाली होती, अंगातलं कुर्दी जाकीट ढगळ आणि डागाळलेलं होतं. कमाल, फरहाद आणि शेरी माझ्यामागून चालत आले. दूर देशाहून आलेले, हरवलेले, थकलेले प्रवासी.

''या. शेकोटीपाशी बसा.'' एकजण म्हणाला. त्याचं महमूद हे नाव मला नंतर कळलं. ''आम्ही आत्ताच चहा केला आहे. थोडा थोडा घ्या.''

''आम्ही तर विद्यार्थी आहोत.'' दुसरा म्हणाला, सिना त्याचं नाव. ''आमच्यापाशी गाडीला द्यायला पैसे नाहीत. आम्ही सफरीचे अर्धे पैसे दिले आहेत, उरलेले अर्धे इस्तंबूलला पोहोचल्यावर देणार आहोत. त्यांचं आम्हाला न्यायचं ठरेपर्यंत आम्ही त्यांच्याबरोबर थांबलो आहोत.''

आमचे वाटाडे गोलात बसलेल्या कुर्दिश लोकांच्यात सामील झाले आणि

त्यांच्या भाषेतून त्यांचं संभाषण चालू झालं. आम्हाला थोडी ऊब आली, आमचे चिखलाचे बूट-मोजे काढून सुकायला ठेवले. तुर्कांना कळू नये म्हणून मी पर्शियनमध्ये एक प्रस्ताव मांडला.

''हे पाहा, मी त्यांना सांगते की, आपण सगळ्यांनी मिळून गाडीनं जायचं ठरवलं आहे. पैसे आम्हीच देऊ. तुम्ही नाही. पण मी इतकी घासाघीस केल्यानंतर, त्यांना हे कळायला नको आहे.''

त्यांनी संमती दिल्यावर, त्यातल्या त्यात प्रमुख वाटणाऱ्या, आमच्या म्होरक्या वाटाड्याकडे वळून सांगितलं, ''आम्ही देतो दोन हजार. तुम्ही जाऊन गाडी घेऊन येऊ शकता.''

मी काहीतरी वेड्यासारखं बोलत असल्यासारखं त्यानं माझ्याकडे पाहिलं. ''कसली गाडी?'' इतर तुर्कांच्याकडे अस्वस्थपणे नजर टाकत त्यानं विचारलं, ''काही गाडी-बिडी नाही. मी कधीच गाडीबद्दल काही बोललो नव्हतो. इथे थोडं थांबून आपल्याला घोड्यावरून पुढे जायचं आहे.''

आमच्या वाटाड्यांचा आम्हाला लुटण्याचाच डाव होता हे नक्की. आमच्याकडून थोडे जास्त पैसे उकळायचे, रात्र पडेपर्यंत आम्हाला डोंगरातच थांबवून धरायचं आणि नंतर आम्हाला तिथेच सोडून पलायन करायचं असा त्यांचा बेत असावा. पण माझा आरडाओरडा, आणि दिवसा उजेडी, काय चाललंय ते पाहायला गावातले लोक वरती येतील ही भीती यामुळे त्यांना आम्हाला खाली दरीत घेऊन येणं भाग पडलं होतं. त्यांच्या इतर स्मगलर्स सोबत्यांसमोर, ते दोघे एकदम सावधगिरीने वागत होते. ते कदाचित जास्त प्रामाणिक असावेत. कुर्दांमध्ये एकदम बोलाचाली सुरू झाली. मग त्यांच्यातला एक उठून उभा राहिला. आणि त्यानं आम्हाला सांगितलं की, त्यांनी इथे न थांबता आम्हाला लगेचच हलवायचं ठरवलं आहे. त्यांनी आम्हा सगळ्यांना सामान बांधायला आणि ताबडतोब निघायला फर्मावलं.

घोड्याचं नाव काढल्याबरोबर फरहाद रडायला लागला. तो घोड्यावर बसायला अजिबात तयार नव्हता. मी कितीही समजावून सांगितलं तरी तो ऐकायलाच तयार नव्हता. दुसरा काही उपाय नाहीये हे मी त्याच्यापर्यंत पोचवू शकत नव्हते. शेवटी त्याला जबरदस्तीनं घोड्याच्या पाठीवर बसवलं. आम्हाला फसवण्याचा प्रयत्न करणाऱ्या त्या तुर्काचा मला कितीही तिटकारा वाटत असला (इतर तुर्कांना त्यानं त्याचं नाव 'अली' असं सांगितलं होतं.) तरी तो निष्णात घोडेस्वार होता आणि त्याचा घोडाही सर्वोत्तम होता हे मला माहीत होतं. त्यानंच मला व फरहादला एकत्र घ्यावं असा मी आग्रह धरला.

बाहेर रात्र चढायला लागली होती. आकाशात ढगांची इतकी दाटी होती की, चंद्र-ताऱ्यांचा प्रकाशदेखील वाट दाखवायला नव्हता. आमच्या आजूबाजूनं चढणाऱ्या

घोड्यांचा पुसट आवाज सोडला तर बाकी सर्व शांत होतं. आम्ही चिखलभरल्या डोंगरवाटेनं निघालो. डोंगरातल्या त्या स्तब्धतेत, कर्णकर्कश मेघगर्जना करीत, पाऊस कोसळायला लागला. एका अगदी अरुंद रस्त्यावर एका ठिकाणी रस्ताच वाहून जातो की काय अशी परिस्थिती होती. कितीतरी वेळा घोड्यांना पराणी लावून त्यांना वाहत्या ओहोळांवरून उडी मारावी लागली. प्रत्येक उडीच्या वेळी अली पुढे व्हायचा कारण त्याचा घोडा सर्वोत्कृष्ट होता. उत्तम उडी मारणारा होता. आणि इतर लोकांना ही जागा पार करता येईल की नाही याचा अंदाज अलीला चांगला होता. प्रत्येक उडीच्या आधी घोडा मागं यायचा आणि बुजायचा. उडी मारून पलीकडं गेल्यावर तो बहुतेक वेळा चिखलात फसायचा. बाहेर निघून जरा टणक जमिनीवर येण्यासाठी घोड्यांना बरीच धडपड करावी लागायची. अलीच्या घोड्याला तर पुष्कळ वेळा तीन स्वारांचं जड ओझं घेऊन पलीकडे आणि परत अशा उड्या माराव्या लागल्या, कारण इतरांना त्या जमणार नाहीत असं अलीला वाटायचं. मग पाणी ओलांडायला दुसरी जरा कमी धोक्याची जागा शोधायची. मी सारखी ओरडून फरहादला घट्ट धरून बसायला सांगत होते. मी स्वत: अलीच्या कमरेला घट्ट धरून बसले होते, त्याला चिकटून राहायचं आणि फरहादला स्थिर ठेवायचं या निश्चयानं. आमच्या गटातले इतर सगळे, कुर्द, इराणी त्या रात्री कधी ना कधी घोड्यावरून खाली पाण्यात पडलेच, पण फरहादला सुरक्षित ठेवायचा माझा निश्चय असा काही पक्का होता की, आम्ही सगळ्यात जास्त उड्या मारूनही आम्ही एकदाही पडलो नाही.

नंतर, आम्हाला सोडून जाताना अली मला म्हणाला, ''बाई माणूस असून तुम्ही बरीच चांगली घोडेस्वारी करता.'' एका दरोडेखोराकडून आणि त्या पर्वतरांगांमधल्या वाटांचा माहीतगार असलेल्याकडून हे बोलणं म्हणजे मोठाच सत्कार होता - पण त्या क्षणी तरी मी त्याच्याबद्दल आनंद मानू शकत नव्हते.

सबंध रात्रभर आम्ही दौडत होतो. अधूनमधून मला कमाल मरगळून घोड्यावर बसलेला दिसायचा, तो बरोबरच्या स्वाराला धरून ठेवण्याचेही कष्ट घेत नव्हता. त्याला हाक मारल्यावर तो माझ्याकडे बघतसुद्धा नव्हता. मी त्याला घट्ट धरून बसायला सांगत होते. पण तो भीतीच्या पलीकडे गेला होता. सारखं पडून धडपडून जणू त्याला काही लागत नव्हतं.

शेवटी जेव्हा आम्ही एका मोठ्याशा सपाटीवर पोहोचलो, तेव्हा आम्हाला दूरवरून जंगली कुत्र्यांचं भुंकणं ऐकू आलं. तो आवाज जवळ जवळ येत, आमच्याभोवती गोल पसरला, ढगांमध्ये जरा फट पडली, तेव्हा मला दिसलं की, डझनावारी जंगली कुत्री आमच्याबरोबर पळत आहेत, उड्या मारत आहेत, आमच्या पायांचा वेध घेत आहेत. आवाजाच्या शिकारीवर सुटावं, तसं उत्तेजित होऊन भुंकत

आहेत, आम्हाला पाय उचलून वर घेणं शक्य नव्हतं कारण आम्ही इतक्या वेगानं दौडत होतो की, तसं करताना तोल गेला असता आणि कदाचित आम्ही जमिनीवर खालीच पडलो असतो. त्यांच्या वखवखलेल्या तोंडांपासून पाय वर उचलण्याची सहजा प्रबळ नैसर्गिक ऊर्मी मी मोठ्या प्रयासानं दाबत होते. घोडादेखील बेचैन झाला होता. भयंकर वेगानं धावत होता. सुटकेसाठी कसाही कुठेही उड्या मारत होता. अर्ध्या तासापेक्षा जास्त वेळ हा जीवघेणा पाठलाग चालू होता, नंतर बहुतेक आम्ही त्यांच्या हद्दीच्या बाहेर आलो. मला एवढंच समजलं की, अचानक कुत्री गायब झाली आहेत. पण तसाच एक इराणीही गायब झाला होता - महमूद. सिनाने जेव्हा आपला मित्र नाहीये हे पाहिलं तेव्हा त्यानं पुढे जायला स्पष्ट नकार दिला.

"मी परत जातो." तो हट्टानं म्हणाला, "त्याला तसं टाकून मी जाणार नाही."

कुर्दांनी परिस्थितीचा आढावा घेतला. काहीतरी ठरलं असावं. अलीनं मला आणि फरहादला खाली उतरवलं आणि त्यांचा घोडा कुत्र्यांच्या दिशेनं चौखूर धावत सुटला. थोड्याच वेळात तो महमूदसह परतला. महमूदनं, काय झालं ते आम्हाला सांगेपर्यंतच ते थांबले.

"माझा घोडा मागच्या पायांवर उभा राहिला आणि मी पडलो." अजून महमूद धक्क्यातून सावरला नव्हता. "मी पुन्हा घोड्यावर चढायचा प्रयत्न केला, पण कुत्री सारखी जवळ येत होती. माझा घोडा नुसता जागच्या जागी नाचत होता. मी कुत्र्यांना दगड हाणत होतो, हाकलत होतो, पण घोडा अतिशय बुजला होता. हे चाललं होतं तेवढ्यात अली दिसला. अलीनं मला गाठण्यापूर्वी ही कुत्री मला गाठणार असंच मला वाटत होतं."

आम्ही पुन्हा घोड्यावर स्वार झालो. कुर्द आता आम्हाला घाई करत ओरडू लागले. कारण आमच्यासाठी हायवेवर गाडी थांबणार होती. ती रात्रभराची दौड अनंतकाळ चालणार असं वाटू लागलं होतं. फरहादनं शू करण्यासाठी थांबायची कितीदा विनवणी केली पण तिकडे अलीनं लक्षही दिलं नव्हतं. आम्ही बाकीच्यांपेक्षा थोडं पुढे आलो, तेव्हा मी अलीला झऱ्याकाठी थांबण्याची विनंती केली, म्हणजे मला फरहादला शूसाठी नेता आलं असतं. आम्ही पुन्हा चढणार, तेवढ्यात अंधारात शेरीची किंकाळी ऐकू आली आणि पाठोपाठ माझ्या नावानं मारलेली हाक.

रात्रीच्या ठार अंधारात काही दिसत नव्हतं. हात पसरून धडपडत मी शेरीच्या रडण्याच्या-कण्हण्याच्या दिशेनं निघाले. जरा जवळ गेल्यावर पाण्यात घोड्याची धडपड ऐकू आली. मी त्या बर्फाळ झऱ्यात उतरले. ते दोघे इराणी विद्यार्थी आणि कमालही घोड्यावरून उतरले होते आणि तेही शेरीच्या दिशेनं येताना मला जाणवत होतं. शेरी पाठीवर पडलेली आम्हाला सापडली, तिचं डोकं आणि खांदे जेमतेम पाण्याबाहेर होते. तिच्याबरोबरचा स्वार तिच्या अंगावर पडला होता, तो कसातरी

उठून उभा राहत होता. घोडाही उभा राहिला आणि कोरड्या जमिनीवर अस्वस्थपणे उड्या मारू लागला. पाण्याचा सर्वांत जास्त मार शेरीला लागला होता हे दिसतच होतं. मोठ्या कष्टानं श्वास घेत तिनं आपले दोन्ही हात, खूप वेदना होत असल्यासारखे छातीवर धरून ठेवले होते. कमालनं आणि त्या विद्यार्थ्यांनी तिला उचलून बाजूला आणलं. कुर्द आमच्या मदतीसाठी हललेदेखील नाहीत.

"माझ्या बरगड्या तुटल्यात, सुझान, मला मदत कर." ती रडत होती. तिचा कुर्दिश पोशाख म्हणजे तिच्याभोवती एक चिखलाचं लोढणं झाला होता. मी काय करत होते हे मला धड दिसतदेखील नव्हतं. मी तो ओला गच्च कुर्दिश पोशाख ओढून काढला. महमूद त्याच्या बॅगेत त्याचे जादाचं जाकीट शोधू लागला. सिनानं त्याच्याकडची एक पँट देऊ केली. काही तासांपूर्वी शेरीनं स्वत:चे बूट काढून कमालचे धावण्याचे बूट घातले होते. या पडापडीच्या गोंधळात तेही अदृश्य झाले होते. अंधाराचा आमच्याइतकाच फरहादलाही त्रास होत असणार, पण गुडघ्यावर रांगत त्यानं कसंतरी करून धावण्याचे दोन्ही बूट शोधून आणून दिले.

पण शेरीचं चित्त थाऱ्यावर नव्हतं. ती तिचे उंच टाचांचे बूट मागायला लागली आणि कुर्दिश पोशाखाच्या आत घातलेले कपडे काढून टाकू लागली. तिच्या हालचाली बघून, तिच्या बरगड्या तुटल्या नाहीत याची मला खात्री पटली, पण तिला त्रास होतच होता. ती जे कपडे काढत होती, त्याच्या शिवणींमध्येच तिचे उरलेले दागिने दडवले होते. शेरीनं स्वत: तिच्या सोनसाखळ्या आणि बांगड्या काळजीपूर्वक त्यात शिवल्या होत्या. एकदा स्वतंत्र झाल्यावर तेच विकून पैसा उभा करण्याची तिला आशा होती.

कुर्दांना ऐकायला जाणार नाही याची खबरदारी घेत मी म्हटलं, "शेरी ते कपडे काढू नको. त्याची तुला गरज पडेल. आठवतंय ना?"

पण ती काहीही कळण्याच्या पलीकडे गेली होती. तिचे पाय ती तिच्या महागड्या बुटांमध्ये कोंबायचा प्रयत्न करत होती. ते त्या बुटांमध्ये शिरतच नव्हते. तिचे पाय केवळ चिखलानं बरबटलेलेच नव्हते, तर अतिशय वाईट रितीनं सुजले होते. ते घालण्याचा प्रयत्न तिने सोडून दिला आणि ते बाजूला फेकून दिले. माझ्या विरोधाला न जुमानता तिनं तिचे कपडे काढून जमिनीवर फेकून दिले.

जाणाऱ्या प्रत्येक मिनिटाबरोबर कुर्द अधिकाधिक अस्वस्थ आणि अधीर होत होते, त्यांनी घोड्यांवर मांड ठोकायला सुरुवात केली.

"चला निघा," एक रागीट आवाज कुजबुजला. "इथे थांबणं बस झालं."

आम्ही झटपट शेरीच्या अंगावर कपडे चढवले. ती थोडी भानावर आली. "सुझान, माझे कपडे. ते नीट बॅगेत ठेव."

थेंबभरसुद्धा उजेड नव्हता. मी हातानं जमीन चाचपडली. माझ्या हाताला एक

बूट आणि कपडे लागले, ते मी झटकन तिच्या बॅगेत भरले. तिची बॅग घोड्याला पट्ट्यानं बांधून टाकावी म्हणून ती मी तिच्या स्वाराकडे दिली. काही क्षणात आम्ही निघालो होतो. आम्ही त्या कुर्दांना त्यांच्याकडचं एक जाड जाकीट त्यांनी शेरीला द्यावं म्हणून किती वेळा विनवलं. (त्या विद्यार्थ्यानं दिलेलं जाकीटही त्या थंडीसाठी पुरेसं नव्हतं) पण त्यांनी नकार दिला. कृपाळू होऊन त्यांनी तिला एक जुनी घोड्याची घोंगडी दिली, त्याच घोंगडीवर अली, फरहाद आणि मी बसलो होतो.

तीन तास आम्ही घोड्याच्या नुसत्या पाठीवर बसलो होतो. प्रत्येक क्षण फरहादला यातनामय होता. आपण कधी थांबायचं असं तो वारंवार विचारत होता. जितक्या अचानकपणे आम्ही निघालो होतो, तेवढ्याच अचानकपणे स्वार थांबले, आणि त्यांनी पोहोचल्याचं घोषित केलं. रात्रीचा प्रहर होता, कुठे गावातील दिवा की रस्ताही दिसत नव्हता. पाळीव प्राण्यांचा, शेतावरच्या गुरांचा आवाज ऐकू येत नव्हता-काही नाही. संपूर्ण निर्जन जागी, थोड्या सपाट जागी, ट्रॅक्टर जाण्यापुरता कच्चा रस्ता दिसत होता.

कमालनं आणि दोघा विद्यार्थ्यांनी लगेच विरोध केला. सिना आणि महमूदनं घोड्यांवरून उतरायलाच नकार दिला. पण आम्ही संख्येनं थोडे होतो, त्यांनी आम्हाला जबरदस्तीनं खाली उतरवलंच.

"तुम्ही गावापासून पाच मिनिटांच्या अंतरावर आहात. त्या दिशेला जा." अलीनं डावीकडे हात दाखवून सांगितलं. कुर्दांना खरी घाई होती, ती त्यांचे शेजारी जागे होण्याआधी गावात पोहोचण्याची. बहुधा सगळ्या कुर्दांना स्मगलिंग पसंत नसावं.

सगळ्या खोटारडेपणावर आणि फसवाफसवीवर, अपमानाचा शेवटचा कळस म्हणजे, इराणी कुर्दांनी मोठ्या उदारपणे आम्हाला दिलेली, आणि कदाचित ज्यांमुळे त्या थंडीत प्रवासात आम्ही जिवंत राहिलो, ती जाकिटं त्यांनी परत मागितली. कमालनं त्या जाकिटांचे पैसे देऊ केले. अजून गोठवणारी थंडी होती, शेरी अजून ओलीचिंब होती - पण त्यांनी ती अक्षरश: आमच्या अंगांवरून ओढून काढली. तुर्कस्थानात कुठेतरी, कुठल्यातरी अनोळखी गावाच्या अनोळखी रस्त्याच्या कडेला आम्हाला सुन्न, शांत, बधिर असे सोडून ते चौखूर उधळत परत गेले.

बॅगा घेऊन आम्ही सुमारे दहा मिनिटं चाललो. कमाल आणि एका विद्यार्थ्यानं शेरीला एकेका बाजूनं आधार दिलाच होता. अशा तऱ्हेनं पुढे जाणं शक्य नाही हे आम्हाला कळून चुकलं. आम्ही आशा सोडलीच होती, तोच लांब रस्त्यावर दूरवरून येणाऱ्या ट्रॅक्टरची घरघर ऐकू आली. आम्हाला पोलिसात देणारा तो एक तुर्कही असू शकत होता, की आम्ही पुन्हा इराणमध्ये फायरिंग पथकाच्या समोर! कदाचित तो एखादा शेतकरीही असू शकत होता, ज्याला निर्वासितांना मदत

करण्यात आनंद होता. अर्थात आमच्यासमोर काही पर्याय नव्हता. आलेली संधी घेऊन ट्रॅक्टरला हात दाखवून थांबवायलाच हवं होतं.

आमच्यातल्या, तुर्की भाषा बोलणाऱ्या दोघींमध्ये, फक्त माझ्यातच काय ती बोलण्याची शक्ती उरली होती. त्यामुळं असं ठरलं की, मी फेरफटका मारावा, इतरांनी तोवर कडेच्या खड्ड्यात लपून बसावं. हे जरा भयंकर होतं. इतर मुस्लीम देशांमध्येही, एकट्या बाईसाठी तुर्क खतरनाक असल्याची प्रसिद्धी होती. पण मी रस्त्याच्या मधोमध उभी राहिले. जोरजोरात हात हलवून, मोटारच्या घरघराटावर ऐकू जाईल एवढ्या आवाजात ओरडू लागले. ट्रॅक्टरच्या एकुलत्या एक दिव्याचा झोत माझ्यावर पडला.

ड्रायव्हरनं ट्रॅक्टर थांबवला आणि मी कडेला धावले. ट्रॅक्टरच्या प्रकाशाच्या झोतातून बाहेर येताच मला दिसलं की, तो एक शेतकरी नसून, भल्या पहाटे, घरापासून दूर असलेल्या शेतावर निघालेले ते अनेक शेतकरी आहेत. खुद्द ट्रॅक्टरवर तिघे होते, मागे जोडलेल्या हौद्यामध्ये आणखी पाचजण होते.

"हायवे इथून किती दूर आहे हो?" मी चकित झालेल्या ड्रायव्हरला विचारलं. "मी बस किंवा व्हॅन मिळेल का ते बघते आहे." मी बोलत असताना, आमचा उरलेला कंपू ट्रॅक्टरभोवती गोळा झाला. ते लोक जरा अस्वस्थ झालेले दिसले.

"अं- बघा. असेल पंचेचाळीस किलोमीटर."

"आम्ही एवढे अंतर जाऊच शकणार नाही. कृपा करून, तिथपर्यंत सोडता का आम्हाला?"

ड्रायव्हरनं एकदा आमच्या गटाकडे नजर टाकली, मग स्वतःच्या गट्टाकडे नजर टाकली आणि मग म्हणाला, "नाही, तसं करता येणार नाही. आम्ही कामावर निघालोय."

"तुम्ही जाताय तिथवर सोडा. बघा ना, आमच्याबरोबर लहान मूल आहे, आजारी वृद्ध स्त्री आहे. मदत करा हो आम्हाला."

पुन्हा त्यानं आजूबाजूला पाहिलं. यावेळी त्यानं शेरी व फरहादला आमच्या साऱ्या सामानासहित मागच्या हौद्यात बसायची परवानगी दिली. पण आम्ही आमच्या मौल्यवान सामानाला आणि त्या दोघांना आमच्यापासून अलग होऊ देणार नव्हतो, हा चमत्कार – हा अचानक उपटलेला ट्रॅक्टरही – आम्हाला गमावायचा नव्हता.

पर्शियन भाषेत मी सगळ्यांना उडी मारून ट्रॅक्टरवर चढण्याची सूचना केली. मग मी त्या ड्रायव्हरचे अनंत आभार मानण्याचा मोठा कार्यक्रम केला, अशा रितीनं काही सेकंदांत आम्ही सगळे वाहनात होतो. त्या तुर्की शेतकऱ्यांच्या चेहऱ्यावरून ते कुर्द वाटत होते. त्यांच्या वतीनं आम्हीच निर्णय घेतला होता. त्यांनी फक्त खांदे उडवले आणि आम्ही मार्गस्थ झालो.

निर्दयपणे वाहणाऱ्या थंड वाऱ्यात आम्ही दोन तास त्या ट्रॅक्टरमधून प्रवास केला. आम्ही मागच्या हौद्यात भरलेल्या बांधलेल्या गव्हाच्या भाऱ्यांच्या कडक ओल्या बैठकीवर आम्ही बसलो होतो. महमूद आणि कमाल त्यांच्या शरीराची ढाल करून शेरीचं वाऱ्यापासून संरक्षण करीत होते. सकाळी सहाच्या सुमारास ड्रायव्हरनं सांगितलं की, त्यांना रस्त्यापासून आत वळायचं होतं. त्यामुळे आम्ही आता उतरावं. वाऱ्यातून सुटका होणार म्हणून मला हायसंच वाटलं.

हायवे दहाच मिनिटांवर आहे असं त्यानं आवर्जून सांगितलं. मी त्या ड्रायव्हरला मदतीसाठी भरपूर बक्षिसी दिली. त्याच्यामुळेच आम्ही जिवंत राहिलो. रात्रीचं तापमान शून्याच्या खाली होतं. डोंगरात आणि पायथ्याशी लांडग्यांचा मुक्त संचार होता. आमच्याजवळ अन्न-पाणी काही नव्हतं. त्याची मदत मिळाली नसती, तर ती रात्र आम्ही काढली नसती हे नक्की. आम्ही सगळ्या आशा घेऊन बाहेर पडलो, त्याला फक्त तीन दिवस तीन रात्री झाल्या होत्या?

आणि आता आमचं ठिकाण इतकं जवळ आलं असताना व्हॅनचं शहर अवघं तीस किलोमीटर दूर होतं. तेव्हा आमची शक्ती संपुष्टात यायला लागली होती. शेरीला एकटं चालता येत नव्हतं. महमूद आणि सिनानं तिचा एकेक बाहू पकडला होता. दुसऱ्या हातात त्यांचं सामान. कमालनं कशीबशी एक बॅग घेतली होती. पण तो मागेमागे पडत होता. फरहादनं माझा एक हात घट्ट धरला होता. माझ्या दुसऱ्या हातात माझं सामान होतं. फरहादनं एकदाही कुरकूर केली नव्हती. ज्या गोष्टी मी त्याला देऊ शकत नाही हे त्याला दिसत होतं, त्या त्यानं एकदाही मागितल्या नाहीत. तीन ठिकाणी आम्हाला थंड घसरडे ओढे ओलांडावे लागले. फरहादला पलीकडे सोडल्यावर मला परत येऊन कमालला घेऊन जावं लागत होतं. दरवेळी कमाल तिथेच बसायची धमकी द्यायचा. काय व्हायचं ते होऊ दे असं म्हणायचा. मी बाबापुता करून त्याला एक एक पाऊल पुढे टाकायला लावायची. झोपेविनाच, तासन्तास घोड्यावर बसल्यानं पाठीच्या खालचा भाग भयंकर दुखत असताना, हे ऊर्जेचे स्रोत माझ्याकडे कुठून आले हे मलाच कळत नव्हतं. परिस्थिती अशक्य वाईट झाली की, सबंध प्रवासभर मी एक खेळ खेळायला सुरुवात करायची. ''माहीत आहे, आपण पोहोचलो ना की, जगातल्या सगळ्यात सुंदर हॉटेलमध्ये राहणार. मस्त निवांत अंघोळ करणार. मग स्वच्छ, सुरेख चादरीवर झोपणार. मग इतकं स्वादिष्ट जेवण - काय पाहिजे ते मिळणार...'' चिखलाच्या तुर्की रस्त्यांवर माझं पोकळ बोलणं घरंगळत जायचं.

वीस मिनिटांनी, सूर्य चांगला वर आल्यावर आम्ही हायवेवर पोहोचलो. वादळातून वाचून धक्क्याला लागलेल्या माणसांसारखे आम्ही जमिनीवर पडलो. सुरक्षित भूमीवर पोहोचल्याबद्दल कृतकृत्य वाटत होतं. थोड्या वेळानं आम्ही साबण

आणि पाण्याशिवाय जितपत जमेल तेवढी स्वत:ची साफसफाई केली. बस आल्यावर आम्ही अगदीच वेगळे उठून दिसायला नको. त्याचवेळी शेरीला तो भयानक साक्षात्कार झाला. जे कपडे मी तिच्या लहान बॅगेत कोंबले होते, ते मुळी सोनं दडवलेले - तिची अखेरची धनसंपदा नव्हतेच, तर तो फालतू कुर्दिश पोशाख होता. तिच्या करुण विलापानं अवकाश भारून गेलं, पण तिला दिलासा द्यायला आम्ही असमर्थ होतो. पूर्वी, आता त्याच्या जवळपास तरी जाण्यासाठी ती तिचे शनेल शूज वेड्यासारखी शोधत होती, पण तेही व्यर्थच ठरलं. जोडीतला एकच बूट होता, तो देखील चिखलमय.

आम्ही थांबलो असताना, फरहादला झोप लागली आणि पुन्हा त्याला त्या डोंगरातील खडतर प्रवासाचं वाईट स्वप्न पडलं. शेवटी जेव्हा तो जागा झाला, तेव्हा त्यानं म्लान मुद्रेनं माझ्याकडं पाहून विचारलं, "थोडं पाणी मिळेल का गं? मला इतकी तहान लागली आहे. थोडंसंच पाणी," त्याला अन्न किंवा पाणी मिळेपर्यंत अजून काही तास जाणार आहेत हे जाणवून माझ्या पोटात खड्डा पडला.

अजून पहाटच होती. रस्ता शांत होता. क्वचित एखादी गाडी जात होती. शहराकडे जाणारी बस आम्हाला मिळेल असं त्या शेतकऱ्यांनी आम्हाला सांगितलं होतं, पण ती बस कुठून येणार, कुठल्या दिशेला जाणार आहे, याची आम्हाला काहीच कल्पना नव्हती. आमचा गट फार मोठा, एकदम उठून दिसू नये, म्हणून ते दोघे विद्यार्थी आमच्यातून जरा बाजूला जाऊन, हायवेवर थोड्या अंतरावर जाऊन थांबले.

'आम्ही कुठून आलो' याप्रकारच्या चौकशीला काय उत्तर द्यायचं याबद्दल आम्ही थोडी चर्चा केली. आमच्यापैकी फक्त शेरीला अत्यंत सफाईदार, अस्खलित तुर्की बोलता येत होतं. त्यामुळे ती तुर्की आहे असं भासवायचं ठरलं. बोलण्याचं बरंचसं काम तिनंच करायचं होतं. मी तिची बरीच वर्षं इराणमध्ये राहिलेली (त्यामुळे इराणी ढंगाचं तुर्की बोलणारी) नातलग अशी ओळख करून द्यायची ठरली.

"कमाल, तू बहिऱ्याचं सोंग घ्यायला हवं." शेरीनं सांगितलं, "आणि फरहादनं झोपल्यासारखं किंवा कंटाळून गेल्यासारखं दाखवायचं."

ही सूचना कमालला साफ अमान्य होती. "मी काही बहिऱ्या-बिहिऱ्या माणसांचे सोंग घेणार नाही."

"पण तुला घ्यावंच लागेल." मी ठासून म्हणाले, "तेवढाच एक मार्ग आहे." मला त्याच्या आडमुठेपणाचा थोडा रागच आला. एवढ्याशा गोष्टीवरून कशाला ताणायचं? केवळ अहंकार.

शेवटी, बहुतेक बाजूच्याच रस्त्यानं. एक लहान जनता बस आली, आणि आम्ही उभे होतो, तिथेच एका जोडप्याला उतरवून निघून गेली. ते लोकही शहरात

जाणारी बस पकडण्यासाठीच आले होते, असं कळलं. आम्ही खरोखरच रस्त्याच्या योग्य बाजूलाच उभे होतो हेही कळलं. थोड्याशा संभाषणानंतर, त्या जोडप्यातील पुरुषाकडून हेही कळलं की, थोड्याच अंतरावर ताज्या पाण्याचा झरा आहे, आणि बस येईपर्यंत आम्हाला तिथपर्यंत जाऊन यायला वेळ मिळेल. खरं तर काही पावलं चालायचंदेखील आमच्या जिवावर आलं होतं, पण आम्ही ती दहा मिनिटांची मजल मारली आणि कित्येक तासांनी प्रथमच त्या स्वच्छ, थंड झऱ्याचं पाणी गटागटा प्यायलो.

आम्ही परत आलो, त्यानंतर ते जोडपं आमच्याशी खेळीमेळीनं वागायला लागलं. आमची चौकशी करायला लागलं. आम्ही जवळच राहणारे आहोत असं सांगितलं. पण त्यांनी गावाचं नाव विचारलं आणि आम्हाला सांगता आलं नाही, तेव्हा त्यांना नक्कीच संशय वाटायला लागलेला होता. नंतर, त्या माणसानं कमालला काहीतरी विचारायचा प्रयत्न केला, पण शेरीनं तो बहिरा असल्याचं सांगितलं.

"बिचारा!" ती बाई उद्गारली, "दिसायला तर किती देखणा आहे, नाही!"

आता कमालचा रागानं स्फोट होणार, तो आम्हाला तोंडघशी पाडणार. त्याआधीच शेरीनं विचारलं, "आपण सैनिकी तपासणीनाक्याच्या पलीकडे आहोत, नाही का?"

"नाही, नाही." तो माणूस उत्तरला. "नाका इथून पुढे आहे."

आम्ही निराशेनं एकमेकांकडे पाहिलं. त्या नाक्यावर आम्हाला थांबवलं असतं, तर अधिकारी अजूनसुद्धा आमची परत इराणला रवानगी करू शकले असते. आम्ही त्या जोडप्याला थोडंसं खरं सांगायचं ठरवलं.

"मी तुर्की आहे," शेरीनं सांगितलं, "पण आमचे पाहुणे इराणी आहेत, आणि मी त्यांना इस्तंबूलपर्यंत घेऊन जायच्या प्रयत्नात आहे. नाक्यावर ओळखपत्रं वगैरे विचारतील का?"

त्या माणसाला मुळीच आश्चर्य वाटलं नाही. उलट तो आम्हाला तपासणी नाक्यावरून कसं पार करता येईल याचा विचार करू लागला.

"माझ्याकडे आणि माझ्या बायकोकडे जन्माचे दाखले आहेत. मी माझा तुमच्या या पाव्हण्याला देतो आणि माझी बायको या बाईला देईल. मुलाचं कुणी काही विचारणार नाही. तुम्ही इतक्या म्हाताऱ्या आहात की, तुम्ही त्यांच्याकडे लक्ष द्यायचं कारण नाही. आम्ही इथल्याच भागात राहतो, आमचा कुणाला संशय येणार नाही. करून बघूया का असं?"

त्या धुळीच्या रस्त्याच्या कडेला, ही इतकी उदार मदत त्यांनी किती सहजपणे देऊ केली होती! आमच्या पलायनादरम्यान, अत्यंत वाईट प्रसंगांमध्ये, काही

लोकांनी दाखवलेला जिव्हाळा मला अजूनही थक्क करून सोडतो. आम्ही कृतज्ञतेनं ही मदत स्वीकारली, पण तेवढ्यात आणखी एक संकट दत्त म्हणून उभं राहिलं. एक गाडी येऊन थांबली आणि शेरीनं त्यातल्या लोकांना, पुढची बस कधी येणार काही माहिती आहे का म्हणून विचारलं.

"एक मिनिट." ड्रायव्हर म्हणाला. "तुम्ही इराणी आहात, होय ना?"

शेरी अतिशय घाबरली. ते लोक कदाचित साध्या वेषातील पोलीस असतील हे तिच्या लक्षात आलं तेव्हा उशीर झाला होता. ती गाडीपासून दूर व्हायला लागली. पण मागच्या सीटवर बसलेले दोघंजण तिला हाका मारू लागले.

"घाबरू नका." त्यातला एक म्हणाला. "आम्हीही इराणीच आहोत. पोलीस तुम्हाला पकडतील, पण नंतर सोडून देतील."

एका पोलिसानं त्यांना गप्प बसवलं आणि गाडी भरधाव निघून गेली.

या घटनेचा अर्थ लावायला आम्हाला वेळच मिळाला नाही. एक ट्रक बाजूला येऊन थांबला. सैनिक उड्या मारून खाली उतरले. आम्हाला घेरून आमच्यावर बंदुका रोखून उभे राहिले. आतापर्यंत इतकं अगत्यशील असणारं ते जोडपं, सशस्त्र सैनिक पाहून पळून गेलं आणि लपून बसलं. बंदुकींच्या गराड्यात आम्ही स्तब्ध बसून राहिलो.

"ट्रकमध्ये." त्यांचा म्होरक्या दिसणाऱ्या जवानानं आज्ञा केली.

एक शब्दही न बोलता शेरी, फरहाद आणि मी ट्रकच्या समोरच्या केबिनमध्ये चढलो, कमाल मागच्या भागात सैनिकांबरोबर चढला. पण आम्ही सैनिकांच्या तपासणी नाक्यापासून भलतीकडेच जाऊ लागलो, तेव्हा मात्र मी या संपूर्ण मोहिमेत प्रथमच संपूर्ण निराश झाले. एवढी धडपड करूनही, खोमेनीच्या पकडीपासून आम्ही दूर जाऊ शकलो नव्हतो. हे सैनिक आता आपल्याला बहुतेक पुन्हा इराणी सीमेवर पाठवणार आणि तिथे तर गोळ्या घालणारं पथक आमची वाटच पाहत असेल. शेरीनं मला धीर द्यायचा प्रयत्न केला, पण पोकळ धीराचे शब्द ऐकणं मला असह्य झालं होतं. आमच्या लांबचलांब लढाईचा शेवट झाला होता.

काही मिनिटांत आम्ही तपासणी नाक्यावरच्या पोलीस ठाण्यात पोहोचलो. तिथल्या स्थानिक अधिकाऱ्यानं आमची नीट तपासणी केली. आम्ही कोण होतो हे त्याला जाणून घ्यायचं होतं. आम्ही कुठून आलो होतो? आमचा कुठे जायचा बेत होता? पॅरिस, का? आमची गोष्ट ऐकल्यावर तो टेबलामागून उठून उभा राहिला. झालं, संपलं - मी मनात म्हटलं. तो चालत आमच्यापर्यंत आला आणि त्यानं आमचे हात हातात घेतले.

"आमच्या देशात तुमचं स्वागत असो." रुंद मिशीखाली रुंद हसत तो म्हणाला, "माझ्या तुम्हाला शुभेच्छा!"

मला बरोबर ऐकू आलं होतं ना? बंदुकीच्या धाकावर आम्हाला उचलून घेऊन आलेला हा माणूस आम्हाला चक्क शुभेच्छा देत होता? माझा इतका गोंधळ उडाला की घडत होतं त्यावर माझा विश्वासच बसेना.

"या लोकांसाठी चहा आण रे." त्यानं सहाय्यकाला फर्मावलं.

"तुमच्या म्हणण्याचा अर्थ, म्हणजे तुम्ही आम्हाला परत पाठवणार नाही?" मी अविश्वासानं विचारलं.

"होय, मी तुमचं स्वागत करतो आहे. मला जर स्वत: जाऊन खोमेनीला ठार मारता आलं तर किती बरं होईल! मला तुम्हा लोकांचं फार वाईट वाटतं."

त्याच्या बोलण्यातला सच्चेपणा जाणवून, मला रडूच फुटलं. हेच अश्रू मी इतका वेळ थोपवून धरले होते – घोड्यावरच्या त्या खतरनाक प्रवासात; आणि फरहाद मला पाणी मागत होता आणि मी देऊ शकत नव्हते तेव्हा; आणि माझ्या डोळ्यांसमोर शेरीला विदीर्ण होऊन बघताना, आणि अतिश्रमानं कमाल बधीर झालेला पाहताना – आता त्या अश्रूंना मी मुक्तपणे वाहू दिलं.

"तुम्हाला काही होणार नाही." अधिकारी पुढे सांगत होता. "आता आम्ही तुम्हाला सरळ आमच्या इस्तंबूलमधल्या मुख्यालयात नेणार, तिथे ते तुम्हाला थोडे प्रश्न विचारतील, आणि मग तुम्ही जगात कुठेही जायला स्वतंत्र असाल."

"अरे हो, आणखी एक," शेजारच्या खोलीकडे निर्देश करीत तो म्हणाला, "तुमचे दोन मित्रही इथे आहेत."

मी शेजारच्या खोलीत डोकावलं, तर महमूद बुटांना पॉलिश करत होता, तर सिना दाढी करत होता. ही दोघं मुलं किती शांत होती हे बघून मी पुन्हा एकदा चकित झाले.

अधिकाऱ्यानं सांगितल्याप्रमाणे सगळं घडलं. पोलीस ठाण्यावर चौकशी झाल्यावर आम्हाला जवळच्याच 'वान' नावाच्या गावातल्या एका हॉटेलमध्ये नेलं. इस्तंबूलला जायची आमची सोय होईपर्यंत दोन आठवडे आम्ही तिथे राहिलो - गरीब असो की श्रीमंत – देशाबाहेर पडलेल्या इराण्यांचा ते हॉटेल म्हणजे वाटेवरचा थांबाच होतं. पहिले दोन दिवस दुसरं काहीही न करता आम्ही फक्त झोपलो. नंतर माझी अनेक इराण्यांशी ओळख झाली आणि त्यांच्या सुटकेच्या चित्तथरारक हकिगती कळू लागल्या. एक कुटुंब – कोमितेह आणि त्यांचे वाटाडे यांची लढाई संपेपर्यंत एक महिनाभर पर्वतात अडकून राहिलं होतं. आणखी एक गट अजून त्यांच्या सामानाची वाट पाहत होता; ते सामान त्यांच्या वाटाड्यांनी 'नंतर आणून पोहोचवतो' सांगितलं होतं. त्याला सहा आठवडे होऊन गेले होते, आणि अजून त्यांचा पत्ता नव्हता. त्यात गरोदर स्त्रिया होत्या, मरायला टेकलेले म्हातारे होते - तरी या सगळ्यांना तो दुर्दम्य पर्वत उल्लंघून तिथून सुटायचंच होतं.

खोमेनीच्या राज्यात जिणं असह्य झालेले अनेक ज्यूपण त्यात होते.

एक तरुण स्त्री तिच्या दोन लहानग्यांसोबत प्रवास करत होती – दोन वर्षांची एक छोटी मुलगी आणि जेमतेम तीन महिन्यांचं एक बाळ. एकटीनं एवढा अवघड प्रवास करायचं साहस तिनं कसं केलं असं विचारल्यावर ती म्हणाली की, तिच्या कुटुंबापुढे इराण सोडायचा तेवढा एकच मार्ग होता. तिचा नवरा व्यावसायिक होता, त्याला व्यवसायानिमित्त पश्चिम जर्मनीला जाण्याची परवानगी मिळाली. बायको आणि लहान मुलं इराणमध्ये सुरक्षित असल्यावर हा परत येणारच, अशी अधिकाऱ्यांना खात्री होती. पश्चिमेत एकत्र राहण्यासाठी हे असं धाडस करायचं का? हे सर्वस्वी तिच्या मतावर होतं. सुदैवानं तिचे वाटाडे भले होते, त्यामुळे त्रास झाला, तरी प्रवास सुखरूप झाला. तिचा नवरा आधीच तिच्यासाठी इस्तंबूलमध्ये येऊन थांबला होता. हे बाळ म्हणजे सर्वांत लहान 'पलायनवादी' आहे, असं आम्ही गमतीत म्हणत असू. पण आमच्यातल्या गरोदर बायका वारंवार मान हलवून तिच्या हिमतीला दाद द्यायच्या. त्यांनी बाळाच्या जन्मापूर्वीची वेळ निवडली होती, कारण त्यांनी ऐकलं होतं की, या प्रवासात अन्नपाण्यावाचून दिवस काढावे लागू शकतात. नवजात बाळाला त्रास व्हायला नको, आपणच जावं, आपली शरीरं त्या कुर्दांच्या घोड्यांवर कशीही डचमळली तरी चालेल, असा विचार त्यांनी केला होता.

आमच्या सगळ्या वास्तव्यात कमाल आजारीच असायचा. प्रवासाचा धक्का हेही त्याच्या हट्टीपणाचं कारण असू शकेल. तो अन्नाबद्दल कुरकुर करायचा, त्याला कधी खोलीबाहेर पडावंसंही वाटायचं नाही. तो इतका आजारी होता, तर त्याला त्रास होऊ नये म्हणून फरहाद आणि मी काही दिवस वेगळ्या खोलीत झोपतो असं मी सुचवलं. पण त्याला स्वत:लाच स्वतंत्र खोली हवी होती, कारण त्याला स्वत:भोवती लहान मुलाचा वावर नको होता.

आम्ही सारेच दमलो होतो. आम्ही सारेच आजारी होतो. अनेक तास घोडेस्वारी केल्यामुळे माझ्या माकडहाडावरची कातडी सोलवटली होती असं माझ्या लक्षात आलं. ते इतकं दुखायचं की, मला खाली बसणं अवघड होतं. माझ्या हातापायातला ठणका जायला तर दोन महिने लागले.

कमाल अंधाऱ्या खोलीत दडून राहू लागला, पण शेरी, फरहाद आणि मी गाव धुंडाळायचो. त्या लहानशा गावात काही उपहारगृहं आणि दुकानं याखेरीज विशेष काही नव्हतं. पण आम्हा तिघांना, एकत्र बसून जेवण घेणं – मग ते किती का साधं असेना – यातही आनंद वाटायचा. इतर स्थलांतरितांना भेटायलाही आम्हाला आवडायचं. शेरी अजूनही धक्क्यातच होती, पण विश्रांती आणि पोषण यामुळे ती हळूहळू सावरू लागली होती. झालेल्या नुकसानीबद्दल शोक करणं तिनं आता सोडून दिलं होतं. ती आता भविष्याबद्दल बेत करू लागली होती. नवीन

पासपोर्ट मिळवण्याच्या मागे लागली होती. फरहादनं सर्वांत चटकन जुळवून घेतलं. इतर इराणी मुलांशी मैत्री करून त्याची धावपळ चाललेली असायची. आणि तो भीतीची स्वप्नं पाडणारा प्रवास आता सोबत्यांबरोबर कानगोष्टी करण्याचा विषय झाला होता.

वानमधल्या शेवटच्या दिवसापर्यंत, आपल्याला इराणला परत पाठवतील अशी मला काळजी वाटायची. आम्ही बेघर झालेले इराणी लोक जरा जास्तच हळवे झालो असू, पण आमच्या लहानशा स्थलांतरितांच्या समाजात अफवा पसरायला कितीसा उशीर लागणार? "तुर्कांना वाटतंय की, आपली संख्या फार झाली आहे," "ते नेहमीच कुठला ना कुठला गट परत पाठवतात," "आपला त्यांना कधी कंटाळा येईल कुणास ठाऊक? परत जाणाऱ्यांत आपण असणार का?" या आणि अशा अनेक. प्रत्यक्ष धोका काहीच नव्हता. पण शांती मिळत नव्हती.

काही दिवसांनी अडतीस तासांच्या इस्तंबूलपर्यंतच्या प्रवासाचा, चाळीस गाड्या, बसेसचा तांडा पोलिसांनी तयार केला. तो दुःखदायक, घामट प्रवास करून पोहोचल्यावर शेरीला त्या शहरात राहणाऱ्या नातेवाइकांना फोन करता आला आणि तिच्या पासपोर्टची समस्या दूर होईपर्यंत ती त्यांच्याकडे राहायला गेली. कमालच्या हट्टाखातर आम्ही हिल्टनमध्ये राहायला गेलो. तिथेही पुन्हा दोन खोल्या घेतल्या. खरं तर, आमच्या पैसे खर्च करण्याबाबत मला जरा काळजीच वाटू लागली होती. फरहादचं खोलीतील अस्तित्व कमालला असह्य व्हावं, हे काही भविष्यातील सहजीवनाचं सुचिन्ह नव्हतं. निरनिराळी हॉटेल्स आणि पोलीस ठाणी यांच्यातला प्रवास म्हणजे जणू साहसी मोहीमच आहे अशाप्रकारे फरहाद ते पार करीत होता; पण त्यालाही सारख्या बदलांचा कंटाळा यायला लागला. त्याच्या हक्काच्या घरासाठी तो आसुसला होता, हे उघडच होतं.

इस्तंबूल हे घुमट, मिनार आणि अरुंद गल्ल्यांचं सुंदर शहर आहे, पण आम्ही तिथे होतो तेवढा आठवडाभर, बहुतेक वेळ आम्ही झोपा काढायचो. अजून मी स्वातंत्र्याचा आनंद लुटत नव्हते. बहुधा आपण स्वतंत्र आहोत यावरच माझा विश्वास बसत नव्हता. जे मिळवण्यात तेहरानमध्ये इतक्या अडचणी आल्या होत्या, ते 'व्हिसा' ही आमच्या सामानातील सर्वांत मौल्यवान वस्तू होती. आपद्ग्रस्त इराण्यांनी हॉटेल्स भरली होती. १९८२ मध्ये मी त्यांच्या संख्येचा अंदाज बांधू शकले नाही. पण १९८७ च्या सुरुवातीला हा आकडा पाच लाखांच्या वर होता असं एका तुर्की वृत्तपत्रानं म्हटलं होतं. त्यापैकी बहुसंख्य तरुण होते. निवडप्रक्रिया चुकवण्याकडे त्यांचा कल असे. एखाद्या पश्चिमी देशाकडे व्हिसा किंवा परवाना मागण्यासाठी अर्ज करणं या गोष्टीला काही वर्षं लागू शकत होती. तेवढा सर्व काळ हे निर्वासित इराणी, त्यांचे कुणी नातेवाईक पश्चिमेत असतील, तर त्यांच्या

आधारावर; नाहीतर इराणमधून स्मगल करून आणलेल्या चीजवस्तू विकून आलेल्या पैशांवर जगायचे. आम्हाला या दिव्यातून जावं लागलं नाही याबद्दल मला खरोखरच कृतज्ञता वाटते. ज्या पश्चिम युरोपीय देशाच्या इराणमधील दूतावासाच्या शूर कर्मचाऱ्यांनी आम्हाला मदत केली होती, त्या देशाकडे आम्ही उड्डाण केलं. त्या दूतावासाचा बदला घेतला जाईल या भीतीपोटी मी आमचा दयाळूपणे स्वीकार करणाऱ्या देशाचं नाव उघड करणार नाही, पण आमचं नवीन घर थाटताना, पहिलं पाऊल टाकताना त्यांनीच आम्हाला मदत केली होती.

अखेर, एका सकाळी आम्ही विमानतळाकडे प्रयाण केलं. आमच्या तिथल्या वास्तव्यात आमच्याशी विशेष सहृदयतेनं वागणाऱ्या एका पोलीस अधिकाऱ्यानं आम्हाला स्वत:च्या गाडीतून विमानतळावर सोडलं व विमानापर्यंत पोहोचवायला आला. आमचा निरोप घेतानाची त्याची अदब, त्याचं सौम्य स्मितहास्य मी कधीही विसरणार नाही.

"खुदा हाफिज," निरोपादाखल हात हलवत तो म्हणाला, "नव्या घरात तुम्हाला अधिक सुख-समाधान मिळो."

विमान हवेत झेपावलं, तेव्हा मी मागे पाहिलं. तेव्हा मला तुर्कस्थान दिसत नव्हता. तिथे मला तेहरानवरचा अल्बोर्झ हिमपर्वत सूर्यकिरणांनी चमचमताना दिसत होता. अझरबैजानच्या खोऱ्यात माणकासारखी लालबुंद ट्युलिप्स वेड्यासारखी बहरली होती. वाळवंटी पठारावरची, वाऱ्यापासून बचाव व्हावा म्हणून आतमध्ये तोंडं केलेली, लाल मातीच्या विटांच्या घरांची खेडी आणि साब्बालोनवरचं तेजाळलेलं नीलवर्णी आकाश दिसत होतं. हा होता इराण, माझी जन्मभूमी, माझ्या आई-वडिलांची भूमी.

आणि अजूनही, रोज, मी माझ्या आठवणींना उजाळा देते.

उपसंहार

चालतं बोट लिहित जातं
लिहून झाल्यावर पुढे जातं
तुमचं धैर्य, तुमचं शील त्याला परत आणू शकत नाही
अर्धीही ओळ कापण्यासाठी
तुमचे अश्रू, धुवून टाकू शकत नाहीत
एकही शब्द त्यातला.

– ओमर खय्याम

आणि आता, इतर अनेकांसारखं, मीही निर्वासिताचं आयुष्य जगत आहे. देश सोडून परागंदा झालेले इराणी सर्वत्र आढळतात. मध्यमवर्गाला त्यांची मुलं सैन्यात भरती करून कधी न संपणाऱ्या रक्तलांच्छित युद्धात ढकलायची नव्हती. धनवंत केवळ जिवंत राहण्यासाठी निसटले, ते आता त्यांच्यापाशी जे काही उरलंसुरलं आहे, त्यात जगण्याचा अर्थ शोधत आहेत. व्यावसायिक आणि बुद्धिजीवींना अनन्वित छळामुळे बाहेर जावं लागलं. तुर्कस्थान, स्पेन, फ्रान्स, स्वित्झर्लंड आणि इंग्लंड; पण विशेषत: अमेरिका आणि कॅनडा इथे मोठ्या प्रमाणात इराणी समाज आहे.

कमाल, फरहाद आणि माझ्यासाठी सुटकेनंतरचे पहिले सहा महिने दु:खाचेच गेले. कमालचे आई-वडील पॅरिसमध्ये होते. तिथेच एक लहानसं घर घेऊन आम्ही राहायला लागलो. आम्हाला पहिला धक्का बसला, तो कमाल जेव्हा जुने स्टँप्स विकायला गेला, तेव्हा. त्यांची किंमत साधारण तीन लाख डॉलर्सपर्यंत आहे असं

त्याला सांगण्यात आलं होतं, प्रत्यक्षात त्याचे फक्त सहा हजार डॉलर्स आले. त्याला त्याच्या इराणी बांधवानंच जबरदस्त फसवलं होतं.

आम्ही पॅरिसला पोहोचल्यानंतर काही दिवसातच एक दुष्ट बातमी आली. माझ्या वडिलांना कोमितेहनं अटक केली आणि त्यांची उरलेली सर्व मालमत्ता जप्त केली. तीन आठवडे, मी धडधडत्या मनानं त्यांच्या मृत्यूच्या बातमीची वाट पाहत होते, पण शेवटी काही स्पष्टीकरण न देता त्यांना सोडून देण्यात आलं. मी जरा स्थिरस्थावर होते आहे, तोच फायेघ मामांच्या कॅन्सरनं पुन्हा उचल खाल्ल्याचं कळलं. ते त्यानंतर फार दिवस जगले नाहीत.

इराणमधून आणखीही एक बातमी आली होती. ठरल्याप्रमाणे शुक्रवारी दुपारी ठरलेल्या वेळी फरहाद परत आला नाही. तेव्हा अमिनींनी झटपट हालचाली केल्या. काही तासांतच प्रत्येक कोमितेह सैनिक आणि सीमासुरक्षा दलातील सैनिक आमच्या मागावर सुटला. त्यांनी माझ्या मामांना आणि मावशांनाही खूप त्रास दिला. त्यांनी माझ्या कुटुंबाला धमक्या दिल्या. आम्ही जिथे कुठे असू, तिथे आमच्यावर मारेकरी घालू म्हणून शपथ घेतली. आम्ही या धमक्या खरोखरच गंभीरपणे घेतल्या. अगदी आजही मी माझी ओळख आणि माझा पत्ता गुप्त ठेवते.

अमिनींना पाहिजे होतं ते सारं, अगदी माझं घर, आमचा व्हिला, फरहादची करोडोंची रोकड आणि बरंच काही मिळालं. व्हिला ते अजूनही वापरतात, पुढे घर मात्र कोमितेहनं ताब्यात घेतलं. माझ्या माहितीनुसार, ते आता स्थानिक मुख्यालय म्हणून वापरलं जातं. दोन्ही माळी आमच्या फळबागेतील फळं विकून पैसे मिळवतात. आणि जलाल आगा आणि त्याची बायको हे अस्तनीतले निखारे त्याच घरात अजूनही सुखानं नांदत आहेत. त्यांनीच मला त्या घरातून हाकलून लावलं.

कमाल, फरहाद आणि मला, आम्हाला ज्या तऱ्हेच्या जीवनाची सवय होती, त्यापेक्षा फारच साध्या पद्धतीनं आम्हाला पॅरिसमध्ये राहावं लागत होतं. माझ्या मुलाचे युरोपमधले फ्लॅट्स वापरायला मला परवानगी नव्हती. त्याची मालमत्ता अजून कायदेशीर जंजाळात अडकली आहे, कारण तो अठरा वर्षांचा होईपर्यंत त्याला त्याच्या नियंत्रणाचा हक्क प्राप्त होत नाही, त्याला अजून पाच वर्षं आहेत. मी चोरून पाठवलेले गालिचे विकायला मला त्रास पडला. कारण बऱ्याच इराणी लोकांनी तेच केलं होतं आणि बाजारात इराणी गालिच्यांचा महापूर होता.

एवढ्याशा जागेत राहणं आणि तुटपुंज्या पैशात भागवणं याचा सगळा ताण आमच्या खिळखिळ्या विवाहावर आला. बऱ्याचशा इराणी पुरुषांसारखंच कमाललाही, त्याचं सामाजिक स्थान, व्यावसायिक प्रतिष्ठा, मालमत्ता यात झालेल्या ऱ्हासाशी जुळवून घेणं अतिशय जड जात होतं. काही नवीन करिअरही सुचत नव्हतं. आमचं पलायन आणि नंतरच्या सततच्या अडचणी या ताणांमुळे प्रत्येकच गोष्टीत तो खूप

चिडचिड करायला लागला. तो खिन्न, उदास राहू लागला. अधिक एकलकोंडा झाला आणि कॅफेत एकटाच बराचसा वेळ घालवू लागला. त्या दु:खी, तुटत जाणाऱ्या काळात मीही तेवढीच चिडचिडी आणि हट्टी झाले होते हेही खरंच.

फरहादला एका खाजगी शाळेत प्रवेश मिळाला आणि आमच्या तिघांपैकी त्यानं सर्वांत लवकर नव्या परिस्थितीशी जुळवून घेतलं. जाणाऱ्या दिवसांबरोबर माझी मन:स्थिती आणखीनच आणखी अस्थिर होत गेली. मला मायदेशातील घटनांची खूप काळजी वाटायची. घरच्या लोकांची खूप आठवण यायची. काही महिन्यांपूर्वी मी साठवलेले पैसे इराणबाहेर पाठवले होते, त्यावर आम्ही गुजराण करत होतो. माझे दागिने मी छोट्या बटव्यांमध्ये घालून ओव्हनमध्ये लपवून ठेवले होते. ते विकून पैसे उभे करता येतील या आशेवर मी होते. त्या लहानशा घरात, तेवढीच एक गुप्त जागा मला सापडली होती. एक दिवस मला फारच निराश वाटत होतं, त्या दिवशी सगळ्यांनाच जरा बरं वाटेल म्हणून मी रोस्ट करायला घेतलं. मी सारा दिवस खपून सुंदर स्वयंपाक केला. कधी नव्हे ते कमालही मनापासून जेवला. दुसऱ्या दिवशी सकाळी मी जेव्हा सोन्याची साखळी घालायला गेले. तेव्हा मला एकदम आठवलं की, रोस्ट करण्यासाठी ओव्हन सुरू करण्याअगोदर मी त्यातले दागिने काढून घेतलेच नव्हते. मी झटकन ओव्हनकडे धावले, तिथे एक लिबलिबीत गोळा शिल्लक राहिला होता. मोत्यांचं भस्म झालं होतं. सोनं वितळलं होतं. त्या बटव्यांमधले हिरे काळे पडले होते. मी शोक करायला लागले.

दुसऱ्या एका प्रसंगी मी माझा पासपोर्ट – माझी अमूल्य अधिकृत ओळख – एका फोटो कॉपिइंगच्या दुकानातच विसरले. मी लगेच परत गेले, पण तो मला कधीच परत मिळाला नाही. मला प्रवासासाठी कागदपत्रं देण्यासाठी शाहच्या राजवटीतील शेवटचे प्रधानमंत्री, खुद्द शापूर बख्तियारना, जे स्वत: पॅरिसमध्ये निर्वासित म्हणून राहत होते – त्यांना मध्ये पडून फ्रेंच अधिकाऱ्यांचं मन वळवावं लागलं. मुल्लांच्या अधिपत्याखाली या पॅरिसमधल्या इराणी वकिलातीनं, हे कधीच केलं नसतं.

थोड्याच कालावधीत, मी कमालला सोडण्याचा अवघड निर्णय घेतला. मी अर्ज करून, फरहादसह कॅनडाला जाण्याची परवानगी मिळवली. तिथे टोरांटोला माझे अर्देशीर मामा आणि गिती मामी स्थायिक झाले होते. एक वर्षभरानंतर, घटस्फोट घेण्यासाठी मी पॅरिसला एक धावती भेट दिली.

इराणमधल्या धनिक आणि शक्तिशाली व्यक्तींना, बाहेरच्या कमी साधनसंपत्ती असलेल्यांशी जुळवून घेणं फार फार अवघड गेलेलं आहे. हमीद आणि सूफी अमेरिकेत आल्यावर त्यांच्या अमेरिकन मित्रांनी कशी पाठ फिरवली आणि त्यांची कशी हेटाळणी केली, याचे किस्से दोघांनीही सांगितले. १९७९ च्या ओलिसांच्या

प्रकरणाच्या वेळचा अमेरिकनांचा राग आमच्यावर निघाला, हेही त्याचं अंशतः कारण होतं. तसंच अंशतः हेही कारण होतं की, क्रांतीचं सारं खापर ताघौतींच्या माथ्यावर फोडलं जात होतं.

माझी मित्रमंडळी आता खूप विखुरली गेली आहेत. शेरीला अखेर तुर्कस्थानातून बाहेर पडण्यात यश आलं - पुन्हा एकदा बख्तियारची कृपा, त्यांनी तिला फ्रेंच व्हिसा मिळवायला मदत केली. ती आता अमेरिकेत राहते. ती इराणमध्ये अपंगांसाठीच्या शाळा चालवत असताना परदेशी सामाजिक कार्यकर्ते आणि आंतरराष्ट्रीय संस्था यांच्याबरोबर तिनं काम केलेलं होतं, त्या संस्था तिला काम मिळवायला मदत करतील असं तिला वाटत होतं. एके काळी चांगले मित्र असणाऱ्या त्या लोकांनी तिला परत फोनसुद्धा केला नाही. ती आता मोजक्या पैशात गुजराण करते.

हमीद मला पुन्हा भेटला नाही. मी कमालशी लग्न केल्याचं कळल्यावर त्यानं लग्न केलं. तो आता कॅलिफोर्नियात सुखात आहे, तिथे तो हळूहळू त्याच्या व्यवसायाचा जम बसवतो आहे.

सूफी त्याच्या पत्नीबरोबर युरोपमध्ये असतो, तो अजूनही माझा कायमचा व सच्चा मित्र राहिलेला आहे. पॉल, माझा दूतावासातला मित्र व त्याची पत्नी ॲना ही वैध मार्गानं बाहेर पडू शकली व आनंदानं त्यांच्या मायदेशी परत गेली, आणि जमशिद – माझ्या नवऱ्याचा भागीदार सुद्धा – गालिच्यांची चोरटी निर्यात केल्याबद्दल पकडलं जाण्यापेक्षा तोच तुर्की रस्ता पकडून बाहेर निघाला.

श्लो आणि दार्विश अजूनही कॅलिफोर्नियात एकत्र आहेत. माझी मावस बहीण फिरोजेह आणि तिचा नवरा आलटून पालटून अमेरिका आणि इंग्लंडमध्ये राहतात आणि त्यांचं छानच चाललं आहे. आमच्या प्रवासाच्या शेवटच्या, अंत पाहणाऱ्या टप्प्यावर भेटलेले ते दोघं विद्यार्थी काही महिने स्पेनमध्ये काढून शेवटी अमेरिकेत पोहोचले. महमूद शिकतो आहे. सिना काम करून त्याला हातभार लावतो आहे. त्या दोघांची जोडगोळी कायम आहे.

माझं सांगायचं, तर मी आता स्वतंत्रपणे, पण फरहादबरोबर माझं आयुष्य जगायला सुरूवात केली आहे. मी दागिने डिझाईन करते व विकते. आमच्या दोघांचं त्यात भागतंय. पुन्हा लग्न करावं अशी माझी इच्छा आहे. गरजेपोटी नव्हे तर प्रेमापोटी. पण मला अजिबात घाई नाही. माझ्या हक्कांसह आणि माझ्या मुलासह माझा स्वीकार करेल असा पुरुष मला हवा आहे. मला आता कायम टिकेल असं विवाहबंधन हवं आहे.

त्या कठीण काळाचा, बदलांचा सर्वांत जास्त लाभ कुणाला झाला असेल, तर तो फरहादला. तो उत्तम इंग्रजी बोलतो आणि पूर्वीच्या त्रासदायक आयुष्याच्या मानाने शाळेत चांगलाच रुळला आहे. मला वाटतं त्याला इराणबाहेर काढणं हा

चांगला निर्णय होता – आम्हाला कदाचित परत कधीच तिथे जाता येणार नसलं तरीही. जोपर्यंत युद्ध चालू आहे, तरुण आणि सशक्त मुलांची सैन्यभरती चालू आहे, तोपर्यंत त्यानं परत जाऊन त्याचा वारसाहक्क बजावणं सुरक्षित ठरणार नाही.

मी माझ्या देशाबद्दल नेहमी विचार करते. इराणची शोकांतिका इतकी सर्वदूर व्यापली आहे, इतकी जीवनं आणि इतके देश त्यामुळे ढवळून निघाले आहेत की, माझं स्वतःचं दुःख त्या शोकसागरात हरवून गेलं आहे. रोज वर्तमानपत्र उघडलं की काहीतरी भयप्रद वाचायला मिळतं. इराकबरोबरचं युद्ध हे आता रक्तरंजित डबकं झालं आहे, त्याला अंत नाही. इराणला शस्त्रविक्रीच्या वादाच्या प्रकरणात अमेरिकेचे अध्यक्ष अडकले आहेत. मानवी आयुष्यांचा बाजार मांडणाऱ्या, लेबनॉनमधील अतिरेकी गटांना इराण मदत करीत आहे. याबद्दल काही प्रश्नच नाही. जे आमच्यातील मवाळ आहेत, ते परागंदा झाले असोत की अजून इराणमध्ये बंदी असोत, त्यांच्या दृष्टिपथात खोमेनीच्या राजवटीचा अंत नाही. रोज, इराण स्वतःला अधिकाधिक तोंडावर पाडतो आहे, बाहेरच्या जगाच्या दृष्टीनं अधिकाधिक अविश्वासाला पात्र होत आहे. जो कुणी जरा जवळ यायचा प्रयत्न करतो, तो या राष्ट्रीय विकृतीच्या जाळ्यात अडकतो.

परत जाण्याची माझी आशा पूर्णपणे मावळली आहे. आमचा कवी मोल्ला-बेली विदादीचे शब्द माझ्या हृदयावर उमटले आहेत, “असा दिवस येईल, घराची आठवण येईल आणि तू रडशील.”